அறக்குரல்

கதை - கட்டுரை - நேர்காணல்

தமிழில்: ராம் முரளி

நீலம்

நீலம்

அறக்குரல்

மொழிபெயர்ப்பு	:	ராம் முரளி
முதற்பதிப்பு	:	டிசம்பர் - 2024
வெளியீடு	:	நீலம் பப்ளிகேஷன்ஸ்,
		முதல் தளம், திரு காம்ப்ளக்ஸ்,
		மிடில்டன் தெரு, எழும்பூர், சென்னை - 600008.
நூல் வடிவமைப்பு	:	பவித்ரன் முரளி
விலை ரூ.275		

ARAKKURAL

Translator	: Ram Murali ©
First Edition	: December - 2024
Published by	: NEELAM PUBLICATIONS,
	1st floor, Thiru Complex, Middleton street,
	Egmore, Chennai - 600008.
Cover Design	: Blufoxy media, Thilipkumar

Email : editor@neelampublications.com
Mobile : +91 98945 25815

INR : 275
ISBN : 978-93-94591-92-9

Neelam Monthly Magazine & Subscription - www.theneelam.com
Neelam Online Store - www.neelambooks.com

நன்றி

பா.வெங்கடேசன் - நஞ்சுண்டன் - ஆ.கிருஷ்ணகுமார் - தளவாய் சுந்தரம் - உமா ஷக்தி - வாசுகி பாஸ்கர் - பச்சோந்தி - க.விக்னேஷ்வரன் - பிரவீண் பஃறுளி - நீலம் - அம்ருதா - கனலி - தமிழினி - நவீன விருட்சம் - ஓலைச்சுவடி - புரவி

பொருளடக்கம்

கதைகள்

1. விநோதமாகவும் அதோடு சில நேரங்களில் துயரமாகவும் காசுவோ இஷிகுரோ — 07
2. ஜேவுக்காகக் காத்திருத்தல் - காசுவோ இஷிகுரோ — 27
3. பாலத்தின் மீது ஒரு துளை - ஸ்லாவோமிர் மிரோஜெக் — 40
4. குதிரை - ஸ்லாவோமிர் மிரோஜெக் — 43
5. நான்காவது சுவர் - ஊர்மிளா பவார் — 46
6. பிரபஞ்சத்தைக் காப்போம் - ஸ்டான்ஸ்லாவ் லெம் — 69

தன்னனுபவக் கட்டுரைகள்

1. கிணற்றில் ஒரு சடலம் - ஷங்கர்ராவ் காரத் — 81
2. இதுவும் கடந்து போகும் - பி.இ. சோன்காம்ப்ளே — 89

நேர்காணல்கள்

1. மிலன் குந்தேரா (4 நேர்காணல்கள்) — 103
2. கூகி வா தியாங்கோ — 175

கட்டுரை

1. முதல் அறக்குரல்: அம்பேத்கர் - பிரதாப் பானு மெஹ்தா — 194

கதைகள்

விநோதமாகவும் அதோடு சில நேரங்களில் துயரமாகவும்!

காசுவோ இஷிகுரோ

இங்கிலாந்துக்குக் குடிபெயர்ந்து ஒரு வருடம் கடந்திருந்த நிலையில்தான் யசுகோவை நான் பிரசவித்தேன். ஒருவேளை அது சொந்த நாட்டைப் பிரிந்திருப்பதான துயரமாகவும் இருக்கலாம். என்னால் அறுதியிட்டுக் கூற முடியவில்லை. அந்தப் பிரசவம் அதிகச் சிக்கலான ஒன்றாகத்தான் இருந்தது. அதன்பிறகு எனது உடல் ரொம்பவும் நலிவுற்றபடியே இருந்தது. யசுகோ பிறந்து ஒருசில மாதங்களே கடந்திருந்த நிலையில் என்னை மீண்டும் மருத்துவமனையில் சேர்த்தார்கள். மகளிடமிருந்து வெகு தொலைவில், ஒரு விநோதமான படுக்கையில் வலி பிய்த்தெடுக்க கிடத்தப்பட்டிருந்த நான் சில தினங்கள் சொற்பமான நேரங்கள் மட்டுமே தூங்கினேன். அவர்கள் எனக்குப் போதை மருந்து கொடுத்திருந்தார்கள். அதனால், தூக்கத்திற்கும் விழிப்புக்கும் இடையில் அலைக்கழிக்கப்பட்டபடியே இருந்தேன். அதோடு இரவு வேளைகளில், என்னால் எனது மகள் கட்டிலில் கை கால்களை அசைத்துக்கொண்டு படுத்திருப்பதை மருத்துவமனையின் ஜன்னல்களின் ஊடாகத் தெளிவுற பார்க்க முடிந்தது. நான் அவளை நெருங்கிச் செல்ல முயற்சிப்பேன். ஆனால், என்னால் அவளை நெருங்கவே முடியவில்லை. எங்கள் இருவருக்குமிடையிலான தொலைவு நீண்டுகொண்டே இருந்தது, அவளது அழுகையும் நொடிதோறும் அதிகரித்தபடியே இருந்தது. இதனால், அவளும் நோய்வாய்ப்பட வாய்ப்பிருக்கிறதோ என நான் அஞ்சுவேன். காலையில் எனது படுக்கையின் அருகில் கணவர் நின்றிருப்பார். அவரிடத்தில் யசுகோவைப் பற்றி விசாரிப்பேன். இரவு முழுவதும் வீட்டில் அவள் அழுதுகொண்டே இருந்ததாகத் தெரிவிப்பார்.

ஆனால், அதற்குப் பிறகு ஒரு தினத்தில் எனது வலி என்னில் இருந்து முழுவதுமாக மறைந்துபோய்விட்டது. பல மணிநேரங்கள் பகலும் இரவும் புரள்வது தெரியாமல் மருத்துவமனையின் படுக்கையில் உறக்கத்தில் ஆழ்ந்திருப்பேன். அப்போது ஒருமுறை எனது பிரியத்துக்குரிய மகள் யசுகோ சப்தமெழுப்பாமல் அமைதியாக உறங்கிக்கொண்டிருப்பதை என்னால் மிகத் தெளிவாகப் பார்க்க முடிந்தது. அவளுடைய வாய் சிறிய அளவில் திறந்திருக்கிறது. அவளது கை விரல்கள் தனது சிறிய காதினை அழுத்தித் தொட்டுக்கொண்டிருந்தது. அடுத்தநாள் காலையில் என் கணவர் எனக்கெதிரில் தோன்றி, நேற்றிரவுதான் முதல்முறையாக யசுகோ அமைதியாக உறங்கினாள் என்று தெரிவித்தார். இயற்கையாக முன் அனுமானிக்கிற திறன் பெற்றவள் அல்ல என்றாலும், நானும் எனது மகள் யசுகோவும் அப்போது இணைக்கப்பட்டிருப்பதாகவே கருதினேன். விஞ்ஞானிகளால் கூட புரிந்துகொள்ள முடியாத ஒரு பந்தத்தினால் நாங்கள் பிணைக்கப்பட்டிருந்தோம். எல்லாவற்றையும் விட, இதில் அதிசயிக்கத்தக்க விஷயம் என்று என்ன இருக்கிறது? கிட்டத்தட்ட

ஒன்பது மாதக் காலங்களில் நானும் அவளும் ஒற்றை இருப்பாகவும், ஒரே மனித உடலாகவும்தானே இருந்தோம்.

கோடைக் காலத்தின் துவக்கத் தினங்களில் என்னைப் பார்க்க வந்த யசுகோவிடம் கடந்த கால இந்நிகழ்வை நான் பகிர்ந்துகொண்டேன். அவளுக்கு அதில் ஆர்வம் இல்லாததைப் போலத் தோன்றியது. இன்னும் சொல்வதென்றால், நான் தெரிவித்த விஷயம் அவளைச் சிறிய அளவில் சங்கடத்திலும் ஆழ்த்தவே செய்துவிட்டது. யசுகோ இப்போது திருமணத்திற்குத் தயாராகிவிட்டிருந்தாள். அவள் இரண்டு வருடங்களாகத் தனது தோழனோடுதான் வாழ்ந்துவருகிறாள். இக்காலத்தில் இவையெல்லாம் ஏற்றுக்கொள்ளக்கூடியவைதான் என்றாலும், அவளுக்குத் திருமணம் நிகழப்போகிறது என்பதில் அதிகப்படியான மனநிறைவு எனக்கு உண்டாகிறது. அவள் என்னுடன் மூன்று தினங்கள் தங்கியிருந்தாள். எவ்வளவு நிதானமாக அவள் என்னுடன் இருக்கிறாள் என்பதை உணர உணர எனக்கு மகிழ்ச்சியாக இருந்தது.

அவள் பிறந்ததற்குப் பிறகான தினங்களையும், என்னையும் அவளையும் இணைத்திருந்த புதிர் மிகுந்த மாய ஆற்றல்களையும் அவளிடம் விவரித்துக்கொண்டிருந்தபோது, எனக்கு வேறொரு தருணமும், இதேபோல என் வாழ்க்கையில் நான் எதிர்கொண்ட முற்றிலும் விநோதமான கிட்டத்தட்ட இயற்கை ஆற்றலை மீறிய ஒரு சம்பவமும் நினைவுக்கு வந்தது. அது பல வருடங்களுக்கு முன்னால் நாகசாகியில் நிகழ்ந்தது. அந்தச் சம்பவத்தோடு என் மகளின் பெயரைத் தாங்கிய மற்றொரு யசுகோவுக்குத் தொடர்பிருக்கிறது. அந்த முதலாவது யசுகோவைப் பற்றி என் மகளிடம் நான் சொல்லத் துவங்கிய சிறிது நேரத்திலேயே, எனது மகள் இடைமறித்துக் குறிக்கீடு செய்தாள்.

“என்னிடம் இதனை முன்பே சொல்லியிருக்கிறீர்கள்” அவள் பொறுமையிழந்து காணப்பட்டாள், “அவளது நினைவாகத்தான் அவளது பெயரை எனக்குச் சூட்டியிருக்கிறீர்கள். அவள் ஒரு வெடிகுண்டால் கொலை செய்யப்பட்டவள்.”

“அது உண்மைதான்” என்று பதிலுரைத்தேன். “பிறப்பதற்கு முன்னால் நீ எனக்கு ஏகப்பட்ட தொல்லைகளைக் கொடுத்தாய். அந்தப் பெயரை உனக்குச் சூட்டுவதன் மூலமாக, என்னிடம் நட்புடன் அமைதியாக நீ பழக ஆரம்பிப்பாய் எனும் நம்பிக்கையில் அப்பெயரைச் சூட்டினேன். ஆனால், விஷயங்கள் அரிதாகவே நமது திட்டத்தின்படி செல்கின்றன.”

யசுகோ புன்னகைத்தாள். ஆனால், நான் தெளிவாகவே பேசியிருந்தேன். முதலாவது யசுகோ நான் அறிந்ததிலேயே அமைதியான, மிருதுவான மனம் கொண்ட பெண்ணாக இருந்தாள். அப்போது நானும் அவளும் மிகச் சிறிய வயதினவர்களாக இருந்தோம். பல தருணங்களில் அவளைக் கோபமடையச் செய்ய பலவிதமான போக்குகளை நான் மேற்கொள்வேன். ஆனால், ஒருபோதும் எனக்கு அதில் வெற்றி கிட்டியதில்லை. எனது தீங்கிழைக்கும் நடவடிக்கைகள்

அதிகரிக்கும்போதும், அவள் வெறுமனே தனக்குள்ளாக அழுதபடியே அங்கிருந்து நகர்ந்து சென்றுவிடுவாள். இருப்பினும் எனது மகள், தனது முன்காலத்தியவளான அவளுடன் சில ஒப்புமைகளைக் கொண்டிருக்கவே செய்தாள். அவள் தனது தாய்க்கு எதிராக நின்றாள் - அதீத கோபத்துடனும், எதையும் உறுதியாக மறுக்கும்படியான தலை அசைவுடனும். அவளுக்கு முதலாவது யசுகோவைப் பற்றி அறிந்துகொள்வதில் பெரிய ஆர்வமில்லை என்பதை என்னால் உணர முடிந்தது. அதனால், விவரித்துக்கொண்டிருந்த அவ்விஷயத்தை அப்படியே நிறுத்திவிட்டேன்.

நாங்கள் சிறியச் சிறிய விஷயங்களைப் பற்றிதான் உரையாடினோம். அதற்குள்ளாக அந்த மூன்று தினங்களும் கடந்துவிட்டன. சில தருணங்களில், என்னுடன் உரையாடுவது அவளுக்குச் சோர்வளிப்பதாக இருந்ததாலும், எனக்குச் செய்வதற்கெனப் பெரிதாக வேலை எதுவும் இல்லை என அவள் தெரிவித்ததாலும், நான் தொந்தரவுக்கு உள்ளாகவே செய்தேன். அவள் என்னை மாலை வேளையில் ஓர் ஓவியப் பயிற்சி வகுப்பில் இணைந்து ஓவியம் வரையும்படித் திரும்பத் திரும்ப அறிவுறுத்தியபடியே இருந்தாள். அவளது அந்த ஆலோசனைக்கு நன்றி தெரிவித்து, அதைப் பற்றிச் சிந்திக்கிறேன் என்றும் கூறினேன். நாங்கள் இருவரும் நல்லவிதமான மனப்பதிவுகளோடே விடைபெற்றோம். அவளது வருங்கால கணவருக்கு எனது வாழ்த்துகளைத் தெரிவிப்பதும் எனக்குப் பெருமிதமாக இருந்தது.

எனக்கு யசுகோவை விட வயதில் மூத்த மற்றுமொரு மகளும் இருக்கிறாள். என் கணவர் இறந்த மிகச் சில வருடங்களுக்குள்ளாகவே (நான்கு வருடங்களுக்கு முன்னால்) அவளுக்குத் திருமணம் நிகழ்ந்தது. அதனால், விரைவிலேயே பாட்டியாவதற்கான நாட்களை எதிர்பார்த்துக் காத்திருக்கிறேன். எனது இரண்டு மகள்களுக்குமே ஜப்பானைப் பற்றி அதிகமாக ஒன்றும் தெரியாது. ஜப்பானிய வார்த்தைகளில் கூட ஒன்றிரண்டைதான் அவர்கள் தெரிந்து வைத்திருக்கிறார்கள். அவர்களைப் பொறுத்தவரையில் நாகசாகி என்பது உலக வரைப்படத்தில் குறிப்பிடப்பட்டிருக்கும் ஓர் இடம், தங்களது தாய் பிறந்த நிலம், ஒரு சமயத்தில் வெடிகுண்டு வீசியெறியப்பட்ட சிறிய வெளி. அதைத் தாண்டி அவர்கள் ஏன் அறிந்துகொள்ள வேண்டும்? இங்கிலாந்துதான் இப்போது அவர்களது தாய்நிலமாயிற்றே. எனது வயதை அவர்கள் அடையும்போது, பக்கத்து வீட்டில் வசிக்கிற சாம்பல் நிறமேறிய தலைகேசத்தையுடைய பெண்ணுடன் நான் அவ்வப்போது தோட்டப்பகுதியில் புதர்களுக்கிடையில் நின்று பேசுவதைப்போல, அவர்கள் இருவரும் சந்தித்து உரையாடுவார்கள். அவர்கள் இருவருமே அவ்வப்போது வருவதும், என்னைச் சந்தித்துச் செல்வதுமாக இருக்கிறார்கள்.

யசுகோ என்னைச் சந்தித்துவிட்டுச் சென்ற நாளில் இருந்து மூன்று மாதங்கள் கடந்திருக்கின்றன. எனினும், அவளிடத்தில் 'முதலாவது யசுகோ'வைப் பற்றி உரையாடியதில் இருந்தே அவ்வப்போது பல நினைவுகள் என்னுள் எழுந்தபடியே இருக்கின்றன. தொடர்ச்சியாக எனது கடந்தகால சிந்தனைகள் மனதில் திரள்கின்றன. குறிப்பாக, கடந்த சில வாரங்களில் இவ்வெண்ணம் அதிகரித்தபடியே இருக்கிறது. எனது நினைவுகளை மீண்டும் மீண்டும் புரட்டியபடியே இருக்கிறேன்.

நாகசாகியில் அமைந்திருந்த நாககாவா (Nakagawa) மாவட்டத்தில், நானும் யசுகோவும் ஒன்றாகவே வளர்ந்துவந்தோம். முன்பே குறிப்பிட்டபடி அவள் மிகவும் அமைதியானவள். பெரும்பாலும் வீட்டின் உள்ளேயே இருக்க விரும்பும் குணமுடையவள். தவிர்க்கவே இயலாமல், அன்றைய போர்ச் சூழல் அவளுக்கு ஏற்றுக்கொள்வதற்கு மிகமிக கடினமானதாக இருந்தது. அவளால் தொழிற்கூட வாழ்க்கையோடு பொருந்திப் போகவும் முடியாது. ஏனெனில், அங்கிருக்கும் வலிமையான பெண்கள் அவளைக் கிண்டல் செய்வார்கள். அதோடு, அவள் தனது சகோதரனையும் போரின் துவக்கத் தினங்களில் பறிகொடுத்திருந்தாள். இது எல்லாவற்றையும்விட துன்பகரமாக அமைந்துவிட்டது. அவளுடைய தாயும் மூன்று வருடங்களுக்கு முன்பாகத்தான் கேன்சர் நோயினால் பாதிக்கப்பட்டு உயிரிழந்தாள். அவளது துயர விதி மேலும் மேலும் தொடர்ந்தபடியே இருந்தது. போர்ச் சூழலால், அவளது வருங்கால கணவனும் பசிபிக் பகுதியில் தடுத்து நிறுத்தப்பட்டிருந்தான். அதனால், அப்பகுதியிலிருந்து வரவே வராத கடிதங்களுக்காக அவள் நாட்கணக்கில் காத்திருக்க வேண்டிய நிலை ஏற்பட்டது. போர் காலத்தில், எனது வீட்டின் அருகில் இருந்த தனது தந்தையின் வீட்டில் அவள் வசித்துவந்தாள். அவ்வீட்டின் அருகிலேயே ஒரு கோணல்மாணலான மலைப்பாதை நகரத்தின் திசையில் இருந்த செயலற்ற எரிமலைகளை நோக்கி ஊர்ந்து செல்லும். வாரக்கணக்கில் தனக்கான செய்திகள் எதுவும் வராதிருந்த நிலையில், மிகவும் சோர்வுற்றவளாக மனதளவில் தளர்ந்து போயிருந்த அவளை என் நினைவில் மீட்டெடுத்துப் பார்க்கிறேன். கடிதங்கள் வராததன் காரணமாக, அவை ஒருவேளை தொலைந்துபோயிருக்கலாம் என்றும், தாமதப்படுத்தப்பட்டிருக்கலாம் என்றும் என்னிடத்தில் புகாருரைத்துக்கொண்டிருப்பாள். வேறு வகையிலான சாத்தியங்களை ஆராய்ந்து பார்ப்பதிலிருந்து அவள் மீது எனக்கு எழுந்திருந்த பரிதாப உணர்ச்சியால் தடுத்துக்கொண்டிருந்தேன்.

அவளுடைய தந்தையை நான் சிறுவயதில் இருந்தே மிகவும் விருப்பத்துடன் நேசித்துவந்தேன். மகளைப் போலவே, அவரிடத்திலும் மிருதுவான சாந்த உணர்வு குடிகொண்டிருந்தது. அவரது கண்களைச் சுற்றி கனிவு படிந்திருக்கும். குறிப்பிடத்தகுந்த வகையில், கினோஷிட்டா-சானிடம் எதுவோ ஒன்று பேரமைதியானதாகவும், தனது இருப்பை மீண்டும் மீண்டும் உறுதிப்படுத்துவதாகவும் இருந்தது. அதோடு, அவருடன் இருக்கும் தருணங்களை நான் எப்போதும் விரும்பவே செய்தேன்.

ஆமாம். இந்த நினைவுகள் எல்லாம் காலத்தில் முன்னெப்போதோ நிகழ்ந்தவைதான். அவற்றில் பலவற்றையும் நான் மறந்திருக்கலாம். எனினும், சொல்லத்தக்க வகையில் தெளிவுற சில சம்பவங்கள் என் ஞாபகங்களில் இருந்து பிதுங்கி எழவே செய்கின்றன. காலத்தில் அவையெல்லாம் எப்போது நிகழ்ந்தன என தேதிவாரியாக என்னால் நினைவுகூர முடியவில்லை என்றாலும், போர் நடந்த கடைசி வருடத்தில் அந்தக் கரடுமுரடான வறண்ட கோடைக் காலத்தில்தான் என்பதில் எனக்கு மாற்றுக் கருத்தில்லை. யசுகோவின் தந்தையுடன் எனக்கு ஒருநாளில்

உண்டான உரையாடலை, கிட்டத்தட்ட மிக துலக்கமாக என்னால் இப்போதும் உணர முடிகிறது. நான் வேலைக்குக் கிளம்பிக்கொண்டிருந்த தருணத்தில்தான் அந்த உரையாடல் நடந்தது. நாககாவாவுக்கு வெளியில் இருக்கும் ஒரு பாலத்தில்தான் நானும், அவரும், வேறு சிலரும் நகரத்துக்கு எங்களை அழைத்துச் செல்லக்கூடிய ட்ராம் வண்டிகளை எதிர்பார்த்துக் காத்திருப்போம். போருக்கு முந்தைய காலத்தில், கினோஷிட்டா சான் பொதுப் பணியாளராக வேலை செய்துகொண்டிருந்தார் என்றாலும், இப்போது நான் வேலை செய்யும் பணியிடத்துக்கு அருகில் இருக்கும் ஒரு தொழிற்கூடத்திலேயே அவரும் வேலையில் இருக்கிறார். ஒவ்வொரு நாள் காலையிலும் எனக்கு முன்னதாக அந்தப் பாலத்துக்கு வந்துவிடும் அவரது கைகளில், தனது அலுவலகத்திற்குரிய சிறிய பிரீஃப்கேஸை இறுக்கமாகப் பிடித்திருப்பார். மிகவும் மெலிந்துகொண்டிருந்த அவர், கூன் விழுந்த முதுகு உடையவர் என்பதால், அதன்பிறகான காலங்களில் ஒருவருக்கு வணக்கம் தெரிவிக்க வேண்டுமென்றால் கூடுதலாகக் குனிய வேண்டிய நிலையில் இருந்தார். அந்தக் குறிப்பிட்ட காலையில், தனது வழக்கமான புன்னைகையுடன் தலைவணங்கி என்னை வரவேற்றார். பிறகு, யசுகோவுக்கு இறுதியாக ஒரு கடிதம் நகமுரா-சானிடமிருந்து வந்துவிட்டது என்றார்.

“அவன் தெரிவித்திருக்கிறான்: நலமாக இருக்கிறானாம். எனினும், அந்தப் பகுதியில் வெப்பம் அதிகமாக இருக்கிறதாம். அவன் உடல் முழுக்கப் பூச்சிகள் கடித்துக் காயப்படுத்தியிருக்கிறதாம். அதோடு, போரில் நாம் தோற்றுவிட்டோமாம்.”

“என்ன சொன்னீர்கள் கினோஷிட்டா-சான்? நாம் போரில் தோற்றுவிட்டோமா?”

அவர் தனது தலையை லேசாக அசைத்தார். “நம்மால் இப்போது எதிர்பார்க்கக் கூடியதெல்லாம், அவன் பத்திரமாக வீட்டை அடைந்துவிட வேண்டும் என்பதைத்தான். அதோடு, இழப்பதற்கு இனி எதுவும் இல்லாத நிலையில் சண்டைகளும் தொடர்ந்தபடியே இருக்கக்கூடாது.”

“கடிதம் ஒருவழியாக வந்துவிட்டதால் யசுகோ-சானுக்குக் கொஞ்சம் மன அமைதி ஏற்பட்டிருக்கும்.”

“ஆமாம். எனினும், அந்தக் கடிதம் ஏழு வாரங்கள் பழைமையானது. அதனால் அவள் தொடர்ந்து கவலையில்தான் ஆழ்ந்திருக்கிறாள். அத்தகைய கவலை உங்களுக்கும் இருப்பதுபோல தெரிகிறதே மிச்சிக்கோ-சான். அல்லது நீங்களும் ரகசியமாக யாருக்காவது காத்திருக்கிறீர்களா?”

“இல்லை” நான் சிரித்தேன். “அப்படி யாரும் எனக்கு இல்லை. ஆனால், யசுகோ-சான் குறித்துதான் கவலையில் இருக்கிறேன்.”

“ஆமாம். நிச்சயமாக. நீ எப்போதுமே நகமுரா-சானின் மீது பெரும் அக்கறையோடுதான் இருக்கிறாய்.”

“உறுதியாகவே நான் நகமுரா-சானின் மீது அக்கறையுடையவளாகவே இருக்கிறேன் என்றாலும், அது குறிப்பாக யசுகோ-சானின் நிமித்தத்தில்தான்.”

அவர் லேசாகக் குனிந்து, “அவளின் பொருட்டு நீ கவலையில் ஆழ்ந்திருப்பது, உனக்கு நன்மையானதுதான்” என்றார்.

காலை காற்றை நன்கு ஆழமாக உள்ளிழுத்துக்கொண்டார். வானம் இத்தகைய கோடைக்கால காலைப்பொழுதுகளில் வெளிர்ந்த நீல நிறத்தில்தான் காட்சியளிக்கிறது. எனினும் முழு நாளும் அப்படி நீடித்திருப்பதில்லை. அந்த ட்ராம் லைன் முழுக்கவும் காகங்கள் வரிசையாக அமர்ந்திருந்தன. தொலைவில் பார்வைக்குப் புலனாகும் ட்ராமில் இருந்து ஒலிக்கும் முதல் நடுக்கமுறச் செய்யும் ஓசையின்போதே, இவை எல்லாமும் பறந்து காணாமலாகிவிடும்.

“நானும் யசுகோவுக்காகக் கவலையில் இருக்கிறேன்” அவர் தொடர்ந்தபடியே இருந்தார். பிறகு அவர் எனது பக்கமாகத் திரும்பி ஓர் ஆர்வத்தில் இருக்கும் பார்வையுடன், “நாம் இருவருமே தன்னலமின்றி கவலையில் ஆழ்ந்திருக்க வேண்டும். அப்படித்தானே மிச்சிக்கோ-சான்?” என்றார்.

ஒருவேளை அவரது கண்களுக்கு நான் போலியாக இருப்பதுபோல தோன்றியிருக்கலாம். “நீங்கள் என்ன உணர்த்த விரும்புகிறீர்கள் என்பதில் எனக்கு உறுதியில்லை, கினோஷிட்டா-சான்.”

அவர் தொடர்ந்து அதே ஆர்வத்திலிருக்கும் பார்வையுடன் என்னைக் கவனித்துவிட்டு, தலையை மேலுயர்த்தி, தனது கைகளை முன்னால் நீட்டி, “ஆஹ். அதோ நமது ட்ராம் வருகிறது” என்றார்.

ட்ராம் எங்கள் பாலத்தை நெருங்கிவரும் சமயத்தில் எப்போதுமே ஜனத்திரளால் நிரம்பியிருக்கும். அதனால், வேறுவழியே இல்லாமல் நாங்கள் நின்ற நிலையிலேயேதான் பயணிக்க வேண்டியிருக்கும்.

“கினோஷிட்டா-சான்” ட்ராம் மீண்டும் நகரத் துவங்கியிருந்த சமயத்தில் அவரை அழைத்தேன். “அவர்கள் இருவரும் மணமுடிக்கவிருப்பது குறித்து நீங்கள் மகிழ்ச்சியாக இருக்கிறீர்கள் என்றே கருதுகிறேன். அவர்கள் இருவரையும் சேர்த்து வைக்க, நீங்கள் அதிக ஆற்றலைச் செலவழிக்க வேண்டியிருந்தது.”

“அது உண்மைதான்” அவர் சிரித்தார். “நகமுராவின் குடும்பத்தை ஒரு தீர்மானத்திற்குக் கொண்டுவருவது சற்றே சிரமமாகத்தான் இருந்தது. ஆனால், மிச்சிகோ-சான் என்னுடைய அந்தக் கடுமையான போராட்டத்தால் உனக்கு மகிழ்ச்சி உண்டாகியிருக்காது என்றே நினைக்கிறேன்.”

“அடக் கடவுளே. நீங்கள் என்னதான் சொல்ல முயற்சிக்கிறீர்கள், கினோஷிட்டா-சான்?”

அவர் மறுபடியும் சிரித்தார். “ஒருவேளை நாம் மூடி மறைத்துக்கொண்டிருக்கும் ரகசியங்களை அவிழ்ப்பதற்கான நேரம் வந்துவிட்டது என்றே கருதுகிறேன். ஆமாம். உண்மையாகவே நகமுரா, யசுகோவைத் தேர்ந்தெடுக்க வேண்டும் என்று நீ

விரும்பினாய். ஆனால், உன்னில் ஒரு பகுதி அவர்கள் இருவரும் சேர்ந்துவிடக்கூடாது என்றும் நினைத்தது. உண்மைதானே?"

அவருக்கு மறுப்புக் கூறும்படியான வார்த்தைகளை அப்போது தேடினேனா என்று என்னால் நினைவுகூர முடியவில்லை. அப்படி இருக்கவில்லை என்றே கருதுகிறேன். என் மனம் குழம்பியிருந்த அந்தத் தருணத்தில் ட்ராமுக்கு வெளியில் பின்னகர்ந்து செல்லும் கட்டடங்களில் எனது பார்வையைச் செலுத்தியிருந்தேன் என்பது மட்டும் என் ஞாபகத்தில் திரள்கிறது. ஆனால், அதன்பிறகும் அவரது குரல் எனது காதில் விழுந்தது, "அதோடு, எனக்கும் அவ்வகையில்தான் இருந்தது." எனது விரிந்த பார்வையில் உண்டான ஆச்சர்யத்தைக் கண்டு அவர் சிரித்தார்.

"ஓஹ். என்னைத் தவறாகப் புரிந்துகொள்ள வேண்டாம். எனக்கு நகமுராவையும் ரொம்பவே பிடிக்கும்." அவர் மறுபடியும் சிரித்தார். ஆனால், இந்தமுறை அவரது சிரிப்பு ரொம்பவும் அவலட்சணமாகத் தோற்றமளித்தது.

"ஆனால், அவர் உங்களைத் தனிமையில் ஆழ்த்திவிடுவார்" மெதுவாக அவரிடம் சொன்னேன்.

திரும்பவும் சிரித்த அவர், சற்றே முன்னால் குனிந்து, "வயதான ஆண்கள் சுயநலமிக்கவர்களாக இருக்கக்கூடாது. அவர் திரும்பி பாதுகாப்புடன் வர வேண்டும் என்று இதயப்பூர்வமாகப் பிரார்த்திக்கிறேன்."

"நானும்தான்"

"நீயொரு நல்ல பெண் மிச்சிக்கோ-சான். உனது குணத்திற்கு மகிழ்ச்சிகரமான வாழ்க்கை அமைய வேண்டும். உண்மையிலேயே, நீ ரகசியமாக யாரையோ எதிர்பார்த்துக் கொண்டிருக்கவில்லையா?"

இந்தமுறை என்னால் மறுப்புக் கூற முடிந்தது. விரைவிலேயே அவர் இறங்க வேண்டிய நிலையம் வந்துவிட்டது. தாழ்மையாகக் குனிந்து என்னிடம் விடைப்பெற்ற அவர், தனது பிரீஃப்கேஸை மேலும் அழுத்தமாகப் பிடித்துக்கொண்டார். அந்தக் கோடையின் மற்றைய அனைத்துக் காலை வேளைகளையும் போலவே, அன்றைக்கும் அந்தச் சிறிய வளைந்த உருவம் என் கண்ணில் இருந்து விலகி, பெருந்திரளாக நகர்ந்துகொண்டிருந்த மக்கள்கூட்டத்திற்குள் புகுந்து காணாமலானது.

அந்த நாட்களில் ஒரு மாலையில் - ஒருவேளை அது அன்றைய அதே மாலையாகவும் இருக்கலாம் - பொருட்களை அடுக்கி வைப்பதற்காக நான் தொழிற்கூடத்திலேயே சிறிது நேரம் தங்கிவிட்டேன். கீழ்தளத்தில் நான் வேலையில் ஆழ்ந்திருந்தபோது, கூரையின் மீது ஆலங்கட்டி மழை கொட்டுவதைப்போல, பெரிய அளவில் சலசலப்பு என் காதில் விழுந்தது. அது எனக்கு விநோதமாகப்பட்டது என்றாலும், எனது வேலையைத் தொடர்ந்தபடியே இருந்தேன். எனினும், மேல்தளத்திற்கு வந்தபோது, எனது குழப்பங்கள் மேலும் அதிகரிக்கவே செய்தன.

ராம் முரளி ◆ 13

அந்த அறைச் சுவரின் ஜன்னலின் வழியே சூரிய அஸ்தமன ஒளி ஊடுருவி உள்நுழைந்துகொண்டிருந்தது. ஆக, அது நிச்சயமாக ஆலங்கட்டி மழையாக இருந்திருக்க முடியாது.

அலுவலக வேலையை முடித்துவிட்டு, ட்ராமில் நான் மீண்டும் வீட்டிற்குத் திரும்பிக்கொண்டிருந்தபோதுதான், இரண்டு ஆண்கள் இவ்விஷயமாகப் பேசிக்கொண்டிருந்ததை என்னால் கேட்க முடிந்தது. ஒரு தனித்த விமானம் வானில் தென்பட்டதாம். காற்றைக் கிழித்துக்கொண்டு வானில் அலைந்தாடிய அந்த விமானம் நகரத்தின் கிழக்குப் பகுதியில் ஏதோவோர் இடத்தில் வெடிகுண்டு ஒன்றை வீசியதாம். அதிர்ஷ்டவசமாக, ஒருவரும் அதனால் காயமடையவில்லையாம். புரிந்துகொள்ள முடியாத ஒரு செயல்திட்டம் என்று எனக்கு அருகில் நின்றிருந்த மற்றொரு மனிதன் தெரிவித்தான். அமெரிக்கர்கள் என்ன நினைத்துக்கொண்டிருக்கிறார்கள்? ஒற்றை விமானத்தை அனுப்பி ஒரேயொரு வெடிகுண்டை வீசச் செய்வது? எல்லாவற்றையும் விட இன்னமும் நாம் போரில் தோல்வி அடைந்திருக்கவில்லையே என்றார். அந்த மனிதர் ட்ராமில் இருந்து இறங்கியபோது, அவரது சட்டையின் கைப்பகுதியில் இருந்த துணி காலியாகவும், மடங்கியும் இருந்தது. அதாவது அவருக்குக் கை இருக்கவில்லை. எனது உடல் அதிர்ந்தது. ட்ராமில் காலியாக இருந்த ஓர் இருக்கையைப் பிடித்து அமர்ந்துகொண்டு, வெளியில் வெளிச்சமிட்டுக்கொண்டிருந்த விளக்குகளைப் பார்க்கையிலும், எனதுடலில் உண்டாகிய சில்லிட்ட உணர்வு தொடர்ச்சியாக எழுந்தடங்கியபடியே இருந்தது.

நானும் யசுகோவும் அதுபற்றி உரையாடினோம். நான் ஆலங்கட்டி மழையென்று தப்பர்த்தம் செய்துகொண்ட, காற்றில் அலைந்தாடிய அந்த விமானங்களைப் பற்றி. ஷிங்காங்கோவில் இருக்கும் தோட்டமொன்றில் நாங்கள் உலவிக்கொண்டிருந்த சமயத்தில் எங்களுக்கிடையில் இது சம்பந்தமான உரையாடல் நடந்தது. வெடிகுண்டு வீசியெறியப்பட்ட இடத்துக்கு மிக அண்மையில் யசுகோ இருந்திருக்கிறாள். எனினும், அவளால் ஆலங்கட்டி மழையின் ஓசையைக் கேட்க முடியாதிருந்திருக்கிறது.

“யாருக்கும் காயமேற்படவில்லை போலத் தெரிகிறது” என்றேன் அவளிடம்.

“நான் வேறுவிதமாகக் கேள்வியுற்றேன் மிச்சிக்கோ-சான். ஒரு சிறுவன் கொலை செய்யப்பட்டிருக்கிறான். நான்கு வயதே நிரம்பிய சிறுவன்.”

“ஒரு வெடிகுண்டும் ஒரு சிறுவனும் போய்விட்டார்கள்” என்றேன் தகவல் அடுக்கும் விதமாக.

“யாருக்கும் எதுவும் ஆகவில்லை” அவள் தொடர்ந்தாள். “பெரிய அளவில் சேதாரங்கள் கூட இல்லை. ஆனால், அந்த நான்கு வயது சிறுவனின் தலை தனியே தகர்ந்து பறந்திருக்கிறது. அவனது தாய், தலையற்ற அந்தச் சிறுவனின் உடலைச் சுமந்துகொண்டு, மருத்துவரைத் தேடி தெருவில் அலைந்ததாகப் பேசிக்கொள்கிறார்கள்.”

நான் லேசாகச் சிரித்தேன். “என்னால் அதனைக் கற்பனை செய்து பார்க்க முடிகிறது. ஓடுவதும், மருத்துவருக்காக உரக்கக் குரலெழுப்பிக் கத்துவதும்.”

யசுகோவும் சிரித்தாள் என்றாலும், அவளது கண்களில் துயரமும் வெறுமையுணர்ச்சியும் படர்ந்திருந்தது. “ஆமாம். அவள் விரைவிலேயே ஒரு மருத்துவரைக் கண்டுபிடிக்க வேண்டியது அவசியம் என்று நினைத்திருப்பாள். அல்லது அவளது நான்கு வயது மகன் இறந்துவிடலாம்.”

தோட்டங்கள் மாலைவேளையில் தமது மிகச் சிறந்த தோற்றப் பொலிவுடன் காட்சிக்குப் புலனாகின்றன. அப்போது விஷயங்கள் அனைத்தும் மிகவும் தன்மையாக இருந்தன. மேற்குப்புறத்தில் வானம் சிவப்பு நிறத்தில் தகித்துக்கொண்டிருந்தது. கோடைக்காலத்துப் பூச்சிகள் அந்த இருள் வெளியில் அங்குமிங்கும் பறந்தலைகின்றன.

“உனக்குத் தெரியுமா?” யசுகோ கேட்டாள். “எனது வாழ்க்கையில் நான் மொத்தமாகவே இரண்டே இரண்டுமுறைதான் நாகசாகிக்கு வெளியில் சென்றிருக்கிறேன். அதுவும் ஃபுகுவோக்காவில் இருக்கும் எனது அத்தையின் வீட்டிற்கு. அதனை நினைத்துப் பார். உலகம் முழுக்கப் போர் நடந்துகொண்டிருக்க, நானோ இரண்டே இரண்டுமுறை மட்டுமே நாகசாகியை விட்டு வெளியேறியிருக்கிறேன்”

“நீயொரு போர் வீரராக ஆகியிருக்க வேண்டும் என விரும்புகிறாயா யசுகோ-சான்?”

அவள் சிரித்தாள். அவளது சிரிப்பு எப்போதுமே குழைவாகவும், மன்னிப்புக் கோரும் விதமாகவுமே இருக்கும். “எனக்குத் தெரியும் அது எனக்குப் பொருந்தாது என்று. முடியும் என்று என்னால் பாசாங்கு செய்ய முடியாது. தொழிற்சாலையில் ஒரு பெண் இருக்கிறாள். அவளுக்கு எப்போதுமே தான் ஓர் ஆணாகப் பிறந்திருக்க வேண்டும் என்பதே ஆசையாக இருக்கிறது. அதன் மூலமாக, அவள் வெளியில் சென்று சண்டைகளில் பங்கெடுத்துக்கொள்ள முடியும் என்று சொல்கிறாள். ஆனால், என்னால் இந்தச் சண்டை, போர் போன்ற விஷயங்களைப் புரிந்துகொள்ளவே முடியவில்லை. அவை எங்கோ வெகு தொலைவில் வேறோர் உலகத்தில் நடக்கின்றன. சமயங்களில் நாகுமுரா எங்கு சென்றிருக்கிறான் என்பதையே நான் மறந்துவிடுகிறேன். வெளியில் என்ன வேலை செய்துகொண்டிருந்தாலும், அதனை விரைந்து முடித்துவிட்டு மீண்டும் என்னிடம் திரும்பி வந்துவிட வேண்டும் என்று நான் நினைக்கத் துவங்கிவிடுகிறேன். அது தவறுதான் என்பது தெரியும். என்றாலும், வெளியில் நிகழ்ந்துகொண்டிருக்கும் போரைப் பல சமயங்களில் நான் சுலபமாகவே மறந்துவிடுகிறேன்.”

“குண்டுகள் விழுவதும், உணவுத் தட்டுப்பாடு நிலவும் தருணங்களையும் தவிர”

“சமயத்தில் நான் வெடிகுண்டுகள் குறித்தும் ஆச்சரியப்படுகிறேன். அவை விநோதமான ஓரிடத்தில் இருந்து, போர் நடந்துகொண்டிருக்கும் வெளியில் இருந்து கீழே விழுந்துகொண்டிருப்பதாகத் தோற்றமளிக்கின்றன. ஆனால் நீ சொல்வது சரிதான். வெடிகுண்டு தொடர்ச்சியாகக் கீழே விழுந்தபடியே இருக்கிறது. நமது சிறிய உயிர்களைப் பறித்துக்கொண்டுவிடுகிறது. அதனால், போர் நடக்கிறது

என்றுதான் அர்த்தம்."

அந்த மாலை நடையை நாங்கள் அனுபவித்து மகிழ்ந்தோம். தொழிற்கூடத்தில் அன்றைய நெடியப் பொழுதைக் கடத்திவிட்டு, மாலையில் இதம்தரும் தோட்டங்களில் ஒருவருக்குத் துணையாக மற்றவர் சிறிய அளவில் அளவளாவுவது எங்கள் இருவருக்குமே ஆசுவாசம் அளிப்பதாக இருந்தது. சில நாட்களில், அன்றைய தினப்பொழுது என்னை முழுமையாக வறண்டு போகச் செய்யாதிருக்குமானால், யசுகோவின் வீட்டிற்கு நான் செல்வேன். அப்படிப்பட்ட ஒருநாளில், திட்டமிட்டிருந்ததை விடவும், மிக நெடிய நேரம் நாங்கள் தோட்டத்தில் உலாவிக்கொண்டிருந்தோம். அவளுடைய வீட்டை நாங்கள் அடையும்போது, நிலம் முழுக்க இருளுக்குள் புதைந்துவிட்டிருந்தது.

வாசலில் நின்று, எனது ஷூவைக் கழற்றிக்கொண்டிருக்கும் தருணத்தில் வீட்டின் உள்ளிருந்து யசுகோவின் குரல் கேள்வி எழுப்பும் விதமாக உயர்ந்திருந்ததை என்னால் துலக்கமாக நினைக்க முடிகிறது. "நீங்கள் என்ன செய்துகொண்டிருக்கிறீர்கள் அப்பா?" நான் உள்ளே நுழைந்தபோது மேஜை வெளியில் இழுக்கப்பட்டிருப்பதையும், குஷன்கள் பொருத்தமான இடங்களில் இருந்ததையும் என்னால் பார்க்க முடிந்தது. அங்கு கினோஷிட்டா-சான் தளர்ச்சியான ஆடைகளை உடுத்திக்கொண்டு தேனீர் குடுவையுடன் பரபரப்பாகக் காட்சியளித்தார்.

"ஓஹ். அப்பா, நீங்கள் எங்களுக்காகச் சமைத்துக்கொண்டிருக்கிறீர்கள்" யசுகோ சொன்னாள்.

"திரும்பி வரும்போது நீங்கள் இருவரும் ரொம்பவும் சோர்வாக இருப்பீர்கள் என்று நினைத்தேன். உள்ளே வந்து உட்கார் மிச்சிக்கோ-சான். வெளியில் என்னவொரு வெப்பச் சலனம் மிகுந்த தினமாக இருந்தது."

நான் குனிந்து வணங்கிவிட்டு, அவர் சமைத்து வைத்திருக்கும் அரிசியின் அளவைப் பார்த்துச் சிரித்தபடியே கீழே அமர்ந்தேன். அவர் சமைத்திருக்கும் உணவை ஆறு நபர்கள் சாப்பிடலாம்.

"இந்த மீனை இன்று மாலையில் ஒஷிமாவிடமிருந்து, அவனது கடையைக் கடந்து சென்ற தருணத்தில் வாங்கினேன். அப்போது வெயில் கடுமையாக இருந்தது, நாங்கள் சிறிது நேரம் உரையாடினோம்."

"அப்படியா அப்பா, உங்களுக்கு என்ன நேர்ந்தது?" என்றாள்' யசுமோ தனது கைகளால் வாயை மூடியபடியே.

நாங்கள் எங்கள் முகங்களைக் கழுவிவிட்டு, கினோஷிட்டா-சான் எங்களுக்காகத் தயாரித்து வைத்திருக்கிற உணவைச் சாப்பிடுவதற்காக அமர்ந்தோம். இரண்டு மூன்று வாய் சோற்றுக் கவலத்தை விழுங்கியிருந்த தருணத்தில்தான், யசுமோ என்னைப்

பார்த்துக்கொண்டிருக்கிறாள் என்பதை உணர முடிந்தது. அதன்பிறகு, அவளது தந்தையும் சந்தேகத்திற்குரிய பார்வையுடன் ஒருவரை மாற்றி ஒருவர் பார்த்ததை நான் கவனித்தேன். யசுகோ மீண்டும் தனது கையால் வாயை மூடியபடியே வெடித்துச் சிரித்தாள். அந்த மீன் சாப்பிடுவதற்கு உகந்ததாக இல்லாமல், அதிக அளவில் உப்பேறிப் போயிருந்தது. ஆயினும் நான் அவரை அவமானப்படுத்த நினைக்கவில்லை. எனினும் எனக்கும் சிரிப்பு அரும்பியது. எங்கள் இருவரையும் மாறி மாறி பார்த்த கினோஷிட்டா-சான், தன் கையில் வைத்திருந்த சாப் ஸ்டிக்கைக் (சாப்பிடுவதற்குப் பயன்படுத்தப்படும் குச்சி) கீழே வைத்துவிட்டார்.

"நான் மீன் உணவு தயாரித்து நீண்ட நாட்கள் ஆகிறது" என்றார் அவர்.

இப்போது எந்தவிதமான சஞ்சலமோ, கட்டுப்பாடுகளோ இல்லாமல் எங்களால் இயல்பாகச் சிரிக்க முடிந்தது. தனது இருக்கையில் இருந்து எழுந்த யசுகோ, எங்களால் சில நிமிடங்கள் காத்திருக்க முடியுமென்றால், தானே விரைவில் சமைத்துக்கொண்டு வருவதாகச் சொன்னாள். சிரித்தபடியே அவ்வறையில் இருந்து சமயலறை நோக்கி நடந்து சென்றாள்.

"எங்களைப் பற்றிய கனிவான நினைவு உங்களுக்கு இருந்தது குறித்து மகிழ்ச்சி, கினோஷிட்டா-சான்", சிரித்தபடியே அவரைப் பார்த்துச் சொன்னேன். அவர் குனிந்து எனக்கு மேலும் கொஞ்சம் தேனீரை ஊற்றினார்.

"ஒன்றிரண்டு வாய் தேனீர்கூட தாகத்தைப் போக்குவதில் பெரும் பயன் செய்துவிடும்" என்று குறிப்பிட்டார். "நான் மீன் உணவு சமைத்து நீண்ட நாட்கள் ஆகிறது."

அந்த இரவு அதிக வெப்பமேற்படுத்துவதாக இருந்ததால், அவர் எழுந்து கண்களுக்குத் தோட்டம் தெரியும்படியாகச் சறுக்கு ஜன்னலை இழுத்துத் திறந்துவிட்டார். அவர் அங்கேயே சில நிமிடங்களுக்கு, எனக்கு முதுகு காட்டியபடி, தனது தளர்வான பேண்ட்டில் கைகளை நுழைத்த நிலையில் நின்றிருந்தார். அதன் தொடர்ச்சியாக, நானும் அவருக்கருகில் சென்றேன். ஆழ்ந்த சிந்தனையில், வெளியில் வியாபித்திருக்கும் முழு இருளின் மீது அவரது பார்வை நிலைக்கொத்தி இருந்தது. பூச்சிகள் தங்களது இரவு நேர ரீங்காரங்களைத் தோட்டத்தின் மறுகோடியில் இருந்த மரங்களினூடாகக் கசியவிட்டுக்கொண்டிருந்தன.

"நீங்கள் என்ன யோசித்துக்கொண்டிருக்கிறீர்கள், கினோஷிட்டோ-சான்?"

"பெண்களான உங்களால் அவமானப்படுத்தப்படும் சூழல் எத்தகையது என்பதை நினைத்துக்கொண்டிருக்கிறேன். நீங்கள் எங்களைப் பாழ்படுத்திவிட்டு, சுயமாக எங்களைப் பசியாற்றிக்கொள்ளும்படியாகத் தனியே விட்டுவிடுகிறீர்கள். யசுகோவுக்குத் திருமணமாகிவிட்டால், யனாகி சமைத்துக்கொடுக்கும் உணவைத்தான்

நான் சாப்பிட வேண்டியிருக்கும். அதோடு, அவனது உணவு மிக மிகக் கொடுமையானதாக இருக்கும்"

"ஓஹ். கினோஷிட்டா-சான். நீங்கள் எனக்கு ஏமாற்றமளிக்கிறீர்கள். நீங்கள் எங்களைப் பற்றி நினைக்கவே இல்லை. சுயமாக உணவு சமைக்கப் பயிற்சி எடுத்துக்கொண்டிருந்தீர்கள்"

அவர் எனது திசையில் திரும்பி பணிவாகக் குனிந்தார். அவரது கண்கள் சிரிப்பில் சுருங்கியிருந்தன.

"ஏனைய உலகத்தைப் போலவே, நானும் போர் முடிவடையும் சூழலுக்காக என்னைத் தயார்படுத்திக்கொண்டிருக்கிறேன்"

நான் சிரித்தேன். அதோடு, அவரது சிரிப்பும் மேலும் ஆழமடைந்திருந்தது.

"நீங்கள் போரின் முடிவை எதிர்பார்த்துக் காத்திருக்கிறீர்களா கினோஷிட்டா-சான்?"

"செய்வதற்கு வேறு என்ன வேலை இருக்கிறது?"

"ஆனால், அது உங்களுக்குத் தனிமையைத்தான் அளிக்கப் போகிறது"

"மகிழ்ச்சியையும் கூட"

"தனிமையையும் மகிழ்ச்சியையும்" நான் சலித்துக்கொண்டேன்." மீன் சமைக்கும்போது குறைவாக உப்பு போட வேண்டும் என்பதை நீங்கள் மறவாமல் இருக்க வேண்டும்."

"நன்றி மிச்சிக்கோ-சான். நீ அடிக்கடி இங்கு வந்து எனக்குக் கற்றுக்கொடுக்க வேண்டும். யசுமோ என்னைப் பார்த்துச் சிரிக்கிறாள்."

மிகச் சரியாக அந்தத் தருணத்தில் அறைக்குள் நுழைந்த யசுமோ, நாங்கள் அவளைப் பற்றி என்ன பேசிக்கொண்டிருந்தோம் என்று வினவினாள்.

"நீ எப்படி என்னிடம் மோசமாக நடந்துகொள்கிறாய் என்று மிச்சிக்கோ-சானிடம் சொல்லிக்கொண்டு இருந்தேன்" அவளது தந்தை அவளிடத்தில் தெரிவித்தார். மீண்டும் நாங்கள் சுற்றி அமர்ந்து பேசத் துவங்கிவிட்டோம்.

அந்தக் கோடைகாலம் முழுவதிலும் அவர்களது வீட்டிற்கு அவ்வப்போது சென்றுகொண்டிருந்தேன். அங்கு நிகழ்ந்த எங்களது அனைத்து உரையாடலையும் என்னால் நினைவில் வைத்துக்கொள்ள முடியவில்லை என்றாலும், அந்த வீட்டில் எனக்கு எப்போதுமே நல்ல வரவேற்பு இருந்ததையும், அங்கு சௌகரியமாக என்னால் இருக்க முடிந்ததையும் ஞாபகத்தில் வைத்திருக்கிறேன். ஆனால், இதே நாட்கள்தான் கிட்டத்தட்ட அவளுடன் வாய்த்தகராறுகளில் ஈடுபடவும் நான் தயாராகிக்கொண்டிருந்த நேரமாக இருந்தது. அது வெளிப்படையான வாய்த்தகராறாக

வளர்த்தெடுக்கப்படவில்லை என்றாலும், எங்களுக்குள்ளாக அமுங்கி கிடந்தபடியே, எல்லாவற்றின் அடியிலும், நாங்கள் பேசுகிற அனைத்து விஷயங்களின் மீதும் அசௌகர்யமான விதத்தில் சாயத்தைப் பூசியபடியே இருக்கத்தான் செய்தது. இவ்விஷயத்தில் அதிக ஆர்வத்தில் அப்போது இருந்திருக்கிறேன் என்று நினைக்கையில் முரணாகத்தான் இருக்கிறது. எல்லாவற்றையும்விட, அதில் எனது தவறு சிறிய அளவிலேயே இருந்தது. அது, ஓர் இரவில் நானும் யசுமோவும் ஒன்றாக ட்ராமில் இருந்து இறங்கியபோது தொடங்கியது. நாங்கள் எங்கே இருந்தோம் என்று என்னால் நினைவுபடுத்த முடியவில்லை. அது ரொம்பவும் தாமதமான வேளையாக இருக்க வேண்டும். மலைப்பாதையில் இருந்து இருவரும் இறங்கிக்கொண்டிருக்க, தொலைவில் வீற்றிருக்கும் நகரத்தின் ஒளி எங்களுக்குக் கீழாக விழுந்துகொண்டிருந்தது. யதார்த்தமாக நாங்கள் இருவரும் போர் பற்றியும் நாகமுரா-சான் பற்றியும் பேசியபடி இருந்தோம். அப்போது திடீரென யாசுகோ சொன்னாள்:

"சமயங்களில் மிச்சிக்கோ, எதை வேண்டுவது என்று எனக்குத் தெரியவில்லை. சில நேரங்களில் அவர் திரும்பி வர வேண்டாம் என்றுகூட நான் விரும்புகிறேன்"

எனக்கு அவளது வார்த்தைகள் அதிர்ச்சியாக இருந்தது. என்றாலும் நான் எதுவும் பேசவில்லை. யசுகோ தனது பார்வையை நிலத்தின் மீது பதித்திருந்தாள். சில வினாடிகளுக்கு எங்களுக்கிடையில் அமைதி மட்டுமே நிலைகொண்டிருந்தது. பிறகு, மீண்டும் அவளாகவே பேச்சைத் தொடர்ந்தாள்: "நான் முடிவு செய்துவிட்டேன். நானும் நாகமுரா-சானும் தந்தை உயிருடன் இருக்கும் காலம்வரையிலும் திருமணம் செய்துகொள்வதில்லை என்று முடிவு செய்திருந்தேன்."

"ஏன்? எதனால்?"

"எங்களுடன் சேர்ந்து வாழ்வது பற்றிய பேச்சிற்கு அவர் செவி சாய்ப்பதில்லை. எங்களுக்குச் சுமையாக இருப்பது அவரது தன்மானத்தைப் பாதித்துவிடும் என்று அவர் சொல்கிறார்."

"அப்படியானால், நீங்கள் பல வருடங்களுக்குக் காத்திருக்க வேண்டியிருக்கும். தோராயமாக இருபது வருடங்களாவது ஆகும்"

"அப்பா ஆரோக்கியமாகத்தான் இருக்கிறார். கடவுளுக்கு நன்றி. ஆனால், நாகமுரா-சான் காத்திருக்க வேண்டியிருக்கும்"

"அவன் அப்படிக் காத்திருப்பதற்கு ஒப்புக்கொள்ளவில்லை என்றால் என்னவாகும்?"

"அப்படியெனில், இருவரும் பிரிந்துவிட வேண்டியதுதான். என்னால் தந்தையைத் தனியே விட முடியாது." அவள் விகாரமாக இருமினாள். "அவர் வேறொரு பெண்ணைத் திருமணம் செய்துகொள்ள வேண்டியதுதான்."

"ஆனால், எப்படி இவ்வளவு முட்டாள்தனமாக உன்னையே நீ தியாகம் செய்யத் துணிந்திருக்கிறாய்? அப்பா தன்வழியே தன்னைப் பார்த்துக்கொள்வார்."

"உனக்கு அது புரியவில்லையா? நான் அவரை விட்டுச் சென்றுவிட்டால், அவரது வாழ்க்கையில் வேறெதுவுமே எஞ்சியிருக்காது. அம்மாவும் இறந்துவிட்டாள், அண்ணன் ஜிரோவும் இறந்துவிட்டான். நான் ஒருத்திதான் இப்போது அவருக்கு இருக்கிறேன்."

"ஆனால் யசுகோ, அது அவருடைய பிரச்சனை. உன்னுடையதல்ல. தனது இருப்பிற்கான முழுமையான அர்த்தமாக உன்னை மட்டுமே கருதுவதற்கு அவருக்கு எந்தவொரு உரிமையும் இல்லை. தனது வாழ்க்கையில் அவர் வேறெதையும் தேடிக்கொண்டிருக்கவில்லை என்றால், அதற்காக அவரைத்தான் நாம் குற்றம் சுமத்த வேண்டும்"

"ஒஹ். ஆனால், அவர் ஏராளமானவற்றை இழந்துவிட்டார். அவரது நண்பர்கள், குடும்பம், தொழில், வாழ்க்கை..."

"அதற்கப்பாலும் அவர் வேறொன்றைத் தேடிக் கண்டடைய வேண்டும். உன்னையே சார்ந்து இருப்பதன் மூலமாக, உனது வாழ்க்கையைப் பலியாக்கிவிடக்கூடாது."

ஒருவேளை எனது குரலில் கடுமை ஏறியிருக்கலாம். யசுகோ அப்போது பேச்சற்று ஊமையாகிவிட்டாள். மலையின் அடிவாரம் வரையிலும் எதுவும் பேசாமல் அமைதியாகவே நடந்துகொண்டிருந்தோம். ஒருமுறை அவளிடம், "என்னை நினைக்கிறாய்?" என்று கேட்டேன். அவள் அமைதியாக, "என்னால் எனது தந்தையை விட முடியாது மிச்சிக்கோ-சான்" என்றாள்.

அத்தகைய குரூர உரையாடல்களினூடாக அவ்விரவு நாங்கள் பிரிந்து சென்றிருக்க வேண்டும். அவளுடனான அடுத்த சில சந்திப்புகளில் கிட்டத்தட்ட முன்பின் பரிட்சயமில்லாத அன்னியர்கள் போல எங்களுக்கிடையிலான உரையாடல்கள் சுரத்தில்லாமல் நிகழ்ந்தன. அவளது திருமணம் பற்றிய பேச்சை அதிலிருந்து மிக நீண்ட காலத்திற்கு நாங்கள் வெளிப்படையாக விவாதிக்கவே இல்லை.

ஒரு காலையில், வழக்கம்போல பாலத்தின் அருகே கினோஷிட்டா-சானுடன் ட்ராமுக்காகக் காத்திருந்தபோது, அவரது வலது கையில் தடிமனான மாவுக்கட்டுப் போடப்பட்டிருப்பதை என்னால் பார்க்க முடிந்தது. அவரிடம் கேட்டேன். அதற்கு அவர் அடைந்த தயக்கத்தைப் பார்க்க எனக்கு ஆச்சர்யமாக இருந்தது. லேசாக சிரித்த அவர், சிறிய விபத்து ஒன்றினால் ஏற்பட்டுவிட்டது என்றார். அவரது பதில் என்னைக் குழப்பமடையச் செய்தது. அதோடு, ட்ராமில் நாங்கள் ஏறியதும் எனது பார்வையில் இருந்து தனது கையை மறைக்க அவர் செய்துகொண்டிருந்த எத்தனங்களைப் பார்த்தபோது எனது குழப்பம் மேலும் அதிகரித்தது. அதனால், தொடர்ந்து கேள்வி கேட்கும் எனது ஆவலைக் கட்டுப்படுத்திக்கொண்டேன்.

எனினும், மறுமுறை யசுகோவை நான் சந்தித்தபோது, அது எனக்கு நினைவு வந்தது. ஷிங்கோகோ தோட்டத்திற்கு நாங்கள் மறுபடியும் சென்றிருந்தோம்.

அங்கு நாங்கள் சூரிய அஸ்தமனத்தைப் பார்ப்பதற்காக ஒரு சிறிய மர மேஜையில் அமர்ந்தோம். அவளுடைய தந்தையைப் போலவே, அந்த மாவுக்கட்டைக் குறித்து நான் எழுப்பிய கேள்வி அவளையும் சங்கடத்தில் ஆழ்த்தியதை என்னால் உணர முடிந்தது. இந்தமுறை, எதுவானாலும், இந்த விவகாரத்தை அப்படி அனாயசமாக விட்டுவிடுவதில்லை என்பதில் உறுதியுடன் இருந்தேன். அப்போது யசுகோ சொன்னாள்:

"அது என்னுடைய தவறுதான். சிதறிக்கிடந்த கண்ணாடி குவளையின் பாகங்களைக் கையில் எடுக்க முயன்றபோது, அவர் தனது கையை வெட்டிக்கொண்டார். பார், நான்தான் அந்தக் கண்ணாடி குவளையை அடுப்பின் மீது வீசி எறிந்தேன்."

எனக்கு அதிர்ச்சியாக இருந்தது. அப்போது என்ன சொன்னேன் என்பதை இப்போது நினைக்க முடியவில்லை.

"அப்பா அங்கு கொஞ்சம் தாமதமாகத்தான் வந்தார்" அவள் தொடர்ந்தாள். "நான் உணவு தயார் செய்து வைத்திருந்தேன். எனினும், அவர் தனக்குப் பசியில்லை என்றும், உறங்கச் செல்ல வேண்டும் என்றும் தெரிவித்தார்" யசுகோ தளர்வாகச் சிரித்தாள்.

"அதனால் நீ அவர் மீது கோபமடைந்து, கண்ணாடிக் குவளையை உடைத்துவிட்டாயா?" என்னால் இன்னமும் இதனை நம்ப முடியவில்லை.

"எனது கோபத்தைக் கட்டுப்படுத்த முடியாமல், அதனை வீசி எறிந்துவிட்டேன். எனது செய்கை கேலிக்குரியதாக இருக்கிறதா?" யாரோ அவளைக் கோபத்துடன் திட்டுவதைப்போல, அவள் தனது இறுக்க மூடிய கைகளின் மீது பார்வையைப் பதித்தாள். "அது ரொம்பவும் பழைய கண்ணாடி குடுவையும்கூட. அம்மா அதனை உபயோகப்படுத்தினாள்."

அப்போது கலவரமடைந்த குரலில் எதையோ நான் செய்திருக்க வேண்டும். இவ்வார்த்தைகளைப் பேசிவிட்டு யசுகோ அமைதியாக உட்கார்ந்திருந்தாள். இனியும் அந்தச் சம்பவம் தொடர்பாக அவள் எதுவும் பேச மாட்டாள் என்று நான் நினைத்தேன். எனினும், சிறிது நேர மௌனத்திற்குப் பிறகு அவள், "மற்றொரு இரவில் என்னிடம் நீ தெரிவித்திருந்த விஷயங்களை அப்போது அசைப்போட்டுப் பார்த்தேன். நீ தெரிவித்திருந்த அனைத்தும் சரிதான் என்பதுபோலவும், அதனால் அவர் மீது நான் ஆத்திரத்தில் இருந்தேன் என்பதுபோலவும் எனக்குத் தோன்றியது. நான் கோபத்தில் இருந்தேன், ஏனெனில், அவர் என்னை இத்தகையதொரு நெருக்கடியான சூழலில் வைத்திருக்கிறார். அவருக்கு என்னைத் தவிர வேறெதும் இல்லாததாலும், அனைத்தும் அவருடைய பிழையாக இருப்பதாலும், அதோடு அவர் பயனற்றவராகவும், பிரயோஜனமற்றவராகவும் தோன்றியதாலும் அவர் மீது ஆத்திரமடைந்து கண்ணாடிக் குவளையைத் தூக்கி வீசினேன்" அவள் மீண்டும் சிரித்தாள்.

அவளுக்கு நான் பதில் சொல்லவில்லை. அப்போது பொருத்தமான பதிலைத் தேடிக்கொண்டிருந்தேன் என்று நினைக்கிறேன். மிகச் சரியாக அப்போதுதான் அது நிகழ்ந்தது. அந்த விநோதமான விஷயம், அவளை நான் ஏறெடுத்துப் பார்த்த அந்தத் தருணத்தில்தான் நிகழ்ந்தது. சூரியன் வானலையின் பின்னால் மறைந்துவிட்டது, அதன்பிறகு, நாங்கள் உட்கார்ந்திருந்த இடத்தில், மங்கி மறைந்துகொண்டிருக்கும் அந்தச் சூரிய வெளிச்சத்தில் இனி எதையும் செய்ய முடியாது என்பதை உறுதியாக உணர்ந்தேன். யசுகோ, தனது முழுவதும் சிதைந்துபோயிருந்த கோரமான முகத்துடன் என்னைப் பார்த்துக்கொண்டிருப்பதை நான் கவனித்தேன். அவளது கண்கள் பதற்றத்தில் ஆழ்ந்திருப்பதைப்போல உக்கிரமாக என்னை நோக்கியது. அவளது தாடை நடுங்கிக்கொண்டிருந்தது. திறந்திருந்த அவளது பற்கள் மூட முடியாமல் திணறின. அலாரத்தின் ஓசையை அந்த நொடியில் என்னைத் தூண்டிவிட்டது. உடனடியாக அவளது தோள்களைப் பற்றிக்கொண்டேன். தீவிரமாக அவளை உலுக்கி எடுத்தேன்.

“என்ன ஆயிற்று?” அவள் கேட்டாள். “மிச்சிக்கோ, என்ன பிரச்சனை?”

அவளை மீண்டும் பார்த்தேன். அந்தக் குழப்பமுற்றிருந்த அகோர உருவம் கலைந்து, இப்போது சாத்வீகமும் பேரமைதியும் குடியேறியிருக்கும் யசுகோவின் முகத்தை என்னால் பார்க்க முடிந்தது. யசுகோவின் முகம் மீண்டும் பழையபடிக்கே திரும்பிவிட்டது.

“மிச்சிக்கோ, ஏன் என்னை அப்படி பார்க்கிறாய்?”

“ஆனால், சில நொடிகளுக்கு முன்னால்தான் உனது தோற்றம்... ரொம்பவும் துயருற்றிருந்தது” நான் சிரித்தேன். எனது குழம்பிய மனநிலையின் பிரதிபலிப்பாக அப்போது சிரித்தேன் என்று நினைக்கிறேன். “நான் நினைத்தேன், உனக்கு ஏதோ ஒருவகையிலான வலிப்பு நோய் ஏற்பட்டிருக்கிறது என்று”

“மிச்சிக்கோ இரக்கமற்றவளாக நடந்துகொள்ளாதே. நான் அழகானவள் அல்ல என்பது எனக்குத் தெரியும்”

அந்த உரையாடலை அப்படியே நிறுத்திவிடுவது நல்லது என்று தோன்றியதால், மேற்கொண்டு எதுவும் பேசாமல் சிரித்தேன். ஆனால், அந்த அனுபவம் என்னை வெளவெளத்துப்போகச் செய்துவிட்டது. யசுகோ தனது தொழிற்கூடத்தைப் பற்றிப் பேசத் துவங்கியிருந்தாள். என்னால் சரிவர முழுமையான பிரக்ஞையோடு அதனை விளங்கிக்கொள்ள முடியவில்லை. பிறகு, அவள் இதனைத் தெரிவித்தது என் காதில் விழுந்தது:

“போர் முடிவடைந்ததற்குப் பிறகு, நாள் முழுவதும் தொழிற்கூடத்தில் வேலை செய்ய வேண்டிய நிர்பந்தம் நமக்கு இருக்காது. அந்த நாளை நான் ஆர்வத்தோடு எதிர்பார்த்துக் காத்திருக்கிறேன். அப்போது நீ என்ன செய்வாய் மிச்சிக்கோ?

மீண்டும் பாடம் நடத்த துவங்கிவிடுவாயா?"

"அப்படித்தான் நினைக்கிறேன்"

"அதோடு ஓவியமும் வரைவாயா? இன்னமும் அந்தத் திறனை நீ கைவிட்டிருக்க மாட்டாய் என்று கருதுகிறேன்"

"ஆமாம்" சிரித்தபடியே நான் சொன்னேன். "மீண்டும் ஓவியம் வரையும் நாளை எதிர்பார்த்திருக்கிறேன். நீ என்ன செய்வாய்?"

"ஒரு குடும்பத்தை உருவாக்கவே ஆசைப்படுகிறேன். எனக்குக் குழந்தைகளை நிரம்பவும் பிடிக்கும்"

"அவ்வளவுதானா?"

"அது அதிகம், மிச்சிக்கோ. அது மட்டும்தான் எனக்கு வேண்டும். குழந்தைகள் வைத்துக்கொள்வதும், வெடிகுண்டுகளால் கொல்ல முடியாதபடி அவர்களை அரவணைத்துப் பாதுகாப்பதும்"

மாலை உலர்ந்து இருள் வியாபித்திருந்த அந்தத் தருணத்தில் நாங்கள் அமைதியாக உட்கார்ந்திருந்தோம். "அப்படியானால், திருமணம் செய்துகொள்ள வேண்டாம் எனும் உனது தீர்மானத்தை மாற்றிக்கொண்டிருக்கிறாயா?" நான் கேட்டேன்.

"எனக்குத் தெரியவில்லை." சோர்வுடன் புன்னகைத்தாள். அதன்பிறகு மீண்டும் தனது கைகளைப் பார்த்தபடியே, வலிந்து வெளிக்கொணரப்பட்ட குரலில் பேசினாள்: "எனக்குத் தெரியும், நீயும் நாகமுரா-சானும் நெருக்கமாகப் பழகியவர்கள் என்று. நீ பொறாமைப்படாமல் இருக்கிறாய் என்பது உனது பண்பையே காண்பிக்கிறது."

நாங்கள் சிறிது நேரம் அமைதியாக உட்கார்ந்திருந்தோம். இறுதியில் மௌனத்தைக் கலைத்து நான் சொன்னேன்: "உனக்கு எனது வாழ்த்துகள், யசுகோ. ஆனால், நான் உன்னைப் பார்த்துப் பொறாமைப்படவில்லை. அதற்குள்ளாக திருமணம் செய்துகொள்ளவும் எனக்கு விருப்பமில்லை. மறுபடியும் ஓவிய வரைவதற்கான பலத்தைப் பெற்றிருப்பதும், பாடம் நடத்துவதற்கான சக்தியைப் பெற்றிருப்பதும் இவையெல்லாம்தான் எனக்கு இப்போது ரொம்பவும் முக்கியத்துவம் வாய்ந்தவை."

"அப்படியானால் எப்போதும் நீ திருமணம் செய்துகொள்ள மாட்டாயா?"

"ஒருவேளை, ஒருநாள் அப்படியும் நடக்கலாம். ஆனால், எனக்கு வேறு சில விஷயங்கள் முக்கியத்துவம் வாய்ந்தவையாகத் தெரிகின்றன."

"போர் சீக்கிரத்தில் முடிய வேண்டும் என்று விரும்புகிறேன்" யசுகோ தெரிவித்தாள்.

நாங்கள் மேலும் சில நிமிடங்களுக்கு உரையாடினோம் என்று நினைக்கிறேன். ஒருவேளை நாங்கள் முக்கியத்துவம் வாய்ந்த சில விஷயங்கள் குறித்துப்

பேசியிருக்கலாம். ஆனாலும், எனக்கு நினைவில்லை. அமர்ந்த நிலையில் இருந்து எழுந்து, இருவரும் வீடு திரும்ப ஆயத்தமானோம். சில நிமிடங்களுக்கு முன்னால், அவளது முகத்தில் நான் கண்ட பிரேதத்தன்மையை நினைத்துப் பார்த்தேன். எனதுடலில் மீண்டும் அதிர்வுகள் உண்டாகத் துவங்கின. எனினும், அவளது முகத்தில் முன்பு நான் பார்த்த விகாரத்தன்மையின் சுவடுகள் எதுவும் இப்போது இல்லை.

“என்ன குழப்பம் மிச்சிக்கோ?” அவளுடைய முகத்தை ஊன்றித் துழாவிய எனது பார்வையை உணர்ந்து கேட்டாள். “உடல்நிலை சரியில்லாதவளைப் போலத் தெரிகிறாயே?”

“சோர்வாகத்தான் இருக்கும் என்று நினைக்கிறேன்”, நான் சொன்னேன். “கடந்த சில தினங்களாகவே மிக அரிதாகவே நான் தூங்கினேன்.”

எனது உடல்நிலை குறித்து ஆறுதல் அளிக்கும் விதமாகப் பேசினாள். எனினும், முரண்பாடாக எனக்குச் சிரிப்புதான் வந்தது. அன்றைய மாலையில், அவளுடைய வீட்டிற்கு நான் செல்லவில்லை. அங்கேயே, அந்தத் தோட்டத்திலேயே பிரிந்து அவரவர் வழியில் சென்றுவிட்டோம்.

அதன்பிறகு யசுகோவை நான் பார்க்கவேயில்லை. அடுத்த நாளில்தான் வெடிகுண்டு விழுந்தது. வானம் விநோத கோலம் பூண்டிருந்தது. மேகங்கள் விசாலமாக இருந்தன. எங்கும் நெருப்பு புகைந்துகொண்டிருந்தது. யசுகோ இறந்துவிட்டாள். அவளுடைய தந்தை கூடத்தான். வேறு பலரும் இறந்தார்கள். தெருவோரத்தில் மீன்களை விற்பவன், எனது கூந்தலை வெட்டிவிடும் பெண், செய்தித்தாள்களைக் காலையில் வீசியெறியும் சிறுவன். மேலும் பலரும் இறந்துவிட்டார்கள். முந்தைய இரவில் ஷிங்கோக்கோ தோட்டத்தில் எனக்கு ஏற்பட்ட அனுபவத்தை எவரிடத்திலும் நான் பகிர்ந்துகொள்ளவில்லை. அதிலிருந்து ஏழு மாதங்கள் கடந்திருந்த நிலையில்தான் நாகமுரா-சான் சண்டையில் கொல்லப்பட்டான் என்பதைத் தெரிந்துகொண்டேன். நாகசாகியில் வெடிகுண்டு விழுவதற்கு இரண்டு வாரங்களுக்கு முன்பாக அவனது மரணம் நேர்ந்திருக்கிறது.

அந்த வெடிகுண்டால் எனக்குப் பெரிய அளவில் காயங்கள் எதுவும் ஏற்படவில்லை. இன்றளவும் சுமக்கும் அளவுக்குத் தழும்புகளும் இல்லை. எனது குழந்தைகள் ஊனமுற்றவர்களாக அல்லாமல், நல்ல ஆரோக்கியத்துடனேயே பிறந்தார்கள். அந்த வெடிகுண்டை வீசியவர்கள் மீது கூட எனக்கு எவ்விதமான கசப்புணர்ச்சியும் இல்லை. ஏனெனில், அது போரின் பகுதியாக நிகழ்ந்தது. போர் எப்போதுமே விசித்திரமான விவகாரம்தான். பலவும் புரிந்துகொள்ளக்கூடிய சாத்தியங்கள் இல்லாதவைதான்.

ஒரு வருடத்திற்கு முன்பு, யசுகோ - அதாவது எனது மகள் - என்னைச் சந்திக்க வந்தபோது, அணு ஆயுதங்களுக்கு எதிரான விண்ணப்பம் ஒன்றில் எனது கையொப்பம் வாங்குவதற்காக எடுத்துவந்தாள். அவள் ஏராளமான தரவுகளையும்,

கணக்குவழக்குகளையும் குறிப்பிட்டபடியே இருந்தாள். ஆனால், நாகசாகி அவளது விவரணையில் இடம்பெறவில்லை. நான் நாகசாகியில் இருந்தேன் என்பதையே அவள் மறந்திருக்கக்கூடும் என்று கணித்தேன். எனது கையொப்பத்தை அளித்ததும், அதனைப் பெற்றுக்கொண்டு அவள் எங்கோ சென்றாள். விண்ணப்பம் என்ன விளைவை ஏற்படுத்தியது என்பதை என்னால் கண்டுபிடிக்கவே முடியவில்லை. ஒருவேளை, அது உலகத்தாரிடம் சேர்க்கப்பட்டு, அதுபற்றிய விவாதங்கள் நடைபெற்றுக்கொண்டிருக்கும் உலகத்துக்குள் நுழைந்திருக்கலாம். ஒருவேளை அது சில மாற்றங்களைக் கூட நிகழ்த்தியிருக்கலாம். யாருக்குத் தெரியும்? அதுபோன்ற விவகாரங்களில் எனக்குச் செய்வதற்குச் சொற்பமானவையே எஞ்சியிருக்கின்றன.

இந்த ஆங்கிலேய வீட்டில் தனியே வாழ்ந்துவருவதுதான் எனக்குப் பொருந்துவதாக இருக்கிறது. இது மிகவும் அமைதியான ஒரு குடியிருப்புப் பகுதி. அதோடு அக்கம்பக்கத்தில் வசிப்பவர்களும் மென்மையாக நடந்துகொள்கிறவர்களாக இருக்கிறார்கள். நெடிய சாம்பல் நிற தலைக்கேசமுடைய பெண்ணொருத்தி பக்கத்து வீட்டில் வசிக்கிறாள். அவளது கணவர் வங்கியில் வேலை செய்வதாகத் தெரிவித்தாள். தனது தோட்டத்தில் அவள் சுற்றி வருவதை, எனது வீட்டின் ஜன்னல் வழியாக அவ்வப்போது என்னால் பார்க்க முடிகிறது. சமீபத்தில்தான் மரங்களில் இருந்து ஆப்பிள்கள் கீழே தொடர்ச்சியாக விழுந்துகொண்டிருக்கின்றன. அவள் கீழே விழுகிற ஆப்பிள்களைப் பரிசோதித்துவிட்டு, தனது கூடையில் போடுவாள். ஒருமுறை புதர்களுக்கிடையில் நாங்கள் உரையாடிக்கொண்டிருந்தபோது, அவசர அவசரமாகத் தன் வீட்டினுள் ஓடியவள் கையில் ஒரு பெரிய சைனீஸ் குவளையுடன் திரும்பி வந்தாள். அதில் எழுதப்பட்டிருந்த சில வரிகளை நான் வாசிக்க வேண்டும் என்று விரும்பினாள். பலமுறை அவளிடம் என்னால் சைனீஸ் மொழியை வாசிக்க முடியாது என்று தெரிவித்திருந்தபோதும், அவள் அதனைப் புரிந்துகொள்கிறவளாக இல்லை. தொடர்ச்சியாக, அந்தக் குவளை மீது தழும்புகளைப்போல எழுதப்பட்டிருக்கும் வரிகளை என்னிடம் சுட்டிக்காட்டியபடியே இருப்பாள்.

கோடைகாலத்தின் துவக்கத்தில், நிகழ்ந்த எனது மகளின் வருகைக்கு முன்பாக, நான் யசுகோவைப் - முதலாவது யசுகோ - பற்றி பல வருடங்களாக நினைத்திருக்கவில்லை. ஆனால், அதன்பிறகு அவ்வப்போது எனது மனதில் அவள் குறித்த ஞாபகங்கள் குறுக்கிட்டபடியே இருக்கின்றன. அவை வலி தருவதாகவோ, பழைய நினைவுகளைக் கிளர்த்தி பரவசமூட்டுவதாகவோ இருக்கவில்லை. மாறாக, புரிந்துகொள்ளவியலாத வகையில் தொந்தரவூட்டக்கூடிய துயரத்தையும், விநோதமான, அதே சமயத்தில் என்னால் இன்னதெனச் சரியாக விளக்க முடியாத வகையில் பெரும் சோகவுணர்ச்சியையும் எனக்குக் கொடுக்கிறது. பலமுறை ஞாபகத்தில் பளிச்சிடுகிற அவளது முகத்தைப் பார்க்கிறேன். அன்றைய இரவில் நான் பார்த்த அதே பிரேத உருவில் அது துலங்குகிறது. ஆனால், அணுகுண்டு குறித்தான ஒரு முன்னறிவிப்பாக மட்டுமல்லாமல், யசுகோவும் அந்தத் தருணத்தில் ஏதோவொன்றைப் பார்த்திருக்கிறாள் என்றே நினைக்கிறேன் - அவளுடைய

முகத்திலேயே அது பிரதிபலித்தது. பல சமயங்களில், இப்போதும் அவள் வாழ்ந்துகொண்டிருந்தால் என்ன செய்வாள் என்று யோசிப்பதுண்டு.

அவளுடைய தந்தை குறித்தும் நான் யோசிக்கிறேன் என்பதை உணர்ந்துகொண்டேன். அப்போது அவரைப் பற்றி எதிர்மறையான ஒரு தீர்மானத்தை வெளிப்படுத்தியதற்காக வெட்கப்படுகிறேன். அவரது சூழ்நிலைக்கு அவரையே பொறுப்பாளியாக்கி, எப்படி நாம் குற்றம்சாட்ட முடியும்? அத்தகைய விஷயங்கள் எல்லாம் நமது கட்டுப்பாடுகளுக்குள் அடங்காதவை. அதோடு அப்படிக் குற்றம் சுமத்துவதில் ஒரு பயனும் இல்லை.

இப்போதெல்லாம், பலமணி நேரங்களை எனது மேசையில் அமர்ந்தபடியே வாசிப்பிற்காக நான் உட்படுத்திவருகிறேன். அது எனது ஆங்கில அறிவுக்கு நல்லது என்பதோடு, என்றாவது ஒருநாள் நான் ஜப்பான் திரும்பினால், ஒருவேளை அங்கு நான் ஆங்கிலப் பாடம் நடத்துவதற்கு உபயோகப்படக்கூடும். எனினும், உடனடியாக அங்கு செல்வதற்கான எந்தவொரு திட்டமும் என்னிடத்தில் இல்லை. இங்கு நிலவும் பனிப்பொழிவையும், குளிரையும் கடந்தும், இந்த நாட்டின் மீதான எனது நேசம் வளர்ந்திருக்கிறது. எனது மகள்களும் இந்த நாட்டில்தான் வசிக்கிறார்கள். மீண்டும் ஓவியம் வரைவதற்கான முயற்சிகளில் இறங்கலாம் என்றும் சில நேரங்களில் நினைத்திருக்கிறேன். அதற்காக உண்மையாகவே தூரிகைகளையும், வண்ணங்களையும் வாங்குவதற்கு நீண்ட தொலைவுக்குப் பயணம் செய்தேன். இப்படிப் படம் வரைய வேண்டும் என்கிற பரபரப்பும் அவசரமும் என்னை உந்தி முன்செலுத்தி பல வருடங்கள் ஆகின்றன. ஆனாலும், ஓவியம் வரையும் செயல்பாடும் திறனும் மீண்டும் என் கைக்கு வசப்பட்டுவிடும் என்பதில் அதிகப்படியான உறுதி எனக்கு இருக்கிறது.

ஜேவுக்காகக் காத்திருத்தல்
காசுவோ இஷிகுரோ

இதே வளாகத்திலிருக்கும் மற்றோர் அறையில் வசிக்கும் யூத இனத்தைச் சேர்ந்த இளம் பெண்ணிற்கு நிறைய இரவுநேர வருகையாளர்கள் இருக்கிறார்கள். அவளொரு பாலியல் தொழிலாளியாக இருக்கக்கூடும். கடந்த சிலமணி நேரமாகப் படிக்கட்டில் ஏறும் காலடித் தடங்களைக் கேட்டு டைப் செய்வதைப் பலமுறை நிறுத்திவிட்டேன். எனினும் அவர்கள் எனது அறையைக் கடந்துதான் அவளுடைய அறைக்குச் சென்றிருக்கிறார்கள்.

எனது நாற்பதாவது பிறந்தநாள் மூன்றுமணி நேரத்திற்கு முன்பாகத்தான் தொடங்கியது. துவக்கத்தில் அறைக்குள் அங்குமிங்கும் நடந்துகொண்டும் எப்போதாவது கீழேயுள்ள கட்டடங்களைத் திரைச்சீலைகளின் வழியே பார்த்தபடியும் பொறுமையாகவே இருந்தேன். இரண்டு மணிக்குச் சிறிது முன்னால் இங்கு எனது மேசையின் மீது மேம்படுத்தப்பட்ட ஆயுதங்களின் தொகுதியைத் தயார்படுத்தினேன்: நான் செதுக்குதலுக்குப் பயன்படுத்தும் இரண்டு மெல்லிய உளிகள், வெண்கலத்தால் செய்யப்பட்ட குவிமாட வடிவத்திலான பேப்பர் வெயிட், மரத்தைச் செதுக்கப் பயன்படுத்தும் கூர்மையான மெல்லியக் கத்தி. சில நிமிடங்களுக்கு இவற்றை எவ்வாறு துல்லியமாகக் கையாளுவது எனும் சிக்கலால் உந்தப்பட்டு, முழுமையாக இந்த ஆயுதங்கள் குறித்தே சிந்தித்துக்கொண்டிருந்தேன். இதுபோன்று கருவிகளைக் காட்சிப்படுத்தி வைத்திருப்பது மிகச் சொற்ப அளவிலேயே உதவப் போகிறது என்பது தெளிவாகியதும் அவற்றை ஒருபக்கமாக ஒதுக்கி நகர்த்தினேன் - கிட்டத்தட்ட அசுத்தமாகவே. நான் ஜே-வுக்காகக் காத்திருக்கிறேன். நான் பயத்தில் இருக்கிறேன் என்பதையும் கூட உங்களிடம் இப்போது பகிரங்கப்படுத்திவிடக்கூடும்.

சமீபத்தில் மரச் செதுக்குதலில் ஈடுபட்டிருந்தபோது எனது வலது கையின் சுண்டு விரலில் காயமேற்படுத்திக்கொண்டேன். அதனால் இப்போதெல்லாம் தட்டச்சுப் பொறியை ஒவ்வொருமுறை தொடும்போது சுறுக்கெனக் குத்தும் உணர்வால் தொந்தரவுக்குள்ளாகிறேன். எனக்கு எதிரில் இருக்கும் சுவர் பளீர் வெண்மையிலும், இடதுபுறத்திலுள்ள புத்தக அலமாரி விநோதமான வடிவமைப்பை முழுவதுமாகக் கொண்டிருப்பதாகவும் இருக்கிறது.

எனது அறை ஓரளவுக்குக் கலையம்சத்துடன் வடிவமைக்கப்பட்டுள்ளது. எனது பெரும்பாலான தளபாடங்கள் முதன்மையான ரசனைமிகுந்த ஸ்கேண்டிநேவியன் கடையிலிருந்து வாங்கப்பட்டவையாகும். குறிப்பாக, எனது அறையின் மத்தியில்

போடப்பட்டிருக்கும் கண்ணாடியிலான காஃபி மேசையின் மீது நான் பெரு விருப்புக் கொண்டிருக்கிறேன். அதன் மீது மிகக் கவனமாகத் தேர்ந்தெடுத்த பொருட்களையே வைத்துள்ளேன். சுட்ட களிமண்ணைப் பயன்படுத்திக் கைகளால் செய்யப்பட்ட ஆஷ் ட்ரே, பட்டைகளால் மிக நுணுக்கமாகப் பின்னப்பட்ட தேநீர்க் குடுவைகள், ஸ்பெயினிலிருந்து வாங்கிய விரிவான கார்க்ஸ்ரூ (தக்கைத் திருகி) ஆகியவற்றையே அந்த மேசையின் மீது வைத்திருப்பேன். எனக்கு அருகிலுள்ள சிறிய மேசை மீதிருக்கும் குவிமாட வடிவ பேப்பர் வெயிட்டையும் வழக்கமாகக் கண்ணாடி மேசையின் மீதுதான் வைத்திருப்பேன். அதன் மீதிருக்கும் பொருட்களின் ஒழுங்கைக் கலைக்க விரும்புவதில்லை என்றாலும் எனது ஆயுதத் தொகுதிகளில் ஒன்றாகச் சேர்க்க வேண்டுமென்பதால் மிகுந்த தயக்கத்துடன் இப்போது பேப்பர் வெயிட்டை மேசையிலிருந்து எடுத்துவந்து இவற்றுடன் வைத்துள்ளேன்.

அறையின் வெவ்வேறு மையங்களில் எனக்கு அதிக மகிழ்வூட்டக்கூடிய சிற்பங்களைக் காட்சிப்படுத்தியிருக்கிறேன். மார்பிளை-தான் தொடர்ச்சியாகப் பயன்படுத்துவேன் என்றாலும் எனது முதன்மையான விருப்பத் தேர்வென்றால் அது மரச் செதுக்குதல்தான். மென்மையான மரக் கட்டைகளைச் செதுக்கும்போது அலாதியான மோன நிலையை எய்துவேன். கூடுதலாக, எனக்குக் கைவரப்பெற்றுள்ள நுணுக்கங்களையும் சாதாரணம் என்று ஒதுக்கப்போவதில்லை. குறிப்பாக, ஜன்னல் விளிம்பில் நான் வைத்துள்ள இளம்வயது பெண் தெய்வச் சிலையின் மீது எனக்கு அதீத ஈர்ப்பு இருக்கிறது. எல்லாவற்றையும் விட, எனது அறைக்குள் வருபவர்கள் இந்தச் சிலைகளைப் பார்த்தால் வெறும் பொழுதுபோக்கிற்காக மட்டுமே அவை உருவாக்கப்பட்டிருக்கவில்லை என்பதைத் தெளிவுற விளங்கிக்கொள்வார்கள். அவ்வப்போது எனது அறைக்கு யாரேனும் வந்துசெல்வார்கள். உதாரணத்திற்கு, கடந்த வாரத்தில் எனது மாணவர்களில் இருவர் செஸ் பெட்டியை வாங்கிச் செல்வதற்காக எனது அறைக்கு வந்து, அரைமணி நேரத்திற்கும் மேலாக இங்கு இருந்தார்கள்.

எனது அறையின் இருபக்கச் சுவர்களும் முழுமையாகப் புத்தகங்களால் நிரம்பியுள்ளன. நான் ஏராளமாகப் படித்துள்ளேன் என்பதோடு இந்த நாட்டில் எனது துறையைச் சார்ந்த அறிவைப் பெற்றிருக்கும் எவரை விடவும் நான் சளைத்தவனல்ல எனவும் பெயரெடுத்திருக்கிறேன். எனினும் கடந்த பதினைந்து நாட்களாக எனது பல்கலைக்கழகத்திற்கு நான் செல்லவே இல்லை. உடல்நிலை சரியில்லை என நான் சொல்லியிருந்த காரணம் அவர்களுக்குத் துளியும் சந்தேகமேற்படுத்தாது. எனது நாற்பதாவது பிறந்தநாளை எதிர்கொள்வதற்கான மனநிலையில் இருப்பதால், கடந்த பதினைந்து நாட்களாக அத்தியாவசியத் தேவைகளுக்காக மட்டுமே என் அறையிலிருந்து வெளியில் சென்றிருக்கிறேன்.

அவருடைய (ஜோ) காலடி ஓசையைக் கண்டறிந்துவிட்டதாகக் கருதியதால் எனது எழுத்துச் செயல்பாட்டைச் சிறிது நேரத்திற்கு நிறுத்தினேன். இத்தனை வருடங்களுக்குப்

பிறகும், என்னால் அவரை அடையாளம் காண முடியுமென்றே முழுவதுமாக நம்புகிறேன். எனினும், எனது நம்பிக்கை இப்போதைக்குப் பொய்த்துவிட்டது. இந்த முறையும் அவர்கள் எனது அறையைக் கடந்து மேலே இருக்கும் யூதப் பெண்ணின் அறையை நோக்கி நகர்ந்தார்கள். இரவு முழுவதும் அவ்வப்போது அவளுடைய அறைக்குச் சென்றுகொண்டிருப்பது ஒரே நபரா அல்லது வெவ்வேறு நபர்களா என்பதை என்னால் உறுதியாகச் சொல்ல முடியாது. சில மாதங்களாகவே அவளொரு பாலியல் தொழிலாளியாக இருக்கக்கூடும் எனச் சந்தேகிக்கிறேன். ஆனால், இதையும் என்னால் உறுதியாகச் சொல்ல முடியாது. நடைபாதையிலோ படிக்கட்டிலோ நாங்கள் ஒருவரையொருவர் எதிர்கொள்ளும்போது அமைதியாகத் தலையசைத்தபடியோ சப்தமின்றி முணுமுணுத்தபடியோ எதிரெதிர் திசைகளில் கடந்து சென்றுவிடுவோம். அந்தச் சிறிய சந்தர்ப்பத்திலும் நான் அவளுடைய கண்களைப் பார்ப்பேன், ஆனால் அவை ஒருபோதும் என்னைப் பார்ப்பதாக உணர்ந்ததே இல்லை. அவள் சிறிதாகவும் மெல்லிய உடலுடன் காணப்படுகிறாள். அவிழ்த்துவிடப்பட்ட கறுப்புத் தலைகேசத்துடனும் பெரும்பாலும் முழுங்கால் வரை ஏற்றப்பட்ட பூட்ஸுடனும் தோன்றுவாள். அவளுடைய பூட்ஸும் இரவுநேர காலடியோசைகளும்தான் எனது சந்தேகங்களுக்கு ஆதாரங்களாக உள்ளன. இன்னும் கூடுதலாக, அவளுடைய இரவுநேரச் செயல்பாடுகளின் சிறிய பகுதியையாவது கண்டறிந்துவிட வேண்டும் எனும் நோக்கில் எனது அறையின் மூலையில் சுவரின் மீது காதுகளை அழுந்தப் பொருத்தியும் அவ்வப்போது துப்புத்துலக்க முயன்றிருக்கிறேன். ஆனால், என்னால் எதையும் கேட்க முடிந்ததில்லை. இப்போது இங்கு அமர்ந்துகொண்டு அவளைப் பற்றியும் இந்தத் தருணத்தில் அவளுடைய அறையில் என்ன நிகழ்ந்துகொண்டிருக்கும் என்று சிந்திப்பதிலும் ஒரு விநோதமான சுவாரஸ்யத்தன்மையை உணருகிறேன். தேனீர் அருந்தலாம் என அறைக்குள் அவளை அழைக்கும் எண்ணங்களை வளர்த்துக்கொள்வதன் மூலம் எனக்கு நானே பலமுறை கேளிக்கையூட்டியிருக்கிறேன். எனினும், அதன்பிறகு எனது எண்ணங்கள் இவ்விரவிற்கு, எனது நாற்பதாவது பிறந்தநாளுக்கு, ஜே-வுக்குத் திரும்பிவிடும்.

எனக்கு அருகிலுள்ள யூதப் பெண் பாலியல் தொழிலாளியா இல்லையா என்பதைச் சந்தேகிப்பதற்கும் ஜே-வுக்கும் ஒருவிதத்தில் தொடர்பிருக்கிறது. பல வருடங்களுக்கு முன்னால் கிராமப்புற மளிகைக்கடையில் இருந்து வெளியே வந்துகொண்டிருந்த சாலி குரோஃபிக்கை என்னிடம் காட்டியது அவர்தான். அப்போது எனக்கு 11 வயது. ஜே-வுக்குப் பதினைந்து வயது இருந்திருக்க வேண்டும். சாலியை ஜே எனக்குக் காட்டி தலையசைத்தபோது தேவாலயத்துக்கு வெளியிலிருந்த சுவர் மீது அமர்ந்திருந்தோம்.

“உனக்கு அவளைப் பற்றித் தெரியாது என நினைக்கிறேன், அப்படித்தானே?” ஜே என்னிடம் கேட்டார்.

அவர் என்ன கேட்கிறார் எனப் புரியவில்லை என்று அவரிடத்தில் சொன்னதும், சிரித்தபடியே நான் விரும்பினால் எனக்கு அதுகுறித்து நேரடியாகவே காட்டுவதாகச்

சொன்னார். அவருடைய செய்கைகள் எனக்குள் அதிகபட்ச ஆர்வத்தைக் கிளர்த்திவிட்டதால், அந்த மதியப்பொழுதிலேயே அதுகுறித்து விவரிக்கும்படி பலமுறை தொடர்ந்து கேட்டுக்கொண்டிருந்தேன். ஒவ்வொரு முறையும் ஜே சிரித்தபடியே சரியான நேரத்தில் நேரடியாகவே அதைக் காட்டுகிறேன் என்றார்.

ஜேவின் மீதிலான எனது பயம் என்பது, இந்த அறையில் எனது நாற்பதாவது பிறந்தநாளைக் கடந்து சிலமணி நேரங்களாக அமர்ந்திருக்கும் இத்தருணத்தில் இருப்பதைப் போலவே புதியதான ஓர் உணர்வு அல்ல. சிறுவயதிலேயே கூட அவரிடத்தில் விநோதமான ஏதோவொன்று இருப்பதை உணர்ந்திருக்கிறேன். உண்மையில் பல நேரங்களில் அவர் மீது அதீதப் பயத்தை உணர்ந்திருக்கிறேன். இவ்வுணர்வு ஓர் உடனடிப் பேரலையாக எனக்குள்ளிருந்து எழுந்து என்னை மூழ்கடிக்கும். இதனாலேயே அவரிடமிருந்து எவ்வளவு தூரம் ஓட முடியுமோ அவ்வளவு தூரம் ஓடிவிட வேண்டுமென நினைத்திருக்கிறேன். இத்தகைய தருணங்களில் என்னை அச்சுறுத்த அவர் ஏதேனும் செய்திருக்கிறாரா என்று என்னால் உறுதிபடக் கூற முடியவில்லை. என்னால் நினைவுகூர முடிவதெல்லாம் வயல்வரப்புகளின் மீது நடக்கும்போதோ ஓடைக் கரைகளில் நடக்கும்போதோ இந்த அச்சவுணர்வு எனக்குள் கிளர்ந்தெழ, உடனடியாக நான் அவரிடமிருந்து விலகி ஓடத் தொங்குவேன் என்பதை மட்டும்தான். முதல் சில முறைகள் அவரிடமிருந்து விலகி இவ்வாறு நான் ஓடுகையில் இன்னும் பைசாசத்தன்மையில் பீதியுடன் என்னை ஓடச் செய்தபடி பின்னாலேயே அவரும் விரட்டிக்கொண்டு வருவார். விரைவில் என்னைப் பிடித்துப் புல்தரையில் படுக்கச் செய்துவிட்டு அருகிலமர்ந்து சிரித்தபடியே எதனால் நான் இப்படி வெறிப்பிடித்தாற்போல ஓடினேன் எனக் கேட்பார். உண்மையாகவே அவருக்கு அதன் காரணம் தெரியாது.

இவ்வகையிலான அச்ச உணர்வை எனக்குள் கிளர்த்த அவர் என்ன செய்தார் என்பதைச் சமீபக் காலங்களில் நினைவுகூர முயல்கிறேன். ஒரேயொரு சம்பவத்தை மட்டுமே என்னால் நினைக்க முடிகிறது. சாலி குரோஃபிக்கை உளவு பார்ப்பதற்கான நீண்ட நெடிய பாப்லர் மரங்களுக்கருகில் அவர் என்னை அழைத்துச் செல்லும் நாட்களில் அந்தச் சம்பவம் நிகழ்ந்தது. என்னால் சரியாக நினைவுகூர முடியவில்லை என்றாலும் சாலியின் பண்ணை வீட்டை நோக்கி நாங்கள் நடந்துகொண்டிருந்ததாக நம்புகிறேன். எதுவாக இருப்பினும், விவசாயிகள் உழுதுகொண்டிருந்த வயல்பரப்பின் முனையில் ஒரு கோடைக்கால மாலையில் நடக்கும்போது எங்கள் பாதையில் திடீரென முயலொன்று எதிர்ப்பட்டது. சில உள்ளார்ந்த வேதனையின் கீதத்திற்குத் தக்கவாறு அதன் கண்கள் மூடுவதும் திறப்பதுமாக இருந்தன. இந்தக் காட்சியை மனம் லயித்துப் பார்த்துக்கொண்டிருக்கையில் ஜே தனது பாதத்தை அதன் மீது வைத்து அழுத்தியபடியே இந்த முயலை அதன் துயரத்திலிருந்து நாம் வெளியேற்றியாக வேண்டும் என்றார். அதன்பிறகு ஜே எங்கு சென்றார் என்று எனக்குத் தெரியவில்லை. அவர் எனக்கருகில் இல்லை என்பதை மட்டுமே என்னால் உணர முடிந்தது. முயலின் எதிர்படலால் நான் மதிமயங்கி நின்றிருந்ததால், அவரைத் தேட வேண்டும் என்கிற

நினைவுகூட எனக்குள் எழவில்லை. எனக்கெதிரில் இருந்த அந்த முயலின் மீது பயமோ பரிதாபமோ கூட எனக்கு அப்போது இல்லை. விநோதமான ஆர்வத்தினால் ஆட்கொள்ளப்பட்டிருந்தேன் என்று மட்டுமே அத்தருணம் குறித்து இப்போது என்னால் சொல்ல முடியும். இசைத் துடிப்புக்கு அசைவதைப் போலத் திறந்தபடியும் மூடியபடியும் இருந்த அந்த முயலின் கண்கள் சிலிர்ப்பூட்டும் உணர்வை எனக்கு அளித்திருந்தது. நான் நிதானிப்பதற்குள் அவ்விடத்திற்கு மீண்டும் திரும்பியிருந்த ஜே தனது பிட்டத்தை வளைத்து நின்று அந்தப் பிராணியை ஒரு கனத்த கல்லால் குத்தத் துவங்கினார். மிகுதியான ஆர்வத்தால் பீடிக்கப்பட்டு நிறுத்தமில்லாமல் தொடர்ந்து கற்சிலையைச் செதுக்குவதில் காலாதீதமாக ஈடுபட்டிருக்கும் ஒருவரைப்போல குத்திக்கொண்டே இருந்தார். அவரிடமிருந்து மூன்றடி தள்ளி நின்றிருந்த நான் அந்த முயலின் கண்கள் திறந்து திறந்து மூடுவதை நிறுத்த வேண்டுமெனக் கருதியபடியே நின்றிருந்தேன். பிறகு, ஜே என்னைப் பிடித்திழுத்துச் சிரித்தபடியே நாம் விரைந்து செல்லவில்லை என்றால் சாலியை நம்மால் பார்க்க முடியாது என்றார். அவரென்னை வேகமாகப் பிடித்திழுக்க, நாங்கள் நடந்துகொண்டிருந்தோம். நாங்கள் அங்கிருந்து நகரும்போதும் அந்த முயலின் கண்கள் மூடியும் திறந்துகொண்டும்தான் இருந்தன.

யாரோயொருவர் யூதப் பெண்ணின் அறையிலிருந்து வெளியேறி, எனது அறையைக் கடந்து படிக்கட்டில் இறங்கி சென்றார். அவளுடைய அறைக் கதவு திறக்கும்போது சிறிய அளவில் அங்கோர் உரையாடல் நிகழ்ந்தது, எனினும் என்னால் எந்த வார்த்தைகளையும் கேட்க முடியவில்லை. நானும் அவளும் ஒரு வருடத்திற்கும் மேலாக அருகருகிலான அறைகளைப் பகிர்ந்துகொண்டு வாழ்ந்துவருகிறோம். ஏதோவொரு மாலை நேரத்தில் தேனீர் அருந்தலாம் என அவளை அழைப்பது எனக்கொன்றும் அபத்தமாகப்படவில்லை. உண்மையில் சில மாதங்களாகவே ஒரு சிறியத் திட்டத்தை மனதுக்குள் வகுத்துக்கொண்டிருக்கிறேன். எனது தொலைபேசியில் கோளாறு ஏற்பட்டுள்ளதாகச் சொல்லிவிட்டு அவளுடைய தொலைப்பேசியைப் பயன்படுத்த அவளது அறைக்குள் நுழைவேன். அப்போது அவளுடைய தொலைப்பேசி எண்ணைக் குறித்துக்கொள்வேன். இதன்மூலம் அருகிலுள்ள செய்தித்தாள் விற்பனையக ஜன்னல்களில் இருக்கும் அஞ்சல் அட்டைகளில் வேடிக்கையான தலைப்புகளின் கீழ் விளம்பரப்படுத்தப்பட்டுள்ள எண்ணற்ற எண்களுடன் அவளுடைய எண்ணைத் தொடர்புபடுத்தி சரிபார்த்துக்கொள்ள முடியும். அவளுடைய எண்ணை அங்கு கண்டுபிடிக்க முடியவில்லை என்றாலும் எனது சந்தேகங்களையும் யூகங்களையும் அது எள்ளளவும் பாதிக்கப் போவதில்லை. எனினும், இதுவெல்லாம் நீண்ட நாட்களாக எனது மனதுக்குள்ளாகவே நிகழ்கின்றன, அவளைப் பற்றிய கூடுதல் தகவல்களை அறிந்துகொள்ளும் ஆர்வத்தினால் கிளர்ந்தெழும் எண்ணங்களே இவையெல்லாம்.

இப்போது நான் எழுதத் தொடங்கி ஒருமணி நேரம் கடந்துவிட்டது. சுய ஏமாற்றுதலை நான் விரும்புவதில்லை. ஜே வரப்போவதில்லை என்பதற்கான சாத்தியத்தைக் கட்டியெழுப்ப விரும்பவில்லை. அவர் மீதிலான அத்தனை

பயங்களையும் கடந்து மேலும் ஒருமுறை அவரைச் சந்திப்பதற்காகக் காத்திருக்கும் உணர்வால் மிகுதியான மனமகிழ்வில் இருக்கிறேன்.

ஜே தன்னுடைய பதினேழாவது வயதில் எங்கள் கிராமத்திலிருந்து வெளியேறினார். கடைசியாக அவர் எங்கள் ஊரிலிருந்த காலங்களில் ஆற்றின் அருகில்தான் தனது பெரும்பாலான நேரத்தைச் செலவிட்டார். அந்த நேரங்களில் நான் மிகத் திறமையாக மீன் பிடிக்க ஆரம்பித்துவிட்டேன். இது ஒன்றைத்தான் ஜேவை விட என்னால் சிறப்பாகச் செய்ய முடிந்தது. அவர் அவ்வப்போது என்னருகில் வந்து ஆற்றின் அருகில் அமர்ந்து, என்னைப் பார்த்துக்கொண்டும் ஒருமணி நேரம் வரைக்கும் என்னுடன் உரையாடியபடியும் இருப்பார். எங்கள் கிராமத்திலிருந்து வெளியேறுவதும் உலகத்தைச் சுற்றித் திரிவதும்கூட அவரது பேச்சுகளில் பிரதான அங்கம் வகிப்பவையாக இருந்தன. முதலில் லண்டனுக்குச் சென்று நாடகங்களில் நடிக்கச் சேருவாராம், பிறகு அங்கிருந்து துருக்கிக்குச் சென்றுவிடுவாராம். ஏன் துருக்கியின் மீது அவருக்குப் பெரிய அளவில் விருப்பம் இருந்தது என்று என்னால் ஒருபோதும் கண்டறிய முடியவில்லை. பற்பல பெண்களைப் பற்றியும் தெற்கு பிரான்ஸ் பற்றி அவர் செவியுற்ற கதைகளையும் அவ்வேளைகளில் பகிர்ந்துகொண்டார். அந்தக் கிராமத்தில் வசிப்பதென்பது சிப்பியின் வயிற்றில் வசிப்பதைப் போன்றது என்றும், நான் தெளிவானவனாக இருந்தால், எவ்வளவு சீக்கிரம் இந்தக் கிராமத்திலிருந்து வெளியேற முடியுமோ அவ்வளவு சீக்கிரமாக வெளியேறிவிடுவேன் என்றும் தெரிவித்தார். சரியான நேரம் வரும்போது - அப்போது எனக்குப் பதிமூன்று வயதாகியிருந்தது - அவரைப் பின்பற்றி நானும் உலகைச் சுற்றத் தொடங்கிவிடுவேன் என்று பலமுறை எனக்குச் சத்தியம் செய்தார்.

கிராமத்திலிருந்து வெளியேறுவதற்குச் சில தினங்களுக்கு முன்னதாக, ஆற்றங்கரையோரத்தில் வழக்கமாக நான் மீன் பிடிக்கும் இடத்திற்கு ஜே வந்தார். தன்னுடைய திட்டங்கள் முழுமை பெற்றுவிட்டுவிட்டதாக என்னிடத்தில் தெரிவித்தார். இலண்டனில் இருக்கும் அவருடைய நண்பரொருவர் நாடகமொன்றில் ஒரு கதாபாத்திரத்தில் அவரைச் சேர்த்துவிடுவதாகச் சொல்லியிருப்பதாகத் தெரிவித்தார். உச்சபட்ச மகிழ்வில் இருந்ததால் நான் மீன் பிடித்துக்கொண்டிருக்கையில் எவ்விதத் தடங்கலும் இல்லாமல் தொடந்து பேசியபடியே இருந்தார். ஆற்றங்கரைச் சரிவில் எனக்குப் பின்னால் புல்தரையின் மீது மெலிதான உடலமைப்பில் தோரணையுடன் அமர்ந்திருந்த ஜே-வினுடைய காட்சியை என்னால் இப்போதும் தெளிவுற நினைவுகூர முடிகிறது. அவருடைய கைகள் அசைந்துகொண்டிருந்தன என்றாலும், அவர் கையில் எதை வைத்திருந்தார் என்பதை முதலில் என்னால் பார்க்க முடியவில்லை.

“உன்னைப் பற்றித் தெரியவில்லை. ஆனால், நான் ஒருபோதும் வயதானவனாக ஆக விரும்பவில்லை, நான் அதற்குத் தகுதியானவனில்லை” என்றார்.

நான் லேசாகத் திரும்பி அவர் என்ன செய்துகொண்டிருக்கிறார் என்பதைப் பார்த்தேன். ஒரு மரக்கிளையின் முனையைத் தனது பென்சில் கத்தியால்

செதுக்கிக்கொண்டிருந்தார். மெதுவாக அசையும் நீர்ப்பரப்பில் மிதக்கும் தக்கையின் மீது எனது கவனத்தை மீண்டும் பதித்தேன்.

“எனது தந்தையைப்போல வயதானவராக ஆக எனக்கு விருப்பமில்லை, அதற்குள் நான் இறந்துவிட வேண்டும்” எனத் தொடர்ந்து பேசினார் ஜே.

“கண்டிப்பாக, நானும் அதை ஏற்கிறேன்” என அவசரமாக அவருக்குப் பதிலளித்தேன்.

“இங்கே பார், நாம் ஒரு ஒப்பந்தத்தை உண்டாக்கிக்கொள்ள வேண்டும். அதாவது நீயும் நானும். நாம் நாற்பது வயதைத் தொடும்போது ஒருவரை ஒருவர் கொலை செய்துவிட வேண்டும்” அவருடைய கைகள் செய்துகொண்டிருந்த வேலையைத் தற்காலிகமாக நிறுத்தின. மீண்டும் என்னைப் பார்த்து “நீ என்ன நினைக்கிறாய்?” என்றார்.

“நீங்களே உங்களை வெட்டிக்கொள்ளப் போகிறீர்கள்.”

“என்ன...” என்றுவிட்டு, தன் கையிலிருந்த மரக்கிளையைத் தூர எறிந்தார். “ஆனால் நான் இவ்வாறு நினைத்தேன். உன்னை விட வயதில் நான் பெரியவன். நாம் வேறொரு திட்டத்தை வகுக்க வேண்டும்.”

வேறொரு மரக்கிளையை மீண்டும் கையில் எடுத்து அதையும் தனது கத்தியால் செதுக்கத் துவங்குவதைப் பார்த்தேன். அவருடைய பிளேடிலிருந்து மரக்கிளையின் பட்டை உறிந்து வெளியேறுவதை மௌனமாகப் பார்த்துக்கொண்டிருந்தேன்.

“உங்களை நீங்களே வெட்டிக்கொள்ளப் போகிறீர்கள், அதாவது உங்கள் விரலை வெட்டிக்கொள்ளப் போகிறீர்கள்” என்றேன் இறுதியாக.

ஜே எனது வார்த்தைகளைப் பொருட்படுத்தாமல் மீண்டும் மரக்கிளையைச் சீவத் துவங்கினார். நான் நீரலையையும் மிதக்கும் தக்கையையும் பார்த்தேன். அந்த மதியநேரத்து வெப்பத் தன்மையையும் கடந்து எனக்குக் குளிரெடுக்கத் துவங்கியது.

கிராமத்திலிருந்து அவர் வெளியேறிய ஓராண்டுக்குப் பிறகு அவ்வப்போது எங்களுக்குள் கடிதங்களைப் பரிமாறிக்கொள்ள துவங்கினோம். வெளிநாடுகளுக்குப் பயணிக்கத் தேவைப்படும் பணத்தை ஈட்டுவதற்காகத் தானொரு உணவகத்தில் வேலை செய்வதாகக் கடிதத்தில் தெரிவித்திருந்தார். எனினும், சில காலங்களில் வெகு இயல்பாக எங்களுக்கிடையிலான தொடர்பு அறுந்துபோனது.

இருபது வருடங்களுக்கும் மேலாக ஜே-வை நான் திரும்பவும் பார்க்கவே இல்லை. மீண்டும் அவரைக் கண்டுபிடிப்பதும் சோர்வு மிகுந்த பணியாக இருந்தது. ஆனால், இறுதியில் அவருடைய முகவரியைக் கண்டுபிடித்துவிட்டேன். ஒருநாள் பின்னிரவில் இருண்ட கட்டடமொன்றின் முதல் மாடியில் இருந்த ஓரறையின் கதவைத் தட்டினேன். உடனடியாக என்னை அடையாளம் கண்டுகொண்ட ஜே அவரது வீட்டினுள் எனை அழைத்துச் சென்றார்.

அவருடைய வீட்டில் அவ்வேளையில் விருந்தினர்கள் இருந்தார்கள். கோரவுருவத்தில் இருந்த தம்பதி ஒன்று தங்கள் கைகளில் பீர் கேன்களை வைத்திருந்தது. அங்கிருந்த பெண் அகண்டவளாகவும் மிகை அலங்காரத்துடனும் காட்சியளித்தாள். அவளுடன் இருந்தவன் இளம் வயதுடையவனாகவும் தனது மேற்சட்டையின் மார்புப் பகுதியில் மலர் சூடியபடியும் இருந்தான். இருவருமே மிக அதிகமாகக் குடித்திருந்தனர். எனினும் ஜே நிதானமானவராகவே தோன்றினார். விருப்பமில்லாமல் அவருடைய கேள்விகளுக்கு விரிவாகப் பதிலளித்துக்கொண்டிருந்தேன். அதன்பிறகு ஒருவிதமான அசௌகர்யமான உணர்வு அவரிடமிருந்து மேலெழுந்ததையும் தனது அறை முழுவதையும் நோட்டமிட்டு விரைவாக விருந்தினர்களைப் பார்வையால் துழாவிய அவருடைய கண்களையும் பார்த்தேன். அவருடைய கேள்விகள் உலர்ந்துபோனதோடு என்னைப் பார்ப்பதைச் சிரமமாக உணர்கிறார் என்பதையும் என்னால் உணர முடிந்தது.

வெறுமையைத் தவிர அவ்வறைக் குறித்து வேறெதுவும் சொல்ல முடியாதிருந்தது. சிதைவுற்ற நாற்காலிகளையோ மழுங்கிய சிறிய தேனீர் மேசையையோ மீறி நமது கவனத்தை ஈர்க்கக்கூடியவை சொற்ப அளவிலேயே அங்கு இருந்தன. அவ்வறைக்குள் நுழைந்த ஒரே வெளிச்சம் என்றால் மூலையில் இருந்த மங்கலான விளக்கிலிருந்து கசிந்தவை மட்டுமே. அதன் இருண்மையான ஒளியசைவுகளால் அவருடைய சுவரில் காகிதங்கள் ஒட்டப்பட்டுள்ளனவா என்பதைக்கூட உறுதியுடன் சொல்ல முடியவில்லை. அவருடைய நண்பர்கள் தொடர்ந்து பேசிக்கொண்டும் நகைத்துக்கொண்டும் இருந்தார்கள். ஆனால், ஜே மௌனத்தில் ஆழ்ந்துவிட்டார். நானும்கூட மிகச் சிறிதாகவே பேசினேன். பலமுறை வராண்டாவில் நடந்து செல்வோரின் காலடி ஓசைகளை என்னால் கேட்க முடிந்தது. இயல்பாகவே, நள்ளிரவை நெருங்கும் நேரத்தில் ஜே-வினுடைய விருந்தினர்கள் விடைபெறுவதற்காக எழுந்தனர். அதிக அளவில் அலங்காரம் செய்திருந்த அந்தப் பெண் வாயிற்கதவின் அருகில் ஜேவுக்குச் சத்தமாக முத்தம் கொடுத்தாள். ஜே தனது பிறந்தநாளைச் சிறந்தமுறையில் கொண்டாடிக் களித்திருப்பார் என நம்புகிறேன் என்றாள். அதன்பிறகு இறுதியில் நாங்களிருவரும் மட்டும் தனித்திருந்தோம்.

ஜே குறிப்பிடத்தகுந்த அளவில் மாறியிருந்தார். சதைப் பற்றுடனும் முன் துருத்திக்கொண்டிருக்கும் சிறிய தொப்பையுடனும் காணப்பட்டார். சோர்வாகக் காணப்பட்ட ஜே, கடந்த பதினைந்து தினங்களாகத் தான் தூங்கவில்லை என்றார். பொருட்களைப் பாதுகாக்கும் கிடங்கு ஒன்றில் மேலாளராகப் பணிசெய்வதாகத் தெரிவித்தார். அவ்வேலையை அவர் நேசித்தாரா என்கிற எனது கேள்விக்கு அதுவொரு நல்ல வேலை என்பதே அவரது பதிலாக இருந்தது.

“நான் உங்களுக்கொரு பிறந்தநாள் பரிசைக் கொண்டுவந்துள்ளேன்” எனச் சொல்லிவிட்டு எனது பையிலிருந்து ஒரு பொட்டலத்தை எடுத்தேன். தனது நாற்காலியில் முன்புறமாக நிமிர்ந்து அமர்ந்த ஜே சிறு நிமிடங்களுக்கு ஆர்வத்தில்

இருப்பவராகத் தோன்றினார். அந்தப் பொட்டலத்தைக் கையிலெடுத்து அதன் மீது சுற்றப்பட்டிருக்கும் தாளை அகற்றாமல் சில கணங்களுக்கு அதையே பார்த்துக்கொண்டிருந்தார். பிறகு மிக மெதுவாக, தாளை அகற்றிய ஜே அதற்குள்ளிருந்த கறுப்பு நிறப் பெட்டியைப் பார்த்துவிட்டுச் சிரித்தார். கறுப்புப் பெட்டியைத் திறந்ததும் அவரது புருவங்கள் உயர்ந்தன.

"என்ன இது முன்னாள் நண்பனே, வாழைப்பழம் வெட்டும் கத்தியா?"

"இல்லை, இது துருக்கியைச் சேர்ந்தது. பதினாறாம் நூற்றாண்டில் துருக்கியர்கள் பயன்படுத்திய கத்தியின் வடிவமைப்பில் உருவாக்கப்பட்டது. குறிப்பாக, எனக்கு அதன் கைப்பிடி மிகவும் பிடித்திருக்கிறது"

"ஆஹ்... துருக்கியைச் சேர்ந்தது..."

"நீங்கள் எப்போதுமே அங்கு செல்ல வேண்டுமென விரும்பினீர்களே" என்றேன்.

"முன்பொரு காலத்தில் விரும்பினேன். ஒருவர் தனது குழந்தைத்தனமான விருப்பங்களிலிருந்து விடுபட வேண்டும்" சிரித்தபடியே பெட்டியிலிருந்து கத்தியைக் கையில் எடுத்தார். இரண்டடி நீளத்திலிருந்த அந்தக் கத்தி நேர்த்தியானதொரு கலைப்பொருள்.

"நீங்கள் எப்போதாவது அங்கு சென்றிருக்கிறீர்களா?" என்றேன்.

"ஆமாம். ஒருமுறை சென்றிருக்கிறேன். மிக நீண்ட காலத்திற்கு முன்பு. ஆனால், அதற்கெல்லாம் இப்போது எந்தவொரு அர்த்தமும் இல்லை" சோர்வூட்டும் புன்னகையை வெளிப்படுத்தியபடியே கையிலிருந்த கத்தியின் முனையை எச்சரிக்கையுணர்வுடன் வருடினார்.

"என்னைச் சந்தித்ததில் மகிழ்ச்சியாக உணருகிறீர்களா?"

"ஆமாம். நிச்சயமாக, மகிழ்ச்சியாக உணருகிறேன். ஆனால், நீ புரிந்துகொள்ள வேண்டும். என்னைச் சுற்றிய விஷயங்கள் அனைத்தும் இப்போது மிக மந்தமாக உள்ளன. மூழ்கடிக்கக்கூடியதாகவும் மந்தகரமானதாகவும் உள்ளன" என்று லேசாகச் சிரித்தார். "ஆனால் என்னை மன்னித்துவிடு, விஷயங்கள் இவ்வளவு இருண்மையாக இருக்கக்கூடாது. அதுவும் இந்த இரவு நேரத்தில்"

கதவு இருந்த திசையைப் பார்த்தவாறே "ஒருவேளை முன்னும் பின்னுமாக நகர்ந்துகொண்டே இருக்கும் இந்தக் காலடி ஓசைகளால்தான் உங்களால் தூங்க முடியவில்லையோ" என்றேன்.

"அமைதியாக இரு. இந்த வளாகத்தில் வேறொரு அறையில் வசிக்கும் பெண்ணொருத்தி தனது விருந்தினர்களை மகிழ்ச்சியாக வைத்திருக்க வேண்டுமென விரும்புகிறாள். சில நேரங்களில் இரவு பகல் பாராது முழு நேரமும் விருந்தினர்கள் வந்து செல்வதுண்டு"

"இங்கே வந்து சென்ற உங்கள் நண்பர்கள், உங்கள் பணியிடத்தைச் சேர்ந்தவர்களா?"

"நண்பர்கள் என்று உறுதியாகச் சொல்ல முடியாது எனதருமை முன்னாள் நண்பனே. அவர்களை எனக்குத் தெரியும், அவ்வளவுதான். எப்போதாவது இங்கு வந்து செல்வார்கள்" என்றுவிட்டு, முன்னால் குனிந்த ஜே தேனீர் மேசையின் மீது கிடந்த சாவிக் கொத்து ஒன்றைக் கையில் எடுத்தார். "ஒரு வாரத்திற்கு முன்னால் யாரோ இதை இங்கு கொண்டுவந்து வைத்திருக்கிறார்கள். இது உன்னுடையது இல்லைதானே?"

"இல்லை, அவை என்னுடையவை அல்ல"

"சரி." சாவிக் கொத்தை மீண்டும் அதே இடத்தில் வைத்துவிட்டு, கத்தியை மீண்டும் கறுப்பு நிறப் பெட்டியில் கவனத்துடன் வைத்தார். "துருக்கியச் சிற்பக் கலை குறித்து நீ வாசித்தறிந்திருப்பதைப் பாராட்டுகிறேன். அது உத்வேகமூட்டக்கூடியதாக இருக்கிறது"

"நன்றி. இவ்வளவு நாளாக உங்களுடைய இருப்பையே நான் உணர்ந்திருக்கவில்லை"

"ஏன்? நான் எப்போதுமே என்னை வெளிப்படுத்திக்கொள்ள முயன்றிருக்கிறேன். எல்லாவற்றையும் விட, எனது முன்னாள் நண்பனே, நமது பின்புலம் இப்போது முற்றிலும் தொடர்பற்றதாக இருக்கிறது. ஆஹ், ஆமாம், நான் அவ்வப்போது என்னை வெளிப்படுத்திக்கொள்ள முயன்றிருக்கிறேன்"

"நமது பின்புலம் தொடர்பற்றது என எதை வைத்துச் சொல்கிறீர்கள்? நானொரு அறிஞராகவும், நீங்களொரு மேலாளராகவும் இருப்பதை வைத்தா?"

ஜே மீண்டும் சிரித்தார். "என்ன அழகாகச் சொல்லிவிட்டாய் முன்னாள் நண்பனே. ஆனால், அது உண்மையும்தான் இல்லையா. அதைவிடு, என்னைப் பற்றி நீ அதிக அளவில் கவலைப்பட வேண்டியதில்லை. தேனீர், சிறிது தேனீர் அருந்தலாமா?"

நான் தலையசைத்ததும், பக்கத்தில் இருந்த சிறிய சமையலறைக்குள் நுழைந்தார். தட்டுகளையும் தம்ளர்களையும் அவர் உருட்டும் ஓசையைச் சில நிமிடங்களுக்குக் கேட்டுக்கொண்டிருந்தேன். பிறகு அவருக்குக் கேட்கும் விதத்தில் சத்தமாகவே, "முன்பொருமுறை நாம் இருவரும் செய்துகொண்ட ஒப்பந்தம் நினைவிருக்கிறதா?" என்றேன்.

"நீ என்ன சொன்னாய்?" ஜே-வின் குரல் எதிரொலித்தது.

"நீங்களும் நானும் ஒரு ஒப்பந்தம் செய்துகொண்டோம். ஆற்றங்கரையில். அப்போது நான் மீன் பிடித்துக்கொண்டிருந்தேன். நீங்கள் எனக்குப் பின்னால் அமர்ந்திருந்தீர்கள்"

“ஓ... அப்படியா? அது எப்போது எனது முன்னாள் நண்பனே? சர்க்கரை வேண்டுமா?”

எழுந்தபடியே “இல்லை, வேண்டாம்” என்றேன்.

தனது இரண்டு கைகளிலும் தேனீர் தம்ளரை ஏந்தியபடியே ஜே மீண்டும் அறைக்குள் நுழைந்தார். ஒரு கணம் அப்படியே நின்றவர் திடுக்கிட்ட உணர்வுடன் என்னைப் பார்த்தார். கத்தியை நான் மிக இயல்பாகத்தான் பிடித்திருந்தேன் என்றாலும், என்னுடைய பாவனைகளில் எதுவோ ஒன்று பிறழ்வு நிலைக்கு என்னை உந்தியிருக்க வேண்டும். அவருடைய உதடுகள் லேசாகப் பிரிந்து பின் மீண்டும் இணைந்தன. அவர் இப்போது சோர்வுற்றவராகத் தெரியவில்லை. அதோடு இனம்புரியாத காரணத்தால் தனது பதினேழு வயது தோற்றத்தை எனது மனதுக்குள்ளிருந்து எழுப்பிவிட்டிருந்தார்.

நாங்கள் இருவரும் எதுவும் பேசாமல் ஒரு நிமிடம் ஒருவரையொருவர் பார்த்தபடி நின்றிருந்தோம். அவர் தேனீர் தம்ளர்களைக் கீழே வைக்கவில்லை. அவருடைய முகமும் வறண்டு உணர்வற்றிருந்தது. எவ்விதமான மாறுபட்ட சிந்தனைக்கும் துளி முக்கியத்துவமும் கொடுக்காமல் மெல்ல என் கையில் இருந்த கத்தியை உயர்த்தினேன்.

“ஆமாம், எனக்கு இப்போது நினைவுக்கு வந்துவிட்டது” ஜேவின் குரல் எந்தவித உணர்வும் இல்லாதிருந்தது. “ஆக, உனது தரப்பிலான ஒப்பந்தத்தை நிறைவேற்ற நீ வந்திருக்கிறாய்?”

நான் அவருக்குப் பதிலளிக்கவில்லை என்றாலும் தாக்குவதற்குத் தயாராக எனை நிறுத்திக்கொள்ள வேண்டும் எனும் முடிவில் மெல்ல முன்னால் அடியெடுத்து நகர்ந்தேன்.

“ஆமாம். என்னால் நன்றாகவே நினைவுகூர முடிகிறது” அவர் தொடர்ந்தார். “மேலும் அப்போது நீ எனது குரலை கவனித்திருக்கவில்லை என்றே நினைத்தேன். மீன் பிடிப்பதில்தான் தீவிரமாக இருந்தாய்.” அவர் லேசாகச் சிரித்தார். ஆனால் மீண்டும் அவருடைய முகத்தில் வெறுமை குடிக்கொண்டுவிட்டது. “ஆனால், இன்னும் சில வருடங்களுக்கு நீ நாற்பது வயதை எட்டப் போவதில்லை, முன்னாள் நண்பனே. நமது ஒப்பந்தத்தில் எனது பகுதியையும் நான் நிறைவேற்ற வேண்டுமென விரும்புகிறாயா?”

“அதன் முடிவு உங்களுடையதே”

“அப்படியெனில் இப்போதே இது நிகழட்டும்”

கத்தியை எனது தலைக்கு மேலுயர்த்தியபடியே அவருக்கெதிரில் தயார் நிலையில் நின்றிருந்தேன். சமையலறையிலிருந்து கசிந்த ஒளி அவரது முகத்தின்

ஒரு பகுதியைப் பிரகாசமாக்கியது. அவருடைய கன்னம், தாடை எலும்புகள் மீது அவ்வொளி கவிந்து மேலும் ஒளிர்வுடன் இருந்தது. அவருடைய முகத்தின் மற்றொரு பகுதி நிழலில் மூழ்கியிருந்தது. அவருடைய ஒற்றைக் கண்ணை, எல்லாவற்றிடமிருந்து துண்டிக்கப்பட்ட உணர்வை வெளிப்படுத்திய அவருடைய ஒற்றைக் கண்ணை என்னால் பார்க்க முடிந்தது. பிறகு, அந்தக் கண் சோர்வுற்றதாகவும் பொறுமையற்றதாகவும் தோற்றமளித்தது. கீழே உள்ள தெருவில் ஒரு கார் எங்களைக் கடந்து செல்லும் ஓசை என் காதில் விழுந்தது. உடனடியாக நான் வெட்டத் துவங்கிவிட்டேன். நான் முழுமையாக அவரை வெட்டி முடிக்கும் வரையில் ஜே ஒரு வார்த்தையும் உதிர்க்கவில்லை. அவர் கையிலிருந்த தேனீர் தம்ளர் மெல்ல கீழே விழுந்து அதிலிருந்த தேனீர் தரைவிரிப்பின் மீது பரவியது.

எனது வலது கரத்திலிருக்கும் சுண்டுவிரல் குறிப்பிடத் தகுந்த அளவில் என்னை அசௌகர்யப்படுத்தவே செய்கிறது. சில தினங்களுக்கு முன்பு கிரேக்கப் பெண் தெய்வத்தின் சிறிய சிலையைச் செதுக்கும் வேலையில் ஈடுபட்டிருந்தபோது உளி என் விரலில் காயமேற்படுத்திவிட்டது. அந்தக் காயத்தால் எனது செயல்பாடுகளை நிறுத்த வேண்டியிருந்ததால், அந்தப் பெண் தெய்வம் முழுமைப் பெறாமல் ஏதோவொரு மூலையில் செய்தித்தாள் ஒன்றின் மீது வைக்கப்பட்டிருக்கிறாள். அவளை முழுமையாக்க வேண்டும் என்கிற அவசரம் எதுவும் எனக்கில்லை. இதற்கு முன்பே இதுபோன்றதொரு பெண் சிலையை நான் செதுக்கியிருக்கிறேன். எனினும், அவற்றைச் செதுக்கி முழுமை செய்யும்போது கிடைக்கிற மனநிறைவை இதுபோன்ற சாதனைகள் எனக்கு வழங்குவதில்லை.

கடந்த அரைமணி நேரத்தில் என்னால் எந்தவொரு காலடி ஓசைகளையும் கேட்க முடியவில்லை. எனக்கு அருகில் வசிக்கும் சிறிய யூதப் பெண் இன்றைய இரவுக்கான தனது செயல்பாடுகளை நிறுத்திவிட்டதைப்போலத் தெரிகிறது. ஆனால், இப்போது திடீரென எனது தோள்பட்டைகளின் மீது எனது பார்வையைப் பதிக்கிறேன். ஒவ்வொரு முறையும் ஜே எனக்குப் பின்னால் இல்லை என்பதை உணரும்போது விடுபட்ட உணர்வும் ஏமாற்றமும் ஒன்றுகலந்த விநோதமான மனநிலைக்கு ஆட்பட்டேன். அவர் வருவார் என்பதில் நான் உறுதியாக இருக்கிறேன். நான்கு வருடங்களுக்கு முன்னால் நான் அடைந்த வெற்றி இப்போது பயனற்றதாக உள்ளதைச் சங்கடம் ஏற்படுத்தும் வகையில் மிக வெளிப்படையாகவே என்னால் உணர முடிகிறது. நான் செய்ய வேண்டியதெல்லாம் இவ்வறையை முழுமையாக ஒருமுறை பார்ப்பது மட்டுமே. எனது அறையை, எனது புத்தகங்களை, நான் செதுக்கியுள்ள சிலைகளை, எனது தளபாடங்களை, நாற்பது வருடங்களில் நான் சேகரித்திருக்கும் அத்தனையையும் ஒருமுறை முழுவதுமாகப் பார்க்க வேண்டியது மட்டுமே நான் செய்ய வேண்டிய பணியாக இறுதியில் எஞ்சியுள்ளது. மேலும், தனது ஆழ்ந்த அனுதாபங்களைத் தெரிவிக்க நிச்சயமாக ஜே இங்கு வருவார் என்பதும் எனக்குத் தெரியும்.

ஆசிரியர் குறிப்பு

காசுவோ இஷிகுரோ 1954ஆம் வருடத்தில் நாகசாகியில் பிறந்தார் என்றாலும், தனது ஐந்தாவது வயதிலேயே இங்கிலாந்துக்குத் தனது பெற்றோருடன் குடிபெயர்ந்துவிட்டார். அவரது படைப்புகளில் ஜப்பானியப் பார்வையிலான ஆங்கிலேய சமுதாயமும், அந்நிய நிலவெளியில் தங்களது அடையாளங்களை இழந்து தவிக்கும் அவர்களது அகரீதியிலான போராட்டங்களும் தொடர்ந்து இடம்பெறுகின்றன. அதுபோலவே, இரண்டாம் உலகப் போரின்போது அணுகுண்டு வீசித் தகர்க்கப்பட்ட தனது தாய் நிலத்தின் துயரம் மிகுந்த ஞாபகங்களும் படர்ந்திருக்கின்றன. The Remains of the day எனும் நாவலுக்காக 1989ஆம் வருடத்தின் புக்கர் பரிசு இஷிகுரோவுக்கு அளிக்கப்பட்டது. அந்த நாவல் அந்தோனி ஹாப்கின்ஸின் நடிப்பில் திரைப்படமாகவும் உருவாக்கப்பட்டிருக்கிறது. அதேபோல, 2005ஆம் வருடத்தில் வெளியான இவரது Never let me go எனும் நாவலை, அவ்வருடத்தின் தலைசிறந்த நாவலாக டைம் பத்திரிகை தேர்வு செய்திருந்தது. ஸ்வீடிஷ் அகாதெமியால் “உணர்ச்சிப் பிரவாகமெடுக்கும் தனது நாவல்களின் மூலமாக, உலகைப் பிணைத்திருக்கும் மாயக் கயிற்றினடியில் ஓலமிட்டுக்கொண்டிருக்கும் இருட்டுலகத்தை வெளிக்கொணர்ந்தவர்” என மதிப்பிடப்பட்டு, இவருக்கு 2017ஆம் வருடத்தில் நோபல் பரிசு வழங்கப்பட்டது. காசுவோ இஷிகுரோவின் A Strange and Sometimes sadness, Waiting for J ஆகிய சிறுகதைகளின் மொழியாக்கமே மேலே தரப்பட்டுள்ளது.

பாலத்தின் மீது ஒரு துளை
ஸ்லாவோமிர் மிரோஜெக்

முன்பொரு காலத்தில், தனது கரையின் இரண்டு பக்கங்களிலும் சிறிய நகரங்களைக் கொண்டிருந்த ஆறு ஒன்று இருந்தது. அந்த இரு நகரங்களும் பாலத்தின் குறுக்கே ஓடும் சாலையின் மூலமாகவே இணைக்கப்பட்டிருந்தன.

ஒருநாள் அந்தப் பாலத்தின் மீது ஒரு துளைத் தோன்றியது. அந்தத் துளையைச் சரி செய்தாக வேண்டும். இரண்டு நகரங்களின் குடிமக்களுக்கும் இதில் ஒருமித்தக் கருத்து உண்டாகியிருந்தது. எனினும், அந்தத் துளையை அடைக்கும் வேலையை யார் மேற்கொள்வது என்பதில் இரு தரப்புக்கும் இடையில் பெரிய சலசலப்பு எழுந்தது. ஒரு நகரத்துக் குடிமக்கள், தாங்கள்தான் அதிக முக்கியத்துவம் வாய்ந்தவர்கள் என்று கருதினார்கள். பிறிதொரு நகரத்து மக்களும் தங்களை அவ்வாறே நினைத்தார்கள். ஆற்றின் வலதுபக்கத்துக் கரையில் அமையப்பெற்றிருந்த நகரின் மக்கள், அந்தச் சாலை அவர்களுடைய நகரத்தை நோக்கிதான் செல்கிறது என்பதால், இடதுபுற நகரத்தின் மக்கள்தான் அதனைச் சரிசெய்தாக வேண்டும் என்று கருதினார்கள். அவர்கள்தான் அந்தச் சாலையின் மூலமாக அதிக பயனடைகிறார்கள் என்பது அவர்களது எண்ணம். கரையின் இடதுபுறம் அமைந்திருக்கும் நகரமானது, அந்தச் சாலையில் மேற்கொள்ளும் எந்தவொரு பயணமும் தங்கள் திசையை அடைவதாகவே இருப்பதால், பாலத்தில் ஏற்பட்டிருக்கும் பழுதினை நீக்குவதில் வலதுபுற கரையோர மக்களே பொறுப்பேற்றுக் கவனம் செலுத்த வேண்டும் என்று கருதினார்கள்.

அந்தப் பாலத்தின் மீது விழுந்துவிட்ட துளையைப் போலவே, அவர்களுக்கிடையில் உருவாகிவிட்ட சச்சரவுகளும் நிரந்தரமாக நிலைத்துவிட்டன. அதோடு, எந்த அளவு அந்தத் துளை சரிசெய்யப்படாமல் நிலைப்பெற்றிருக்கிறதோ, அதே அளவில் இரு நகரத்து மக்களுக்கும் இடையிலான விருப்பமின்மையும் நாளுக்கு நாள் வளர்ந்துகொண்டே போனது.

ஒரு சமயத்தில் முதியவர் ஒருவர், அந்தத் துளையில் விழுந்து தனது கால்களை உடைத்துக்கொண்டார். உடனடியாக இரண்டு நகரத்தைச் சேர்ந்தவர்களும் அவரிடம் தொடர்ச்சியாகக் கேள்விகளைக் கேட்டுக்கொண்டே இருந்தார்கள். அவரது நோக்கம் இடதுபுற கரையிலிருந்து வலதுபுறம் வருவதாக இருந்ததா அல்லது வலதுபுற கரையிலிருந்து இடதுபுறம் வருவதாக இருந்ததா என்பது அங்கு பெரும் விவாதப் பொருளாக மாறியிருந்தது. அந்த முதியவரின் பதிலைப் பெறுவதன் மூலமாக, துளையில் விழுந்த அவரது நிலைக்கு எந்த நகரம் பொறுப்பேற்க வேண்டும் என்று அறிந்துகொள்வதற்காகவே இக்கேள்வி கேட்கப்பட்டது. அவரால் நினைவுகூர முடியவில்லை. அதோடு, கேள்விக்குள்ளாக்கப்பட்டிருந்த அந்த மாலை நேரத்தில் அவர் மதுபோதையில் இருந்தார்.

சில காலத்திற்குப் பிறகு, ஒரு பயணியர் வண்டி அந்தப் பாலத்தின் வழியே செல்கையில், அந்தத் துளையில் சிக்கி, அதன் சக்கரங்கள் ஒன்றின் அச்சாணி முறிந்துவிட்டது. அந்தப் பயணி இரண்டு நகரங்களுக்குள்ளாகவும் பயணித்து வந்ததால், (அதாவது வலதுபுறத்திலிருந்து இடதுபுறமும் அல்லது இடதுபுறத்திலிருந்து வலதுபுறமும் அவர் பயணிப்பார்) இரண்டு நகரத்தைச் சேர்ந்தவர்களும் இந்த விபத்தை முற்றிலும் வேறொரு கோணத்தில் அணுகினார்கள். பெருங் கோபமடைந்த பயணி தனது வண்டியிலிருந்து கீழிறங்கி, அவர்களை நோக்கி, இந்தப் பாலத்தின் மீது துளை இருப்பது கண்டுபிடிக்கப்பட்டபோதிலும், ஏன் இன்னமும் அது பூசி மொழுகப்படவில்லை என்று கேட்டுவிட்டு, ஓர் அறிவிப்பை வெளியிட்டார்:

"நான் இந்தத் துளையை வாங்கப் போகிறேன். இதன் உரிமம் யாரிடத்தில் இருக்கிறது?"

உடனடியாக இரண்டு நகரத்து மக்களும் அந்தத் துளை தங்களுக்கு உரியதே என்று உரக்கக் குரலெழுப்பினார்கள்.

"யாருக்குச் சொந்தமென்று உரியவர்கள் நிரூபித்துக் காட்ட வேண்டும்"

"எப்படி அதை நிரூபிப்பது?" இரு சமூகத்துப் பிரதிநிதிகளும் கூட்டாகவே கிளர்ந்தெழுந்தார்கள்.

"அது ரொம்பவும் எளிமையானது. யாருக்கு அந்தத் துளை சொந்தமானதோ அவர்கள்தான் அதனைப் பூசி மொழுகியாக வேண்டும். அதனை யார் சரி செய்கிறார்களோ, அவர்களிடமிருந்து அந்தத் துளையை நான் வாங்கிக்கொள்கிறேன்."

இரு நகரத்து மக்களும் உடனடியாகச் செயலில் இறங்கினார்கள். பயணி சிகரெட் ஒன்றைப் பற்றவைக்க, வண்டியோட்டி உடைந்துபோன சக்கரத்தின் அச்சாணியைச் சீர் செய்துகொண்டிருந்தான். மின்னல் வேகத்தில் அவர்கள் பாலத்தைச் சரிசெய்துவிட்டார்கள். அடுத்ததாக, துளைக்கான தொகையைப் பெறுவதற்காக அவர்கள் பயணியை நெருங்கி வந்தார்கள்.

ஆச்சரியத்துடன் அவர்களைப் பார்த்த பயணி, "என்ன துளை? என்னால் இங்கு எந்தத் துளையையும் பார்க்க முடியவில்லையே. நீண்டகாலமாகவே வாங்குவதற்கு ஒரு துளையை நான் அங்குமிங்கும் தேடிவருகிறேன். அதற்காக மிகுதியான தொகையைச் செலவழிக்கவும் தயாராகவே இருக்கிறேன். எனினும், என்னிடம் விற்பதற்கு ஒரு துளைக்கூட உங்களிடம் இல்லையே. என்னை முட்டாள் என்று நினைத்தீர்களா?" என்றான்.

அதன்பிறகு அவன் தனது வண்டியில் ஏறி அவ்விடத்திலிருந்து புறப்பட்டு அவசரமாகச் சென்றுவிட்டான். அதே நேரத்தில், இரு நகரங்களுக்கும் இடையில் சமரசம் ஏற்பட்டிருந்தது. அவர்கள் தங்களுக்குள் ஒரு செயல்திட்டத்தை வகுத்து அதில் இருவருமே பங்களிப்புச் செய்வது என்று தீர்மானம் செய்துவிட்டார்கள்.

பாலத்தின் மீது இரண்டு நகரத்தைச் சேர்ந்த மக்களும் தங்களது கவனத்தைத் தொடர்ந்து செலுத்தியாக வேண்டும். அதோடு, அந்தப் பாலத்தின் வழியாகப் பயணிக்கும் எந்தவொரு பயணியையும் தடுத்து நிறுத்தி, அவனை அடிக்க வேண்டும்.

குதிரை
ஸ்லாவோமிர் மிரோஜெக்

"நான் அதனை எடுத்துக்கொள்கிறேன்" வாங்குபவர் ஒரு ஸ்டாலியன் குதிரையைச் (விதையடிக்கப்படாத ஆண் குதிரை) சுட்டிக்காட்டி ஆங்கிலத்தில் தெரிவித்தார்.

"அவர் அந்தக் குதிரையை எடுத்துக்கொள்கிறேன் என்று சொல்கிறார்" என குதிரை கொட்டகை மேலாளரிடம் மொழிபெயர்ப்பாளனாக நான் தெரிவித்தேன்.

"சாத்தியமே இல்லை. அந்தக் குதிரை ஏற்கெனவே விற்கப்பட்டுவிட்டது"

"நிச்சயமாக நான் இன்னமும் விற்கப்படவில்லை" என்று குதிரை வாய் திறந்து தமது தாய்மொழியில் தெரிவித்தது.

"அது என்ன சொன்னது?" எனக் கேட்டார் குதிரை வாங்க வந்திருந்தவர்.

"அது ஒன்றும் அவ்வளவு முக்கியமானது அல்ல" என்று சொன்ன மேலாளர், "சில சமயங்களில் அது முட்டாள்தனமாக இப்படி ஏதாவது உளறிக்கொண்டிருக்கும்" என்றார்.

"அந்தக் குதிரையைக் கொடுங்கள். இல்லையெனில், எனக்கு வேறு எந்தக் குதிரையும் வேண்டாம்" என்றான் அமெரிக்கன். "அது மிகச் சிறந்த குதிரை. அனைத்திலும் மேலாக அதனால் பேச முடிகிறதே!"

கொட்டகை மேலாளர் என்னைத் தனியே அழைத்துச் சென்றார்.

"என்னால் அதை விற்பனை செய்ய முடியாது. ஏனெனில், அது குதிரையே அல்ல"

"அப்படியாஞ் பிறகு அது வேறென்ன?"

"குதிரை வேடம் அணிந்திருக்கும் இரண்டு உளவுத்துறை சேவகர்கள். புரட்சிக்கு முன்பிருந்தே, எப்போதெல்லாம் நமது ஜெனரலிஸிமோ குதிரையில் சவாரி செல்ல விருப்பப்படுகிறாரோ, அப்போதெல்லாம் முழு நம்பிக்கையுடன், இவர்களின் மீது ஏறி அமர்ந்துகொள்வார் அல்லது இவை மீது ஏறி அமர்ந்துகொள்வார். அவரது பிரத்யேக மெய்க்காப்பாளர்கள் இவர்கள்."

"சரி. இப்போதுவரையிலும் அவர்கள் இங்கு என்ன செய்துகொண்டிருக்கிறார்கள்?"

"அவர்கள் பதுங்கியிருக்கிறார்கள். உனக்கு இப்போது புரிகிறதா, புரட்சி முடிவடைந்ததற்குப் பிறகு, முன்னால் உளவுத்துறை அதிகாரிகளுக்கு வாழ்க்கை அவ்வளவு சுலபமானதாக அமையவில்லை"

அதே சமயத்தில், அந்த பேன்ட்டோமைன் (Pantomime) குதிரை எங்களை நோக்கி வந்துவிட்டது.

"இங்கேயே ஏமாற்றிக்கொண்டு திரிவதற்கு" அது மேலாளரிடம் சொன்னது, "அமெரிக்காவுக்குச் சென்றுவிடுவதற்கு இதுதான் நமக்கு அமைந்திருக்கும் ஒரேயொரு வாய்ப்பு"

"அந்தக் குதிரை ருமானிய மொழியைப் பேசுமா?" என்று வினவியபடியே அமெரிக்கனும் நாங்கள் நின்றிருந்த இடத்தை நோக்கி வந்தான்.

"இல்லை. இது போலிஷ் மொழி மட்டும்தான் பேசும். ஏன் கேட்கிறீர்கள்?"

"நான் ஒரு அமைப்பிற்குப் பிரதிநிதியாக இருக்கிறேன். எங்கள் அமைப்பு கிழக்கு ஐரோப்பிய நாடுகளுக்குச் சில நிதியுதவிகளைச் செய்துவருகிறது. அதனால், இனப்பெருக்க நோக்கத்திற்காகவும், எங்களது பங்குகளை மேலும் வலுப்படுத்துவதற்காகவும் இதனை ருமானியாவிற்கு அனுப்புவோம்"

"ர்ர்ர்.. நான் அப்படி நினைக்கவில்லை" என்று சொல்லிவிட்டு குதிரை அங்கிருந்து நகர்ந்து சென்றது.

"குதிரை என்ன சொன்னது?" என்று அமெரிக்கன் கேட்டான்.

"அதாவது, சில நிமிடங்களில் திரும்பி வருகிறேன் என்று சொன்னது" நான் பொய்யுரைத்தேன். அதியிறுதியில், இந்த விஷயங்கள் எல்லாம் எங்களுக்கானவை. திசைகளை நாங்கள்தான் தீர்மானிக்க வேண்டும்.

ஆசிரியர் குறிப்பு

ஸ்லாவேமிர் மிரோஜெக் போலந்து நாட்டின் தலைசிறந்த நாடக ஆசிரியர்களுள் ஒருவர். பத்திரிகையாளராகவும், கேலிச்சித்திரக்காரராகவும் பணி செய்திருக்கிறார். பொதுவாக, இவரது படைப்புகளை 'அபத்தப் புனைவுகள்' என்று வகைப்படுத்தப்படுகின்றன. தனது அரசியல் சமூக விமர்சனங்களைக் கிண்டலாகவும், நையாண்டித்தன்மையுடனும் தனது படைப்புகளில் வெளிப்படுத்தியிருக்கிறார். அன்றாட வாழ்க்கையில் நிலவும் அபத்தச் சூழ்நிலைகளின் மிகைப்படுத்தப்பட்ட பதிப்புகள் என்றும் இவரது ஆக்கங்களை விமர்சகர்கள் முன்மொழிகிறார்கள். Elephant எனும் இவரது சிறுகதைத் தொகுப்பு 1957இல் வெளியிடப்பட்டது. போலந்து நாட்டின் கம்யூனிஸ்ட் அதிகாரிகளுடன் ஏற்பட்ட முரண்பாடுகளால், 1963இல் போலந்திலிருந்து வெளியேறி இத்தாலியிலும் பின்னர் பிரான்சிலும் வாழ்ந்தார். 1968இல் செக்கோஸ்லோவியா மீது ரஷ்யா போர் தொடுத்தபோது, போலந்தும் அதில் பங்கேற்றதைக் கண்டித்து திறந்த மடல் ஒன்றை எழுதினார். இதன் காரணமாக, அவரது போலந்து நாட்டுப் பாஸ்போர்ட் முடக்கப்பட்டது. குறிப்பிட்ட காலப்பகுதியில் இவரது நாடகங்கள் போலந்தில் தடை செய்யப்பட்டிருந்தன. எனினும், அயல் தேசங்களில் அவரது படைப்பாக்க முயற்சிகளுக்கு நல்ல வரவேற்பு இருந்தது. சர்வதேச அளவில் பெரும் கவனிப்பைப் பெற்றிருக்கும் திரைப்பட இயக்குநரான ஆந்த்ரே வாஜ்டா, இவரது நாடகம் ஒன்றைத் தயாரித்திருக்கிறார். 1996இல் ரஷ்ய நாட்டைச் சேர்ந்த ஆங்கில மொழி பத்திரிகை ஒன்றிற்கு அளித்த பேட்டியில் "நான் எளிமையாக வாழ்ந்துகொண்டும், நாடகங்கள் எழுதிக்கொண்டும் இருக்கிறேன். வேறு வகையில் என்னால் சுய வரையறை செய்ய முடியவில்லை. சில எழுத்தாளர்கள் தங்களைப் பற்றியே எழுதுவதில் ரொம்பவும் ஆர்வத்துடன் இருக்கிறார்கள். எனக்கு அது சரிவராது. பொதுவாக, என்னை எப்படி வகைப்படுத்துகிறார்கள் என்பது எனக்கு முக்கியமானதே அல்ல. அவர்கள் என்னை எப்படி அழைத்தாலும், நான் அதற்கு வெறுமனே ஒத்திசைவாகத் தலையசைக்கவே போகிறேன். அவ்வளவுதான்" என்று கூறியிருக்கிறார். 2013ஆம் வருடம் ஆகஸ்ட் 15ஆம் தேதி பிரான்ஸின் நைஸ் நகரத்தில் உள்ள தனது இல்லத்தில் உயிரிழந்தபோது ஸ்லாவேமிர் மிரோஜெக்வின் வயது 83. அவரது Elephant தொகுப்பில் இடம்பெற்றிருந்த இரண்டு கதைகள்

நான்காவது சுவர்

ஊர்மிளா பவார்

பாண்டுரேங் மேதேக்கர் (நானா) சமந்தன் கட்டடத்திலிருந்து சுறுசுறுப்பாக வெளியேறினார். அவருடைய கையில் ஒரு பை இருந்தது. வீட்டில் அணியக்கூடிய லெங்கா சட்டையை அணிந்திருந்தார். நடக்கும்போது அவரது கழுத்து நிலைகொள்ளாமல் ஆடியபடியே இருந்தது. எதையோ முணுமுணுத்தவாறே நிதானமில்லாதவராகக் காட்சியளித்தாலும் அவரது நடை உறுதியுடன் இருந்தது.

அலுவலகம் செல்ல தயாராகிக்கொண்டிருந்த அவரது பக்கத்து வீட்டுக்காரரான மனோகர் ரணபீஸ், அவரைப் பார்த்துவிட்டு வெளியே ஓடி வந்தார். "நானா... ஹேய் நானா" என உரத்தக் குரலில் கத்தினார். நானா அவரது குரலைப் பொருட்படுத்தாமல் தொடர்ந்து நடந்தபடியே இருந்தார். அதனால், ரணபீஸ் படிகளில் விரைந்து இறங்கினார். அந்தச் சமயத்தில் நானா சாலையில் ஒரு டாக்ஸியை நிறுத்திக்கொண்டிருந்தார். வேகமாக ஓடிச் சென்று அவரது பாதையில் குறுக்கிட்ட ரணபீஸ், "நானா, நீ எங்கே செல்கிறாய்?" எனக் கேட்டார்.

"சுடுகாட்டிற்கு" என்ற நானாவின் குரலில் கோபமேறியிருந்தது.

"என்ன இது நானா? முதலில் வீட்டிற்கு வா. என்ன செய்யலாமெனப் பிறகு பார்த்துக்கொள்ளலாம்"

"வீடா? அது வீடு அல்ல. சிறைக்கூடம்! மனிதர்கள் அங்கு வசிப்பதில்லை. மிருகங்கள், மிருகங்கள். ரத்த உறிஞ்சிகள்!" நானா பேசப் பேச அவரது உடல் கோபத்தில் குலுங்கியது.

"அமைதியாக இரு! எளிதாக எடுத்துக்கொள்" என்றார் ரணபீஸ் அக்கறையுடன். நானாவின் பையை வாங்கிக்கொண்டு, சாலையோரமாக அவரை நகர்த்திச் சென்று அனுசரணையுடன், "நானா, நான் உனது குடும்பத்தைச் சேர்ந்தவனல்ல. எனினும் எனக்கு முழுச் சூழலும் தெரியும். நமது மையத்திற்கு நீ பரிசளித்ததால்தான் இவையெல்லாம் நிகழ்ந்தன அல்லவா? உனது மகன்களும் மருமகள்களும் கோபமடைந்தார்கள், இல்லையா? நானா, நான் இதைச் சரிசெய்ய முயல்கிறேன். அனைத்தையும் உன்னிடமே திரும்பித் தரும்படி அவர்களிடம் சொல்கிறேன்"

"முட்டாளைப் போலப் பேசாதே. எனது பையைக் கொடு. என்னைப் போக விடு!"

“நானா, நீங்கள் எங்கு செல்வீர்கள்?”

“முதியோர் இல்லத்திற்கு”

“முதியோர் இல்லமா? அது எங்கிருக்கிறது?”

“எனக்கு அது தெரியும்”

“அவ்விடம் குறித்த அறிமுகம் எங்களில் யாருக்கேனும் இருக்கிறது?”

“நான் செல்கிறேன். நான் போக வேண்டும்”

“சரி. ஆனால் அது எப்படி இருக்கும்? நாம் முதலில் அதைக் கண்டறிவோம்”

“இல்லை. கைவிடப்பட்ட முதியவர்களுக்கு என்னவெல்லாம் நிகழுமோ அதே சங்கதிகள்தான் எனக்கும் நிகழும். எனக்கு அதுகுறித்து கவலை ஏதுமில்லை. எனக்கு இன்னும் எவ்வளவு காலம் மீதமிருக்கிறது! துயரார்ந்த சில முதிய மனிதர்களுடன் எனது மிச்ச நாட்களைச் செலவிடுவதில் நான் மகிழ்ச்சியடைவே செய்வேன்.”

மனோகர் நானாவுடன் மேற்கொண்டு விவாதிக்க விரும்பினாலும், அவர் தனது தீர்மானங்களின் மீது பிடிவாதமாக இருக்கிறார் என்பதை உணர்ந்ததும் டாக்ஸியை நிறுத்தி, “நாம் போகலாம். நீங்கள் அங்குதான் செல்கிறீர்கள் என்பதை நான் உறுதிசெய்துகொள்கிறேன்” என்றார்.

டாக்ஸி நின்றது. எதுவும் பேசாமல் நானா இருக்கையில் தலைசாய்த்து அமர்ந்தார். அவரது மகனின் வார்த்தைகள் தேள் கொட்டியதைப் போல அவரது இருதயத்தில் ஆழ்ந்த வலியை உண்டாக்கியிருந்தன. “சமூகச் சேவை செய்வதைப்போல நாடகமாடுகிறாயா? ஆனால், உன்னால் அதைப் பணத்தால் மட்டுமே செய்துவிட முடியாது. உனது கட்டை ஏற்கெனவே சுடுகாட்டிற்குப் பாதி தூரம் சென்றுவிட்டது.”

பாண்டுரங்கன் மேதேக்கர் அஞ்சல் ஊழியத்திலிருந்து ஓய்வுபெற்றபோது அவருடைய மகன்கள் ஒரு கொண்டாட்டத்திற்குத் திட்டமிட்டார்கள். அவர், “இல்லை. இதில் கொண்டாடுவதற்கு என்ன இருக்கிறது” என மறுக்கவே செய்தார்.

“என்ன இருக்கிறதா? இதுவொரு கடன். நீங்கள் எங்களை வளர்த்தீர்கள். கல்வி அளித்தீர்கள்” மகன்கள் பெருமையுடன் சொன்னார்கள். “எங்களிடம் வேறு இரண்டு காரணங்களும் இருக்கின்றன. நாங்களும் எங்களுடைய நண்பர்களும் சேர்ந்து டாக்டர் பாபாசாகேப் அம்பேத்கர் கலாச்சார மையம் ஒன்றைத் தொடங்கியிருக்கிறோம். மக்களுக்கு அதைப் பற்றித் தெரியப்படுத்த வேண்டுமெனவும் விரும்புகிறோம். அந்தக் கூட்டத்திற்கு நன்கறியப்படும் பிரெசிடெண்ட் மற்றும் பேச்சாளர்களை நாங்கள் அழைக்கவிருக்கிறோம். மேலும், தத்யாசாகேப் சிட்டாலே நமது பகுதியிலிருந்து நாடாளுமன்ற உறுப்பினர் ஆனவர். அவரையும் நாம் வாழ்த்துவோம். இந்த மனிதர்களெல்லாம் நமக்குப் பெரிதும் உதவிகரமாக இருப்பார்கள்.”

தனது மகன்கள் என்ன சொன்னார்கள் என்பதை நானாவால் புரிந்துகொள்ள முடியவில்லை என்றாலும் தனது மகன்களுக்காக அவர் தன் வாழ்நாள் முழுவதையும் தோய்த்து அழித்துக்கொண்டவர் என்பதை அறிந்திருந்தார். அதில் அவருக்கு முழுத் திருப்தியும் இருந்தது. அதுவே அவ்விழாவிற்கு அவர் சம்மதம் தெரிவிக்கவும் காரணமாக அமைந்தது.

விழாக் காலத்திற்கென்றே வடிவமைக்கப்பட்ட புதிய சட்டை ஒன்றை அணிந்துகொண்டார். தனது கேசத்தை நன்கு சீவிக்கொண்டார். விரலில் தங்க மோதிரத்தை அணிந்துகொண்டு மேடையில் தனக்குரிய இடத்தில் அமர்ந்துகொண்டார். அதன்பிறகு, மோதிரத்தைத் தேய்த்தபடியே கூடியுள்ளவர்களைக் கூர்ந்து கவனித்தார். தளத்தின் பக்கவாட்டில் வைக்கப்பட்டிருந்த அம்பேத்கர் மற்றும் பூலேவின் புகைப்படங்களையும் அவரால் பார்க்க முடிந்தது. மேடைப் பேச்சுகள் அவரைத் திடுக்குறச் செய்தன.

நானாவின் தோற்றமென்பது ரொம்பவே சாதாரணமானது. மென்மையான தோளினையுடைய குச்சி போன்ற உடலமைப்புடன் பல வருடங்களுக்கு முன்னமே மயிர் நரைத்த, முகத்திலிருந்து ஒருபோதும் அழிக்கவியலாத அப்பாவித்தனத்துடன் இருப்பவர் அவர். ஒவ்வொரு பேச்சாளர்களும் சற்றே மிகையாகவே அவரைப் புகழ்ந்திருந்தாலும், உண்மையில் நானா தனது குடும்பத்தையும் குடும்ப ஊழியத்தையும் தாண்டி இதுவரையில் எதையுமே செய்தவரல்ல. "சமூகப் பொறுப்புணர்ச்சி", "சமூகத்துக்குக் கடன்படுவது" போன்ற வார்த்தைகளெல்லாம் அவருக்கு முற்றிலும் அந்நியமானவை. ஒரு குறிப்பிட்ட வட்டத்திற்குள்ளாகவே கடிதங்களையும், அஞ்சலட்டைகளையும், பொட்டலங்களையும், சேமிப்புச் சான்றிதழ்களையும் சுமந்துகொண்டு திரிந்தவர் அவர். இருப்பினும், "சமூகத்தின் ஊழியன்", "பெரும் பயனாளி", "அறிவாற்றலின் மீது நேசம் கொண்டவர்" போன்ற உயர்நவற்சி பட்டங்கள் அவரை நோக்கிப் பொழியப்பட்டன.

இதற்குமுன் ஒருபோதும் தன்னைப் பற்றி இந்த அளவிற்குப் பெருமிதத்துடன் பேசப்படுவதைக் கேட்டிராத நானா இவ்வார்த்தைகளால் ஒளிர்ந்துகொண்டிருந்தார். சுற்றும் முற்றும் பார்ப்பதை நிறுத்திவிட்டு, அவர்களுடைய பேச்சை ஆழ்ந்து கவனிக்கத் துவங்கினார். "எவ்வளவு சிறப்பாக மக்கள் என்னைப் பற்றிப் பேசுகிறார்கள்! இவ்வளவு நம்பிக்கையை மக்கள் என் மீது வைத்திருக்கிறார்கள்! எனக்கு அருகில் அமர்ந்திருக்கும் சிறந்த மனிதர்களுக்கு இதுவெல்லாம் பொருந்தும். அவர்களுடைய பணிகள் மக்கள் அனைவராலும் அங்கீகரிக்கப்பட்டுள்ளன! ஆனால், நான்? சமூகத்துக்கு எனது பங்களிப்பு என்ன? கடினச் சூழலில் சிக்குண்டிருக்கும் மனிதர்களுக்கு உதவ எப்போதாவது முனைந்திருக்கிறேனா? அன்பாகப் பேசியிருக்கிறேனா? எனது ஆதரவைத் தெரிவித்திருக்கிறேனா?" அதன்பிறகு தனது வாழ்க்கையையே ஒருகணம் நினைவில் புரட்டிப் பார்த்த நானா தன்னிலையை மிகவும் மோசமாக உணர்ந்தார். "இல்லை, இல்லை. நான் இதற்கெல்லாம் தகுதியானவனே அல்ல." பக்கவாட்டில்

வைக்கப்பட்டுள்ள பூலே, அம்பேத்கர் ஆகியோரது உருவப்படங்களைப் பார்க்கும் தைரியம் அவருக்கு இல்லை. எவருடைய கண்களையுமே நேருக்கு நேராக அவரால் பார்க்க முடியவில்லை.

உரைகள் தொடர்ந்தபடியே இருந்தன. ஒவ்வொரு பேச்சாளரும் மிகுதியான ஆர்வத்துடன் சமூகத்துக்குச் சேவையாற்ற வேண்டியதன் முக்கியத்துவம் குறித்துப் பேசினார்கள். "சமூகத்துக்குச் சேவை புரிவதே, கடவுளுக்குச் சேவை ஆற்றுவதாக அர்த்தமாகும்", "அந்தப் பாதையில் யாரெல்லாம் பயணிக்கிறார்களோ அவர்களுக்குப் பொன்னொளி மின்னும் எதிர்காலம் காத்திருக்கிறது." அகர்கர், சாவர்க்கர், பூலே, அம்பேத்கர்... மிகச் சிறந்த மனிதர்களுடைய பெயர்கள் பேச்சாளர்களின் உதடுகளிலிருந்து உதிர்ந்தன. புதிய கலாச்சார மையம் பற்றிய திட்டமிடல்கள் மீண்டும் மீண்டும் குறிப்பிடப்பட்டன. குழந்தைகளுக்கான மழலையர் பள்ளி, பெண்களுக்கான தையல் வகுப்புகள், கல்வியறிவு அற்றவர்களுக்குப் படிப்பறிவூட்டும் வகுப்புகள், தேவைப்படுவோருக்கு ஆலோசனைகள், ஆதரவற்றோருக்கு உதவி - இத்தகைய எண்ணங்கள் அங்கு முன்மொழியப்பட்டன. பேச்சாளர்கள் பேசிக்கொண்டே போனார்கள். மையத்திற்கான அன்பளிப்புகள் குறித்து அவர்கள் பேசினார்கள். நூற்றியொன்று... ஐநூற்றியொன்று... ஆயிரத்தொன்று.. ஏலம் விடுப்பவர்களுக்கு நிகரான பாவனைகளுடன் அவர்கள் புள்ளிவிவரங்களை வெளிப்படுத்தினார்கள். பார்வையாளர்கள் பகுதியில் பலத்த கைதட்டு. எனினும், சமூகச் செயற்பாட்டாளர்கள் மகிழ்வடையவில்லை. இன்னும் பெரிதான நன்கொடைக்கு அவர்கள் அழைப்பு விடுத்தனர்.

இந்தச் சலசலப்புக்கு மத்தியில், நானாவின் மனம் அவருக்குள் உரையாடியபடியே இருந்தது. "இதுநாள்வரையிலும் உனக்கும் உனது பிள்ளைகளுக்கும் ஏராளமானவற்றைச் செய்திருக்கிறாய். உனது மகன்கள் சிறந்த கல்வியைப் பெற்றிருக்கிறார்கள். உயர்தர வேலைவாய்ப்பும் அவர்களுக்குக் கிடைத்திருக்கிறது. சமூகத்துக்கென ஏதாவது செய். இதுதான் அதற்கான சரியான நேரம்! எழு! பேசு!" அவருடைய உணர்வுகள் அவரைத் திணறச் செய்தன.

அந்த உணர்வு மேலெழும்புதல்களுக்குப் பதிலளிக்கும்விதமாக நானா எழுந்து நின்றார். மனதில் சில வார்த்தைகளைக் கோத்தபடியே, "நண்பர்களே! நான் இந்தச் சமூகத்துக்கு ஏதேனும் செய்ய வேண்டும் என்கிற உணர்வைப் பெற்றிருக்கிறேன். அதை வெளிப்படையாக அறிவிக்கவும் விரும்புகிறேன். எனது ஓய்வூதிய நிதியான ஐம்பதாயிரம் ரூபாயைக் கலாச்சார மையத்திற்கு நன்கொடையாக அளிப்பேன்."

இதைக் கேட்டதும் பார்வையாளர்கள் இடிமுழக்கத்தைப் போல கைதட்டினார்கள். ஐந்து நிமிடங்களுக்கு அந்த மண்டபம் வாழ்த்துரைப்புகளால் நிரம்பியது. சமூகச் செயற்பாட்டாளர்களின் முகங்கள் பிரகாசத்துடன் பூத்துக் குலுங்கின. கண்கள் பளபளத்தன. மேடையில் இருந்த போற்றுதலுக்குரிய பேச்சாளர்கள் நானாவை மிகுந்த மரியாதையுணர்வுடன் பார்த்தார்கள். பத்திரிகையாளர்கள் பரபரப்புடன்

கிறுக்கினார்கள். நானா அந்தக் கூட்டத்தில் தனது மகன்களையும் மருமகள்களையும் தேடினார் - ஆனால், அவர்களை நானாவால் அவ்விடத்தில் பார்க்க முடியவில்லை.

கூட்டம் முடிந்ததும், பெருமிதத்துடன் இதற்கு முன்பு உணர்ந்திராத நன்கொடையளித்தலின் முழு மனநிறைவுடன் வீடு திரும்பினார். தனது அறைக்குச் செல்லாமல் வரவேற்பறையில் இருந்த சோபாவில் அவர் அமர்ந்தார். தனது மகன்களுக்காகக் காத்திருந்தபடியே விழாவில் தனக்கு அணிவிக்கப்பட்ட மலர் மாலைகளை வருடிக்கொண்டிருந்தார். அவரது அகம் மகிழ்வுற்றிருந்தது…

“இன்று எனது அத்தை இந்த விழாவைக் காண இங்கிருந்திருக்க வேண்டும்.” சோபாவில் அமர்ந்த நிலையிலேயே கிராமத்திலுள்ள தனது அத்தைப் பற்றிய ஞாபகங்கள் அசைபோட்டபடி இருந்தார். தனது மகன்களின் படிப்பிற்காகவும், திருமணத்திற்காகவும், நகரத்தில் ஒரு வீடு வாங்குவதற்கும் தனது வயல்வரப்புகளை, கொட்டகையை, தனக்குச் சொந்தமான நிலத்தை, இறுதியில் தனது வீட்டை நானா விற்றபோது, அவருடைய அத்தை அவரைத் தடுக்க முனைந்தாள். கோபடத்துடன் அவரை எதிர்த்து நின்ற அவள், “நீருக்கு வெளியே உள்ள தவளையைப் போன்றவன் நீ. நமது சமூகத்தையும் சாதியையும் பற்றி நீ நினைக்காமல் போகக்கூடும். ஆனால், நினைவில் வைத்துக்கொள், வயதான காலத்தில் நீ உன் மகன்களையே சார்ந்திருக்க வேண்டிய நிலை உருவாகும்.”

நானாவும் கோபத்துடன் தனது அத்தைக்குப் பதிலளித்தார், “பாருங்கள், எனது மகன்கள் சிறப்பாகக் கல்வி கற்றவர்கள். அவர்கள் என்னை வெறுத்து ஒதுக்க மாட்டார்கள். நிராதரவற்ற நிலையில் நீங்கள் எங்கள் வீட்டிற்கு வந்தால், அவர்கள் உங்களையும்கூட கவனித்துக்கொள்வார்கள்.”

அத்தையைப் பற்றி நினைக்கையில் அவரது கண்கள் தானாக மூடிக்கொண்டன. வேகமாக ஒலித்த அழைப்பு மணிதான் மீண்டும் அவரை எழுப்பியது. அவருக்குக் கவலை உண்டானது. மருமகள்களில் ஒருவர் கூட கதவைத் திறக்க உள்ளறைகளிலிருந்து வெளியே வரவில்லை. கதவுத் திறக்கப்படவில்லை. அவரே எழுந்து சென்று கதவைத் திறந்தார். வாசலில் அவருடைய மகன்கள் கண்களால் அவரைக் கூறுபோடுவதைப் போல வெறித்துக்கொண்டு நின்றிருந்தார்கள்.

“தாமதமாக வந்திருக்கிறீர்கள். இவ்வளவு நேரமும் எங்கு சென்றீர்கள்?” நானா இயல்பாகக் கேட்டார். கையை ஓதுக்கியபடியே அவருடைய இளைய மகன், “உனது பெருந்தன்மை மிகுந்த எண்ணத்தைப் பற்றிச் சிந்தித்துக்கொண்டிருந்தோம்…”

இளைய மகனின் வார்த்தைகளைப் புரிந்துகொள்ள முடியாமல் தனது மூத்த மகனைப் பார்த்தார். உள்நுழைந்தபடியே அவர், “இப்படியொரு காரியத்தை யார் உன்னைச் செய்யச் சொன்னது?” என்றார்.

“ஆனால், என்ன ஆயிற்று?”

"அவ்வளவு பெரிய தொகையைத் தூக்கி எறிந்துவிட்டு, என்ன ஆயிற்று என்றா கேட்கிறீர்கள்?" குழம்பிய நானா, "தூக்கி எறிந்தேனா? நீ என்ன சொல்கிறாய்? பணத்தை உன்னுடைய கலாச்சார மையத்தில்தானே கொடுத்தேன்!"

"ஓஹ். ஆமாம். ஆனால், மையத்திற்குக் கிடைக்கும் எந்தவொரு மிதமான உதவியையும் நாங்கள் நன்கொடை மூலமாகவே பெற்றுவருகிறோம். அதோடு பெரிய அளவில் பிரச்சாரம் செய்திருக்கிறோம். பல பெரிய நன்கொடையாளர்களுக்கு அழைப்பு விடுத்திருக்கிறோம். ஏன் தெரியுமா? அடித்தட்டில் உள்ள மக்களை மேலுயர்த்த வேண்டியது அவர்களுடைய பொறுப்புதானே, இல்லையா? அவர்கள் என்ன செய்கிறார்கள் என்பதையாவது நீ அமைதியுடன் பார்த்திருக்க வேண்டாமா?"

"இது யாருடைய பொறுப்பு, யார் என்ன கொடுக்கிறார்கள் என்பதைப் பற்றியெல்லாம் கவலைப்படுவதற்குப் பதிலாக, நான் என்ன செய்ய வேண்டுமென்று நினைத்தேனோ அதையே செய்திருக்கிறேன். இதனால் உனக்கு என்ன இழப்பு? ஏற்கெனவே உனக்கு என்ன செய்ய வேண்டுமோ அதை நான் செய்துவிட்டேன்."

"ஓஹ். நான் அவ்வாறு நினைக்க வேண்டுமா? அது உன் கடமை. எங்கள் பிள்ளைகளுக்கு நாங்கள் எதுவும் செய்வதில்லையா? மனிதர்கள் முதலில் தங்கள் குடும்பத்தைப் பார்க்க வேண்டும். பிறகுதான் சமூகமெல்லாம். நம்முடைய சொந்த வீடே தீப்பற்றி எரிந்துகொண்டிருக்கும்போது எப்படிச் சமூகத்தின் மீது படர்ந்துள்ள தீயை அகற்றுவாய்?" நானாவின் சொந்த வார்த்தைகளே அவருக்கு எதிராக வீசப்பட்டன.

நேரமாகிக்கொண்டே போனது. குரல்கள் உயர்ந்தபடியே இருக்க, தடித்த வார்த்தைகளும் வீசப்பட்டன. இரு மருமகள்களும் அறையிலிருந்து வெளியில் வந்து தங்கள் கரங்களை இடுப்பில் வைத்துக்கொண்டு, தாங்களும் ஏதேனும் பேசுவதற்கான சந்தர்ப்பத்தை எதிர்பார்த்துக் காத்திருந்தார்கள். இதற்கு மேலும் கூடுதல் வாதம் எதுவும் வேண்டாமெனக் கருதியதால், வாக்குவாதத்தை நிறுத்திக்கொண்டு உறங்குவதற்காக நானா தனது அறைக்குத் திரும்பினார்.

ஏழெட்டு நாட்களில் நானா அளித்த நன்கொடை பெரிய அளவில் எல்லோராலும் அறியப்பட்டது. மக்கள் இதுகுறித்து தொடர்ந்து பேசியபடியே இருந்தார்கள். போலவே, மருமகள்களும் சின்னச் சின்ன வழிகளின் மூலமாக அவரை அவமானப்படுத்தியபடியே இருந்தார்கள். அவருடைய உணவு நேரம் மேகத்திற்குள் மறைந்துபோனது. மகன்களும் அவரைப் புறக்கணித்தார்கள். பேரக்குழந்தைகளும்கூட சுதந்திரமாக அவருடன் பேசுவதற்கு அனுமதிக்கப்படவில்லை. அனைத்துத் தளைகளிலிருந்து துண்டிக்கப்பட்டவராக நானா உணர்ந்தார் என்றாலும், தொடர்ந்து அவர் அமைதியாகவே இருந்தார்.

குழந்தைப் பருவத்திலிருந்து வளர்ந்து இளைஞராவது, குடும்பத் தலைவராவது, முதுமையடைவது என்பதில் நான்காவது நிலைதான் முடிவற்றது என்பதை அவர்

அறிந்திருந்தார். இருப்பினும், நமது பிள்ளைகள் நமக்கு ஆதரவு கொடுப்பார்கள். மனவேதனையூட்டும் இந்த அவமானங்களையும் கடந்து நானா இந்த நம்பிக்கையின் அடிப்படையில்தான் வாழ்ந்துகொண்டிருந்தார். எனினும், ஒருநாளில் அந்த நம்பிக்கை முற்றிலுமாகத் தகர்ந்துபோனது.

அலுவலகத்துக்குச் செல்லும் முன்பாக இரு மகன்களும் கையில் பேருந்து டிக்கெட்டை வைத்துக்கொண்டு நானாவின் முன்னால் வந்து நின்று, “உங்கள் கிராமத்திற்குச் சென்று சிறிது காலம் ஓய்வெடுங்கள்” என்றார்கள்.

“எனது கிரமத்திற்குச் செல்வதா? நீ என்ன சொல்கிறாய்? என்ன காரணத்திற்காகச் செல்ல வேண்டும்? அங்கே எனக்கென்று என்ன இருக்கிறது?”

“என்ன? அங்குதான் ஒரு கூட்டுக் குடும்ப வீடு இருக்கிறதே. அதையாவது நீங்கள் விற்கவில்லையே”

மகன்களின் இந்த அவமானகரமான பேச்சு நானாவை எரிச்சலடையச் செய்தது. நீண்டநாட்களாக தனது இதயத்துக்குள் அடக்கி வைத்திருந்த கோபம் வெடித்துக் கிளம்ப, “ஏன் இதை வைத்து ஒரு நாடகமாடுகிறாய்? குடும்பத்துக்கான எனது பயன் முடிவடைந்துவிட்டது என வெளிப்படையாகவே நீ சொல்லலாமே?” என்று உரத்தக் குரலில் பேசினார்.

“ஆமாம், ஆமாம்... சமூகச் சேவை எனும் உன்னுடைய பெரிய நாடகத்துக்குப் பிறகும் உன்னால் ஆகக்கூடியதென்று எதுவுமில்லை” அவருடைய இளைய மகனும் கோபத்தில் எகிறியபடியே பேசினான்.

“என்ன நான் நாடகமாடினேனா?”

“வேறென்ன? பணத்தால் மட்டுமே செய்யக்கூடியது என்னவிதமான சமூகச் சேவை? சமூகச் சேவைக்கு உழைப்பு தேவை” பற்களைக் கடித்தபடியே மூத்த மகன் சொன்னான், “உனது கட்டை ஏற்கெனவே சுடுகாட்டிற்குச் சென்றுவிட்டது. நீ வயதானவன். பயனற்றவன். உனக்குச் சமூகச் சேவை பற்றி என்ன தெரியும்?”

நானா வார்த்தைகளின் கசையடியை உணர்ந்தார். இவ்வார்த்தைகளில் வெளிப்பட்ட அவதூறு என்பது அவர் மீது எரிமலைக் குழம்பை ஊற்றுவதைப் போல இருந்தது. நானா மனவேதனையால் புழுங்கினார்.

இத்தகைய வார்த்தைத் தாக்குதல்களின் மூலம் பழிவாங்கிய பிறகு இரு மகன்களும் வெளியேற, மருமகள்கள் தங்களுக்குள் பேசியபடியே தத்தமது கணவர்களுக்காகச் சோத்து மூட்டைகளைக் கட்டிக்கொண்டிருந்தார்கள். ஒரு திகைப்புடன் எழுந்த நானா தனது பையில் துணிகளைப் போட்டு நிரப்பிக்கொண்டு, யார் பார்வைக்கும் படாமல் வெளியே கிளம்பினார்.

நகரத்தின் அனைத்துச் சாலைகளையும் சதுக்கங்களையும் விட்டு விலகி, டாக்ஸி தொலைதூர மலையொன்றின் திசையில் தார்ச் சாலையில் அழுந்தி ஊர்ந்தபடியே மேலேறியும் கீழிறங்கியும் வளைவுகளில் பயணித்தும் ஒரு சிறிய குன்றின் அண்மையிலிருந்த மூடப்பட்ட நுழைவு வாயிலின் முன் நின்றது. நுழைவு வாயிலுக்குப் பின் மரங்களின் அணிவகுப்பினூடாக நீண்ட வராண்டாவைக் கொண்ட பள்ளி போன்ற கட்டடமொன்று தென்பட்டது. கரும் பலகை ஒன்று அவ்விடத்தில் தொங்கிக்கொண்டிருந்தது. அதில் "மாலைநேர நிழல்கள்" என்று எழுதப்பட்டிருந்தது. அத்தகைய கவித்துவப் பெயருக்குக் கீழே இருந்த "முதியவர்களுக்கான இல்லம்" எனும் சொற்கள் அதன் அர்த்தத்தை வெளிப்படையாகத் தெளிவுபடுத்தின.

டாக்ஸியில் இருந்து இறங்கி இருவரும் நுழைவு வாயிலை நோக்கி நடந்தார்கள். சங்கிலியைத் தூக்கி கதவைத் திறக்கையில் அவை அதீதமாக ஒலியெழுப்பின. வராண்டாவுக்குப் பின்னால் இருந்த அறையிலிருந்து ஆமை போன்ற நடுங்குகிற கழுத்தையுடைய ஒரு முதியவர் வெளியே வந்தார். அவருடைய மங்கிய பார்வை பிரகாசித்துத் தளும்பியது. "யார் இவர்கள்? யாரையேனும் பார்க்க வந்திருக்கிறார்களா அல்லது இல்லத்தில் சேர வந்திருக்கிறார்களா? அல்லது வெறும் விசாரணை மட்டும்தானா?" கேள்விகள் காற்றில் தொக்கி நின்றன. முன்னால் வந்த காவலாளி, "என்ன வேண்டும்" எனக் கேட்டார்.

"நான் இங்கு சேர வந்திருக்கிறேன்"

"நான்கு மணிக்குப் பிறகு வாருங்கள்" காவலாளியின் குரல் உறுதியுடன் இருந்தது.

"கவனியுங்கள். இப்போது நேரம் ஒன்றுதான் ஆகிறது. நாங்கள் எங்கு செல்வது..." மனோகர் தனது எதிர்ப்பை வெளிப்படுத்தியபடியே ஒரு விவாதத்தைத் தொடங்கினார். இறுதியில், ஐந்து ரூபாயைக் கொடுத்துவிட்டு அவர் நானாவை உள்ளே அழைத்துச் சென்றார். நானா மண் தரையில் அமர்ந்திருக்க, மனோகர் உள்ளே விசாரிக்கச் சென்றிருந்தார். நானாவின் ஒட்டுமொத்தச் சூழலையும் மேலாளரிடம் விவரித்துப் படிவத்தைப் பூர்த்திச் செய்து பணத்தையும் கட்டினார். கையொப்பங்கள் பெறப்பட்ட பிறகு, அறை எண்ணும் விதிமுறைகளும் மேலாளரால் வழங்கப்பட்டன. மனோகரும் நானாவும் அவ்வறையை நோக்கி நகர்ந்தார்கள்.

சேர்க்கைக் கிடைத்ததும் ஒருவித விடுவிக்கப்பட்ட உணர்வுடன் நானா மனோகருடன் சென்றார். அறையை அவர்கள் நெருங்கியதும், "வாருங்கள், வாருங்கள், உங்களுக்கு ஒரு கட்டில் கிடைத்துவிட்டது" என்று அவ்வறையிலிருந்து வந்த ஒருமித்தக் குரல்கள் இருவரையும் திடுக்கிடச் செய்தன.

அறையிலிருந்த மூன்று படுக்கைகளில் மென்மையாகச் சிரித்தபடியே நானாவை வரவேற்கும் விதமாக மூன்று முதியவர்கள் அமர்ந்திருந்தார்கள். "உள்ளே வாருங்கள், ஏன் பயப்படுகிறீர்கள்? நாங்களும் உங்களைப் போன்றவர்கள்தான். எங்கள் குடும்பங்களுக்கும் நாங்கள் தேவைப்படவில்லை. சமூகமும் எங்களை

நிராகரித்துவிட்டது" முதியவர்களில் ஒருவர் சொல்ல, மற்றவர்கள் சிரித்தபடியே அதை ஆமோதித்தார்கள்.

நானாவும் மனோகரும் சிரிக்கவில்லை. அமைதியாகவே உள்நுழைந்தார்கள். உள்ளே சுவர் பக்கமாக இருந்த நான்காவது கட்டில் நானாவுக்கானது. அதில் நானா அமர்ந்தார். நானாவின் பையைக் கட்டில் கீழே மனோகர் தள்ள, "மனோகர் இனி நீ செல்லலாம்" என்று நானா தெரிவித்தார்.

"நானா, உங்களுக்குப் பணம் தேவைப்பட்டால்..."

"இல்லை. என்னிடம் கொஞ்சம் இருக்கிறது"

"பாருங்கள் நானா, உடல்நலனை கவனித்துக்கொள்ளுங்கள். மகிழ்ச்சியாக உணருங்கள். அவ்வப்போது நான் வந்து பார்க்கிறேன்."

"மனோகர், எதற்காக நீ இங்கே வருவாய்? செல், மகிழ்ச்சியாக இரு, ஆனால் கவனி, எனது மகன்களிடம் இதுபற்றி எதுவும் சொல்ல வேண்டாம். அவர்களுடைய முகத்தைப் பார்க்க நான் விரும்பவில்லை. என்னளவில், இன்றோடு அவர்கள் இறந்துவிட்டார்கள்...!" பேசப் பேச அவரால் தனது அழுகையைக் கட்டுப்படுத்த முடியவில்லை. அவரது கண்களில் கண்ணீர் நிரம்பியிருந்தது.

மனோகரின் கால்கள் தடுமாறின. அங்கிருந்த முதியவர்கள் நானாவை நெருங்கிச் சென்று, "ஏன் நீங்கள் ஒரு குழந்தையைப் போல அழுகிறீர்கள்? இப்படி நடந்துகொள்ளாதீர்கள். உங்கள் மனதை நிலையாக வைத்திருங்கள். எது நடந்ததோ அது நடந்து முடிந்துவிட்டது என்பதோடு மறக்கப்பட வேண்டியதும்கூட. முதலில் உங்கள் பையைத் திறங்கள்" என்றவாறே அவர்களில் ஒருவர் கட்டிலின் அடியில் இருந்த நானாவின் பையைக் காண்பித்தார். "கடவுளின் புகைப்படங்களை வெளியில் எடுத்துச் சுவரில் பொருத்துங்கள்."

"நீங்கள் இன்னமும் என்ன பார்க்கிறீர்கள்? இங்கே பாருங்கள். இங்கே மூன்று சுவர்கள் உள்ளன. அவற்றில் எங்கள் கடவுள்களை எவ்வாறு அமைத்துள்ளோம் எனப் பாருங்கள். இப்போது நான்காவது சுவர், அது இனி உங்களுடையது. அது எவ்வளவு அழகாக உள்ளதெனப் பாருங்கள். விரைவிலேயே இவ்விடத்தை உங்கள் வீட்டைப் போல உணரத் துவங்கிவிடுவீர்கள்"

அப்போது நானாவுக்கு உணவு வந்தது. "முதலில் சாப்பிடுங்கள். அதன்பிறகு உங்கள் பணிகளைப் பார்க்கலாம்."

சுவரிலிருந்த கடவுள்கள் மற்றும் புவாக்களின் (Buwas) படங்களைப் பார்த்துக்கொண்டே நானா அமர்ந்திருந்தார். புதிய மலர்மாலைகளும் தூபங்களும் அவர்களுக்கு வழங்கப்பட்டன. புகைப்படங்களின் முனைகளில் தூபக் குச்சிகள் செருகப்பட்டிருந்தன. அதன்கீழே புனிதர்களின் வாய்மொழிகள் எழுதப்பட்டிருந்தன.

நான்காவது சுவர் மட்டுமே வெறுமையாக இருந்தது. வாழ்க்கையால் நிரப்பப்பட காத்திருப்பதைப்போல வெற்றுப்பகுதியாக இருந்தது.

“நானா, முதலில் சிறிய அளவில் சாப்பிடுங்கள். காலையிலிருந்தே நீங்கள் எதுவும் சாப்பிடவில்லை” மனோகர் அவரைச் சாப்பிட வைக்க முயன்றார், தனது முயற்சி வலுவற்றது என்பதை உணர்ந்திருந்தபோதும்...

“எனக்கு எதுவும் வேண்டாம். பசி இல்லை. வா, போய் ஆஸ்ரமத்தைப் பார்ப்போம்” என்றவாறே நானா எழுந்துகொள்ள, மனோகரும் அவரைப் பின்தொடர்ந்தார். அனைத்து அறைகளும் ஒரே வடிவத்திலும் ஒரே அளவிலும் இருந்தன. ஒவ்வோர் அறையிலும் நான்கு கட்டில்களும் நான்கு சுவர்களும் இருந்தன. ஒவ்வோர் அறையிலும் ஒரு மேசையும் அதைச் சுற்றி நான்கு நாற்காலிகளும் போடப்பட்டிருந்தன. அவற்றின் மீது புத்தகங்களும், வெள்ளைத் தாள்களும், பேனாக்களும், அழிப்பான்களும் இருந்தன.

அந்த அறைகளுக்குப் பின்னால் ஒரு காலியான நடைபாதை இருந்தது. அதன் ஒருமுனையில் சமையற்கூடமும் மறுமுனையில் பெரிய பொது மண்டபமும் அதைத் தொடர்ந்து ஓர் குளியலறையும் நடைபாதையை ஒட்டியபடியே இருந்தன. அந்தப் பொது மண்டபத்தில் பாதியளவில் உணவு மேசைகளும் நாற்காலிகளும் அமைக்கப்பட்டிருக்க, மறு பாதியில் மூலையில் பெரிய தெய்வ வழிபாட்டுக் கூடம் அமைந்திருந்தது. வழிபாட்டுக்குத் தேவையான அனைத்து விஷயங்களுடன் சிறியதும் பெரியதுமான பல கடவுள்களின் புகைப்படங்களும் அங்கிருந்தன. இரண்டாவது முனையில் ஒரு மேஜையும், ஜாலராக்களும், முரசும் காணப்பட்டன. சிறிய தரைவிரிப்புகள் அங்குமிங்கும் விரவிக்கிடந்தன. பட்டாடைகளை உடுத்திய இரண்டோ மூன்றோ முதியவர்கள் கைகளில் ஜபமாலைகளை உருட்டியபடி அங்கு அமர்ந்திருந்தனர். தங்கள் உடல் முழுவதும் விபூதி பூசியிருந்த வேறு இருவர் சிந்தனையில் மூழ்கியவர்களாகக் காணப்பட்டார்கள்.

இதையெல்லாம் பார்த்துவிட்டு மனோகர் சற்றே கலக்கத்துடன், “இங்குள்ள சில விஷயங்கள் உங்களுக்குத் தொந்தரவு அளிக்கக்கூடும், ஏனெனில் இங்குள்ளவர்கள் பழைய தலைமுறையைச் சேர்ந்தவர்கள், பழைய வகையிலான சிந்தனை முறையைக் கொண்டவர்களாக இருப்பார்கள். ஆகவே, நீங்கள் செய்யும் விஷயங்களில் கவனமாக இருங்கள்.”

“நண்பரே, என்னவிதமான கவனத்தைப் பற்றி நீ சொல்கிறாய்? மன அமைதியுடன் எனது தலையைச் சாய்ப்பதற்கு ஓர் இடம் இருக்கும் வரையில் எனக்கு ஒரு பிரச்சனையும் இல்லை.”

“நான் என்ன உணருகிறேனோ அதை உங்களிடம் தெரிவிக்கிறேன். இரண்டு மூன்று கடவுள்களின் புகைப்படங்கள் எடுத்துவருகிறேன், அதைச் சுவரில் பொருத்திவிடுங்கள். மேலும், சாத்தியமிருந்தால் சாதியைப் பற்றி எதுவும் பேச

வேண்டாம். குறைந்தபட்சம் உங்களுடைய வயதுக்கு நீங்கள் அந்தப் போரை எதிர்கொள்ள வேண்டாம்."

மனோகர் பேசிக்கொண்டிருக்க, நானா அதைக் காதில் வாங்கியபடியே அமர்ந்திருந்தார். முதியவர்களுக்கான வீடு என்பது ஒரே வயதிலான மனிதர்களுக்கான, ஒரே வகையிலான துன்பத்தை எதிர்கொண்டிருக்கும் மனிதர்கள் கூடி வாழ்வதற்கான ஒரு பொதுவான இடம் என்பதையே நானா உணர்ந்திருந்தார். ஒவ்வொருவரும் மற்றொருவரின் மீது அக்கறையுடன் இருப்பதோடு, சுதந்திரமான, விடுவிக்கப்பட்ட மனநிலையுடன் இறுதி முடிவை நோக்கித் தைரியத்துடன் நகர்ந்துசெல்ல வேண்டும்.

எதையோ நினைத்தவராக, தனது பாக்கெட்டிலிருந்து விதிமுறைகளை வெளியில் எடுத்த மனோகர், ஒரு குறிப்பிட்ட விதியின் மீது விரல் வைத்தவராக, "பூஜைகளுக்கும் மதச் சடங்குகளுக்கும் கட்டாயமாக ஒவ்வொரு மாதமும் ஐம்பது ரூபாய் கொடுக்க வேண்டும் நானா. இந்தப் பணத்தை நாம் இன்னும் கட்டவில்லை. பிறகு உங்களிடமிருந்து இதனைப் பெற்றுக்கொள்வார்கள்."

விதிமுறைகளைத் தனது கைகளில் பெற்றுக்கொண்ட நானா, "சரி மனோகர், நீ செல்லலாம். வீட்டை அடைய உனக்குத் தாமதமாகிவிடும்" என்றார்.

"ஆனால், புகைப்படங்கள்..."

"நான் அதைப் பார்த்துக்கொள்கிறேன். நீ போ.."

மனோகருக்கு விடையளித்துவிட்டு, நானா வராண்டாவை நோக்கிச் சென்றார். ஓர் ஆதிவாசி இசைக்குழுவைச் சேர்ந்த உறுப்பினர்கள் உரத்தச் சத்தமிடும் ஒலிகளை எழுப்பிக்கொண்டிருந்தார்கள். அவர்களுள் சிறுவர்களும், பெண்களும் நானாவை விட வயதில் முதிர்ந்தவர்களும் இருந்தார்கள். அவர்களுடைய கைகளில் தேன் கேக்குகள், மெழுகுத் துகள்கள், காட்டு இலைகள் மற்றும் வேர்களில் இருந்து செய்யப்பட்ட மருந்துகள் ஆகியவை இருந்தன. மக்கள் அவர்களிடம் பேரம் பேசிக்கொண்டிருந்தார்கள். சிலர் சத்தமாகப் பன்னிரெண்டு வயது சிறுவர்கள் இருவர் அல்லது மூவரை நோக்கி விரல்நீட்டியபடியே பேசிக்கொண்டிருந்தார்கள். அவர்களுடைய கறுத்த மெலிந்த உடலில் தேனீ கடித்ததில் உண்டான சிவப்புத் தடிப்புகள் தெரிந்தன. அந்தச் சிறுவர்கள் வேதனையில் இருப்பதாகத் தோன்றினார்கள். இந்தக் குழு காட்டில் இருந்து பொருட்களைச் சேகரிப்பத்திலுள்ள துரதிர்ஷ்டங்களைப் பற்றிப் பேசியபடியே, அவர்களுடைய கடின உழைப்புக்கு ஏதேனும் கொடுக்கும்படி மேலாளரிடம் மன்றாடுகிறார்கள்.

இவர்கள் காலேகாபின் கட்காரிஸ் (Kalekabhinn Katkaris)... கிட்டத்தட்ட நிர்வாணமாக, சதைப் பற்றில்லாத மெலிந்த உடலும், சுருங்கிய முகமும் உறைந்த கண்களையுமுடையவர்கள். அவர்களைப் பார்த்தபடியே அவ்விடத்தில் நீண்ட நேரம் நின்றிருந்த நானாவிற்குக் கிட்டத்தட்ட காய்ச்சலே வந்துவிட்டது.

“ஓஹ்... ச்ச்சீ, நீ ஏன் அவர்களைப் பார்க்கிறாய்? சீக்கிரம் இங்கு வா, இல்லையெனில் உனக்குக் காய்ச்சல் பிடித்துக்கொள்ளும்” அவருடைய தோழர்களில் ஒருவர் அழைக்கிறார். நானா தனது அறைக்குத் திரும்பியபோது பிற மூன்று முதியவர்களும் நானாவின் கட்டிலில் அமர்ந்தபடியிருக்க, அவர்களுள் ஒருவர், “அதுதான் எங்கள் கைவினைக்கான மூலப்பொருள். இங்கு என்ன நடக்கும் என்பதை நாளை பார்ப்பாய்” என்றார்.

“அதேநேரத்தில் விதிமுறைகளைப் பாருங்கள். காலை ஒன்பது மணியிலிருந்து பனிரெண்டு மணிவரையில் தேனைப் பாட்டில்களில் போட்டு அடைப்பதிலும், மருந்துகளை அரைப்பதிலும், தோட்ட வேலைகள் செய்வதிலும் நாம் ஈடுபட வேண்டும்” என்றார் முதியவர்களில் ஒருவர்.

“ஓஹ். அதை மறந்துவிடு. உன்னைப் பற்றி ஏதேனும் பகிர்ந்துகொள்ள விரும்புகிறாயா?” “உனது பெயர், உனது ஊரின் பெயர், தொழில், உறவுகள், இங்கு வந்ததற்கான காரணம், அதுபோல... எங்களிடம் பகிர்ந்துகொள்...”

“நான் இப்போது சரியான மனநிலையில் இல்லை என்பது போன்ற சொற்றொடர்கள் உனக்கு உதவப் போவதில்லை” மூவரில் ஒருவர் தேனீரை உறிஞ்சியபடியே விளையாட்டுத்தனமான சூழலை உருவாக்கியபடியே பேசினார்.

அவர்களுடைய இலகுவான உரையடால் நானாவை இயல்பாக உணரச் செய்தது. சிரித்தபடியே, “நீங்கள் எனக்கு முன்பாக இங்கு வந்தவர்கள். அதனால் முதலில் உங்களைப் பற்றிச் சொல்லுங்கள்.”

ஒவ்வொருவரும் தங்கள் கதையை விவரிக்கத் தொடங்கினார்கள். “புதிதாகச் சொல்ல என்ன இருக்கிறது? என் பெயர் ஜோஷி, அவர் சவந்த், இது ரசல், பிறகு நீங்கள்.. மேதேக்கர். ஆமாம். உங்களுடைய பெயர் வேறொன்றாக இருக்கலாம், உங்களுடைய தொழில், குடும்பச் சூழல் வேறானதாக இருக்கலாம். ஆனால், நம்முடைய அடையாளமென்பது ஒன்றேதான். ‘முதியவர்.’ நமது துரதிர்ஷ்டங்களும் ஒன்றேதான்: இனியும் மக்களுக்கு நாம் தேவைப்படவில்லை.”

“நாம தேவைப்படாதவர்களாக இருப்பதற்கான காரணமும் ஒன்றேதான். அது பணம்.” தனது கண் கண்ணாடியை அகற்றியபடியே சவந்த், “எனது வருமானங்களைப் பிள்ளைகளுக்குப் பகிர்ந்து அளித்ததும், இந்த முதிய வயதில் அவர்களுக்கு நான் தேவையற்றவனாக ஆகிவிட்டேன்.”

ரசல் தன்னுடைய பிரச்சினைகளை விவரிக்கத் துவங்கினார் “எனக்கு ஒரு மகள் இருக்கிறாள். எனது மனைவியை அவளுடைய வீட்டில்தான் தங்க வைத்திருக்கிறேன். இதன்மூலம் ஐந்து ரூபாயைச் சேமிக்க முடியும். எனினும், நான் அங்கு தங்குவதில்லை. ஏதோவொரு வழியில் பணம் பற்றிய கேள்வி எழுந்துவிடுகிறது, இல்லையா?” ஜோஷி நானாவைப் பார்த்தபடியே கேட்டார்.

ஏதோ காரணத்தினால் நானா அமைதியுடன் இருந்தார். சமூகத்துக்கு அவர் பெருமளவில் பணம் கொடுத்ததை அவர்கள் ஏற்பார்களா என்று அவர் நினைத்தார். அல்லது பணம் பற்றிய கேள்வியிலிருந்து ஒரு கதையை உருவாக்கியிருக்கிறேன் என நினைப்பார்களா?

"நீ எப்படி மேதேக்கர்?"

"ஆமாம். ஆமாம். பணத்துடனான ஒரு கடினமான உறவின் காரணமாகவே நானும் இங்கிருக்கிறேன்"

"பாருங்கள். ஒரே நிலையிலேயே நம்மை நம்முடைய சூழல்கள் கொண்டுவந்து நிறுத்தியுள்ளன. நாம் ஒரே நிலையிலேயே இருக்கிறோம். நம்முடைய மனதை வலிமையாக வைத்துக்கொள்ள வேண்டும். எது நடந்ததோ அது முடிந்துவிட்டது. இனி நாம் கவலையில்லாமல் வாழ வேண்டும்."

"இது நமது குழந்தைப் பருவ வீட்டிற்குத் திரும்பிச் செல்வதைப் போன்றது" யாரோ ஒருவர் சொல்ல, அனைவரும் மனப்பூர்வமாக அதற்குச் சிரித்தார்கள்.

அதன்பிறகு மூவரும் எழுந்தார்கள். "மேதேக்கர், நாங்கள் சிறிது நடந்துவிட்டு விரைவில் திரும்பி வருவோம். அதுவரையிலும் அறையை உங்கள் வீட்டைப் போல நினைத்துக்கொள்ளுங்கள்" என்றார், ஜோஷி நானாவுக்குப் பின்னாலிருந்த வெற்றுச் சுவரை வெறித்தபடியே.

நானா தனது பையைத் திறந்து கசங்கிய தனது உடைகளை வெளியில் எடுத்தார். இரண்டு மூன்று ஆதிவாசி சிறுவர்கள் கதவினருகில் நின்றிருந்ததைப் பார்த்ததும், "உள்ளே வாருங்கள், உள்ளே வாருங்கள், உங்கள் பெயர்கள் என்ன? எங்கிருந்து வருகிறீர்கள்" என்றார்.

எதிர்பாராத இந்தக் கேள்விகளால் திடுக்கிட்ட சிறுவர்கள் ஒருகணம் குழம்பினார்கள். எனினும் சிறுவர்களில் ஒருவன் தைரியத்துடன் முன்னால் வந்தான். தனது விரல்களைத் தவறுதலாகச் சுட்டியபடியே, "அது ஹோங்கர், அவனுக்குப் பின்னால் இருப்பவன் தியா, எனது பெயர் திந்தியா." அதன்பிறகு என்ன சொல்வதென்று தெரியாததால் சிறுவர்கள் வெறுமனே சிரித்துக்கொண்டு அமைதியாக நின்றிருந்தார்கள்.

"இந்தாருங்கள். உங்களுடைய சிற்றுண்டிக்காகச் சிறிது பணம்" எனச் சொல்லி அரை ரூபாயை அவர்களுக்குக் கொடுத்தார் நானா. அவர்களைப் பின்னால் லேசாகத் தட்டும்போது யாரோ ஒருவர் கோபத்துடன், "ஏய்.. இங்கு என்ன செய்கிறீர்கள்? அங்கே சென்று விளையாடுங்கள்" என்று சிறுவர்களை விரட்டினார். முயல்களைப்போல அந்தச் சிறுவர்கள் குதித்தோடி மறைந்தனர். நானா தனது பேரக்குழந்தைகளை நினைத்தபடியே கட்டிலில் மன அழுத்தத்துடன் அமர்ந்திருந்தார்.

அவருடைய அறைத் தோழர்கள் மீண்டும் திரும்பியதும் சுவரின் மீது அவர்களின் பார்வை பதிந்தது. அதன்பிறகு கட்டிலிலுள்ள நானாவைப் பார்த்து, "மேதேக்கர், உனக்கு உடல்நிலை சரியில்லையா? அவர் தூக்கத்தில் இருப்பதைப் போல தெரிகிறார்" என்றார் ஜோஷி.

சவந்த் நெருங்கி வந்து நானாவை உலுக்கினார். "மேதேதேக்கர் எழுந்திரு. இது பிரார்த்தனைக்கான நேரம்."

"நீங்கள் செல்லுங்கள். நான் சிறிது நேரம் படுத்திருக்க விரும்புகிறேன்" என்றுவிட்டு நானா அதே இடத்திலேயே இருந்தார். மூவரும் ஒருவரையொருவர் பார்த்தபடியே, "பிரார்த்தனைக்கு வரவில்லை என்றால், இதற்கு என்ன அர்த்தம்?" என முணுமுணுத்தவாறே வெளியேறினார்கள்.

"விரைவில் நாம் கண்டுபிடிப்போம். அவர் எங்கு சென்றுவிடப் போகிறார்"

அவர்கள் திரும்பி வந்ததும், நானா இன்னமும் உறங்கிக்கொண்டிருப்பதைப் பார்த்தார்கள். மூவரும் அவரை நெருங்கி வந்து கை வைத்துப் பார்த்தார்கள். உண்மையாகவே அவர் உடல் நலமில்லாமல் இருந்தார்.

மேலாளரிடமிருந்து அவர்களில் ஒருவர் கற்ற மூலிகை கலவையைச் செய்வதன் மூலமாக நானாவை அவர்களை நிதானத்துக்குத் திருப்பிக் கட்டிலில் அமரச் செய்தார்கள்.

ஆஸ்ரமத்தில் மாலை உணவு கிடையாது. சிறிது நேரத்தில் பால் வந்தது. மூவரும் வற்புறுத்தி நானாவைப் பாலருந்தச் செய்தார்கள், "காலையிலிருந்தே நீங்கள் ஒரு கவளம்கூட உணவு சாப்பிடவில்லை." அக்கறையுடன்கூடிய அவர்களுடைய முகங்களைப் பார்த்ததும் நானா சிறிது தெம்பாக உணர்ந்தார்.

மறுநாள் காலையில் நானா கண்விழித்தபோது அவருடைய அறைத் தோழர்கள் பல் தேய்த்துக்கொண்டிருந்தார்கள். "நானா இப்போது எவ்வாறு உணருகிறாய்? உடல்நிலை பரவாயில்லையா?" நானா சிரித்தபடியே பரவாயில்லை என்று சொல்லிவிட்டு முகங்கழுவச் சென்றார்.

வெளியே பின்புறத்தில் பலரும் குளித்துக்கொண்டிருந்தார்கள். பட்டாடை உடுத்திய சில முதியவர்கள் பஜனைகளைப் பாடிக்கொண்டிருக்க, மற்றவர்கள் அங்குமிங்கும் நடந்தபடியே தாளத்திற்கேற்ப அசைந்துகொண்டிருந்தார்கள்.

அந்தப் பக்கமாகச் செல்வதற்குப் பயந்த நானா மீண்டும் திரும்பி தனது அறைக்கு வந்து கட்டிலில் அமர்ந்துகொண்டார். அவருக்கடுத்து முகம் கழுவச் சென்ற ஜோஷி தகவல்களைக் கிளறும் விதமாக, "மேதேக்கர், மேதே எனும் உன் கிராமப் பெயரிலிருந்து உன்னுடைய பின்பெயர் சூட்டப்பட்டதா? அந்தக் கிராமத்தைச் சேர்ந்த அனைத்துச் சாதியினரும் மதத்தவரும் மேதேக்கர் எனப் பெயர் சூட்டப்படுவார்களா? அல்லது உனக்கு மட்டும்தான் இந்தப் பெயரா..."

“இல்லை. மேதே கிராமத்தைச் சேர்ந்த அனைவரும் தங்கள் பெயருடன் மேதேக்கர் என இணைத்துக்கொள்வார்கள்” நானாவின் பதிலால் ஜோஷியின் முகம் சற்றே சுருங்கியது என்றாலும் தனது சக தோழர்களை அர்த்தத்துடன் அவர் பார்த்தார். முகச் சவரம் செய்துகொண்டிருந்த சவந்த் கண்ணாடியில் தெரிந்த நானாவின் முகத்தைப் பார்த்தபடியே, “ஆனால் மேதே கிராமத்திலுள்ளவர்கள் எந்தச் சாதி மதத்தைச் சேர்ந்தவர்கள்? அதாவது, அங்கு எவ்வளவு நபர்கள் உள்ளீர்கள்?” என்றார்.

“மிகச் சிறிய வயதிலேயே நான் கிராமத்திலிருந்து வெளியேறிவிட்டேன். அதனால், உண்மையில் என்னால் அதைச் சொல்ல முடியாது.” நானாவின் இந்தப் பதிலால் சவந்தின் இணக்கமான அணுகுமுறை தாக்கப்பட்டது. அதன்பிறகு ரசல் நானாவை நெருங்கிச் சென்று, “மேதேக்கர் நீங்கள் இன்னும் சுவரில் எதுவும் பொருத்தவில்லை. உங்களிடம் இல்லையெனில், எனது புகைப்படங்களிலிருந்து ஒன்றையோ இரண்டையோ கொடுக்கவா?”

“ஓஹ். அது அவருடைய சுவர். ஏன் அவருடைய சுவருக்குள் நீ தலையிடுகிறாய்?” நானாவின் பாவனைகள் மீது கண் பதித்தவாறே ஜோஷி இதைச் சொல்லிவிட்டுக் குளிக்கச் சென்றார்.

நானாவும் அங்கிருந்து விலகி வெளியே சென்றார். நானா இப்பிரச்சினையில் இருந்து தப்பிக்கப் பார்க்கிறார் எனும் எண்ணத்துடன் மற்றவர்கள் ஒருவரை ஒருவர் பார்த்துக்கொண்டார்கள்.

குளியலறையில் இப்போது கூட்டமில்லை. நானா குளித்துவிட்டு, தனது ஆடைகளைத் துவைத்து, உலர்த்திவிட்டு வெய்யிலில் காய வைத்தார். அவர் அறைக்குத் திரும்பியபோது மற்ற மூவரும் தங்களுக்குள் பேசிக்கொண்டிருந்தார்கள். நானாவைப் பார்த்ததும் பேசுவதை நிறுத்திவிட்டு அவரிடத்தில், “குளித்துவிட்டீர்களா? நாங்களும் குளித்துவிட்டு வருகிறோம். மேதேக்கர், உங்கள் ஆடைகளை அப்படியே குளியலறையில் வைத்துவிடுங்கள், அவற்றைத் துவைக்கச் சிலர் வருகிறார்கள்” என்றனர்.

மூவரும் குளியலை முடித்துவிட்டுத் திரும்பும்போது, சவந்தும் ரசலும் பட்டுடையை அணிந்திருக்க, ஜோஷி தனது பூணூலை வருடியபடியே பஜனைகளை முணுமுணுத்துக்கொண்டிருந்தார். மூவரும் தங்களுக்குரிய சுவர்களைப் பார்த்தபடியே தங்கள் பூஜைக்குரிய சடங்குகளை முடித்தார்கள். அதன்பிறகு, தனது உடையை அணிந்துகொண்டு ஜோஷி, “இங்கு வந்ததிலிருந்தே என்னால் செய்ய முடிகிற எனது விருப்பச் செயல் என்றால், அது இந்தப் பூஜை மட்டும்தான். நீங்கள் எப்படி மேதேக்கர்? மன அமைதிக்கும் வேறு விஷயங்களுக்கும் நீங்கள் என்ன செய்வீர்கள்?”

மூவரும் ஆர்வத்துடன் நானாவின் கையில் இருந்த புத்தகத்தை எட்டிப் பார்த்தார்கள். புத்தகத்தை மூடிய நானா, “வாருங்கள், நமது கைவினைக்கான நேரம் இது.” என்றார்.

"ஆனால் புத்தகம்.." என்று வினவிய அவர்களுடைய முகங்கள் ஆர்வத்தில் துளிர்த்திருந்தன. நானா அந்தப் புத்தகத்தை அவர்களிடம் காட்டி, "உடல் ஆரோக்கியத்திற்கான உங்கள் கையேடு. நீங்கள் இதை வாசிக்க வேண்டும்." விரைவாக அவர்கள் தயாராகி வராண்டாவுக்குச் சென்றார்கள்.

முந்தைய தினம் அங்கு வந்திருந்த தேனைப் பொட்டலம் கட்டும் பணி அவ்விடத்தில் நடந்தது. முதிய மனிதர்கள் தேனை அளவிடுவது, பாட்டில்களில் அதை ஊற்றுவது, அதன் மீது லேபிள்களை ஒட்டுவது, முத்திரையிடுவது போன்ற செயல்களில் சுறுசுறுப்பாக இயங்கினார்கள்.

நானாவுக்கு இவ்வேலைகள் மிகவும் பிடித்திருந்ததால், தனது தோழர்களுடன் வேலையில் ஈடுபட முன்வந்தார். "இவர்தான் இவ்விடத்திற்கு நேற்று வந்தவர் இல்லையா?" என்று சிரித்த முகத்துடன் நானாவை அங்கிருந்தவர்கள் வரவேற்றார்கள். கனத்த கண்ணாடியை அணிந்திருந்த ஒருவன் (அவன் அங்கு பட்டியலில் பெயர்களை எழுதிக்கொண்டிருந்தான்) நானாவைப் பார்த்து, "உன் பெயர் என்ன?" என்றான்.

"மேதேக்கர்"

"மேதேக்கர் என்றால் யார்?"

நானா அமைதியாக இருந்தார். கேள்வி கேட்டவர் நானாவின் தோழர்களைப் பார்த்தார். அவர்கள் சுருங்கியபடியும் ஒருவருக்கொருவர் முணுமுணுத்தபடியும், "ஒருவேளை அவர் தீண்டத்தகாதவராக இருக்கலாம்" என்றனர்.

"ஓஹ்.. எவ்வாறு அந்த லேபிள்கள் சிக்கிக்கொண்டன" யாரோ ஒருவர் எதிர்ப்புத் தெரிவிக்கும் குரலில் சொன்னார்.

மதியத்தில் மீண்டும் அனைவரும் பொது மண்டபத்தில் ஒன்றுகூடினார்கள். அங்கு பல ஆண்கள் இருந்தனர். அங்கு ஒன்றிரண்டு பேர் மட்டுமே பெண்கள். சில முதியவர்கள் தளர்ந்த நிலையில், கூன் விழுந்தபடி, பிறிதொருவரின் உதவியால் மட்டுமே நடக்கக்கூடியவர்களாகத் தென்பட்டார்கள்.

சாப்பிடும்போது சவந்த் நானாவிடம், "கடவுள் நம்பிக்கையற்ற என்னுடைய நண்பனொருவனைப் பற்றிய கதையைச் சொல்கிறேன். நான் அவனிடம் நாத்திகவாதியாக இருப்பது ஒரு நன்மையையும் விளைவிக்காது. நீ அதற்காக வருந்த வேண்டியிருக்கும். மனிதர்கள் முதலில் வாழ்க்கையை அனுபவிக்க வேண்டும். அதன்பிறகுதான் அதைப் பற்றி என்ன நினைக்கிறார்கள் எனக் கருத்துரைக்க வேண்டும். ஏதோவொரு கடவுளின் புகைப்படத்தை எதிரில் வைத்துக்கொண்டு தியானத்தில் ஈடுபடு, அடுத்த சில நாட்களில் என்னவிதமான அனுபவம் கிடைக்கிறது என்று பார். எதுவும் நடக்கவில்லை என்றாலும் உனது முதிய வயதுக்கு அது உறுதுணையாகவாது இருக்கும் என்று சொன்னேன்" என்றார்.

“அதன்பிறகு என்ன நடந்தது?” ரசல் ஆர்வத்துடன் கேட்டார்.

“அவர் எனது வார்த்தைகளை வெறுமனே பின்பற்றினார். இப்போது அவர் தீவிர பக்தராக இருக்கிறார்”

“சரி இந்தக் கதையை ஏன் மேதேக்கரிடம் சொல்கிறாய்?” என்றார் ஜோஷி.

“எதுவுமில்லை என்றாலும், அவர் அதை முயற்சித்துப் பார்க்க வேண்டும்”

“சரி எப்போதிலிருந்து மேதேக்கர் நாத்திகர் ஆனார்? ஏன் மேதேக்கர்?”

“பாருங்கள் நண்பர்களே, நான் ஆத்திகனா அல்லது நாத்திகனா என்று எனக்குத் தெரியாது. எனக்குத் தெரிந்ததெல்லாம் எவ்வித ஆதரவோ மூலாதாரமோ இல்லாமல் என்னால் கட்டுப்படுத்த முடியாத ஒரு சூழலில் மரணக் கதவின் முன்னால் தொங்கவிடப்பட்டிருக்கிறேன் என்பது மட்டும்தான்.” இதைச் சொல்லி முடித்ததும் மனவேதனையுற்று எழுந்து தனது அறைக்குத் திரும்பினார். எல்லோரும் தனது சாதியைக் கண்டுபிடிக்க மிகுந்த ஆர்வத்துடன் உள்ளனர் என்பது அவருக்குத் தெரியும். கேள்விகள் கேட்கப்படும்போதெல்லாம், அவரது சாதியைக் கண்டடைந்தால் என்னவிதமான எதிர்வினைகள் உண்டாகும் என்பதை அவர் அறிந்தே வைத்திருந்தார். அங்கு நிலவும் வழக்கத்துக்கு மாறான பதற்றத்தை உணர்ந்தவராக எப்போதும் எளிதில் உடல்நலம் பாதிக்கக்கூடியவராகவே அவரிருந்தார்.

நீண்ட நேரத்துக்குப் பிறகு அவருடைய தோழர்கள் அறைக்குத் திரும்பினார்கள். அவர்களில் ஒருவர் “மேதேக்கர், ஒருவர் நகரத்துக்குச் செல்லவிருக்கிறார். உனக்கு ஏதேனும் வேண்டுமா? அதாவது புகைப்படங்களோ வேறெதுவோ?” என்றார்.

நானா தனது சுவரைத் தலையுயர்த்திப் பார்த்துவிட்டு, வேண்டாமெனத் தலையசைத்தார். மூவருடைய புருவங்களும் உயர்ந்தன. மேலாளர் சில காகிதங்களுடன் உள்ளே நுழைந்து, “மேதேக்கர் பூஜைக்கான ஐம்பது ரூபாயை இன்னும் நீங்கள் கொடுக்கவில்லை. இப்போது உங்களால் அதைக் கொடுக்க முடியுமா?” என்றார். நானா அமர்ந்தபடியே மெதுவாக, “ஆனால் இந்தப் பங்களிப்பு தானாக முன்வந்து கொடுப்பது என்றுதான் நினைத்தேன்” என்றார்.

“விதிமுறைகளின்படி இது கட்டாயமானது”

“இருக்கலாம். ஆனால் விதிமுறைகள் அனைவரையும் கருத்தில் கொண்டல்லவா உருவாக்கப்பட வேண்டும்?”

“மேதேக்கர், விதிமுறைகளை நீங்கள் கவனமாகப் படிக்கவில்லை என்பதைப் போலத் தெரிகிறது, இந்தப் பணத்திலிருந்து எதுவெல்லாம் மிச்சமாகிறதோ அதெல்லாம் கோயில்களுக்குக் கொடுக்கப்பட வேண்டும். அப்படியொரு பரிசளிப்பை நீங்கள் எப்படித் தவிர்க்க முடியும்?”

“ஒட்டுமொத்த விதிகளுமே தன்னார்வமாகக் கொடுப்பவர்களுக்கானதாக இருக்க வேண்டும் என்று சொல்கிறேன்”

“சரி. நான் அறங்காவலர்களிடம் தெரிவிக்கிறேன். பிற விதிகளிலும் எல்லோரையும் கணக்கில் எடுத்துக்கொள்ள வேண்டும்தான்” இதோடு சலித்துக்கொண்டே மேலாளர் அறையிலிருந்து வெளியேறினார். சிறிது நேரத்திற்குப் பிறகு தேனீர் வந்தது. அதன்பிறகு நானாவின் அறைத் தோழர்கள் உடைகளை மாற்றிக்கொண்டு வெளியே சென்றனர்.

தனது தோழர்களுடைய மௌனம் நானாவைச் சற்றே அசௌகர்யமாக உணரச் செய்தது. அறையில் தான் மட்டுமே தனித்திருப்பதை நானா விரும்பவில்லை. அதனால் அவரும் உடைகளை அணிந்துகொண்டு அறையிலிருந்து வெளியேறினார். வராண்டாவுக்கு வந்தபோது, தனது அறைத் தோழர்கள் அலுவலகத்திலிருந்து வெளியே வருவதை அவரால் பார்க்க முடிந்தது. நானாவை அவர்கள் பார்த்தார்களென்றாலும், அவரைப் புறக்கணித்து கடந்த சென்றார்கள்.

நானா நுழைவாயிலுக்கு அருகில் சென்றார். வெளியிலிருந்து வந்த காற்றின் தழுவல் அவரைச் சுகமாக உணரச் செய்தது. திறந்தவெளியில் ஆஸ்ரமத்தைச் சேர்ந்த முதிய மனிதர்கள் கதை பேசிக்கொண்டு அமர்ந்திருந்தனர். குன்றின் மற்றொருபுறத்தில் தொழுவத்தின் அருகில் சில சிறுவர்கள் அங்குமிங்குமென ஓடித் திரிந்தார்கள். நானா தொடர்ந்து நடந்தார். ஆஸ்ரமத்திலிருந்து வெளியேறி.

அவர் திரும்பி வந்தபோது பொது மண்டபத்தில் நடைபெற்றுக்கொண்டிருந்த பிரார்த்தனையின் முணுமுணுப்புகள் அவருக்குக் கேட்டன. தனது கைகளையும் கால்களையும் கழுவிவிட்டு, தனது அறைக்குள் நுழைந்து படுக்கையில் அமர்ந்து கடவுளின் படங்களையுடைய மூன்று சுவர்களையும் பார்த்தார். தனது வெற்றுச் சுவரைப் பார்த்ததும், மாற்றத்தின் விழாவில் தான் எடுத்துக்கொண்ட இருபத்து மூன்று சபதங்கள் அவருக்கு நினைவுக்கு வந்தன.

பிரார்த்தனை முடிவடைந்ததும் மூவரும் திரும்பி வந்து தத்தமது படுக்கைகளில் அமர்ந்தார்கள். நானா அவர்களுடைய முகங்களை ஒவ்வொன்றாக மாறி மாறி பார்த்தார். அவர்கள் தன்னைப் பார்த்துச் சிரிக்கக்கூடும் அல்லது ஏதேனும் பேசக்கூடும் என நினைத்தார், ஆனால், அவர்கள் வெறுமனே அமைதியாக மந்திரங்களை உச்சரித்துக்கொண்டிருந்தனர். அதன்பிறகு பால் வந்தது, மூவரும் சிந்தனையில் ஆழ்ந்தவர்களாகக் காணப்பட்டார்கள். நானாவும் தன்னுடைய புத்தகத்தைக் கையிலெடுத்தார்.

காலையில் அவர் கண்விழித்தபோது இருவர் ஏற்கெனவே குளித்து முடித்திருந்தார்கள், ரசல் மட்டும் சவரம் செய்துகொண்டிருந்தார். நானா துணிகளையும் துண்டையும் எடுத்துக்கொண்டு குளிப்பதற்காகச் செல்லும்போது, விரைந்து வெளியே வந்த ஜோஷி, “மேதேக்கர் ஒரு நிமிஷம். எனது பூஜை

துணிகளைக் குளியலறையிலேயே வைத்துவிட்டேன். நான் அதை எடுத்துக்கொண்டு வந்துவிடுகிறேன்" என்றார்.

அவருக்குப் பின்னாலேயே வந்த ரசலும், "நான் முதலில் குளித்துவிடுகிறேன், அதன்பிறகு நீங்கள் போய் குளிக்கலாம்" என்று தெரிவித்தார்.

அதற்கு மேலும் யாரும் தன்னைப் பிடித்து நிறுத்த வேண்டாம் எனக் கருதியதால் அனைவருக்கும் பிறகு கடைசியாக அவர் குளித்தார். அப்போதும்கூட யாரோ ஒருவர் அவரிடத்தில், "நானா ஈரத் துணிகளைக் குளியலறையில் வைக்காதே" என்றார்கள். நானாவுக்குச் சிரிப்பு வந்துவிட்டது. குளியலுக்குப் பிறகு அவர் வராண்டாவுக்குச் சென்றார். இரண்டோ மூன்றோ நபர்கள் மட்டுமே அவரைப் பார்த்துத் தோழமையுடன் தலையசைத்தார்கள்.

மதிய உணவுக்காக நானா பொது மண்டபத்துக்குச் சென்றார். உள்ளே அவரது அறைத் தோழர்கள் அமர்ந்திருப்பதை அவரால் பார்க்க முடிந்தது. நானாவைப் பார்த்ததும் அவர்கள் சிரிப்பதாகத் தோன்றியது, எனினும் உடனடியாக அவரைத் தவிர்த்துவிட்டுத் தங்களுக்குள் பேசிக்கொள்ளத் துவங்கினார்கள். கதவுக்கருகில் இருந்த மேசையிலிருந்து தனது உணவை எடுக்க நானா சென்றபோது அங்கு நடைபெற்றுக்கொண்டிருந்த ஓர் உரையாடலை அவரால் கேட்க முடிந்தது. "ஆமாம். ஆமாம். அப்படித்தான் அவர் நடந்துகொள்ள வேண்டும். அவருக்கான இடத்தைக் காட்டியாக வேண்டும். அதோடு ஒவ்வொரு இடத்திலும் ஒரு நிறுத்தற்குறி இருக்கிறதுதான், அதனால் என்ன? உண்மையில் நாம்தான் அவமானப்படுத்தப்படுகிறோம்"

"ஆனால் நான் சொல்கிறேன், அது உண்மையென்றால் மேலாளர் எவ்வாறு இவரை உள்ளே சேர்த்துக்கொண்டார்?"

"ஏனெனில், இந்த ஆஸ்ரமம் எல்லோருக்கும் திறந்திருக்கிறது. அதனால்தான்"

"ஓஹ். அவர் கேட்டுக்கொண்டிருக்கிறார்..."

"கேட்கட்டும். நமக்கு என்ன சொல்ல இருக்கிறதோ, அதை நாம் சொல்வோம்"

"அவர்களுடைய வருகையால் எல்லா இடங்களிலும் நாம் துயரத்தை அனுபவிக்கிறோம்"

"அப்படியே இருக்கட்டும், அவர் இங்கிருக்கிறார், எதற்கு இந்த விவாதம்?" பின்னாலிருந்து வந்த யாரோ ஒரு மனிதரின் குரல் இது.

"அவர் தனது வாழ்நாள் முழுக்கத் தூய்மைக் கேடால் பாதிக்கப்பட்டிருக்கும்போது, அவர் ஏன் இங்கிருக்கிறார்?" இது மற்றொரு முதிய மனிதரின் புகார் குரல்.

"ஓஹ் இது எங்கு முடிவடையும், மரணிப்பதிலும் தூய்மைக் கேடு இருக்கத்தான் செய்கிறது" இது இரண்டாவது மனிதரின் குரல்.

நானாவால் இப்படி நினைக்காமல் இருக்க முடியவில்லை. வெளியில் அவருடைய குடும்பம் அவரை எதிர்க்கிறது. இங்கே உள்ளேயும் அவர் எதிர்க்கப்படுகிறார், வாழ்வதென்பது கடினமானதே. வெளியில் வேறு ஏதேனுமோர் இடத்தைக் கண்டுபிடித்தாக வேண்டும். அவர் இங்கிருந்து வெளியேறிச் செல்ல வேண்டும். ஆனாலும் அவர் எங்கே செல்வார்? இதுதான் அவர் முன்னால் எழுந்திருந்த பிரச்சினை. அவர் கவலையால் நிரம்பியிருந்தார்.

நான்கைந்து தினங்கள் இதே தனிமைப்படுத்தப்பட்ட நிலையிலேயே கடந்து சென்றது. அதன்பிறகு ஒருநாள் மதியநேரத்தில் இரும்பு கதவு திறக்கும் ஓசையும், "பாண்டுரங், பாண்டுரங்கன் மேதேக்கர் எங்கே இருக்கிறார்? அவருடைய அறை எங்குள்ளது?" எனும் உறுதியான குரலும் வெளிப்பட்டது. அனைத்து அறைகளுக்கு வெளியிலும் தலைகள் தென்படலாயின. வராண்டாவில் ஓர் எண்பது வயது முதியவரும், கரும்பைப் போன்ற உறுதியுடனும் துணிச்சலுடனும் காணப்பட்ட ஒரு முதிய விவசாயப் பெண்ணும் நின்றிருந்தார்கள். அவள் அணிந்திருந்த கருஞ் சிவப்பு நிற விளிம்புகளைக் கொண்ட புடவை அவளது தலையையும் போர்த்தி மூடியிருக்க, அவளது தோள்களின் மீது ஒரு சால்வையும், கைகளுக்குக் கீழே ஒரு பொட்டலம் இருக்க, கையில் ஒரு கைத்தடியைப் பிடித்திருந்தாள். தனது உடலிலிருந்து வழிந்துருளும் வியர்வையைத் தனது புடவையின் ஒரு முனையால் துடைத்தபடியே தேடும் பார்வையுடன் அங்குமிங்கும் பார்த்துக்கொண்டிருந்தாள்.

நானா இந்தக் குரலைக் கேட்டதும், அது தன்னுடைய அத்தையினுடையது என்பதை உணர்ந்து அதிர்ச்சியடைந்தார். அவள் எப்படி இங்கு வந்தாள்? விரைந்து அறையிலிருந்து வெளியேறினார் நானா.

நானாவைப் பார்த்ததும், அவளுடைய பாசம் வெடித்தெழுந்தது. "யெய்யா, என் கண்ணு..." என அவள் கூச்சலிட்டாள்.

நானாவின் முதுகை வருடியபடி அழுதுகொண்டே அந்த முதிய பெண், "மனோகர் என்னைக் காண வந்தார். உன்னுடைய பிள்ளைகள் உன்னை வெளியில் தூக்கி எறிந்துவிட்டார்கள் என்றார். அதைக் கேட்டதும் பெருந்துயரம் என்னைப் பீடித்துவிட்டது." அதன்பிறகு திடீரெனக் கோபப்பட்டு, "அங்கிருந்து வெளியேறியபோது நீ என்னைப் பற்றி நினைக்கவில்லையா? நீ நிலத்தை விற்றாயோ இல்லையோ? உனது சகோதரர் கிராமத்தில் இருக்கிறார். உனது மதினி அங்கிருக்கிறாள். நான் உன் அத்தை இல்லையா? பிறகு ஏன் நீ அங்கு வீட்டிற்கு வரவில்லை? பதில் சொல்?"

முதியவள் உணர்ச்சிவயப்பட்டவளாகப் பேசினாள். நானா அவளைத் தடுத்து தனது அறைக்குள் கூட்டிச் சென்றார். "பாண்டுரங்கா, நீ சமூகத்திற்கு ஐம்பதாயிரம் ரூபாய் நன்கொடை அளித்துப் பெரும் சமூகச் சேவராக நிலைபெற்றிருக்கிறாய் என்பதை அறிந்தேன். என்னவிதமான சமூகப் பணி நீ செய்கிறாய், பாபா? என்

பேச்சைக் கேள், என்னுடன் கிராமத்திற்கு வா, சமூகத்திற்கு நீ என்ன செய்ய விரும்புகிறாயோ அதை அங்கு வந்து செய்." பேசிக்கொண்டிருக்கும்போது ஒரு சிறிய பையை எடுத்து அதிலிருந்து நீல நிற துண்டு பிரசுரம் ஒன்றை வெளியில் எடுத்தாள். நானாவிடம் அதைக் கொடுத்துவிட்டு, "இதைப் பார். நமது கிராமத்தில் ஒரு மழலையர் பள்ளியைத் துவங்கவிருக்கிறோம். அதுவொரு பெரிய திட்டப் பணி. உனது பெயரை அதனுடைய பிரெசிடெண்ட் என நாங்கள் போடுவோம். பார்" என்றாள்.

நானா அந்தத் துண்டு பிரசுரத்தைத் தனது கையில் எடுத்துப் பார்த்தார். அதன் ஒருமுனையில் மகாத்மா பூலேயின் புகைப்படமும், வலதுபுறத்தில் பாபாசாகேப் அம்பேத்கரின் புகைப்படமும், இருவருக்கும் நடுவில் புத்தபிரானின் புகைப்படமும் அச்சிடப்பட்டிருந்தது. அதற்குக் கீழே தகவல்கள் இருந்தன. "ஏன் அவ்வாறு பார்க்கிறாய்? ஒரு ரூபாய் கூட கொடுக்க வேண்டாம். உனது அறிவின் சில துளிகளைப் பிள்ளைகளுக்குக் கொடு. அவர்களுக்குக் கல்வி புகட்டு. அவர்களுக்கு ஞானமூட்டு" இவ்வாறு சொன்ன முதியவள் கட்டிலின் கீழேயிருந்து நானாவின் பையைப் பிடித்து வெளியே இழுத்தாள்.

அந்த முதிய பெண்ணின் நாடகீகமான உள்நுழைவும், அவளுடைய உறுதியான குரலும், எதனையும் மதிக்காத அவளுடைய குணவியல்புகளும் ஆஸ்ரமத்தில் இருந்த அனைவரையும் பேச்சிழக்கச் செய்தன. நானா, அந்தக் கல்வியறிவற்ற வெகுளியான பெண்ணின் பரந்த மனப்பான்மையை நினைத்து நிலை தடுமாறினார். அவருடைய சிந்தனைகள் முன்னால் ஓடின. அவளைப் பற்றி ஒரு வார்த்தைக்கூட நான் விசாரித்ததில்லை, அவளுக்கு இரண்டு ரூபாய்கூட கொடுத்ததில்லை. என்னுடைய நலன் சார்ந்து அவள் பேசியபோதும்கூட அவளிடம் திமிராகவே பேசியிருக்கிறேன். ஆனால் அவள்தான், கையில் பணமேதுமில்லாத நிலையிலும், அவள் மட்டும்தான் என்னைப் பார்க்க வந்திருக்கிறாள். "அத்தை, உண்மையிலேயே நீ மிகச் சிறந்தவள்." வெடித்தழுதபடியே அவளருகில் குனிந்த நானா, "அத்தை, உன்னுடைய மதிப்பை ஒருபோதும் நான் உணர்ந்திருக்கவில்லை. என்னை மன்னித்துவிடு. நான் தவறாக நினைத்துக்கொண்டிருந்தேன். நான் குழப்பமுற்றிருந்தேன். ஆனால், இன்று எனது பாதையை நான் பார்த்துவிட்டேன். அந்தப் பாதையில் நான் பயணிக்கிறேன். ஆனால் அத்தை, என்னை மன்னித்துவிடுங்கள். நமது வீடு... என்னால் கிராமத்திற்கு இனி வர முடியாது. மிக நீண்ட காலத்திற்கு முன்பாகவே நான் அதைத் தொலைத்துவிட்டேன்" என்றார்.

அதன்பிறகு, கைகளைக் கட்டியபடி அங்கு சுற்றி நின்றிருந்த அனைவரையும் பார்த்தபடி, "நண்பர்களே, நான் வீடற்ற முதியவன். ஆதரவைத் தேடியே நான் இங்கு வந்தேன். ஆனால், இங்கு வந்த பிறகுதான் எனக்குப் புரிந்தது, நான் தவறான பாதையைத் தேர்ந்தெடுத்திருக்கிறேன். நண்பர்களே, என்னால் ஏற்பட்ட அசௌகர்யமான சூழலுக்காக வருந்துகிறேன், என்னை மன்னித்துவிடுங்கள்" என்றார் நானா.

தனது அறைத் தோழர்கள் மூவரின் பக்கம் திரும்பிய நானா, "நண்பர்களே, நீங்கள் என்னிடம் தெரிவித்த பரிசோதனையை நினைவில் வைத்திருக்கிறீர்களா? கடவுளின் படத்தை எதிரில் வைத்துக்கொண்டு தியானத்தில் ஈடுபடுவது. நான் அதைச் செய்து பார்த்தேன், மேலும் எது குறித்த அறிதல் எனக்குக் கிடைத்ததென உங்களிடம் சொல்ல வேண்டுமா? இது எனது உடல் எனும் அறிதல்தான் எனக்கு ஏற்பட்டது. புகைப்படத்தின் மீது நிலைபெற்றிருக்கும் எனது பார்வை சிறப்பானதுதான். எனது ஞாபகங்கள் இன்னமும் சிறப்பாக இருப்பதையும், என்னால் தெளிவாகக் கேட்க முடிவதையும் உணர முடிந்ததோடு, எனக்குள் பாய்ந்தோடும் ரத்தம் நான் முழுமையாகவும் செயல்படக்கூடிய திறனுடனும் இருக்கிறேன் என்கிற அறிதலைக் கொடுத்தது."

"நண்பர்களே, நான் உங்களுக்கு நன்றிக்கடன் பட்டிருக்கிறேன். எனது உடல் இன்னமும் தோய்ந்தழியவில்லை என்பதை உங்களால்தான் உணர முடிந்தது. என்னால் இன்னமும் பல வேலைகளைச் செய்ய முடியும். இன்றிலிருந்து சாகும்வரையிலும் பிறருக்காக எனது உடலைப் பயன்படுத்துவது என்று தீர்மானித்திருக்கிறேன். அதுவே போதுமானது"

சில கணங்கள் அமைதியாக இருந்துவிட்டுத் தனது சுவரைப் பார்த்த நானா, "நண்பர்களே, நான் இங்கு வந்ததிலிருந்து அவ்வப்போது ஒரு முக்கியமான, அதிமுக்கியமான செய்கையைச் செய்யும்படி என்னிடம் தெரிவித்தபடியே இருந்தீர்கள். அதை இன்று செய்கிறேன். யார் என்னைச் சமூகச் சேவை செய்யும்படித் தூண்டினார்களோ அவர்களே எனது முன்மாதிரிகள். அதனால் இதை எனது நான்காவது சுவரில் பொருத்தப் போகிறேன்" என்றார்.

இதைச் சொல்லிவிட்டு, பூலே அம்பேத்கர் புத்தர் ஆகியோரின் படங்களைக் கொண்டிருந்த நீல நிறத் துண்டு பிரசுரத்தை கையிலெடுத்து அதை அந்த வெற்றுச் சுவரில் ஒட்டினார். அதன்பிறகு தனது அத்தையின் பையைக் கையிலெடுத்தபடி சுறுசுறுப்பாக அவளுடன் சேர்ந்து அவ்வறையிலிருந்து வெளியேறினார்.

○

ஆசிரியர் குறிப்பு

அதிகக் கவனம் பெற்ற தலித்திய பெண் எழுத்தாளர்களுள் முக்கியமானவரான ஊர்மிளா பவார், கடந்த *30* ஆண்டுகளுக்கும் மேலாகத் தொடர்ந்து களச் செயற்பாட்டாளராகவும் இயங்கிவருகிறார். வளரும் பருவத்திலிருந்தே சாதியப் பாகுபாடுகளையும் அதன் பலமுனைகளிலான ஒடுக்குமுறைகளையும் ஊர்மிளா

எதிர்கொள்ள வேண்டியிருந்தது. வெளியிலிருந்து மட்டுமல்ல, அவரது சொந்தக் குடும்பத்தின் வழிகாட்டுதல்களாலும் பல இடங்களில் ஒடுக்குமுறையை எதிர்கொண்டுள்ளார். "போதுமான வரையில் வெளியுலகம் எனக்கு விதித்திருந்த கட்டுப்பாடுகளை ஏற்க வேண்டியிருந்த நிலையில், இப்போது எனது சொந்தக் குடும்பமும் எனக்கெனத் தனித்ததொரு விதிகளை உருவாக்கி என்னைக் கட்டுப்படுத்தியது" என ஓரிடத்தில் குறிப்பிடுகிறார் ஊர்மிளா. இதனாலேயே தலித்திய - பெண்ணியவாத எழுத்தாளராகத் தன்னை வடிவமைத்துக்கொண்டார். சாதியப் பாகுபாட்டோடு பெண் அடக்குமுறைகளுக்கு எதிராகவும் இவரது எழுத்துகள் குரல் கொடுத்தன. கூடவே, அக்காலத்தைய ஆதிக்கச் சாதி பெண்ணியவாதிகளையும் எதிர்கொள்ள வேண்டிய சூழல் இருந்தது.'The Weave of my life: A Dalit Women's Memoirs' எனும் இவருடைய சுயசரிதை வெளிவந்தபோது பல்வேறு இடங்களில் அது அதிர்வலைகளை உருவாக்கியது. அதில் அவர் தூய்மை, தூய்மையற்றத்தன்மை என்கிற பிராமணியக் கருத்தோட்டங்கள் எப்படித் தலித்தியக் குடும்பங்களுக்குள்ளும் நுழைந்து அவர்களுடைய சிந்தனைகளிலும் ஆதிக்கம் செலுத்திவருகிறது என்பதை அழுத்தமாகப் பதிவுசெய்திருக்கிறார். அவருடைய பல படைப்புகளில் சுய சமூக விமர்சனங்களும் சமவிகிதத்தில் முக்கியத்துவம் பெறுகின்றன. தமிழில் The Weave of my life 'முடையும் வாழ்வு' எனும் பெயரில் மொழியாக்கம் செய்யப்பட்டிருக்கிறது. சுயசரிதைப் புத்தகம் மட்டுமல்லாமல், இரண்டு சிறுகதைத் தொகுப்புகளையும் வெளியிட்டிருக்கிறார். சாவித்திரிபாய் பூலேவின் வாழ்வை அடிப்படையாகக் கொண்ட 'ஆமாம்! நான் சாவித்திரிபாய்' எனும் மேடை நாடகத்தை எழுதி அதில் நடித்திருக்கிறார். கிட்டத்தட்ட 25 ஆண்டுகளுக்கும் மேலாக, அந்த நாடகம் மேடையேற்றப்பட்டு வருகிறது. ஒடுக்குதல்களுக்குள்ளான பல தலித்திய பெண்களின் கதைகளை, குரல்களை மீனாட்சி மூனுடன் சேர்ந்து இவர் தொகுத்த 'நாங்களும் வரலாற்றை உருவாக்கினோம்' புத்தகம் மிக முக்கியமான தொகுப்பு நூலாகக் கருதப்படுகிறது. இவ்வகையில், மிக வலுவான தலித்திய - பெண்ணியவாதக் குரல் ஊர்மிளா பவாருடையது. அவரது சிறுகதைகளில் அதிகம் கவனம் பெற்ற 'The Fourth Wall' இங்கு மொழியாக்கம் செய்யப்பட்டிருக்கிறது.

பிரபஞ்சத்தைக் காப்போம்

ஸ்டானிஸ்லாவ் லெம்

(ஜான் டிச்சியிடமிருந்து ஒரு வெளிப்படையான கடிதம்)

பூமியில் நீண்ட காலம் தங்கியதற்குப் பிறகு, முந்தைய பயணங்களில் எனக்கு விருப்பமான இடங்களாக இருந்த பெர்சியஸின் கோளத் துகள்கள், கால்ஃபீப் விண்மீன், விண்மீன் மண்டலத்தின் மையத்தில் இருக்கும் நட்சத்திரம் ஆகியவற்றைப் பார்ப்பதற்காகக் கிளம்பினேன். இந்த எல்லா இடங்களிலும் என்னால் மாற்றங்களைக் காண முடிந்தது. அவை நல்லவிதமான மாற்றங்கள் இல்லை என்பதால், அவற்றைப் பற்றி எழுதுவது எனக்கு வேதனையளிப்பதாக உள்ளது. விண்வெளிக்குச் சுற்றுலா செல்வதை வளர்ப்பது குறித்து இப்போது அதிக அளவில் பேசப்படுகிறது. கேள்விக்கு இடமில்லாமல், இந்தச் சுற்றுலாத் திட்டம் அற்புதமானதுதான் என்றாலும், அனைத்தும் மிதமானதாகவே இருக்க வேண்டும்.

விண்வெளியை அடைந்த உடனேயே நீங்கள் காணும் காட்சி அருவருப்பூட்டுவதாக இருக்கிறது. செவ்வாய்க்கும் வியாழனுக்கும் இடையிலுள்ள சிறுகோள் பெல்ட் மோசமான நிலையில் உள்ளது. நித்திய இரவால் ஒருகாலத்தில் மூடப்பட்டிருந்த பொக்கிஷப் பாறைகள் இப்போது தன் மீதிருந்த இருள் விலக்கப்பட்டு ஒளிர்ந்துகொண்டிருக்கின்றன. நிலைமையை இன்னும் மோசமாக்குவதைப் போல ஒவ்வொரு செங்குத்தான பாறையின் மீதும் தலைப்பெழுத்துகளும் மோனோகிராம்களும் செதுக்கப்பட்டுள்ளன.

காதலர்கள் குறிப்பாக விரும்பும் ஈராஸ், சுயமாகக் கற்றுக்கொண்ட செதுக்கோவியர்களால் செதுக்கப்படும்போது அதிர்கிறது. சில விவேகமுள்ள ஆப்பரேட்டர்கள் அங்கு சுத்தியல்களையும், உளிகளையும், டிரில் மெஷின்களையும் வாடகைக்கு விடுகின்றனர். ஒருகாலத்தில் கரடுமுரடான பகுதிகளாக இருந்த அவ்விடத்தில் இப்போது ஒருவரால் மனிதனின் கைப்படாத ஒரு பாறையைக் கூட கண்டுபிடிக்க முடியாது.

இந்த விண்கல்லின் மீது முதல் பார்வையிலேயே காதல் ஏற்பட்டுவிட்டதைப் போல, அதன் மீது முழுமையாக எல்லா இடங்களிலும் கிறுக்கப்பட்டுள்ளது. மேலும், மோசமான ரசனையால் வரையப்பட்ட அம்பு துளைத்த இதயங்களும் கிறுக்கப்பட்டுள்ளன. செரஸைப் பெரிய குடும்பமாக இருப்பவர்கள் ஏதோ சில காரணங்களுக்காக விரும்புவதால், அவ்விடத்தில் நின்று புகைப்படம் எடுத்துக்கொள்ளவதற்கான அதீத உந்துதல் அவர்களுக்கு உண்டாகிறது. அங்குள்ள பல புகைப்படக் கலைஞர்கள் விண்வெளி உடைகளை வெறுமனே

போஸ் கொடுப்பதற்காக வாடகைக்கு மட்டும் கொடுப்பதில்லை, மாறாக, மலைப்பகுதிகளை ஒரு சிறப்புக் குழம்பால் மூடி, பெயரளவிலான கட்டணத்திற்காக அங்கு சுற்றுலாவுக்கு வரும் அனைத்துக் குழுக்களையும் அதனுடன் சேர்த்து நித்தியத்துவப்படுத்துகிறார்கள். அந்தப் பெரிய படங்கள் பிறகு தேய்த்துப் பளபளப்பாக்கப்பட்டு நிரந்தரமாக்கப்படுகின்றன. வசதியாகப் போஸ் கொடுக்கும் தந்தை, தாய், பேரக்குழந்தைகள் பிள்ளைகள் ஆகியோரை உள்ளடக்கிய குடும்பங்கள் பறைகளின் மீதிருந்து புன்னகைக்கிறார்கள். இது, நான் வாசித்தபடியே "ஒரு குடும்பச் சூழலை" உருவாக்குகிறது. ஜூனோவைப் பொறுத்தவரை, முன்பு அழகாய் இருந்த அந்த வான்கோள் இப்போது அனைத்து அழகையும் இழந்துவிட்டது. இவ்வாறு கருதும் எவரொருவரும் அந்த வான்கோளில் இருந்து கற்களை வெட்டி விண்வெளியில் வீசியெறிகிறார்கள். நிக்கல் - இரும்பு விண்கற்களையோ (அவை ஞாபகச் சின்ன சிக்னெட் மோதிரங்களாகவோ கஃப்லிங்குகளாகவோ மாற்றப்பட்டுவிட்டன) வான்மீன்களையோ மக்கள் கைவிட்டுவிட்டார்கள். ஒரேயொரு வால் நட்சத்திரத்தைக் கூட இனி உங்களால் பார்க்க முடியாது.

சூரியக் குடும்பத்தை விட்டு வெளியேறியதும் காஸ்மோ - பேருந்துகளின் நெரிசலில் இருந்தும், பாறைகளின் மீது நின்று புகைப்படும் எடுத்துக்கொள்ளும் குடும்பங்களிடமிருந்தும், சுவர் கிறுக்கல்களில் இருந்தும் தப்பித்துவிடலாம் என்று நினைத்தேன். ஆனால், என் நினைப்புத் தவறாகிப் போனது.

ஆய்வகத்தில் இருந்து பேராசிரியர் புரூக்கி, செண்டாரஸில் இருந்த இரண்டு நட்சத்திரங்களும் மங்கலாகிவருவதாக அண்மையில் என்னிடம் குற்றம் சாட்டினார். ஒட்டுமொத்த பகுதியும் குப்பையால் சூழப்பட்டிருக்கும்போது அந்த நட்சத்திரங்கள் மட்டும் எப்படி மங்கலாகாமல் இருக்க முடியும்? இந்த அமைப்பின் முக்கிய ஈர்ப்பாக இருக்கும், கனமான கிரகமான சிரியஸைச் சுற்றி, சனி கிரகத்தைச் சுற்றியிருப்பதைப் போலவே ஒரு வளையம் சூழ்ந்துள்ளது. ஆனால், இந்த வளையம் பீர் பாட்டில்களாலும் எலுமிச்சைப் பழக் கொள்கலன்களாலும் ஆனதாகும். அவ்வழியே பறக்க நேரிடும் ஒரு விண்வெளி வீரர் திரண்டிருக்கும் விண்கற்களை மட்டுமல்லாது, டின் கேன்களையும் முட்டை ஓடுகளையும் பழைய செய்தித்தாள்களையும் தவிர்த்துக்கொண்டே முன்னேற வேண்டும். இந்தக் குப்பைக்கூலங்களால் நட்சத்திரங்களையே பார்க்க முடியாமல் போகும் இடங்களும் இருக்கின்றன. ஆண்டுக்கணக்கில் வானியல் இயற்பியலாளர்கள் பல்வேறு விண்மீன் திரள்களில் உள்ள, அண்டத்தில் உள்ள தூசுகளின் அளவு பெருமளவில் அதிகரிப்பதற்கான காரணத்தை அறிய தங்கள் மூளையைக் கசக்கிப் பிழிந்துவருகின்றனர். ஆனால், இதற்கான பதில் மிகவும் எளிது என்றே நினைக்கிறேன்: நாகரிகம் எவ்வளவு பெரிதாக வளருகிறதோ, அந்த அளவில் அது தூசுகளையும் குப்பைகளையும் உற்பத்தி செய்கிறது. வானியல் இயற்பியலாளர்களை விடவும் தூய்மைப் பணியாளர்கள்தான் இதுகுறித்து அதிகக் கவலைகொள்ள வேண்டும். மற்ற நெபுலாக்களாலும் இதைச் சமாளிக்க முடியவில்லை என்றாலும், அதுவொரு சிறிய ஆறுதல்.

விண்வெளியில் எச்சில் துப்புவது மற்றொரு கண்டிக்கத்தக்கச் செயலாகும். எந்தவொரு திரவத்தையும் போல, எச்சிலும் குறைந்த வெப்பநிலையில் உறைந்துவிடும் என்பதோடு அதன்மீது மோதுவதும் எளிதில் பேராபத்திற்கு வழிவகுக்கும். இதைக் குறிப்பிடுவதற்கு அசௌகர்யமாகத்தான் இருக்கிறது, எனினும் ஒரு பயணத்தின்போது நோயில் வீழும் நபர்கள் திறந்த வெளியைத் தங்களுடைய தனிப்பட்ட கழிப்பறையைப் போல பயன்படுத்துகிறார்கள். அவர்களுடைய இத்துயரத்தின் தடயங்கள் மில்லியன் கணக்கான ஆண்டுகளாகச் சுற்றிக்கொண்டிருக்கும் என்பதை அறியாதவர்கள் போல அவர்கள் செயல்படுகிறார்கள். இது பிற சுற்றுலா பயணிகளிடையே மோசமான உணர்வுகளைத் தூண்டிவிட்டு, புரிந்துகொள்ளவியலாத வெறுப்பையும் உண்டாக்கும்.

மதுப்பழக்கம் ஒரு பிரத்தியேகப் பிரச்சினையாகும்.

சிரியஸுக்கு அப்பால், விண்வெளியில் வைக்கப்பட்டிருக்கும் பெரிய விளம்பரப் பலகைகளை நான் எண்ணத் துவங்கினேன். மார்ஸ் வோட்கா, கேலக்ஸ் பிராந்தி, லூனார் ஜின், சேட்டிலைட் ஷெம்பெய்ன் என்று அந்த எண்ணிக்கை அதிகரித்தபடியே இருந்ததால், ஒரு நிலைக்குப் பிறகு என்னால் எண்ணிக்கையை நினைவில் வைத்துக்கொள்ள முடியவில்லை. விமானிகளின் மூலமாக, சில காஸ்மோட்ரோம்கள் ஆல்கஹால் எரிபொருளைப் பயன்படுத்துவதிலிருந்து மாறி நைட்ரிக் அமிலத்தைப் பயன்படுத்த வேண்டும் என நிர்பந்திக்கப்பட்டதையும் அறிந்துகொண்டேன். அதன்பிறகு, பயணத்திற்கு ஆல்கஹால் எதுவும் மிச்சம் வைக்கப்படவில்லை. ரோந்துப் பணியில் ஈடுபட்டுள்ளவர்கள் மதுபோதையில் வருபவர்களைத் தொலைவிலிருந்து தங்களால் கண்டுபிடிக்க முடியவில்லை என்று தெரிவிக்கிறார்கள். தங்கள் தள்ளாட்டத்திற்கு, எடையின்மையே காரணமே தவிர மது அல்ல என்று அந்த மக்கள் சாதிக்கின்றனர். மேலும் விண்வெளி நிலையங்களில் உள்ள சில நடைமுறைகளும் அவமானகரமானவையாக இருக்கின்றன. அங்கு ஒருமுறை என்னிடமிருந்த இருப்பு பாட்டில்களில் ஆக்ஸிஜனை நிரப்பும்படி நான் கேட்டிருந்தேன். ஒரு பர்சாக் (Parsec) தூரத்தைக்கூட கடந்து சென்றிருக்க மாட்டேன், அதற்குள் விசித்திரமான இரைச்சலை என்னால் கேட்க முடிந்தது. அப்போதுதான் ஆக்ஸிஜனுக்குப் பதிலாக, சுத்தமான காக்னாக்கை அவர்கள் நிரப்பியிருப்பதை என்னால் கண்டறிய முடிந்தது. நான் திரும்பிச் சென்று அந்த நிலைய இயக்குநரிடம் விசாரித்தபோது, அவருடன் பேசுகையில் நான் கண் சிமிட்டியதாகத் தெரிவித்தார். ஒருவேளை நான் கண் சிமிட்டியிருக்கலாம் - எனக்கு அப்படியொரு பழக்கம் இருக்கிறது - ஆனால், அதற்காக அவருடைய இச்செயலை நியாயப்படுத்த முடியுமா?

முக்கிய வழித்தடங்களிலும் குழப்பம் நிலவிவருகிறது. வழக்கமாகவே ஏராளமானவர்கள் வேக வரம்பைக் கடந்து அதிவிரைவாகச் செல்வதால் இவ்வளவு எண்ணிக்கையில் விபத்துகள் நடப்பது குறித்து ஆச்சரியமடைய மாட்டேன். பெண்கள்தான் மிக மோசமான குற்றவாளிகள்: வேகமாகச் செல்வதன் மூலம் நேரத்தின்

பாதையைக் குறைத்து, குறைந்த வயதைத் தக்கவைத்துக்கொள்கிறார்கள். மேலும், அடிக்கடி ஒருவரால் ராட்டில்ட்ராப்பையும் எதிர்கொள்ள முடிகிறது. கிரகணத்தின் நீளத்தைத் தனது புகையினால் மாசுப்படுத்தும் காஸ்மோ பேருந்துகளைப் போல ராட்டில்ட்ராப்பும் செயல்படுகின்றன.

பாலிண்ட்ரோனியாவில் தரையிறங்கி, புகார்ப் புத்தகத்தை அங்கிருந்தவர்களிடம் கேட்டபோது, முந்தைய நாளில் ஒரு விண்கல் விழுந்து அந்தப் புத்தகம் அழிந்துவிட்டதாகத் தெரிவித்தார்கள். மேலும், ஆக்ஸிஜன் விநியோகமும் குறைந்துகொண்டே வருகிறது. பெலூரியாவிலிருந்து ஆறு ஒளி ஆண்டுகளுக்குப் பிறகு அதை எங்கும் பெற முடியாது. அவ்விடத்தைச் சுற்றிப் பார்க்கச் செல்லும் மக்கள் தாமாகவே உறைந்துபோய், கிட்டத்தட்ட சாவினை ஒத்த நிலையில், அடுத்தகட்ட காற்று ஏற்றுமதி செய்யப்படும் வரை காத்திருக்க வேண்டிய சூழல் நிலவுகிறது. ஏனெனில், அவர்கள் உறைந்த நிலையை அடையாமல் தொடர்ந்து உயிருடன் இருக்க முற்பட்டால் சுவாசிப்பதற்கு அவர்களுக்கு எதுவுமே கிடைக்காது. நான் வந்தபோது காஸ்மோட்ரோனில் யாருமே இல்லை. அவர்கள் அனைவரும் குளிரூட்டிகளில் உறங்கிக்கொண்டிருந்தனர். ஆனால், சிற்றுண்டிச் சாலையில் அன்னாசிப்பழக் காக்னாக்கில் இருந்து பில்ஸ்னர் வரையிலான மதுபான வகைகள் அங்கு பட்டியலிடப்பட்டிருப்பதை என்னால் பார்க்க முடிந்தது.

பெரிய அளவிலான பாதுகாப்பிற்குள் இருந்த கிரகங்களில், சுகாதார நிலைமைகள் மூர்க்கத்தனமாக இருந்தன. மெர்சிடூரியாவின் குரல் பத்திரிகையில் (Voice of Mersituria), ஸ்வாலுர்கர்ஸ் எனும் அற்புதமான விலங்குகளை அழித்தொழிக்க வேண்டும் என்று குறிப்பிட்டிருந்த கட்டுரை ஒன்றை வாசித்தேன். இந்த வேட்டையாடி விலங்குகள் தமது மேல் உதடுகளில் பல்வேறு விதமான பளபளக்கும் மருக்களைக் கொண்டிருக்கும். எனினும், கடந்த சில வருடங்களில் இரண்டு பூஜ்ஜியங்களின் வடிவத்தில் மருக்களையுடைய பல்வேறு வகையிலான ஸ்வாலுர்கர்ஸ் அடிக்கடிக் காணப்படுகின்றன. பொதுவாக, மக்கள் வசிக்கும் இடங்களுக்கு அருகில்தான் ஸ்வாலுர்கர்ஸ் வேட்டையாடுகின்றன. இரவு நேரங்களில், இருளுக்குள் மறைந்திருந்தபடி தமது அகலமான தாடைகளைப் பிளந்து வைத்துக்கொண்டு அவை படுத்திருக்கும். ஒதுக்குப்புறமான இடங்களைத் தேடும் மனிதர்களுக்காகவே அவை காத்திருக்கின்றன. இந்த விலங்குகள் முற்றிலுமாகத் தீங்கற்றவை என்பதையும், குற்றம்சாட்டப்பட வேண்டியவர்கள் சரியான குழாய் வசதி இல்லாதவர்கள்தானே தவிர இந்த விலங்கினங்கள் இல்லை என்பதையும் கட்டுரையாளர் உணரவில்லையா?

இதே மெர்சீடூரியாவில், பொதுமக்களுக்குத் தேவையான வசதிகள் இல்லாததால் பூச்சியினங்களின் மத்தியிலும் தொடர்ச்சியான பாதிப்புகள் ஏற்படுகின்றன.

அழகிய காட்சிகளுக்குப் பிரபலமான இடங்களில் உங்களால் அடிக்கடி வசதியான நகரும் அமைப்பிலான விக்கர் நாற்காலிகளைப் பார்க்க முடியும். அக்காட்சியால் ஈர்க்கப்பட்டு, அந்த நாற்காலிகளில் ஒருவர் அமர்ந்தால் அந்த நாற்காலி அவரைத்

தாக்கத் தொடங்கிவிடும். ஏனெனில், அது உண்மையிலேயே நாற்காலி அல்ல. உடலில் புள்ளிகளைக் கொண்ட எறும்பினம் (பாட்டம்பைட்டர் சேர் ஆண்ட், Multipodium Pudostellatum Trylopii) ஆயிரக்கணக்கில் திரண்டு அவ்விடத்தில் ஒரு நாற்காலியைப் போன்ற தோற்றத்தில் இருக்கின்றன. வேறு சில குறிப்பிட்ட வகையிலான கணுக்காலிகள் (ஃபிரிப்பிள்ஸ், ஸ்க்ரூச்ஸ், ப்ரூடலேசியன் ரோலிபீட்ஸ்) சோடா ஸ்டாண்டுகளைப் போலவும், கயிற்றூஞ்சலைப் போலவும், நீர்த் தெளிக்கும் குழாய் - துண்டுகளைப்போல தோற்றமளிப்பதாக வதந்திகள் பரவுகின்றன. ஆனால், இதுபோன்ற கருத்துகளின் உண்மைத்தன்மையை என்னால் உறுதியளிக்க முடியாது. அத்தகையவற்றை நான் பார்த்ததுமில்லை. மேலும், எறும்பியல் ஆய்வாளர்களும் இதுகுறித்து மௌனமே சாதித்துவருகிறார்கள். எனினும், ஓர் அரிய உயிரினமான ஸ்நேக்ஃபூட்டர் டெலெஸ்கோப்பர் (Anencephalus pseudoopticus tripedius Klaczkinensis) குறித்து நான் எச்சரிக்கை செய்ய வேண்டும். இந்த டெலெஸ்கோப்பரும் அழகிய காட்சிகள் உள்ள இடத்தில்தான் நிலைகொண்டிருக்கிறது. தனது மூன்று நீண்ட மெலிதான கால்களை முக்காலியைப் போல விரித்து நின்றுகொண்டு, தனது குழாய் போன்ற வாலை இயற்கை காட்சிகளின் மீது குறிவைத்தபடியே நின்றிருக்கிறது. தனது திறந்த வாயில் திரண்டொழுகும் உமிழ்நீருடன் ஒரு தொலைநோக்கியின் லென்ஸைப் போலவே போலி செய்துகொண்டிருக்கும் இது கவனக்குறைவான சுற்றுலாவாசியைத் தன்னை நோக்கிப் பார்க்கும்படி ஈர்க்கும் தன்மையில் இருக்கும். பின்னர், இதன் பின்விளைவுகள் தீவிரமான அசௌகர்யங்களை ஏற்படுத்தும். மற்றொரு பாம்பான ட்ரிப்பர்ஸ்னீக் (Serpens vitiosus Reichenmantli) கௌரிமாச்சியா கிரகத்தில் காணப்படுகிறது. புதர்களில் பதுங்கியிருக்கும் இப்பாம்பினம், அவ்வழியே எச்சரிக்கை உணர்வில்லாமல் செல்லும் பயணிகளைத் தனது வாலால் தாக்குகிறது. எனினும், இந்த ஊர்வனம் பிரத்தியேகமாக அழகிகளை மட்டுமே குறிவைத்துத் தனது உணவாக்கிக்கொள்கிறது, இது வேறு எதுபோன்றும் போலி செய்வதில்லை என்பது குறிப்பிடத்தக்கது.

பிரபஞ்சம் ஒரு விளையாட்டு மைதானம் அல்ல. அல்லது அதனுடைய உயிரியல்ரீதியிலான பரிணாமம் வேடிக்கையானதும் அல்ல. டெர்டிமோனாவில் நான் பார்த்ததுபோன்ற சிற்றேடுகளை நாம் வெளியிட வேண்டும். முன்னனுபவம் இல்லாத தாவரவியலாளர்களுக்கு க்ரூயுல்லா (Pliximiglaquia bombardons L) குறித்து நாம் எச்சரிக்க வேண்டும். க்ரூயுல்லாவில் அழகிய பூக்கள் இருக்கின்றன என்றாலும் அவற்றை நாம் பறித்துவிடக்கூடாது. ஏனெனில், முலாம்பழத்தின் அளவில் கூர்மையான ஒரு பழத்தை வழங்கும் பிரையன்வாஷர் எனும் மரத்துடன் இந்தச் செடி தனது இருத்தலைப் பகிர்ந்துகொள்கிறது. தாவரவியலாளர் கவனக்குறைவுடன் ஒரேயொரு பூவைப் பறித்தாலும்கூட, கற்களைப்போல உறுதியான பழங்கள் அவர் தலையின்மீது ஏராளமாக விழும். அதன்பிறகு, க்ரூயுல்லாவோ பிரையன்வாஷர் மரமோ பாதிக்கப்பட்டவருக்கு எந்தத் தீங்கையும் செய்வதில்லை. தமது மரணத்தால் இயற்கையின் விளைவாக அந்நிலத்திற்கு அவர்கள் உரமாக மாறிவிடுவதால்

பிரையன்வாஷர் மரமும் க்ரூயுல்லா செடியும் வெறுமனே திருப்தி மட்டுமே அடைகின்றன.

ஆனால், பாதுகாப்பிற்குள் இருக்கும் அனைத்துக் கிரகங்களிலும் இதுபோன்ற அற்புதமான நகலெடுத்தல் செயல்கள் நடந்தபடியே இருக்கின்றன. உதாரணமாக, பெலூரியாவின் சவன்னாஸ் ஏராளமான வண்ணப் பூக்களால் நிறைந்துள்ளது. அதில், பேரழகும் நறுமணமும் உடைய சிவப்பு நிற ரோஜாக்களும் உள்ளன. (Rosa mendatrix Tichiana, பேராசிரியர் பிங்கிள் இவ்வாறு அதற்குப் பெயரிட்டார். எனினும், அதுகுறித்து முதலில் விவரித்திருப்பது நான்தான்). ஆனால், உண்மையில் இது ஹெர்பெட்டான் எனப்படும் பெலூரியாவில் உள்ள வேட்டை உயிரினம் ஒன்றின் வாலில் வளரக்கூடிய பூக்களாகும். பசித்திருக்கும் இந்த ஹெர்பெட்டான் முட்புதருக்குள் பதுங்கியிருக்கும். தனது அதிநீண்ட வாலை வெகு தொலைவிற்கு வெளியே நீட்டிக்கொண்டிருக்கும். இதனால் அதன் வாலில் இருக்கும் பூ மட்டும் புல்லில் இருந்து வெளியே நீட்டிக்கொண்டிருக்கும். இதுகுறித்து எவ்விதச் சந்தேகமும் இல்லாமல் இதன் வாசனையை நுகர்வதற்கு அதை நோக்கிக் கீழே குனிந்தால், அந்த மிருகம் பின்புறத்திலிருந்து அவர் மீது பாய்ந்துவிடும். அதனுடைய தந்தங்கள் கிட்டத்தட்ட யானை தந்தத்தின் நீளத்தில் இருக்கும். ஒவ்வொரு ரோஜாவும் முட்களைக் கொண்டிருக்கும் எனும் பழமொழிக்கு என்னவொரு விசித்திரமாக வேற்றுகிரக உறுதிப்படுத்தல் இந்த ரோஜாக்கள்!

நான் இன்னும் கொஞ்சம் விலகிச் சென்றால், பெலூரியனின் மற்றோர்அதிசயத்தை என்னால் நினைவுகூராமல் இருக்க முடியவில்லை. உருளைக்கிழங்கின் வகையினமான இதன் பெயர் செண்டியண்ட் ஜெண்டியன் (Gentiana sapiens suicidalis Pruck). இந்தத் தாவரத்தின் பெயர் அதனுடைய மனநலக் கூறுகளில் இருந்தே வைக்கப்பட்டிருக்கிறது. இனிப்பு மற்றும் மிகச் சுவையான பல்புகளை இவை கொண்டிருக்கும். இந்தத் தாவரத்தில் ஏற்படும் மாற்றங்களினால், வழக்கமாக உற்பத்தி செய்யும் பல்புகளுக்குப் பதிலாகச் சில நேரங்களில் சிறிய அளவிலான மூளைகளை இது உருவாக்கும். இவ்வாறு திரிபுகொள்ளும் கிரேஸி ஜெண்டியன் (Gentiana mentecapta) வளர வளர அமைதியற்ற நிலையை எய்துகிறது. தாமாகவே பிடுங்கிக்கொண்டு, காட்டிற்குள் சென்று, ஏகாந்தமான தியான நிலையில் தன்னை இது இருத்திக்கொள்ளும். பிறகு, வாழ்க்கை வாழ்வதற்குத் தகுதியற்றது எனும் முடிவுக்கு வந்து தற்கொலை செய்துகொள்ளும்.

பெலூரியனின் மற்றொரு தாவரமான ஃப்புரியோலைப் போல, இது மனிதர்களுக்குத் தீங்கு விளைவிப்பதில்லை. ஃப்புரியோல் எனும் இவ்வினம், சகித்துக்கொள்ள முடியாத சிறுவர்களால் உருவாக்கப்படும் சூழலுக்கு ஏற்றாற்போலத் தன்னை அமைத்துக்கொண்டது. இத்தகைய சிறுவர்கள் தொடர்ச்சியாக அங்குமிங்கும் ஓடியபடியும், தங்கள் பாதையில் இருக்கக்கூடிய எதுவொன்றையும் தள்ளியபடியும் உதைத்தபடியும் இருக்கிறார்கள். அதோடு, ஸ்பைனி ஸ்லோத்தோடைல் முட்டைகளை உடைக்கவும் விரும்புகிறார்கள். ஃப்புரியோல், முட்டையின்

வடிவத்தை ஒத்த பழங்களை உற்பத்தி செய்கிறது. இதைப் பார்க்கும் ஒரு சிறுவன் தன்னெதிரில் முட்டை இருப்பதாக நினைத்து, அதைச் சிதைக்கும் உந்துதலில் உதைத்து நொறுக்கிறார். இதனால் அந்தப் போலி முட்டைகளில் இருக்கும் வித்துகள் வெளியேறி அவனுடைய உடலுக்குள் நுழைகின்றன. அந்தச் சிறுவன் வெளிப்பார்வைக்கு மிகச் சாதாரணமான தனிநபராகத் தோற்றமளித்தாலும், அவனுக்குள் குணப்படுத்தவியலாத வீரியமிக்கச் செயலாக்கம் ஏற்கெனவே அமைக்கப்பட்டிருக்கும். சீட்டாட்டம், குடிபோதை துஷ்பிரயோகம் ஆகியவை இந்தப் பாதிப்பின் இதற்கடுத்த நிலைகளாகும். இதன்முடிவாக, ஒன்று அவர் மரணத்தைத் தழுவக்கூடியவராக இருப்பார் அல்லது இவ்விஷயங்களில் சிறந்து செயல்படுகிறவராக இருப்பார். ஃபுரியோலை அழிக்க வேண்டும் என்கிற கருத்தை நான் அவ்வப்போது கேள்விப்படுவதுண்டு இவ்வாறு சொல்பவர்கள் ஃபுரியோலை அழிப்பதற்குப் பதிலாக, வெளி கிரகங்களில் உள்ளவற்றை உதைக்கக்கூடாது என்று சிறுவர்களுக்கு அறிவுறுத்துவது குறித்து யோசிப்பதில்லை.

இயல்பிலே நான் ஒரு நம்பிக்கைவாதி என்பதால் மனிதர்கள் மீது நம்பிக்கை வைக்க முயற்சிக்கிறேன். ஆனால், எல்லா நேரங்களிலும் இவ்வாறு நம்பிக்கை வைப்பது எளிதாக இருப்பதில்லை. புரோஸ்டோஸ்டெனெசாவில் ஸ்கிரிபில்மாக் எனும் சிறிய பறவை வாழ்கிறது. இது பூமியில் உள்ள கிளியைப் போன்றே இருக்கும். இப்பறவை பேசுவதற்குப் பதிலாக எழுதும் இயல்பைப் பெற்றிருக்கிறது. பூமியில் இருந்து வரும் சுற்றுலாப் பயணிகளிடமிருந்து கற்றுக்கொண்ட ஆபாச வார்த்தைகளை இந்தப் பறவை அவ்வப்போது தடுப்பு வேலிகளில் எழுதுகிறது. சிலர் வேண்டுமென்றே இந்தப் பறவை எழுதும் சொற்களில் உள்ள எழுத்துப்பிழைகளைச் சுட்டிக்காட்டி அதைக் கோபப்படுத்துகிறார்கள். காணக் கிடைக்கும் எதுவொன்றையும் உட்கொள்ளும் பழக்கமும் இந்தப் பறவைக்கு இருக்கிறது. அவர்கள் இந்தப் பறவைக்கு இஞ்சி, உலர்ந்த திராட்சை, மிளகு, சூரிய உதயத்தின்போது நீண்ட கூக்குரலை வெளிப்படுத்த உதவும் யெல்லோயார்ட் எனும் மூலிகை ஆகியவற்றைத் தின்னக் கொடுக்கிறார்கள் (இது சில சமயங்களில் துயிலெழுப்புவதற்கான அலாரமாகவும் பயன்படுத்தப்படுகிறது). அதிகமாக உணவு உட்கொண்டு அப்பறவை இறந்துவிட்டால், பிறகு அந்தப் பறவையையே பொறித்து விருந்தாகப் பரிமாறுகிறார்கள். இது சுவை மிகுந்த சிறந்த உணவாகக் கருதப்படுவதால், புரோஸ்டோஸ்டெனெசாவிற்கு வருகைதரும் ஒவ்வொரு சுற்றுலாவாசியும் வறுத்த ஸ்கிரிபில்மாக் பறவையை உண்பதற்கு விரும்புகிறார்கள். இதனால் இப்பறவை இப்போது அழிவின் விளிம்பில் இருக்கிறது.

மற்ற கிரகங்களில் உள்ள உயிரினங்களை மனிதர்கள் சாப்பிடுவதில் தப்பில்லை எனச் சிலர் நம்புகிறார்கள். ஆனால், இதற்கு நேரெதிராக, மனிதர்களை இவ்வுயிரினங்கள் சாப்பிடத் தொடங்கினால், அவர்கள் கூட்டாகக் குரலெழுப்பி அழுகிறார்கள். இராணுவத்தின் உதவியை நாடுகிறார்கள். அவ்வுயிரினங்களைக் கடுமையாகத் தண்டிக்கும்படி வலியுறுத்துகிறார்கள். எனினும், வேற்றுகிரகத்தைச் சேர்ந்த ஃபுளோராவும் ஃபானாவும் தமக்குத் துரோகம் இழைத்துவிட்டதாக

மனிதர்கள் குற்றம்சாட்டுவது மானுடவியல்ரீதியிலான முட்டாள்தனமே ஆகும். காய்ந்த மரக் குச்சியைப் போலத் தோற்றமளிக்கும் கொடிய டெசெப்டோரைட், மலைப் பாதையில் தனது பின்னங்கால்களை அடையாளங்காட்டிகளைப்போல வைத்து நின்றுகொண்டு, அவ்வழியே நடந்துசெல்பவர்களைத் தவறாக வழிநடத்தி, பள்ளத்தில் விழச்செய்து, விழும்போது அவர்களை உட்கொண்டால், பாதுகாப்புப் பகுதியில் இருக்கும் வனத்துறையினர் சாலை அடையாளங்காட்டிகளைச் சரிவர பராமரிப்பு செய்யாததே அதற்குக் காரணம் என்றே நான் சொல்வேன். அடையாளங்காட்டியில் உள்ள வண்ணங்கள் உதிர்ந்தால், அவை உலர்ந்து அந்த விலங்குகளைப் போலவே தோற்றமளிக்கும். இந்த இடத்தில் எந்த உயிரினம் இருந்தாலும் இதையேதான் செய்யும்.

ஸ்ட்ரெடோஜெண்ட்சியாவின் புகழ்பெற்ற அற்புதங்கள் மனிதர்களின் தீய விருப்பங்களையே சார்ந்திருக்கின்றன. ஒருகாலத்தில், இந்தக் கிரகத்தில் சில்லிப்ஸ் அதிக அளவில் காணப்பட்டன, வார்ம்ஸ்ட்ரெல் அரிதாகவே எங்கேனும் காணப்பட்டது. இப்போது வார்ம்ஸ்ட்ரெல்கள் அதிசயத்தக்க வகையில் அதிகரித்துவிட்டன. அவற்றின் முட்களுக்கு மேலாக இருக்கும் செயற்கையாக உருவாக்கப்படும் மாறுபட்ட காற்றானது, ஏராளமான மதுக்கடைகளில் அற்புதங்களை உண்டாக்கியது. எனினும், இது செயற்கையாகக் காற்றை உருவாக்குகிறது என்பதால் பூமியில் இருந்து வரும் பயணிகள் பலரின் மரணத்திற்கும் இது வழிவகுத்தது. இந்த மரணங்களுக்கு வார்ம்ஸ்ட்ரெல்களையே குற்றம்சாட்ட வேண்டும் என்று சொல்லப்படுகிறது. ஏன் அவற்றின் அற்புதங்கள் பள்ளிகளிலும், நூலகங்களிலும், சுகாதார மையங்களிலும் அற்புதங்களை உண்டாக்கவில்லையா? ஏன் எப்போதும் அவற்றின் பயன்பாடு, போதை மருந்துகள் விற்கப்படும் இடங்கள் குறித்து மட்டுமே காட்டப்பட வேண்டும்? இதற்கான பதில் எளிமையானது. ஏனெனில், இம்மரங்களில் மாற்றங்கள் உருவாவது இயல்பானதுதான் என்பதால் வார்ம்ஸ்ட்ரெல்கள் முதலில் எல்லா விதமான அதிசயங்களையும் உருவாக்கின. ஆனால், மக்கள் நூலகங்களையும் பெரியோருக்கான கல்வி வகுப்புகளையும் புறக்கணித்துவிட்டதால், அவ்விடங்களில் இருந்த வார்ம்ஸ்ட்ரெல்கள் உணவில்லாமல் மடிந்துவிட்டன. மதுக்கடைகளில் ஒளிரும் வகை (Anthropophagi குடும்பத்தைச் சேர்ந்த Thermomendax spirituosus halucinogenes) மட்டுமே தப்பிப் பிழைத்தது. மனிதச் செய்கைகளாலே எஞ்சியிருக்கும் இந்தச் சிறப்பு வகைமை மனிதர்களின் தீமையை வெளிப்படுத்தும் வீரியமிக்கதொரு குற்றச்சாட்டாகும்.

சிறிது காலத்திற்கு முன்னால், ஸ்ட்ரெடோஜெண்ட்சியா எக்கோ (Stredogentsia Echo) ஆசிரியருக்கு எழுதப்பட்டிருந்த ஒரு கடிதம் என்னைக் கோபப்படுத்தியது. பூங்காக்களுக்குப் பெருமை சேர்க்கும் பெருமரங்களான வார்ம்ஸ்ட்ரெல்ஸையும் சொலிந்தியாஸையும் அகற்றுமாறு அக்கட்டுரையாசிரியர் வலியுறுத்தி எழுதியிருந்தார். அம்மரங்களின் பட்டையை வெட்டினால் நச்சுத்தன்மை மிகுந்த, பார்வையைப் பறிக்கக் கூடிய சாறு வெளியே பிதுங்கிக்கொண்டு வரும். அதனால்,

மேலிருந்து கீழ் வரை பயணிகளால் துளியும் செதுக்கப்படாமல் இருக்கும் ஸ்ட்ரெடோஜெண்ட்சியன் கடைசி மரம் சொலிந்தியாஸ்தான். இதை நாம் அகற்ற வேண்டுமா? வெங்கரிக்ஸ், மரவ்டோலா, மோர்செலோன், எலெக்ட்ரிக் ஹவ்லர் போன்ற மதிப்புமிக்க உயிரினங்களுக்கும் இதேபோன்ற விதி அச்சுறுத்துகிறது. இதில் எலெக்ட்ரிக் ஹவ்லர், காட்டிற்கு வரும் எண்ணற்ற பயணிகள் பயன்படுத்தும் பதற்றத்தைக் கூட்டும் ரேடியோக்களின் இரைச்சல்களிலிருந்து தன்னையும் தனது சுற்றத்தையும் பாதுகாத்துக்கொள்ளும் திறனை இயற்கைத் தேர்வின் மூலமாகவே வளர்த்துக்கொண்டுள்ளது. குறிப்பாக, அதிகச் சத்தம் மிகுந்த ராக் அண்ட் ரோலாவை முற்றாக ரத்துசெய்யும் திறனை அது வளர்த்துக்கொண்டுள்ளது. ஹவ்லரின் மின் உறுப்புகள் சூப்பர்ஹெட்டரோடைன் அலைகளை வெளியிடுகின்றன. அதனால் இயற்கையின் இத்தகைய அசாதாரணமான படைப்பு உடனடியாகவே பாதுகாக்கப்பட வேண்டும்.

ஃபவுல்-டெய்ல் ஃபெட்டிடோவைப் பொறுத்தவரை, அது வழங்கும் நறுமணத்திற்கு நிகராக வேறெதுவும் இல்லை. மில்வாக்கி பல்கலைக்கழகத்தைச் சேர்ந்த டாக்டர் ஹாப்கின்ஸ் குறிப்பாக, செயலில் இருக்கும் ஃபெட்டிடோ வினாடிக்கு ஐந்து கிலோரீக்ஸ் (kr) அளவுக்கு இந்த நறுமனத்தை உற்பத்தி செய்கிறது எனக் கணக்கிட்டிருக்கிறார். ஆனால், ஃபெட்டியோ புகைப்படம் எடுக்கப்படும்போது மட்டும்தான் இவ்வாறு செய்யும் என்பதை ஒரு குழந்தை கூட அறிந்திருக்கும். கேமரா ஒன்று ஃபெட்டியோவைக் குறிபார்க்கும்போது லெண்டிக்குலர்சப்காடல் ரிஃப்ளெக்ஸ் எனும் எதிர்வினை ஃபெட்டியோவில் தூண்டப்படுகிறது. ரப்பர்நெக்குகளின் ஊடுருவலில் இருந்து இந்த அப்பாவி உயிரினத்தைப் பாதுகாக்கச் செய்யும் இயற்கையின் ஆற்றலே இது. கிட்டப்பார்வையைக் கொண்ட ஃபெட்டியோ கேமரா என்று ஆஷ்ட்ரேக்கள், லைட்டர்கள், கை கடிகாரங்கள், பதக்கங்கள், பேட்ஜ்கள் போன்றவற்றை நினைத்துக்கொள்கிறது என்பது உண்மைதான் என்றாலும் சுற்றுலாவாசிகள் சிறிய அளவிலான கேமராக்களைப் பயன்படுத்துவதே இதற்குக் காரணம் என்பதும் பகுதியளவில் உண்மையானதுதான். தவறு செய்வது எளிதுதானே. சமீபத்திய ஆண்டுகளில் ஃபெட்டியோக்கள் தமது வரம்பை அதிகரித்து ஓர் ஏக்கருக்கு எட்டு மெகாரீக்குள் அளவில் வாசனையை உற்பத்தி செய்துவருகின்றன. டெலிஃபோட்டோ லென்ஸ்கள் அதிக அளவில் பயன்படுத்தப்படுவதே இதற்குக் காரணம் என்பதைச் சுட்டிக்காட்ட நான் கடமைப்பட்டுள்ளேன்.

வேற்றுகிரகத்தைச் சேர்ந்த அனைத்து விலங்குகளும் தாவரங்களும் விமர்சனங்களுக்கு அப்பாற்பட்டவை எனும் எண்ணத்தை உண்டாக்க நான் விரும்பவில்லை. நிச்சயமாக, கார்னிவாம்ப்ஸ், சாப்ரோப்ஹோய்ட்ஸ், கீக்லிங்க்ஸ், டெமெண்டேரியா, மார்ஷ்மக்கர்ஸ் போன்றவை விரும்பத்தக்கவை அல்ல. ஆட்டார்சியே குடும்பத்தைச் சேர்ந்த மைசோஃபிலிட்ஸ் (Gauleiterium ßagellans, Syphonophiles pruritualis-யும் சேர்த்து), த்ரோட்டில்மோர் (Lingula stranguloides Erdmenglerbeyeri) ஆகியவையும் அபாயகரமானவைதான். ஆனால், இவ்விஷயத்தை

இன்னும் கவனமாகச் சிந்தித்துப் பார்த்து, நோக்கங்களை ஆராயுங்கள். ஒரு மனிதன் பூக்களைப் பறித்து மூலிகை கிடங்கில் அவற்றைக் காய வைப்பது சரியான செய்கை எனும்போது, தாவரங்கள் மனிதக் காதுகளைக் கிழித்துப் பாதுகாத்து வைத்துக்கொள்வது ஏன் இயற்கைக்குப் புறம்பானதாகக் கருதப்பட வேண்டும்? அனைத்து அளவீடுகளையும் தாண்டி, எக்கோலூன் (Echolalium impudicum Schuwamps) அய்டோனோக்ஸியாவில் பெருகியிருந்தால், இதற்கும் நாம் மனிதர்களைத்தான் குற்றம்சொல்ல வேண்டும். எக்கோலூன் தனது உயிரின் ஆற்றலை ஒலியிலிருந்தே பெறுகிறது. இடியோசையில் இருந்தே தனது உணவை அது உட்கொண்டது. இப்போதும்கூட புயல்களின் ஓசையைக் கேட்க அது விரும்புகிறது. ஆனால், இப்போது அது சுற்றுலாவாசிகளின் ஓசையைக் கேட்கிறது. ஒவ்வொரு சுற்றுலாவாசியும் எக்கோலூனைப் பார்த்து இழிவான சாபங்களைச் சரமாரியாகப் பொழிகிறார்கள். தன் மீது ஏவப்படும் கேளிக்கைச் சொற்களுக்கு மத்தியில் இந்த உயிரினம் மலருவதைப் பார்ப்பது மிகவும் வேடிக்கையாக உள்ளது எனவும் அவர்கள் சொல்கிறார்கள். அது உண்மையில் மலருகிறதுதான் என்றாலும், உற்சாகமான சுற்றுலா பயணிகளால் உச்சரிக்கப்படும் அவதூறுகளால் அது மலருவதில்லை. மாறாக, ஒலி அதிர்வுகளிலிருந்து உறிஞ்சப்படும் ஆற்றலின் காரணமாகவே அது மலருகிறது.

இவையெல்லாம் எதை நோக்கிச் செல்கின்றன? புளூ விஸம், டிரில்பீக்டு பார்பீட் போன்ற உயிரினங்கள் இப்போது அடியோடி மறைந்துவிட்டன. ஆயிரக்கணக்கான உயிரினங்கள் அழிவின் விளிம்பில் இருக்கின்றன. குப்பைக் கூலங்களின் அதிகரிப்பால் சன்ஸ்பாட்ஸ் அதிகரித்துவருகின்றன. எனக்கு இப்போதும் நினைவு இருக்கிறது. ஒரு குழந்தைக்கு அளிக்கப்படும் மிகப் பெரிய வாக்குறுதிகளில் 'ஞாயிறன்று செவ்வாய் கிரகத்துக்கு அழைத்துச் செல்வேன்' என்பது அற்புதமான ஒன்றாக இருந்தது. ஆனால், இப்போது அந்தச் சிறுவன் தனக்கே தனக்கென்று ஒரு சூப்பர் நோவாவை அவனுடைய தந்தை உருவாக்கித் தரவில்லை என்றால் தனது காலை உணவை உட்கொள்ள மாட்டான். அணுசக்தியை வீணடிப்பதன் மூலமாகவும், சிறுகோள்களையும் கிரகங்களையும் மாசுபடுத்துவதன் மூலமாகவும், பாதுகாக்கப்பட்டுள்ளவைகளை அழிப்பதன் மூலமாகவும், செல்லும் இடங்களில் எல்லாம் குப்பைகளை வீசுவதன் மூலமாகவும், விண்வெளியைச் சிதைத்து அதையொரு மாபெரும் குப்பை மேடாக நாம் மாற்றக்கூடும். அபாயங்களை உணர்ந்து சட்டங்களை அமல்படுத்துவதற்குரிய தருணம் இது. நாம் தாமதிக்கும் ஒவ்வொரு நிமிடமும் ஆபத்தானது என்பதை உறுதியாக உணர்வதால், உரக்கக் குரலெழுப்புகிறேன்: பிரபஞ்சத்தைக் காப்போம்.

ஆசிரியர் குறிப்பு

போலந்து நாட்டைச் சேர்ந்த ஸ்டானிஸ்லாவ் லெம் பல்வேறு விஞ்ஞானச் சிறுகதைகளையும் கட்டுரைகளையும் நாவல்களையும் எழுதியிருக்கிறார். அவரது புத்தகங்கள் 35க்கும் மேற்பட்ட மொழிகளில் மொழிபெயர்க்கப்பட்டிருக்கின்றன. மருத்துவக் கல்வி பயின்ற அவர், பட்டம் பெற்றால் இராணுவத்தில் இணைய வேண்டும் என்கிற கட்டாயத்தைத் தவிர்ப்பதற்காக, கல்வியைப் பாதியிலேயே நிறுத்திவிட்டார். யூத இனத்தைச் சேர்ந்தவரான லெம்மின் பெரும்பாலான உறவினர்கள் ஹிட்லரின் வதை முகாம்களில் கொல்லப்பட்டனர். போலி ஆவணங்களின் மூலமாகவே இவரும் இவரது பெற்றோரும் அதிலிருந்து தப்பியிருக்கிறார்கள். அவரது முதல் நாவல் 'A Man from Mars' 1946இல் வெளியானது. அதன்பிறகு பல்வேறு சிறுகதைகள், நாவல்கள், கட்டுரைகள் என இவரது படைப்புலகம் விரிந்திருக்கிறது. இன்று நாம் அதிக அளவில் விவாதித்துவரும் செயற்கை நுண்ணறிவு, விர்ச்சுவல் ரியாலிட்டி, ChatGPT போன்றவற்றை அக்காலத்திலேயே தனது கதைகளில் இவர் கற்பனை செய்திருக்கிறார். இவரது புகழ்பெற்ற நாவலான Solaris (1961) ஆந்த்ரே தார்கோவஸ்கி, ஸ்டீவன் சோடன்பர்க் ஆகிய இருவராலும் வெவ்வேறு காலகட்டங்களில் படமாக்கப்பட்டிருக்கிறது. இருதயச் செயலிழப்பினால் 2006ஆம் ஆண்டு தனது 84ஆவது வயதில் மரணத்தைத் தழுவினார்.

தன்னனுபவக் கட்டுரைகள்

கிணற்றில் ஒரு சடலம்

ஷங்கர்ராவ் காரத்

கிராமத்துப் பணியிலுள்ள ஆபத்து குறித்து எனக்குத் தெளிவாகவே தெரியும். மஹர்களின் கழுத்தை இறுக்கிக்கொண்டிருக்கும் ஒரு நிரந்தரக் கயிறு அது. இந்தப் பணியால் எனது அப்பாவின் உடல் முழுவதுமாகத் தளர்ந்திருந்தது. அவருடைய கிராமியப் பணி அனுபவங்களில் அசௌகர்யமூட்டக்கூடிய ஒன்றை இப்போதிங்கு பகிர்ந்துகொள்ளப் போகிறேன். இப்போது நினைத்தால் கூட எனது உடலை நடுக்கமுறச் செய்யும் அனுபவம் அது.

எங்கள் கமத் கிராமத்தில் சுழற்சி முறையில் மஹர்கள் கிராமியப் பணியில் ஈடுபடுவார்கள். அன்றைய நாளில் எங்கள் குடும்பம்தான் அப்பணியை மேற்கொள்ள வேண்டியிருந்தது. எங்களுக்கு அங்கு ஒரு வீடு இருந்தது. அது கோடை காலம் என்பதால், விடுமுறையைக் கழிப்பதற்காக நான் வீட்டிற்கு வந்திருந்தேன்.

கிராமத்திற்கு அருகிலிருந்த கைவிடப்பட்ட கிணற்றில் சடலம் ஒன்று மிதந்துகொண்டிருந்தது. அது உப்பிய நிலையில் நீரின் மேற்பரப்பிற்கு வந்திருந்தது. கிராமத் தலைவரான பட்டீலுக்கு, இத்தகவல் மாலையிலேயே தெரிவிக்கப்பட்டிருந்தது. மஹர்களும் ராமோஷிகளும்கூட இத்தகவலை அறிந்திருந்தனர். கிராமியப் பணியில் ஈடுபட்டிருந்த எனது அப்பாவும், ராமோஷியில் ஒருவரும் சடலம் கிடந்த இடத்திற்கு வரவழைக்கப்பட்டார்கள். இருவரும் முழு இரவும் கிணற்றின் அருகில் அந்தச் சடலத்தைப் பாதுகாத்தனர்.

பிறகு அடுத்த நாள் காலையில், முதற்கட்ட விசாரணையை மேற்கொள்வதற்காகக் காவல் நிலையத்திலிருந்து தலைமைக் காவலரும் மற்றொரு காவலரும் வருவார்கள் என எதிர்பார்க்கப்பட்டது. அவர்கள் வரும் வரையில், நடைமுறையில் இருப்பதைப்போல, மஹர் சாதியைச் சேர்ந்தவரும் ராமோஷியைச் சேர்ந்தவரும் அதைக் காவல் காக்க வேண்டும். இது இவ்வாறுதான் நிகழும் என்பது என் அம்மாவுக்கும் தெரியும். ஆனால், இருள் விலகி, காலைச் சூரியனின் பொன்னொளி கீழிறங்கி, மதியமும் கடந்துகொண்டிருந்தது. அதுவரையிலும் அப்பா வீடு திரும்பியிருக்கவில்லை. அதனால், அவர் சாப்பிடுவதற்காக அம்மா பக்ரி பிரெட்டை ஒரு துணியில் சுற்றி என்னிடம் கொடுத்துக் கிணற்றடிக்கு அனுப்பிவைத்தார். நானொரு மானைப்போலக் கிணற்றடிக்குத் தாவிச் சென்றேன். அங்கு அமர்ந்திருந்த அப்பாவைப் பார்த்து, "அப்பா! மறுநாளாகிவிட்டது, இன்றைய பொழுதும் கிட்டத்தட்ட முடியும் தறுவாயில் இருக்கிறது. அம்மா உங்களுக்காகக் காத்துக்கொண்டிருக்கிறார், நீங்கள் எப்போது வீட்டிற்கு வருவீர்கள்?" எனக் கேட்டேன்.

கிணற்றைப் பார்த்தபடியே, "தலைமைக் காவலரும் மற்றவரும் இன்னமும் இங்கு

வரவில்லை. அவர்கள் வந்தபிறகு விசாரணை மேற்கொள்வார்கள். அதன்பிறகுதான் மஹர் இங்கிருந்து நகர முடியும். அதனால் நான் வருவதற்குத் தாமதமாகும் என்று அம்மாவிடம் போய்ச் சொல்!" எனப் பதிலளித்தார்.

தனது பாக்கெட்டில் இருந்து பைப்பை வெளியிலெடுத்த அவர், அதில் புகையிலையை நிரப்பினார். ஒரு தீக்குச்சியால் அதைப் பற்றவைத்துப் புகைக்க ஆரம்பித்தார். தனது பசியைப் புகைப்போக்கியின் மூலம் கடந்துகொண்டிருக்கிறார் என்பதை என்னால் உணர முடிந்தது. அதை உணர்ந்தவுடனேயே, "உங்களுக்காக நான் பக்ரி எடுத்துவந்திருக்கிறேன் சாப்பிடுங்கள்!" என்றேன்.

"இல்லை மகனே! இந்தச் சடலம் தொடர்பாக அனைத்தும் ஒரு முடிவுக்கு வந்தபிறகுதான் எனக்குச் சாப்பிட நேரம் கிடைக்கும். அதற்கு முன்னால் என்னால் உணவருந்த முடியாது" என்றார்.

"ஆனால், இதுவெல்லாம் முடிவதற்கு எவ்வளவு நேரமாகும்? எவ்வளவு நேரம் நீங்கள் சாப்பிடாமல் இருப்பீர்கள்?" எனது கேள்விகளுக்கு அப்பா, "கிராமத் தலைவர் சற்றே முன்னர் இங்கு வந்திருந்தார். தலைமைக் காவலர் கிராமத்திற்கு வந்துவிட்டதாக அவர் தெரிவித்தார். அவர் சாப்பிட்டுக் கொண்டிருக்கிறார். உணவையும் நீரையும் அருந்தியதற்குப் பிறகுதான் அவர் இங்கு வருவார். சடலம் கிணற்றிலிருந்து எடுக்கப்பட்டதும், அவர் விசாரணையை நடத்துவார், அதன்பிறகு நாம் இங்கிருந்து கிளம்பிச் செல்லலாம்" என்றார்.

தூரத்திலிருந்த ஒரு மரத்தின் நிழலில் அமர்ந்திருந்த கிராமத் தலைவரைப் பார்த்தபடியே, "காவலர் மதிய உணவு முடித்துவிட்டுதான் வருவார், கிராமத் தலைவரும் தனது வயிற்றை நிரப்பிக்கொண்டுள்ளதைப் பார்க்க முடிகிறது. அப்படியிருக்கும்போது நீங்களும் ஏன் சாப்பிடக் கூடாது? ஏன் நீங்கள் மட்டும் பசியுடன் இருக்க வேண்டும்" என்றேன்.

"அவர்கள் அதிகாரிகள். உணவில்லாமல் அவர்களால் எப்படி வேலை செய்ய முடியும்?"

"நாம் மட்டும் ஏன் வெறும் வயிற்றுடன் வேலை செய்ய வேண்டும்? நாமும் மனிதர்கள்தானே!"

"எனதருமை மகனே! அதுதான் கிராமியப் பணி என்பது. ஒரு மஹர் வாழ்கிறானா சாகிறானா என்பதைப் பற்றி யாருக்கு என்ன கவலை?"

அதன்பிறகு, நான் ஒரு வழியை முன்மொழிந்தேன், "அப்பா, நீங்கள் சாப்பிடுங்கள். நானும் ராமோஷியும் உங்களை மறைத்துக்கொண்டு நிற்கிறோம்"

அதற்கு அப்பா மிகக் கடுமையாக, "இல்லை, இல்லை! கிராமியப் பணியில் நீ ஈடுபடக் கூடாது. சகித்துக்கொள்ள முடியாத அளவுக்கு இது மோசமானது.

ஒருமுறை இந்தக் கிராமியப் பணியில் சிக்கிக்கொண்டாய் என்றால், பிறகு உன் வாழ்நாள் முழுக்க நீ இதிலேயே உழல வேண்டியதாகிவிடும். அதுதான் பாரம்பரியமாக நடந்துவருகிறது! நமது தலைவிதி அது. நீ வீட்டிற்குச் செல். நான் நேரம் கிடைக்கும்போது சாப்பிடுகிறேன்" என்றார்.

அப்பாவுடன் பேசிக்கொண்டிருந்தபோது, சீருடையில் இருந்த இரு காவலர்கள் தங்களுடைய ஆணிக் கால் காலணிகளைத் தரையில் அழுந்த ஊன்றியபடியே, எங்களை நெருங்கி வந்துகொண்டிருந்தார்கள். கிணற்றை அவர்கள் நெருங்கியவுடன் தலைமைக் காவலாளி தனது குதிரையை அடித்தபடியே வந்தார். இதனால் மக்கள் விலகி அவருக்கு வழியமைத்துக் கொடுத்தனர். ராமோஷி தூரத்தில் இருந்தே அவருக்கு மரியாதை செலுத்தினார். கிராமத் தலைவரும் எழுந்து நின்று அவரை வணங்கினார். அப்பாவும் ஆழ்ந்த மரியாதையுடன் குனிந்து வணங்கினார். தலைமைக் காவலரின் குதிரையை வாங்கிச் சென்ற ராமோஷி அதை ஒரு புளியமரத்தில் கட்டினார். அருகிலிருந்த வயற்வரப்பிற்கு நடுவிலிருந்த மற்றொரு கிணற்றிலிருந்து அப்பா நீரை அள்ளினார். மரத்தில் கட்டப்பட்ட குதிரையின் முன்னால் வைக்கப்பட்டிருந்த இரும்பு வாளியில் அந்நீர் ஊற்றப்பட்டது. தலைமைக் காவலர் குதிரையில்தான் வருவார் என்பதை முன்பே கணித்திருந்ததால், குதிரையைப் பராமரிப்பதற்குத் தேவையான அனைத்து முன்னேற்பாடுகளையும் அப்பாவும் ராமோஷியும் செய்திருந்தனர். ஓடைக்கு அருகே இருந்த வயல்வெளியில் இருந்து பறித்திருந்த பச்சை மக்காச்சோளத் தளிர்களின் கொத்தையும் குதிரையின் முன்னால் அவர்கள் வைத்தனர். பசியிலிருந்த பேராசைப் பிடித்த அந்தக் குதிரை உடனடியாக இளம் பச்சைப் புற்களை மெல்லத் துவங்கியது.

தலைமைக் காவலர் தன் கையிலிருந்த தடியைச் சுழற்றியபடியே கிணற்றைச் சுற்றி நடந்தார். கிணற்றுக்குள் எட்டிப் பார்த்த அவர், பிறகு தலையை உயர்த்திச் சுற்றுமுற்றும் பார்த்துவிட்டு, மீண்டும் கிணற்றுக்குள்ளாகவே பார்க்கத் துவங்கினார். கிணற்றின் படிகளை நோக்கி அவர் நடக்கத் தொடங்கினார். மேற்புறப் படிகள் மண்ணில் புதைந்திருக்க, கீழிருந்த படிகள் நீருக்குள் நழுவிச் சென்றன. சில படிகள் தமது நிலையிலிருந்து கீழே விழவிருந்தன. அதுவொரு கைவிடப்பட்ட கிணறு, அதன் அமைப்பும் மிகப் பழமையானது. கிணற்றின் விளம்பில் உலர்ந்த, நீளமான புற்களைப் பார்க்க முடிந்தது, கிணற்றில் பெயர்த்துக்கொண்டிருந்த பகுதிகளில் புதர்கள் முளைத்திருந்தன. கிணற்றின் மேற்பகுதி சிதைந்து விரிசல்கள் விட்டிருந்தது, அதனுடைய பெரிய பெரிய கற்கள் பெயர்ந்து சிதறிக்கிடந்தன. பயன்படுத்தப்படாத அக்கிணற்று நீரில் பாசி படர்ந்திருந்தது. கிணற்றைச் சுற்றியுள்ள மரங்களிலிருந்து உதிர்ந்திருந்த இலை தழைகள் நீரில் விழுந்து அழுகிப்போய்க் கிடந்தன. அதுவோர் ஆழமான கிணறு. இத்தகைய அருவருக்கத்தக்க நிலையில் இருக்கும் கிணற்றிலிருந்து பிணத்தை எப்படி எடுப்பது? அதனால்தான் தலைமைக் காவலர் குழப்பத்துடன் காணப்பட்டார். கணப்பொழுதில் ஏதோவொரு தீர்மானத்திற்கு வந்தவராய், கிராமத் தலைவரிடம் எதுவோ மெல்லிய குரலில் கிசுகிசுத்தார். சடலத்தைக் கிணற்றிலிருந்து

மீட்பதெப்படி என்பது குறித்துத் தலைமைக் காவலரும் மற்றொரு காவலரும் கிராமத் தலைவரும் இரகசியமாகக் கலந்துரையாடினார்கள். பிறகு, முன்னால் வந்த காவலர் அப்பாவைப் பார்த்து, "எதற்காக இன்னும் காத்துக்கொண்டிருக்கிறாய் மஹர்? சீக்கிரம் கிணற்றில் குதி. அதிகாரி இன்னும் எவ்வளவு நேரம் இங்கு நிற்க வேண்டுமென எதிர்பார்க்கிறார்?' என்றார்.

அப்பா உடனடியாக, "கான்ஸ்டபிள் சார், மஹருடைய கிராமியப் பணி என்பது சடலத்தைக் காத்து நிற்பது மட்டுமே. நாங்கள் எப்படி அதைத் தொட முடியும்? இறந்துபோன மனிதரின் உறவினர்கள், வாரிசுகள் இதுகுறித்து என்ன சொல்வார்கள்" என்றார்.

தலைமைக் காவலர் அப்பாவிடம் "என்ன சொல்வார்கள்?" என்றார் கூர்மையாக.

"நாங்கள் என்ன இறந்தா போய்விட்டோம்? எப்படி எங்கள் உறவினரின் சடலத்தை நீ தொடலாம் என்பார்கள். அது மஹர்களுக்கு எதிரான ஒரு வெறுப்புணர்வைத் தூண்டுவதாக அமைந்துவிடும்"

"ஆனால், எனது கட்டளையின்படிதானே நீ நடந்துகொள்ளப் போகிறாய்? பிறகு எதற்கு உனக்கு இந்தப் பயம்?"

"நீங்கள் இங்கிருந்து சென்றுவிடுவீர்கள். ஒரு ஏழை மஹரை அவனுடைய தலைவிதியின்படி நடப்பதற்கு விட்டுவிட்டு நீங்கள் சென்றுவிடுவீர்கள். ஆனால், நாங்கள் இந்தக் கிராமத்தில் வாழ்ந்தாக வேண்டுமே?"

அப்பாவுக்கும் தலைமைக் காவலருக்கும் இடையில் நிகழும் இந்த உரையாடலை நான் மிகத் தீவிரமாகக் கவனித்துக்கொண்டிருந்தேன். திடீரெனப் பெருங்கோபத்துடன் தலைமைக் காவலர், "அட அழுக்குப் பன்றியே..! நீயாக இப்போது கிணற்றில் குதிக்கிறாயா அல்லது நான் உன்னைத் தூக்கி அதற்குள் வீசட்டுமா?" என்றார்.

இவ்வார்த்தைகள் அப்பாவைப் பேச்சிழக்கச் செய்துவிட்டன. தலைமைக் காவலரின் கனலும் சொற்களைக் கேட்டவுடன் அப்பாவால் வாய் திறக்க முடியவில்லை. காவலரும் கிராமத் தலைவரும் அப்பாவை அச்சுறுத்தல்களாலும் சாபங்களாலும் வசைபாடிக்கொண்டிருந்தனர். அவரையே அவர்கள் குற்றம் சாட்டினார்கள், ஆபாசச் சொற்கள் எங்கும் வாரி இரைக்கப்பட்டன. எனினும் அப்பா ஒரு கற்றூணைப் போல நின்றிருந்தார். அவர் வாய் திறந்து, இல்லை என்னால் குதிக்க முடியாது என்று சொல்லியிருந்தாலும் அதனால் பலனேதுமில்லை, அவர் கிணற்றில் குதிக்கும் வரை அவர்கள் விடப்போவதில்லை என்பதை ஒருவேளை அப்பா உணர்ந்திருக்கலாம். அதுதான் அவரை மௌனமாக்கியிருக்கும். அந்நாட்களில் ஆதிக்கச் சமூகத்தினரும் தலைமைக் காவலரும் பெற்றிருந்த செல்வாக்கு அபரிமிதமானது. இந்த ஆதிக்கவாதிகளைக் கருத்திற்கொள்ளும்போது மஹர்கள் வெறும் வறண்ட வைக்கோல் கற்றைக்கு ஒப்பானவர்கள்தாம்.

எனது இளம் மனதிற்கு இதையெல்லாம் பார்ப்பதும் கேட்பதும் பேரதிர்ச்சி தருவதாக இருந்தது. இந்த அச்சுறுத்தல்கள், வசைச்சொற்கள், சாபங்கள் எல்லாவற்றையும் என்னால் கேட்க முடிந்தது. என்னுடைய எண்ணமென்பது, யாருடைய சடலம் இது? யாருடைய கிணறு இது? இவற்றுக்காக ஏன் என் அப்பா சபிக்கப்படவும் அச்சுறுத்தப்படவும் வேண்டும் என்பதாக இருந்தது. இது எனது அப்பாவுக்கு இழைக்கப்படும் முழு முற்றான அநீதி. இவற்றையெல்லாம் புரிந்துகொள்ளும் அளவுக்கு வயதும் கல்வியறிவும் எனக்கிருந்தது. அதனால் எனது அப்பாவுக்கு இழைக்கப்படும் அநீதியை என்னால் முழுமையாகவே உணர முடிந்தது. அவர் எந்தவொரு தவறும் செய்திருக்கவில்லை. கிராமத்தில் மஹர் சாதியைச் சேர்ந்தவராக இருப்பது மட்டுமே அவர் செய்திருக்கும் ஒரே குற்றம். நடக்கும் அனைத்தும் என்னைக் கொதிப்படையச் செய்தன. எனது தொண்டை கோபத்தால் துடிக்கத் துவங்கியது. கட்டுப்படுத்த முடியாத ஆத்திரத்தில் நானும் வாதத்தில் பங்கேற்கத் துவங்கிவிட்டேன். "என்ன காரணத்திற்காக எனது அப்பாவை இப்படித் துன்புறுத்துகிறீர்கள்? சடலத்தின் உறவினர்கள் வருவார்கள். அவர்களே பிணத்தை அப்புறப்படுத்துவார்கள். ஒருவேளை அரசு இந்தச் சடலத்தை அப்புறப்படுத்த நினைத்தால், அவர்களே அதைச் செய்துகொள்ளட்டும். கிராமியப் பணியில் ஈடுபட்டிருக்கும் மஹர் சாதியைச் சேர்ந்தவர் எனும் ஒரேயொரு காரணத்திற்காக எனது அப்பாவை நீங்கள் அச்சுறுத்துகிறீர்களா?" ஒரே மூச்சில் இத்தகைய வார்த்தைகள் என்னிலிருந்து வெளிப்பட்டன.

திடீரென ஒரு காட்டுப்பூனையைப் போல, தலைமைக் காவலர் என்னை நோக்கி மிரட்டும் தொனியில், "அற்பப் புழுவே, யார் நீ" என்று, மற்றொரு காவலரிடம், "இவனைப் பிடி, இந்தத் தேவடியாப் பயலை இங்கிருந்து அடித்து விரட்டு" என்றார்.

இப்படி அவர் தெரிவித்ததும், காவலர் என்னை நோக்கித் தனது தடியை உயர்த்தியபடியே நெருங்கி வந்தார். நான் சில அடிகள் பின்னால் நகர்ந்து எனது அப்பாவுக்கு அருகில் சென்றேன். என்னை அணைத்துக்கொண்ட அப்பா, தனது குரலை உயர்த்தி, "வாயை மூடு மகனே. இதையெல்லாம் புரிந்துகொள்ளும் அளவுக்கு நீ வளர்ந்துவிடவில்லை. ஒரு வார்த்தையும் பேசாதே. என்ன நடந்தாலும் நானதைத் தாங்கிக்கொண்டுதான் ஆக வேண்டும்" என்றார். அப்பாவின் வார்த்தைகளில் இருந்து அவருக்கு மாற்று வழிகள் ஏதுமில்லை என்பது வெளிப்படையாகவே தெரிந்தது. எல்லோரும் அவருக்கு எதிராக இருந்தார்கள், அவரை ஒரு நெருக்கடிக்குள் தள்ளினார்கள். அவர் எழுந்து, தனது ஆடைகளைக் கலைந்துவிட்டு, ஓர் ஓரமாக அவற்றை வைத்து, அவற்றின் மீது ஒரு கல்லைத் தூக்கி வைத்தார். அதன்பிறகு, கிணற்றை நெருங்கியவர், அதன் சுவர்களில் இன்னமும் பலமாக இருந்த பகுதியின் மீது கைகளை ஊன்றி, கிணற்றுக்குள் பார்த்தார், பிறகு, ஒரு கயிற்றை அதற்குள் வீசினார். கயிற்றைப் பற்றியபடியே பாதிக் கிணறுவரையில் இறங்கியிருந்தார். கிணற்றோரமாக

நின்றிருந்த நான் எனது அப்பாவைப் பார்த்துவிட்டு, கிணற்றுக்குள்ளாகவே என் பார்வையைச் சுழலவிட்டிருந்தேன். அப்போது திடீரெனக் கிணற்றில் மெலிதான, நீளமான உயிரினம் ஒன்று இருப்பதை என்னால் பார்க்க முடிந்தது. "அப்பா, கிணற்றில் ஒரு பாம்பு இருக்கிறது" நான் கத்திவிட்டேன். எனது குரலைக் கேட்டு, அப்பா மேற்கொண்டு நகருவதை நிறுத்திவிட்டு, பாதிக் கிணற்றில் கயிற்றைப் பற்றியபடித் தொங்கிக்கொண்டிருந்தார். பின்னால் திரும்பிக் கீழே இருக்கும் தண்ணீரைப் பார்த்தார். உளப் பதற்றத்துடன், "அப்பா, அந்தப் பாம்பு சடலத்திற்கு அருகில்தான் வருகிறது, கல்லின் அடியில் இருந்து வருகிறது, பார். அதோ அங்கே, கீழே பார், நீ தயவுசெய்து மேலேறி வந்துவிடு, உனக்குப் பதிலாக, நான் கீழே செல்கிறேன்" எனக் கதறினேன். என்னுடைய அலறல் தோற்றுவித்த அதிர்வினை உணர்ந்து, பாம்பு எங்கிருந்து வந்ததோ அதே இடத்திற்கு மீண்டும் திரும்பிச் சென்றது. கல்லின் பின்னால் இருந்த குழிக்குள் நுழைந்து, வெளிப்புறத்தையே பார்த்துக்கொண்டிருந்தது. பாம்பைப் பார்த்தபடி இன்னமும் எனது அப்பா பாதிக் கிணற்றில் ஊசாலாடிக்கொண்டிருந்தார். எனது கூச்சல் அங்கிருந்த அனைவரின் கவனத்தையும் ஈர்த்ததால், இப்போது எல்லோருமே கிணற்றை உற்றுப் பார்த்தனர்.

பாம்பைப் பார்த்த கிராமத் தலைவர் சத்தமாக, "ஓ.., ராமா! அது பாம்பே அல்ல. வேறேதோ ஒன்று. அது கடிக்கக்கூடிய ஒன்றல்ல..." என்றார். அவருடைய வார்த்தையில் இருந்த தெளிவினால், "ஏன் நீங்களே கீழே சென்று பார்க்கக் கூடாது, கீழே சென்றால், உங்களால் அது என்ன என்பதை இன்னும் தெளிவாக அறிந்துகொள்ள முடியுமே!" என்றேன்.

"நீ அளவுக்கு அதிகமாகப் பேசுகிறாய்" என்றார் தலைமைக் காவலர் என்னைக் கோபமாகப் பார்த்தபடியே. உடனே உத்தரவிட்டார், "மஹர் சீக்கிரம் கீழே இறங்கு, எனக்கு நேரமாகிறது."

என் இரத்தம் கொதித்தது. தலைமைக் காவலரைப் பார்த்து மெல்லமாகத் திட்டினேன், "நீ என்ன மனிதனா இல்லை மிருகமா?" என்னால் வேறெதுவும் செய்ய முடியவில்லை. கிணற்றுக்குள் இருக்கும் எனது அப்பாவைப் பார்த்து, "அப்பா, கீழே செல்லாதீர்கள். மேலே ஏறி வாருங்கள், ஒரே நிமிடத்தில் நான் அங்கு வந்துவிடுவேன். நடந்தது நடந்ததாகவே இருக்கட்டும், நீங்கள் இல்லையெனில் நமது குடும்பம் நிர்கதியாக நிற்கும்" எனக் கத்தினேன்.

அப்பா தலையுயர்த்தி என்னைப் பார்த்து, அவநம்பிக்கையுடனும் கோபமாகவும், "மகனே, ஏதேனும் நடக்க வேண்டுமென இருந்தால், அது எனக்கே நடக்கட்டும். இந்தக் கிராமத்தின் மஹர் சாதியைச் சேர்ந்த ராமனான நான் பாம்பு கடித்து இறந்துவிட்டேன் என்பது ஊர் முழுக்கப் பரவட்டும். தன்னுடைய கிராமியப் பணியில் ஈடுபட்டிருந்தபோது பாழுங்கிணற்றுக்குள் ஒரு சடலத்தை மீட்கச் சென்று இறந்துவிட்டதாகத் தகவல் பரவட்டும். கிராமமும் அரசாங்கமும் ஒட்டுமொத்த உலகமும் அறிந்துகொள்ளட்டும்." இவ்விறுதி வார்த்தைகளுடன், வேறெந்தவொரு

சிந்தனையும் இல்லாமல், தனதுயிரைக் கைகளில் ஏந்தியபடி கயிற்றைப் பிடித்துக் கீழிறங்கி மற்றொருபுறத்திற்குச் சென்றார். ஏற்கெனவே கிணற்றுக்குள் வீசியிருந்த கயிற்றால் சடலத்தின் கழுத்தையும் கால்களையும் கட்டினார். முடிச்சை நன்கு இறுக்கிவிட்டு, "இப்போது மேலே இழுங்கள்" என்று உரக்கக் கத்தினார். அவ்விடத்திற்கு வந்திருந்த கிராமியப் பணியாற்றக்கூடிய வேறு மூன்று மஹர்கள் மேலேயிருந்து சடலத்தை வெளியே இழுத்தனர். கிணற்றுக்குள் அப்பா அந்தப் பாம்பையே பார்த்தபடியே இருந்தார். அது அவரது உடலின் மீது சுற்றி இறுக்கி, அவரைக் கொன்றுவிடுமோ என்கிற பயம் அவரிடத்தில் இருந்தது. அதனால், பாம்பைப் போலவே சுறுசுறுப்பாக, கயிற்றைப் பிடித்துக்கொண்டு வேகமாக மேலேறத் துவங்கினார். அந்தப் பாம்பும் தானிருந்த குழியில் இருந்து வெளியேறி நீரில் நெளிந்தபடியே படிகட்டுகளை நோக்கி நகரத் துவங்கியது.

இதனால் அப்பாவின் உயிருக்கு இருந்த ஆபத்து விலகியது. என்னுடைய அச்சமும் தணிந்தது. என் கண்கள் கண்ணீரால் நிரம்பி வழிந்தன. மேலே வந்திருந்த அப்பா, என்னைத் தனதுடலோடு அணைத்துக் கொண்டார். கண்களில் வழிந்துருளும் கண்ணீரைத் துடைத்துக்கொண்டேன்.

சடலம் உப்பியிருந்தது. பார்க்கவே அருவறுப்பாக இருந்த அச்சடலத்தில் துர்நாற்றம் வீசிக்கொண்டிருந்தது. எல்லோரும் தங்களுடைய மூக்கைப் பொத்திக் கொண்டார்கள். முதற்கட்ட விசாரணை அவ்விடத்திலேயே நடத்தப்பட்டது. பண்ணை ஒன்றிலிருந்து கொண்டுவரப்பட்டிருந்த மாட்டு வண்டியில் சடலத்தைக் கிடத்திய மஹர்கள், அந்தச் சடலத்தை முழுவதுமாக மூடும் வகையில் வேப்ப இலைகளை அதன் மீது பரப்பினர். அவ்விடத்திலிருந்து எட்டு மைல் தொலைவில் இருக்கும் மருத்துவரிடம், பிரேதப் பரிசோதனைக்காகச் சடலம் வண்டிப் பாதையில் செல்லத் தொடங்கியது. கிராமிய மஹர் என்பதால் எனது அப்பாவும், மேலும் ஒரு மஹரும், இரு ராமோஷிகளும், ஒரு காவலரும் அதனுடன் செல்ல வேண்டியிருந்தது. அப்பாவுக்காக நான் கொண்டுவந்திருந்த பிரெட்டைத் தனது வேட்டியில் வைத்து மடித்துக் கட்டியவர், "இப்போது வீட்டிற்குச் செல், நான் மருத்துவமனை வரைச் சடலத்துடன் செல்வதாக உன் அம்மாவிடம் சொல்" என்றார்.

அப்பா என்னிடம் விடைபெற்றுச் சென்றார். வண்டிப்பாதையில் நகரத் தொடங்கிய மாட்டுவண்டி சிறிது நேரத்தில் என் பார்வையில் இருந்து மறைந்தது, அப்பாவும் என் கண் பார்வையிலிருந்து மறைந்துபோனார். உணர்வற்ற நிலையில் நான் வீட்டை அடைந்தேன்.

கிராமப் பணியில் இருக்கக்கூடிய கொடிய ஆபத்தான வேலைச் சூழல்கள் குறித்து என் மனதில் ஏராளமான எண்ணங்கள் புயலெனச் சுழன்று வீசத் துவங்கின. ஏன் மஹர்கள் இத்தகைய பணிகளில் ஈடுபடுகிறார்கள்? எனக்குள்ளாகவே

கேட்டுக்கொண்டேன். ஆனால், மஹர்கள்தாம் வத்தன் (vatan) எனும் - ஒரு பங்கில் கால்வாசி - தமக்கான பங்கைப் பெறுவதற்காகக் கடுமையாகப் போராடி உயர் நீதிமன்றத்தை நாடினார்கள். பின்னாளில் நானே ஒரு வழக்கறிஞரான பிறகுதான், தமதிந்தப் பாரம்பரிய உரிமைக்காக - இந்த மதிப்பற்ற உரிமைக்காக - மஹர்கள் உயர்நீதிமன்றம் வரை வழக்குத் தொடுத்திருக்கிறார்கள் என்பதை அறிந்துகொண்டேன்.

குறிப்பு

vatan என்பது சிறு துண்டு நிலத்தைக் குறிக்கிறது. கிராமியக் காவல் பணிகளில் ஈடுபடுவதற்காக மஹர்களுக்கு இது வழங்கப்பட்டிருக்கிறது. இதில் அவர்கள் பயிரிட்டு விவசாயம் செய்துகொள்ளலாம்.

ஆசிரியர் குறிப்பு

ஷங்கர்ராவ் காரத் - 1940களின் இறுதியில் பாபாசாகேப் டாக்டர் அம்பேத்கருடன் இணைந்து பத்திரிகைப் பணிகளில் ஈடுபட்டிருக்கிறார். அதே சமயத்தில் தலித்துகளின் உரிமைகள் தொடர்பான சட்டரீதியிலான போராட்டங்களில் ஈடுபட்டிருக்கிறார். காரத்திடம் அம்பேத்கர், "நமது சமூகத்தில் மருத்துவர்கள், பொறியாளர்கள், வழக்கறிஞர்கள், கல்வியறிவு பெற்றோர் எனப் பலரும் இருக்கிறார்கள். ஆனால், நம்மிடம் எழுத்தாளர்கள் இல்லை. நமது வாழ்க்கை இலக்கியத்தில் பதிவுசெய்யப்பட வேண்டும். நீங்கள் அதற்கான பொறுப்பை எடுத்துக்கொள்ள வேண்டும்" எனத் தெரிவித்தார். அந்தத் தருணத்திலிருந்து இலக்கியத் துறையில் மிகத் தீவிரமாகச் செயலாற்றத் தொடங்கிய காரத், ஆறு நாவல்கள், எட்டுச் சிறுகதைத் தொகுதிகள், ஒரு சுயசரிதம், பல அபுனைவு எழுத்துகள் எனத் தலித் இலக்கியத்திற்குப் பெரும் பங்களிப்புச் செய்திருக்கிறார். மஹாராஷ்டிரா மாநிலத்தில் உள்ள மஹர்களின் வரலாற்றையும் ஒரு நூலாக எழுதியிருக்கிறார். அதுவே அவரது தலைசிறந்த படைப்பாகவும் கருதப்படுகிறது.

இதுவும் கடந்து போகும்!

பி.இ.சோன்காம்ப்ளே

எனக்கு இரு மைத்துனர்கள் இருக்கிறார்கள். தோண்டிபா, கிஷன் என்பது அவர்களுடைய பெயர்களாகும். என்னுடைய இரு சகோதரிகளில் மூத்தவளை தோண்டிபாவும் இளையவளை கிஷனும் திருமணம் முடித்திருந்தார்கள். தோண்டிபாவின் கிராமம் செரா என்பதாகும், கிஷன் ஜகல்பூரைச் சேர்ந்தவர். அவர்கள் இருவரும் என் தந்தையின் மூத்த சகோதரிகளின் மகன்களாவர். அந்த வகையில் இருவரும் எனக்கு முறைமாமன்கள்.

எனது பெற்றோர் இறந்ததற்குப் பிறகு நான் தோண்டிபாவுடன் வசித்துவந்தேன். அவர் சாந்தமான குணவியல்புகளைக் கொண்டவராக இருந்தார். உயர் சாதியினருக்குச் சொந்தமான ஒட்டகங்களைப் பராமரிக்கும் வேலையில் ஈடுபட்டிருந்தார். அந்த ஒட்டகத் தொழிலில் முதலீட்டாளராக வேறொருவர் இருக்க, இவர் வெறுமனே அவற்றைச் சவாரிக்கு அழைத்துச்செல்லும் நபராக இருந்தார். ஒட்டகத்தின் மூலம் கிடைக்கும் கூலியில் பாதி அவருக்குச் சன்மானமாக வழங்கப்பட்டது. எனினும் மாதாந்திரத் தேவைகளை இந்தச் சிறிய தொகையின் மூலம் அவரால் பூர்த்திசெய்ய முடியவில்லை.

என் அக்காள் இதுகுறித்து அவரைத் தொடர்ந்து நச்சரித்துக்கொண்டே இருப்பாள். அவருடைய சோம்பேறித்தனத்தால், தானும் ஏதேனும் வருமானம் ஈட்டினாலன்றி மாதாந்திரச் செலவுகளைச் சமாளிக்க முடியாது எனும் நினைப்பில் அவளும் வேலைகளில் ஈடுபட வேண்டியிருந்தது. ஒட்டகத்தில் சவாரி செய்ய ஆட்கள் வருகிறார்களா இல்லையா என்பதையெல்லாம் பொருட்படுத்தாமல், என் மைத்துனர் வெறுமனே ஒட்டகங்களுடன் தனது தினசரிகளைக் கடத்திக்கொண்டிருந்தார். வேறெந்தவொரு வேலைக்கும் செல்ல மறுத்துவிட்டார். அதனால்தான் பெரும்பாலான தருணங்களில் தன் குடிசையிலேயே அவரால் இருக்க முடிந்தது. தனது குழந்தைகளுடன் பொழுதுகளைச் செலவிட்டபடியே, வீட்டில் இருக்கும் எந்தவோர் உணவையும் அசட்டையாக அமர்ந்து அவரால் உட்கொள்ள முடிந்தது. அதனால் எனது அக்காள் எப்போதும் அவர் மீதான தனது அதிருப்தியைத் தெரிவித்தபடியே இருப்பாள். சமயங்களில் அவரை நோக்கி வசவுச் சொற்களை வாரி இரைப்பாள். இதுபோன்ற தருணங்களில் அவளுக்கு மறுமொழி எதுவும் கூறாமல் அங்கிருந்து நழுவி வெளியே சென்றுவிடுவார்.

எனினும் இவ்வழக்கம் எல்லா நேரங்களிலும் தொடர்வதில்லை. தோண்டிபாவின் அம்மா (எனது அத்தை) சில நேரங்களில் இத்தகைய சச்சரவுகளைத் தனக்குச் சாதகமாக ஆக்கிக்கொண்டு மனைவிக்கும் கணவனுக்கும் இடையில் சண்டையைத்

துவக்கி வைப்பவளாக இருந்திருக்கிறாள். ‘ஓ தோண்டிபா... உன் மனைவி உன்னைப் பற்றி என்னவெல்லாம் சொல்கிறாள், பார்த்தாயா? நீ ஒரு மழுமட்டை என்று அவள் சபிக்கிறாள். பன்றியே, வீட்டுச் செலவுகளை உன்னால் பார்த்துக்கொள்ள முடியவில்லை எனும்போது உனக்கு எதற்குக் குழந்தையின் தேவை வேண்டியிருக்கிறது என்கிறாளே, உன் மனைவி’ என்று அத்தை கூறுவாள். இச்சொற்கள் அவரைக் கோபமடையச் செய்யும். எனது அக்காளுக்கு அடி உதைகள் கிடைக்கத் தொடங்கும். அவளுடைய தலையில் பலமான காயங்கள் ஏற்பட்டு இரத்தம் பீறிடும் வரை எனது மைத்துனர் நிதானமடைய மாட்டார். அத்தனை அடிகளையும் தாங்கிக்கொண்டு, தரையில் சப்பணமிட்டு உட்கார்ந்து அழுதபடியும் சபித்தபடியும் இருக்கும் அக்காள், ‘கடவுளே, நான் செத்துக்கொண்டிருக்கிறேன்’ என்பாள் உடல் குலுங்க. எனது அத்தை தோண்டிபாவைத் தொடர்ந்து கோபமூட்ட, என் அக்காளுக்கு மேற்கொண்டு சில அடிகளும் உதைகளும் கிடைத்துக்கொண்டிருக்கும்.

இதுபோன்ற தருணங்கள் என்னை வருத்தமடையச் செய்யும். எனினும், என்னால் என்ன செய்துவிட முடியும்? அக்காளைத் தாக்கியதற்காக அவளுடைய கணவனை அடித்து நொறுக்க வேண்டுமென்று எனக்குத் தோன்றும். எனினும் நானொரு சிறு பையன். மௌனச் சாட்சியாக இந்தக் களேபரத் தருணத்தில் நின்றிருப்பதும், பின் அவளுடைய குடிசைக்குச் சில தினங்கள் வராமல் இருப்பதும் மட்டுமே என்னால் செய்ய முடிகிற காரியமாக இருந்தது. செரா கிராமத்தில் இருக்கும் அக்காள் அடி உதை வாங்கும்போதெல்லாம், அங்கிருந்து வெளியேறி ஜகல்பூரில் இருக்கும் மற்றொரு அக்காளின் திசைவெளியில் ஓட்டமெடுப்பேன். இருந்தும், நேரடியாக அவளுடைய வீட்டிற்கு என்னால் செல்ல முடிந்ததில்லை. ஏனெனில், அவளுடைய கணவர் விசித்திரமான குணவியல்புகளை உடையவராக இருந்தார். அச்சுறுத்துவதைப் போல என்னைப் பார்க்கும் அவரது குரலில் செருக்கும் ஆணவமும் மிகுந்திருக்கும். என்னுடைய வருகை அவருக்குத் துளியும் மகிழ்வளிப்பதில்லை. அப்படியே சிறிதளவு அவர் சந்தோஷமாக இருக்கும்போது நான் அங்கு செல்ல நேர்ந்தால், பொருட்படுத்தத் தேவையில்லாத ஓர் உயிரைப்போல என்னைப் பார்ப்பார். யாரேனும் அவரிடம், ‘கிஷன், உனது மனைவியின் சகோதரன் வந்திருக்கிறான் போல..’ என்று சொன்னால், ‘ஆமாம், ஆமாம் வந்திருக்கிறான், ஒரு காரணமும் இல்லாமல் இவன் ஏன் இங்கு வருகிறான் என்றே புரியவில்லை’ என்பார்.

அவரை நினைத்தாலே என் உள்மனம் நடுங்கத் துவங்கிவிடும். அதனால் நேரடியாக அவருடைய வீட்டிற்குச் செல்லாமல், அவர்களது வீட்டிற்கு அருகிலிருக்கும் மாரியாயி கோயிலுக்குச் சென்று அங்கு ஏதேனும் ஒரு சிறுவெளியைப் பிடித்து அமர்ந்துகொள்வேன். அத்தருணங்களில் அந்தக் கோயிலுக்கு வழங்கப்படும் தேங்காயையும் வேறு பிறவற்றையும் எடுத்துண்ண வேண்டும் என்கிற எண்ணம் எனக்குள் எழும். எனினும் தெய்வமான மாரியாயி என்னை ஏதேனும் செய்துவிடுவாளோ என்கிற பயத்தில் அதைத் தொடுவதற்குக் கூட நான் துணிந்ததில்லை. எதுவும் செய்யாமல் அமைதியாக அந்தக் கோயிலுக்குள்

மறைந்திருப்பேன். யாரேனும் கோயிலுக்குள் நுழைந்தால், என்னைப் பார்த்துவிட்டு எனது சகோதரியிடம் தெரிவிக்கக்கூடும் எனும் எதிர்பார்ப்பில் மறைந்திருக்கும் இடத்திலிருந்து கூச்சத்துடன் எக்கி அவர்களின் பார்வையில் படும்படியாகத் தலையை நீட்டுவேன். அதன்பிறகு, கோயிலுக்குள் விளையாட வரும் சில சிறுவர்கள் என்னைக் கண்டறிந்து, எனது அக்காளிடம் சென்று 'அக்கா.. பல்ஹறத் மாமா வந்திருக்கிறார்' என்றோ 'உங்கள் தம்பி வந்திருக்கிறார், மாரியாயி கோயிலுக்குள் உட்கார்ந்திருக்கிறார். நாங்கள் எவ்வளவு அழைத்தும் வீட்டிற்கு வர மறுக்கிறார்' என்றோ தெரிவிப்பார்கள்.

அதனால், மனதில் பெரும் அச்சவுணர்வுடன் எனது அக்காள் என்னை அழைத்துச் செல்ல கோயிலுக்குள் வருவாள். எளிமையானவளான அவள் சூட்சமப் புத்தியுடைய தனது கணவனை நினைத்துப் பெரிதும் அச்சத்தில் இருந்தாள். எந்தவோர் இடத்திற்கும் செல்ல அவளுக்கு அனுமதியளிக்கப்பட்டிருக்கவில்லை. இதுபோன்ற கட்டளைகள் அவளுக்கு அதிகப்படியான மன உளைச்சலையும் ஏற்படுத்தியிருந்தன. எங்கு சென்றாலும் அக்காளின் கணவர் மட்டுமே தெய்வீகப் பாடல்களைப் பாடுவார். அசைவ உணவைச் சாப்பிடும் வழக்கம் இல்லாததோடு, தனது கழுத்தைச் சுற்றி புனிதக் கயிறையும் அணிந்திருந்தார். அதனாலேயே உயர் சாதியினர் அவருடன் ஓரளவு நட்புணர்வோடு பழகிவந்தார்கள். இதனால் பெருமை பிதுங்கும் முகத்துடன் காணப்படும் அவர் அரிதாகவே நலிந்த நிலையில் இருக்கும் மக்களுடன் பேசுவார். வானத்தைத் தொட்டுவிட்டதாகக் கருதும் அவர், தனது கடந்த காலத்தை முற்றிலுமாக மறந்துவிட்டார். என் அக்காள் என்னை நெருங்கி வந்து, 'வா தம்பி...' என்று அழைப்பாள். அவளுடன் வீட்டிற்குச் செல்ல எனக்குக் கொஞ்சம் பயமாகவே இருக்கும். வீட்டினுள் நுழையும்போது என்னையும் என் அக்காளையும் நோக்கி ஊர்ந்தலையும் அந்த விசித்திர மனிதனின் விழிகள் என்னைப் பதற்றமடையச் செய்தன. இருப்பினும், வேறு வழியேதும் தெரியாததால், அவளுடைய முதுகின் பின்னால் மறைந்தபடியே அவ்வீட்டில் ஏதேனும் மூலையில் ஒடுங்கிக்கிடப்பேன்.

அவ்வூரில் இருந்த மக்களுக்கு ஒரு தீயப் பழக்கம் இருந்தது. ஏதேனும் ஓர் அண்டைவீட்டுப் பெண் என் அக்காளிடம், 'திருவிழா நெருங்கிக்கொண்டிருக்கிறதே, உன் தம்பி உனக்காக என்ன வாங்கி வந்திருக்கிறான்?' என்று கேட்பாள். பிறருடைய கருணையின் நிழலில் இளைப்பாறும் யாருமற்ற ஓர் அனாதைச் சிறுவன் நான் என்பது எல்லோருக்கும் தெரியும். அவர்களுடைய கேலியும் கிண்டலும் என் அக்காளை வேதனையடையச் செய்தன. எனினும், இதுகுறித்து நான் எதுவும் செய்ய இயலா நிலையில் இருந்தேன். நான் சிறுவன், யாருமற்றவன். அவளுக்கென்று எதுவும் செய்ய முடியவில்லையே எனும் குற்றவுணர்ச்சியில் அல்லலுறுபவன். தினமும் என் மைத்துனர் சாப்பிட்டுவிட்டு வெளியேறியதும், மீதமிருக்கும் பழங்கஞ்சியையும் காய்கறிகளையும் நானும் என் அக்காளும் அமைதியாகப் பகிர்ந்து சாப்பிடுவோம். இரவு நேரங்களில் குரு மஹாராஜ் கோயிலில் நான் படுத்துறங்குவேன். மஹர்

சாதியைச் சேர்ந்த மக்கள் தினமும் இரவில் அங்கு ஒன்றுகூடுவார்கள். அந்த மக்களில் சிலர் என்னைப் பார்த்துவிட்டு, 'யாரது? இருளில் யார் அங்கு படுத்திருப்பது?' என்று கேட்பார்கள். அதற்கு யாரோ சிலர், 'அவன் கிஷனுடைய உறவினன்' என்று சொல்வார்கள். அவ்வுரையாடலில் பங்கேற்கும் மற்றொரு நபர், 'இர்மாமாவின் கடைசி மகன் இவன், இவனுடைய தந்தை உயிருடன் இருந்த காலத்தில் அவர்கள் வசதியாகவே வாழ்ந்தார்கள். பலரும் அவரைத் தேடிச் செல்வார்கள். அவரொரு வைத்தியர். இப்போது அவரது மகன் துயரத்துடன் தனது தினசரியைக் கடத்துகிறான் அந்த கிஷன். அவனும்கூட இவனைப் பார்த்துக்கொள்வதோ பொருட்படுத்துவதோ இல்லை. கிஷன் தற்சமயம் நல்ல நிலையிலேயே இருக்கிறான், அவன்தான் இச்சிறுவனை வளர்க்கும் பொறுப்பைத் தன்னிச்சையாக ஏற்க வேண்டும். ஆனால், அவன் அப்படிச் செய்வதாகத் தெரியவில்லை. அவன் அந்த அளவிற்குக் கஞ்சத்தனம் மிகுந்தவனாக இருக்கிறான்' எனத் தங்களுக்குள் பேசிக்கொள்வார்கள்.

இரவு முழுவதும் அந்தக் கோயிலில் படுத்திருந்துவிட்டு, காலை விடிந்ததும் என் அக்காளிடம் சில சமயங்களில் தெரிவித்துவிட்டும், சில சமயங்களில் தெரிவிக்காமலும் அங்கிருந்து புறப்பட்டு மீண்டும் செரா கிராமத்திற்குச் செல்வேன். அவளிடம் தெரிவிக்காமல் அங்கிருந்து கிளம்பிச் சென்றால், அது அவளை வருத்தமடையச் செய்யும். பிறகு யாரேனும் ஒருவர் அவளிடம், 'சிறுவன் செரா கிராமத்திற்குச் சென்றிருக்கிறான்' எனும் தகவலைப் பகிர்ந்துகொள்வார்கள். அவள் அந்தக் கோயிலிலேயே பதற்றத்துடனும் விம்மி அழுதபடியும் அமர்ந்திருப்பாள். சில சமயங்களில், என்னைத் தனது வீட்டிற்கு அழைத்துச் செல்ல அக்காள் வரும்போது, நான் அவளுடன் செல்லாமல் கோயிலிலேயே தங்கியிருந்துவிட்டு, மீண்டும் செரா கிராமத்திற்குத் திரும்பிவிடுவதும் நடந்திருக்கிறது. அப்படி செரா கிராமத்தை நோக்கிச் செல்லும் சில நேரங்களில் நான் எனக்குள்ளாகவே பகல் இன்னும் உயிர்த்திருக்கவே செய்கிறது, அதனால் தொடர்ந்து நடந்துகொண்டே இரு எனச் சொல்லிக்கொள்வேன். புக்கா மற்றும் பெம்பராவின் பண்ணையை நான் அடையும்போது சூரியன் முழுவதுமாக மறைந்து இருள் இறங்கத் துவங்கியிருக்கும். இருள் என் நடைவழியில் குறுக்கிடத் துவங்கும்போது இயல்பாகவே என்னில் பீதியுணர்வு ஆட்கொண்டுவிடும். அந்த நேரத்தில் அப்பகுதியில் ஏதேனும் இலைகள் காற்றில் சலசலத்தால்கூட எனது உடல் பாகத்தில் இருந்து ஏதோ ஒன்று தகர்ந்து விழுவதாகக் கற்பனை செய்துகொள்வேன். சுத்தரின் பண்ணையை நெருங்கும்போது என்னுடைய அச்சம் பலமடங்காக உயர்ந்துவிடும். ஏனெனில், அங்கிருக்கும் ஆலமரம் ஒன்றின் அடியில் கொடூரமான பேய் ஒன்று சுற்றுவதாக அவ்வூரில் வதந்தி பரவியிருந்தது. அப்பகுதியை அவசரத்துடன் கடந்துசெல்லும் நான், ஏதேனுமொரு சிறிய சப்தம் எழுந்தாலும்கூட நடையை விரைவுப்படுத்தி ஓட்டமெடுத்துவிடுவேன். இருளில் புதைந்திருந்தபடி ஆந்தை ஒன்று தொலைவில் குரலெழுப்பிக்கொண்டிருக்கும். அதையோர் அபசகுணமாக நான் கருதுவேன். உடல் பதற்றத்தில் தாறுமாறாகக் குலுங்கித் தவிக்கும். சில நேரங்களில் நிலத்தில்

கிடக்கும் காய்ந்த குச்சிகள் என் கால்களைக் கீறிவிடும், அதில் இருக்கும் முட்கள் காயத்தை ஏற்படுத்தும். என் பாதத்திலிருந்து முட்களைப் பிடுங்க முயற்சிக்கையில் அவை பாதியாக உடைந்துவிடும். என் அக்காளின் அழைப்பை ஏற்று அவளுடைய வீட்டிற்குச் செல்லாததை நினைத்து இதுபோன்ற சமயங்களில் என்னையே நொந்துகொள்வேன். அவளுடைய நேசத்தைப் புறக்கணித்ததால் இதுபோன்ற செய்கைகள் எனக்குப் பாடம் கற்பிக்கின்றன என நினைத்துக்கொள்வேன்.

நான் நான்காம் வகுப்பை நிறைவுசெய்திருந்தேன். அதன்பிறகு படிப்பைத் தொடரும் வாய்ப்பு எனக்கு அமையவில்லை. வேலைக்குச் செல்லும் வயதையும் எட்டாததால் தொடர்ந்து வாழ்க்கையில் என்ன செய்வதென்றே எனக்குத் தெரியவில்லை. அத்தகைய காலங்களில்தான் விசித்திரமான ஒன்று நிகழ்ந்தது. செராவில் இருந்த எனது அக்காள், ஜகல்பூரில் இருக்கும் அக்காளை அவளுடைய பிரசவத்திற்காகத் தனது வீட்டிற்கு அழைத்து வந்திருந்தாள். கர்ப்பிணியாக இருந்த அக்காள் இதனால் தனது பாரம் குறைக்கப்பட்டிருப்பதாக உணர்ந்தாள். கணவன் வீட்டில் வதைப்பட்டுக்கொண்டிருந்த அவளுடைய நாட்கள் இங்கு இலகுவாக மாறியிருந்தன. அவளுக்குப் பெண் குழந்தைப் பிறந்தது. செராவில் இருந்த வீடானது ஓலைகளால் வேயப்பட்ட சிறு குடிசை என்பதற்கு மேல் ஏதுமில்லை. தினமும் இளம் தாய்க்காக அக்குடிசைக்குள் ஓர் எண்ணெய் விளக்கு இரவு நேரங்களில் ஏற்றி வைக்கப்பட்டிருந்தது. குழந்தையைக் கவனித்துக்கொள்ள அந்தத் தீ அவசியமாக இருந்தது. ஆனால், எவரும் எதிர்பாராத வகையில் ஓர் இரவில் அந்த விளக்கில் பிரகாசித்துக்கொண்டிருந்த தீ குடிசையில் பற்றிக்கொண்டுவிட்டது. இதை உணர்ந்தவுடனேயே குடிசைக்குள் இருந்த எல்லோரும் வெளியில் வந்துவிட்டோம் என்றாலும் நேரம் செல்லச் செல்லத் தீயின் உக்கிரம் தாள முடியாததாக வளர்ந்துகொண்டே சென்றது. அதைக் கட்டுப்படுத்தும் வழிகளெதுவும் எங்களுக்குத் தெரியவில்லை. அப்பகுதியில் இருந்த மக்களும் தங்களால் இயன்ற எல்லா முயற்சிகளையும் செய்து பார்த்தார்கள். ஏராளமான வாளிகளில் தண்ணீரைப் பீய்ச்சியடித்துத் தீயை அணைக்கப் போராடினார்கள். ஆனால், அவர்களுடைய முயற்சிக்குப் பலனேதும் கிடைக்கவில்லை. காற்றின் சுழலும், தாண்டவமாடிய அந்த இருண்ட பேரிருளில் தீயின் உக்கிரமும் கைக் கோத்துக்கொண்டு முழுக் குடிசையையும் எரித்து வெறும் சாம்பல் குவியலாக மண்ணில் கிடத்தின. தீப் பற்றிய நிகழ்வே ஊரிலெங்கும் பேச்சாய் இருந்தது. மஹர் சாதியைச் சேர்ந்த சிலர், ‘ஏன் அவள் தன் தங்கையை இங்கு அழைத்து வந்திருக்கிறாள் தெரியுமா?’ எனப் பேசத் துவங்கிவிட்டார்கள். அதற்கு ஒரு பெண், ‘தன்னுடைய அன்பை அவள் காண்பிக்க முயல்கிறாள்’ என்றாள். மற்றொரு பெண், ‘சரியாய் போயிற்று, அவள் அடிவயிறு குளிர்ந்திருக்க வேண்டுமென்பதற்காக நம்முடைய குடிசைகள் அனைத்தும் தீயில் கருக வேண்டுமா?’ என்றாள். ‘அப்படிப் பேசாதே, எல்லோருக்கும் கெட்ட காலம் வரும்’ என்று வேறு சிலர் அதற்குப் பதிலளித்தார்கள். இவ்வாறு தீயின் பாதகத்தில் தம்மையும் பிணைத்துக்கொண்டு அவ்வுரையாடல் தொடர்ந்தபடியே இருந்தது.

செராவில் இருந்த எனது அக்காள் மிகவும் வறுமை நிலையில் இருந்தவள். மழைக் காலங்களில் உதவும் என்பதற்காகச் சில சாக்குத் துணிகளை அவள் தன் குடிசையில் சேகரித்து வைத்திருந்தாள். அதோடு விதையில்லாத பருத்திகளும் ஒட்டகச் சேணத்தில் குவித்து வைக்கப்பட்டிருந்தன. இவை எல்லாமும் இப்போது கருகிச் சாம்பலாகிவிட்டன. அவர்களுடைய ஆடைகளும், மழைக் காலங்களிலும் குளிர் காலங்களிலும் கதகதப்பைத் தரக்கூடிய துணிகளும் இப்போதும் முழுவதுமாக அழிந்துவிட்டன. என் அக்காளின் குழந்தையை அத்தகைய துணி ஒன்றின் மீதுதான் படுக்க வைத்துப் பார்த்துக்கொண்டோம். ஓட்டை விழுந்திருந்த அத்துணிகளை அக்காள் தைத்து வைத்திருந்தாள் என்றாலும் குளிர்காலத்தைத் தாங்கக்கூடிய அளவுக்கு அது தரமானதாகவே இருந்தது. இப்போது எல்லாம் போய்விட்டன. 'மொத்த குடிசையும் எரிந்து சாம்பலாகிவிட்டது. ஆனால், யாருக்கும் எதுவும் நடக்கவில்லை. கடவுளின் கருணையே கருணை! அவர் எப்போதும் ஏழைகளின் பக்கம்தான் இருக்கிறார்!'

'நெருப்பு! நெருப்பு! சக்குபாயின் குடிசை தீப் பற்றி எரிகிறது', 'ஏன் அந்தக் கழுதை தன் தங்கையை இங்கு அழைத்து வந்தாள்? அவள் எங்கு வசித்திருந்தாளோ அங்கேயே அவளை வைத்திருந்திருக்க வேண்டும்', 'அவர்களுடைய தந்தை இறந்துவிட்டதால், பிரசவக் காலத்தில் தானே முன்நின்று அவளைக் கவனித்துக்கொள்ள வேண்டுமென அவள் நினைத்திருக்கலாம்' என ஊர் எங்கள் குடும்பத்தைப் பற்றியே தொடர்ந்து பேசிக்கொண்டிருந்தது. சிலர் அவளருகில் நெருங்கி வந்து பரிதாபத்துடன், 'எங்கள் வீட்டிற்கு வா சக்கு, எங்களால் இயன்றதைத் தருகிறோம்' என்றார்கள், வேறு சிலர், 'உங்கள் குழந்தைக்கு நாங்கள் ஆடைகளைத் தருகிறோம்' என ஆறுதலாகக் கூறினார்கள்.

இப்படியே நாட்கள் நகர்ந்தன. சிலர் எங்களுக்குத் துணிகளையும் சிலர் பருப்பு வகைகளையும் சிலர் தானியங்களையும் சிலர் அரிசியையும் வழங்கினார்கள். தங்களுக்கு வழங்கப்பட்ட எந்த உணவையும் வீணடிக்க அக்காள் தயாராக இல்லை. அவை நாட்கணக்கில் பொட்டலத்திலேயே பிரிக்கப்படாமல் இருந்தாலும்கூட தேவையேற்படும்போது அவற்றை நாங்கள் உட்கொள்ள வேண்டியிருந்தது. அதன் சுவை குமட்டலை வரவழைக்கக்கூடியதாக இருந்தது என்றாலும், புதிதாகக் கிடைக்கும் உணவுடன் அவற்றையும் சேர்த்து அக்காள் எங்களுக்குக் கொடுத்துக்கொண்டிருந்தாள். அப்போதும் அதன் சுவை அருவறுப்பூட்டுவதாகவே இருந்தது என்றாலும் எவ்விதமான எதிர்ப்பையும் காண்பிக்காமல் கிடைப்பதை உட்கொள்ள வேண்டிய நிலையில் நாங்கள் இருந்தோம். சிறிது சிறிதாக எங்கள் மண் குடிசையின் சுவர்களைக் கட்டியெழுப்பினோம். அதன் மீது மரக்கிளைகள், இலைகள் மற்றும் தீவினங்களால் இட்டுக்கட்டப்பட்ட கூரையையும் வேய்ந்தோம். நாங்கள் அந்தக் குடிசையினுள்ளாகவே மீண்டும் வசிக்கத் துவங்கியிருந்தோம். கோடைகாலம் அப்போது உச்சத்தில் இருந்தது. உடலில் பொத்தலை ஏற்படுத்தும் அளவுக்கு வெப்பம் மிகுந்திருந்தது. அதனால் மதிய வேளைகளில் குடிசைக்குள்

இருக்க முடியாததால், பிராமணர்களுக்குச் சொந்தமான புளிய மரத்தின் நிழலில் போய் அமர்ந்துகொள்வோம்.

சக்குவின் கணவன் இப்போதாவது ஒட்டகத்தை விட்டொழித்துவிட்டு, ஏதேனுமொரு வேலையைத் தேடிக்கொள்ள வேண்டுமென எல்லோரும் அறிவுறுத்தினார்கள். ஆனால், அவர் தனது பிடிவாதத்தில் உறுதியுடன் இருந்தார். ஒட்டகத்தைத் துறக்கும் எண்ணமே அவருக்கு இல்லை. ஏதேனும் வேலை செய்யும்படி அவரிடம் நாம் கோரினால், அதற்கு நறுக்கென்று, 'ஒட்டகத்தைக் கவனித்துக்கொள்ளவே எனக்கு நேரம் சரியாக இருக்கிறது, நீங்கள் போய் உங்கள் வேலையைப் பாருங்கள்' என்று பதிலுரைப்பார். பிற வேலைகள் எதிலும் ஈடுபட அவர் தயாராக இல்லை. உணவு இருக்கிறதோ இல்லையோ அவர் தனது ஒட்டகத்தைச் சுற்றிச் சுற்றி வரும் வழக்கத்தைக் கைவிடுவதாக இல்லை. வீட்டுக்குத் தேவையான சாமான்கள் இருக்கின்றனவோ இல்லையோ அதுகுறித்தெல்லாம் அவருக்குத் துளி கவலையும் இல்லை. ஏழ்மை நிலையில் இருக்கும் என் அக்காள் மட்டும்தான் தன்னுடைய பெண்ணையும் கவனித்துக்கொண்டு, குடும்பப் பாரத்தையும் சுமக்க வேண்டியிருந்தது.

வேறொருவரின் வீட்டிற்காக, மாட்டுச் சாணத்தைச் சேகரித்துத் தருவது, புல் அல்லது விறகுகளைப் பொறுக்கி எடுத்துச் செல்வது எனத் தொடர்ச்சியாகப் பல வேலைகளைச் செய்தபடியே இருந்தாள். இதுமாதிரியான சமயங்களில் நானும் அவளுடன் இருந்தேன். சில நேரங்களில் இத்தகைய வேலைக்கு அவள் அழைக்கும்போது அவளுடன் செல்ல எனக்கு விருப்பமிருக்காது. அவளது அழைப்பை மறுக்குமாறு என் மனக்குரல் உச்சரிக்கும். எனினும், மறுப்புத் தெரிவித்தால் அவள் என்னை அதட்டக்கூடும் எனும் அச்சத்தால் அவள் எங்கெங்கெல்லாம் சென்றாலோ அங்கெல்லாம் நானும் அவளுடன் இருந்தே தீர வேண்டிய கட்டாயம் எனக்கிருந்தது. மழைக்காலம் அப்போது தொடங்கிவிட்டிருந்தது. உண்மையில் மழையின் முதல் துளி இன்னமும் மண்ணில் விழுந்திருக்கவில்லை என்றாலும் மழைக்காலமாதலால் புறச்சூழலின் மீது குளுமை படர்ந்திருந்தது. அதனால் எல்லோரும், 'சக்கு, உன் தம்பியை இனி பள்ளிக்கு அனுப்பாதே. ஏதேனும் ஓரிடத்தில் பணியாளாகச் சேர்த்துவிடு' எனத் தெரிவிக்கத் துவங்கியிருந்தார்கள். அக்காள் அவர்களிடம், 'அவன் இன்னமும் சிறியவன்தான்' என்பாள். அவர்களும் பதிலுக்கு, 'அன்பு, அரவணைப்பு எனச் சொல்லி வீட்டிலேயே அவனைப் பூட்டி வைத்திருக்காதே. அது உனக்கு வருமானம் ஈட்டித் தராது. அவனுக்குப் பதிமூன்று வயது ஆகிவிட்டது. அவனுக்கு என்ன பிரச்சனை? ஏன் அவனால் வேலைக்குச் செல்ல முடியாது என்கிறாய்?' என்பார்கள். சில பெண்கள் என்னிடம், 'கிருஷ்ணராவ் பட்டீல் அல்லது அப்பா ரூர் ஆகிய இருவரில் யாருடைய வீட்டில் நீ பணியாளாகச் சேர விரும்புகிறாய்?' எனக் கேட்பார்கள். அவர்களுக்குப் பதிலளிக்காமல் நான் அமைதியாகவே இருப்பேன். அக்காளுக்கும் நான் வேலைக்குச் சென்றால் சற்றே மகிழ்வாய்தான் இருக்கும். குடும்பத்தை நிர்வகிப்பதற்குக் கூடுதலாய் அவளுக்குக்

கொஞ்சம் பணம் கிடைக்கும் என்பதோடு, பணியிடத்திலேயே எனக்கு உணவு வழங்கிவிடுவார்கள் என்பதால் குடிசையில் சமைக்கும் உணவிலும் ஒரு நபரைக் குறைத்துவிடலாம் அல்லவா.

இக்காரணங்களால் அக்காள் என்னை வேலையில் சேர்த்துவிட்டாள். அவளுடைய கணவரும் இதுகுறித்து எதுவும் கவலை கொண்டவராகத் தெரியவில்லை. கிருஷ்ணராவ் பட்டீல் எனக்கு மாதம் 2 ரூபாய் 50 பைசா ஊதியமாகத் தருவதற்கு ஒப்புக்கொண்டார். எல்லோரும் இப்போது எனது அக்காள் தன் மீதிருக்கும் சுமையைக் கொஞ்சம் சமாளிக்கக்கூடியவளாக மாறப் போகிறாள் என்றே கருதினார்கள். எனக்குக் கூலியாகக் கிடைக்கும் பணத்தில் குடிசைக்கு ஏதேனும் பொருட்களையும் அவளால் வாங்க முடியும். நான் இதற்கு முன்பு இதுபோன்ற வேலைகள் எதையும் செய்ததில்லை என்றாலும், சிறிது காலம் வரை, நானும் இவ்வேலையில் எவ்விதப் பிரச்சினைகளையும் எதிர்கொள்ளவில்லை. நான் வேலைக்குச் சேர்ந்திருந்தபோது உண்மையில் அங்கு அதிக வேலைகளும் இருக்கவில்லை. இது எல்லாவற்றையும் விட எனது எஜமானர்கள் என்னை எந்த வேலையையும் செய்யச் சொல்லி நச்சரிக்கவில்லை. மேலும், என் அக்காள் வீட்டில் சாப்பிடும் உணவை விட இங்கு தரப்பட்ட உணவு சுவை கூடியதாக இருந்தது. அதே பழங்கஞ்சியும் காய்கறிகளும்தான் என்றாலும் இதன் சுவை அதிலிருந்து வேறுபட்டிருந்தது. அக்காளின் வீட்டில் சில நாட்களில் உணவு இருக்கும், சில நாட்களில் இருக்காது. சில சமயங்களில் கீரைப் பச்சடியுடன் சேர்த்துச் சாப்பிடுவதற்கு ஒருசில பிரெட் துண்டுகள் எனக்குக் கிடைக்கும். பெரும்பாலும் அறுவடையின்போது உலர்த்தப்பட்டுச் சேமித்து வைக்கப்பட்டிருக்கும் மூலிகைகளை வைத்தே எங்கள் வயிறுகளை நிரப்பிக்கொள்ள வேண்டியிருக்கும். அல்லது வெறுமனே காய்கறிகளை மட்டும் சாப்பிடுவோம். அதனால்தான் கிருஷ்ணராவ் பட்டீல் வீட்டில் வழங்கப்பட்ட உணவு எனக்குப் பெரிதும் பிடித்திருந்தது.

எனினும், இந்த நிலை நீடிக்கவில்லை. சிறிது நாட்களிலேயே நான் உணவருந்தும் இடம் மாற்றப்பட்டது. சாணக் குவியலின் அருகில் அமர்ந்தோ அவர்களுடைய குழந்தைகள் மலங்கழிக்கும் இடத்திற்கு அருகிலோ அமர்ந்து சாப்பிடும் நிலை உண்டானது. நான் கிளர்ச்சியடைந்தேன். என் விருப்பத்திற்கு எதிரான சூழலில் வேலை செய்வது மிகக் கடினமானது எனக் கருதினேன். என்றாலும், என்னால் அந்த உணவைச் சாப்பிடாமல் இருக்க முடியவில்லை. அங்கிருந்து விலகியோடும் எண்ணம் எனக்குள் எழுந்தது. ஆனால், நான் அப்படியே நிலைத்துவிட்டேன், நான் கூச்சச் சுபாவம் உள்ளவன் ஆயிற்றே. பள்ளியில் பயின்ற காலத்தில் உணவு கிடைக்கவில்லை என்றாலும் பள்ளிக்குச் செல்வது அற்புதமானதாக இருந்தது. ஆனால், இங்கு உணவு எனக்கு வழங்கப்பட்டாலும் சிறுவர்கள் மலங்கழிக்கும் இடத்தில் அமர்ந்து நானதைச் சாப்பிட வேண்டும். நான் பரிதாபகரமான நிலையில் இருப்பதாக உணர்ந்தேன். ஒருநாள் தீவனத்தைச் சேகரிப்பதற்காக நான் பட்டீலுடைய பண்ணைக்குச் சென்றேன். அங்கு அதிக அளவிலான தீவனம் கிடைத்தது. அவற்றை

முழுவதுமாக என்னால் சுமந்துசெல்ல முடியவில்லை. என்னால் என்ன முடியுமோ அவ்வளவு செய்தாலும், இரண்டு அல்லது மூன்று மூட்டைகளுக்கு மேல் சுமக்க முடியவில்லை. காற்றும் அப்போது பலமாக அடித்துக்கொண்டிருந்தது. தீவனங்களைக் கயிறால் கட்டியிருந்தேன் என்றாலும், என்னால் அதனை இறுக்கமாகக் கட்ட முடியவில்லை, அது வழுவிக்கொண்டுபோனது. என் முகத்தின் மீது மோதிய காற்றின் ஆக்ரோஷத்தால் என்னால் சில அடிகள் கூட நகரவே முடியவில்லை. அப்போது என்னைக் கடந்து செல்லும் சிலர், 'என்னப்பா நீ பணியாளனாக மாறிவிட்டாய்?' என்பார்கள். சில பள்ளி மாணவர்கள் கிண்டலாக, 'நீ பள்ளியிலிருந்து விலகிவிட்டாயா? இப்போது கிஷன் பட்டீலின் வீட்டில் பணியாளனாக இருக்கிறாயா?' என்பார்கள். என்னால் அவர்களுக்குப் பதில் சொல்ல முடியாது. அவர்களுடைய கேள்விகளை ஆமோதிப்பதைப்போல முணுமுணுத்தபடியே, என்னை நொந்துகொண்டு அவர்களைக் கடந்து சென்றுவிடுவேன். பிச்சைக்காரர்கள் தேர்வுசெய்யும் நிலைகளில் இருப்பதில்லை. வேலை செய்வதைத் தவிர எனக்கு வேறு எந்தவொரு வழியும் இல்லை. எனது அக்காளுக்கும் நான் வேலை செய்வதில் மகிழ்ச்சியில்லை என்றாலும், அவளுக்கு மாற்று வழிகள் எதுவுமில்லை. அவளுடைய குடிசை எரிந்து சாம்பலாகியிருக்கிறது. அக்காள் என்னிடம், 'தம்பி, நன்றாக வேலை செய், அதனால் நம்மால் நமது குடிசையைக் கட்டியெழுப்பவும் நல்ல வாழ்நிலையை அடையவும் முடியும்' என்பாள்.

ஒருவேளை எனது பெற்றோர் இப்போது உயிருடன் இருந்திருந்தால், ஜகல்பூரில் இருந்த அக்காவைப் பிரசவக் காலத்தின்போது அவர்கள் கவனித்திருப்பார்கள், இந்தக் குடிசை எரிந்து சாம்பலாகும் நிலை உருவாகியிருக்காது என எனக்குள் நினைத்துக்கொள்வேன். ஆனால், இவ்வளவு விரைவாக எனது பெற்றோர் ஏன் கடவுளின் காலடியை நோக்கிச் சென்றார்கள் என்பது சொர்க்கத்திற்கே வெளிச்சம்.

இப்போது பட்டீலின் குடும்பம் ஏராளமான பணிகளில் என்னை உட்படுத்துகிறார்கள். நான் ஒரு சிறுவன். எப்படி என்னால் இப்படியே தொடர முடியும்? அதன்பிறகு மழைக்காலம் வந்தது. என்னை வேலையில் ஈடுபடுத்தியதற்காக என் மைத்துனர் என் அக்காள் மீது கோபத்தில் இருந்தார். 'வாழ்க்கை நமக்கு என்ன சாத்தியங்களை அளித்திருக்கிறதோ, அதை வைத்து நாம் வாழ்வோம். ஏன் இந்தச் சிறுவனையும் ஓர் அடிமையாக ஆக்குகிறாய்?' என அக்காளிடம் தெரிவித்த அவர், தனது பார்வையை என் பக்கமாகத் திருப்பி 'இனி நீ வேலைக்குச் செல்ல வேண்டாம், பள்ளிக்குச் செல்' என்றார். இதனால் ஆசுவாசமாக உணர்ந்த நான் விடுவிக்கப்பட்ட மனோநிலையில் அன்று பணியிடத்திற்குச் செல்லாமல் வீட்டிலேயே தங்கிவிட்டேன். மறுநாள் என்னைத் தேடி கிருஷ்ணராவ் பட்டீல் எங்கள் குடிசைக்கே வந்துவிட்டார். பெரும் கோபக் குரலில், 'ஒன்றுக்கும் உதவாத சிறுவனே, உனக்கு என்ன ஆயிற்று. கொஞ்சம் கூட உனக்கு நன்றியுணர்வே இல்லையா? எதற்காக வேலைக்கு வராமல் உன் வீட்டில் உட்கார்ந்திருக்கிறாய்?' என்றார். பிறகு என் அக்காளைப் பார்த்து, 'உனது கணவன் எங்கே?' எனக் கேட்டார். வீட்டினுள்ளிருந்து

வெளியே வந்த மைத்துனர், 'இந்தச் சிறுவனும் அவனுடைய அக்காளும்தான் இது தொடர்பாக முடிவு செய்திருக்கிறார்கள். எனக்கும் இதற்கும் எவ்வித சம்பந்தமும் இல்லை' என்றார். இதுவரையில் அந்த மாதத்திற்கான என்னுடைய சம்பளத்தை அவரிடமிருந்து பெற்றிருக்கவில்லை என்பது ஒரு நல்ல செயலாக இருந்தது எனக்கு. அவர் வீட்டில் நான் சாப்பிட்ட உணவுக்கு, நானங்கு செய்த வேலைகள் ஈடாகிவிடும். அதனால் இனிமேல் அங்கு நான் வரப்போவதில்லை எனத் தெரிவித்துவிட்டேன். அவருடைய வீட்டிற்குச் சேவகம் செய்வதிலிருந்து விடுபட்டு, இங்கு வீட்டிலேயே இருப்பது என முடிவுசெய்திருந்தேன். பட்டேல் என்னை ஏறெடுத்தும் பார்க்காமல் ஒருவிதச் சலிப்புடன் அங்கிருந்து விலகிச் சென்றார். எல்லோரும் என்னையே குற்றம் சாட்டினார்கள். 'அட அனாதைச் சிறுவனே. உன்னால்தான் உன் அக்காளின் குடிசை தீப் பற்றி எரிந்தது. அப்படியிருக்க, ஏன் உனது வேலையை விடுவதென முடிவு செய்தாய்?' இது எல்லாவற்றையும் கேட்டுக்கொண்டிருந்த நான், எப்போதும் போல ஒடுங்கிய நிலையிலேயே இருந்தேன். அவர்கள் பெரியவர்கள். நான் அவர்களுக்குப் பதில் சொல்ல முடியாததால் என் அக்காள் எனக்காகப் பரிந்து பேசுவாள். அதையெல்லாம் கூர்ந்து கவனிக்கும் நான், என்ன செய்வதென்று தெரியாமல் அருகிலிருக்கும் வீடொன்றில் உட்கார்ந்தபடி அழுதுகொண்டிருப்பேன். அதன்பிறகு நான் அமைதியுடன் யாரோ ஒருவரின் பண்ணைக்குச் சென்று சிறியச் சிறிய வேலைகளைச் செய்துகொண்டு, அவர்கள் எனக்களிக்கும் எதுவொன்றையும் சாப்பிட்டபடியே நாட்களைக் கடத்துவேன். எனக்குக் கொடுப்பதற்கு உணவு எதுவும் அவர்களிடம் இல்லாதபோது, 'இந்தத் தானியங்களை அடுப்பில் வாட்டி சாப்பிடு சிறுவனே' என்பார்கள். சில நேரங்களில் நான் அவற்றைச் சாப்பிட்டிருக்கேன், சில நேரங்களில் எதுவும் சாப்பிடாமலேயே கிடந்திருக்கிறேன். அவ்வப்போது அவர்கள் எனது பொறுமையைச் சோதிப்பதைப் போல, 'என்ன, நான் உன்னைச் சாப்பிடு என்றுதானே சொன்னேன், அதற்கு ஏன் அதிகப்பிரசங்கித்தனமாக நடந்துகொள்கிறாய்? பள்ளியில் உனக்கு நற்பண்புகள் எதையும் சொல்லித் தரவில்லையா? எப்போதுதான் உனது அறிவு வளரும்?' என்பார்கள். அதனால் அவர்கள் வற்புறுத்தினால் மட்டும் அவர்கள் கொடுக்கும் ஏதோவொன்றை நான் சாப்பிடுவேன். அவர்கள் கொடுக்கும் தானியங்களை அதிக அளவிலான தண்ணீரில் நான் கழுவுவேன். வறுபட்ட தானியங்கள் பருத்து, என் வயிற்றில் விசித்திரமான ஒலிகளை எழுப்பும். பிறகு, வயிறு வலிக்கத் துவங்கிவிடும். இதுபோன்ற ஒன்றை உட்கொண்டதற்காக என்னையே நான் கடிந்துகொள்வேன்.

இது ஒருபுறமிருக்க, செராவில் இருந்த என் அக்காளின் சூழலும் நாளுக்கு நாள் கவலையளிக்கும் விதமாக இருந்தது. சூழலை இன்னும் கடினமாக்கும் விதமாக, அந்தக் கிராமத்தில் பள்ளி எதுவும் இல்லாததால், எந்த வேலையும் செய்யாமல் வீட்டில் எனது பொழுதுகளை நான் வீணடித்துக்கொண்டிருக்கிறேன் என்றே எல்லோரும் கருதினார்கள். நானும் என்ன செய்வதென்று தெரியாமல்தான் வீட்டிலேயே இருந்தேன். ஒருநாள் ஜகல்பூரில் இருக்கும் எனது மைத்துனர்,

‘பார்ல்ஹத், நீ ஏன் எங்களுடன் வந்து வசிக்கக்கூடாது? உனக்காக நாங்கள் ஒரு கடையைத் திறக்கலாம் என்றிருக்கிறோம். ஆனால், பத்து வருடங்களுக்கு நீ அந்தக் கடையைக் கவனித்துக்கொள்ள வேண்டும். இப்போதே முடிவுசெய். சுற்றியிருப்பவர்கள் என்ன வேண்டுமானாலும் சொல்வார்கள். ஆனால், நீயிங்கு பத்து வருடங்கள் தங்கியிருந்தால் நாங்கள் உனக்குத் திருமணம் முடித்து வைப்போம். உன்னுடைய செலவுகளையும் கவனித்துக்கொள்வோம்’ என்றார்.

திருமணம் குறித்தெல்லாம் எனக்கு அக்கறையில்லை. ஆனால், ஒரு கடையில் வேலை செய்வது என்பது என்னளவில் என்னைப் பிரயோஜனமான ஒருவனாக உணர்வதற்குக் கை கொடுக்கலாம். அதனால் எனது மைத்துனரின் வேண்டுகோளை ஏற்று, எழுதுகோலையும் எழுத்துப் பலகையையும் எடுத்துக்கொண்டு ஜகல்பூரை நோக்கிப் புறப்பட்டேன். எனது அக்காளும் அத்தையும் என்னை செரா கிராமத்திலேயே இருக்கும்படி வலியுறுத்தினார்கள். அவர்கள் என்னிடம், ‘அந்தத் திருட்டுப்பயல் கிஷன், காகத்தைப்போல தந்திரசாலி. உனக்காக ஒரு கடை திறப்பதாக அவன் பொய்யுரைக்கவே செய்கிறான்’ என்றார்கள். அவர்களின் பேச்சை நான் பொருட்படுத்தவில்லை. ஒரு கடையைப் பராமரிக்கும் விருப்பத்துடன் ஜகல்பூருக்குச் சென்றேன். மாறாக, எனது மைத்துனர் என்னை அப்பா ராவ் கைப்பற்றி வைத்திருக்கும் நிலமொன்றில் களை வெட்டும் வேலையில் சேர்த்துவிட்டார். என்னவென்று உறுதியாகச் சொல்ல முடியாது என்றாலும், அந்த நிலம் தொடர்பாக ஏதோவொன்று சட்டத்திற்கு விரோதமானதாக இருந்தது. ஆனால், அது என்னுடைய பிரச்சினை இல்லை. எனக்கான ரொட்டியை ஈட்டுவதில் மட்டுமே நான் கவனம் செலுத்திவந்தேன். அந்த நிலம் பயன்தரும் நிலையிலும் இல்லை. பயனற்ற களைகளும் முறையற்ற பயிர்களும் மட்டும்தான் அங்கு வளரும்.

தினமும் எனது மண்வெட்டியைச் சுமந்துகொண்டு பண்ணைக்குச் செல்வேன். எல்லா வகையிலான சவால்களையும் கடந்து என்னுடைய வேலையை முழு ஈடுபாட்டுடன் செய்வதில் எனது மனதை ஈடுபடுத்தியிருந்தேன். புற்கள் மிகவும் அடர்த்தியாக இருந்ததால், ஆங்காங்கு இருந்த சிறிய இடைவெளிகளில் சிறிதளவு உளுந்து மட்டுமே முளைவிட்டிருந்தது. அந்நிலத்தில் இதுவரை எதுவுமே விதைக்கப்பட்டிருக்கவில்லை என்பதைப் போல இருந்தது. ஏராளமான கால்நடைகள் அவ்விடத்திற்குப் புற்களை மேய்வதற்காக வரும். அவற்றை நிலத்திற்கு விடக்கூடாது என என் மைத்துனர் எனக்குக் கட்டளையிட்டிருந்தார். நானோர் அனாதைச் சிறுவன், அந்நிலத்திற்கு முற்றிலும் அந்நியமானவன். மஹர் சாதியைச் சேர்ந்த சில பெண்கள் தங்களுடைய எருமை மாடுகளை மேய்ச்சலுக்காக அந்நிலத்தை நோக்கி ஓட்டிவருவார்கள். அதன்பிறகு அருகில் இருக்கும் குட்டையில் அவற்றை இறக்கிவிடுவார்கள். அந்தக் குட்டையில் இருந்த நீர் கலங்கியதாக இருந்தது. மீன் போன்ற உயிரினங்களால் நிறைந்திருந்தது. அவற்றை உண்மையான மீன் எனக் கருதிய நான், குட்டையில் இருந்து அவை வெளியே வந்து விழும்போது அவற்றை அள்ளியெடுப்பேன். தங்களுடைய கால்நடைகளைத் தொந்தரவு செய்வதற்காக

அந்தப் பெண்கள் என்னைத் திட்டித் தீர்ப்பார்கள். சிலர் நையாண்டியாக என்னைப் பார்த்து, 'முக்தாவின் தம்பி இங்கு என்ன செய்கிறான்? அவனால் எருமை மாடுகளைத் தொந்தரவு செய்வதை மட்டும்தான் சிறப்பாகச் செய்ய முடியும்' என்பார்கள். நான் யார் என்பதை அறிந்திருக்காத பிறர், மற்றவர்களிடம் என்னைப் பற்றிய விவரங்களைக் கேட்டறிவார்கள். நான் வேலை செய்யும் நிலத்தை எருமை மாடுகள் நெருங்கி வரும்போது, அவற்றை நான் விரட்டினால் அந்தப் பெண்கள் என்னை வசைபாடுவார்கள். அது மட்டுமல்லாமல், சுள்ளிகளையும் மரக்கிளைகளையும் பயன்படுத்தி ஒரு பாடையைத் தயார் செய்து, என்னை உருவகப்படுத்தும் ஒரு களிமண் பொம்மையை அதன் மீது வைத்து தூக்கிச் செல்வார்கள்.

கொஞ்சம் கொஞ்சமாக, அந்தக் கிராமத்தில் இருந்த எல்லோரையும் நான் தெரிந்துகொண்டேன். அங்கிருந்த சில சிறுவர்கள் ஹடோல்டியில் இருந்த பள்ளியில் படித்துவந்தார்கள். அப்பாராவின் நிலத்தில் அமர்ந்திருக்கும் நான் அவர்களைப் பார்த்து, 'நண்பர்களே, ஐந்தாம் வகுப்புப் பாடம் கடினமாக இருக்குமா?' எனக் கேட்பேன். அவர்கள் எனக்குப் பதிலளிக்க மாட்டார்கள். அவர்கள் எல்லோருமே உயர் சாதியினராக இருந்ததோடு, அதுகுறித்துப் பெருமிதம் கொண்டவர்களாகவும் இருந்தார்கள். என்னுடன் பேசுவதன் மூலம் தங்களைக் கறைப்படுத்திக்கொள்ள அவர்கள் தயாராக இல்லை. படிப்புக் குறித்து எனக்குப் பெரும் ஆர்வம் இருந்தது. அத்தகைய சிறுவர்களில் விதால் எனும் பெயருடைய 'கோலி' சாதியைச் சேர்ந்த சிறுவன் ஒருவனும் இருந்தான். பாராஹலியைச் சேர்ந்த அவன், ஜகல்பூரில் இருந்த தனது உறவினரின் வீட்டில் தங்கியிருந்தபடி ஹடோல்டியில் படித்துவந்தான். வேறொரு கிராமத்தைச் சேர்ந்தவன் என்பதோடு, கிட்டத்தட்ட கீழ்நிலை சாதிகளில் ஒன்றைச் சேர்ந்தவனாகவும் அவன் இருந்ததால், ஏனைய சிறுவர்கள் அவனை விலக்கியே வைத்திருந்தார்கள். அதனால் இயல்பாகவே என்னிடம் நட்புணர்வுடன் பழகினான். தினமும் நான் புற்களைப் பிடுங்கிக்கொண்டிருக்கும்போது, பள்ளிக்குச் செல்லும் அவனுடன் சிறிது உரையாடுவது எனது வாடிக்கையாக இருந்தது. நான் அவனிடம் ஆங்கிலம் கடினமான மொழியா எனக் கேட்டேன். அதற்குப் பதிலளிக்கும் அவன், 'ஆமாம், கொஞ்சம் கடினமானதுதான். ஆனால் நீதான் பள்ளிக்கு வருவதில்லையே, பிறகு ஏன் இதுகுறித்து கேட்கிறாய்?' என்பான். பிறகு, 'ஆங்கிலமும் கணிதமும் கடினமானவை. அறிவியல் ஆசிரியர் கொஞ்சம் மோசமானவர்' எனச் சேர்ப்பான். ஹடோல்டி அங்கிருந்து வெகு தொலைவில் இல்லை என்பதாலும், கடையைப் பராமரிக்கும் பொறுப்பை ஏற்பதற்காக மைத்துனர் எனை இங்கு அழைத்திருந்ததாலும், அவர் என்னையும் பள்ளிக்கு அனுப்ப வேண்டும் என்பதாக எனது விருப்பங்கள் பரிதவிக்கத் துவங்கிவிடும். ஆனால், பணம் ஈட்டுவதில் மட்டும் கருத்தாக இருக்கும் அவர் எப்படி என்னைப் பள்ளியில் சேர்ப்பார்? அவருக்குப் பிறரைப் பற்றிய கவலையே கிடையாது. தன்னிலையில் இருந்து மெலெழுந்துவிட்டதாக உணரும் அவர், தனக்குக் கீழ் இருப்பவர்களை ஏறெடுத்துப் பார்ப்பது கூட இல்லை. செரா கிராமத்தில் இருக்கும் எனது அக்காளும்

அவளது கணவரும் ஏழ்மையில் உழல்பவர்களாக இருந்தாலும், இவரை விட ஆயிரம் மடங்கு உயர்வானவர்கள் என உணர்ந்தேன். ஜகல்பூருக்கு வந்ததை நினைத்து எனக்கு வருத்தமேற்பட்டது. இங்கிருந்து தப்பியோட விரும்பினேன். ஆனால், இங்கிருந்து மீண்டும் நான் எங்கு செல்வது? செராவுக்கு என்னால் போக முடியுமா? பலமுறை என்னிடம் அவர்கள் கேட்டுக்கொண்டபோதிலும் அதனைப் பொருட்படுத்தாமல் இவ்வூருக்கு வந்திருக்கிறேன் அல்லவா? மீண்டும் எப்படி அவர்களைச் சந்திப்பது. நான் நன்றாகச் சிக்கியிருக்கிறேன். இங்கிருந்து தப்பி ஓடுவதற்கான தைரியமும் எனக்கு இல்லை. நான் என்ன செய்தாலும், அது தவறாகவே சென்று முடியும். ஒன்று, வாணலியில் உணவை வாட்டி உண்பதில் போய் முடியும் அல்லது தீ பரவுவதில் போய் நிலைக்கும். அதனால், என்னையே நான் சமாதானம் செய்துகொண்டு இருப்பதைத் தவிர வேறு வாய்ப்புகள் எதுவும் எனக்கு இல்லை. எனக்குள்ளாகவே நான் சொல்லிக்கொள்வேன்: இதுவும் கடந்து போகும்.

❍

ஆசிரியர் குறிப்பு:

கிட்டத்தட்ட நாற்பது ஆண்டுகள் உயிர்ப்புடன் இயங்கிய அஸ்மிதாதர்ஷா (Asmitadarsha) எனும் காலாண்டிதழ், தலித் இலக்கியத்திற்கும் இயக்கத்திற்கும் பெரும் பங்களிப்பு செய்திருக்கிறது. தயா பவார், அர்ஜுன் டாங்ளே போன்ற பல முன்னணி எழுத்தாளர்களும் கவிஞர்களும் இவ்விதழில் எழுதியிருக்கிறார்கள். அத்தகையோரில் ஒருவர் பி.இ.சோன்காம்ப்ளே. இவர் தன்னுடைய தன்னனுபவக் கட்டுரைகளின் தொகுப்பான 'Birds of Memories' மூலம் வெகுவாக அறியப்பட்டவர். தன்னுடைய சிறுவயது அனுபவங்களையும் கல்வி பெறுவதற்கான போராட்டங்களையும் மையப்படுத்தி எழுதப்பட்டிருக்கும் இப்புத்தகத்தில் மொத்தமாக 28 கட்டுரைகள் தொகுக்கப்பட்டிருக்கின்றன. தான் பிறந்து வளர்ந்த மராத்வாடாவின் உட்கிர் பகுதியிலுள்ள வட்டார வழக்கில் இக் கட்டுரைகளை சோன்காம்ப்ளே எழுதியிருக்கிறார். இந்நூல் 11 இந்திய மொழிகளில் மொழியாக்கம் செய்யப்பட்டிருக்கிறது. ஓர் அனாதைச் சிறுவனாகத் திக்கற்று நிற்கும் நிலையிலும் கல்வி பயில்வதற்கான தீவிர வேட்கையை அவர் இழந்துவிடவில்லை. அதன் விளைவாக, பிற்காலத்தில் டாக்டர். அம்பேத்கர் கலைக் கல்லூரியில் ஆங்கிலப் பேராசியர் எனும் நிலை வரை உயர்ந்திருக்கிறார். அரசு அவருக்கு 'முன்னுதாரண ஆசிரியர்' எனும் பட்டம் வழங்கி கௌரவித்திருக்கிறது. மேலும் இரு நூல்களை எழுதியிருந்தாலும் 'Birds of Memories' நூல்தான் அவரது ஆகச் சிறந்த ஆக்கமாகக் கருதப்படுகிறது.

நேர்காணல்கள்

மிலன் குந்தேரா - சில குறிப்புகள்:

டான் குஹேட்டேவைப் படைத்த செர்வாண்டிஸின் வழித்தோன்றலாகத் தன்னைக் கருதும் மிலன் குந்தேரா தம் காலத்தின் மகத்தான படைப்பாளுமைகளில் ஒருவராகத் திகழ்ந்தவர். பத்து நாவல்கள், ஒரு சிறுகதைத் தொகுப்பு, கவிதைத் தொகுப்புகள், கட்டுரைகள் என இவரது இலக்கிய உலகப் பங்களிப்பு பரந்து விரிந்திருக்கிறது. எனினும், நாவல் எழுத்தையே பெரும்பாலும் தமக்குரிய கலை வெளிப்பாட்டுத் தேர்வாகக் கொண்டிருந்தார். இலக்கியத்தின் ஓர் அங்கம் என்றில்லாமல், நாவல் எழுத்தே தனியொரு கலை வகைமை என்பது இவரது நிலைப்பாடு ஆகும். 2014ஆம் வருடத்தில் வெளியான 'The Festival of Insignificance' என்பதே கடைசியாக வெளிவந்த இவரது நாவலாகும். அதற்கு முந்தைய நாவல் 2000இல் வெளியானது.

செக் குடியரசின் புரூனோ நகரில் 1929ஆம் ஆண்டு பிறந்தவர் மிலன் குந்தேரா. அவருடைய தந்தை லுத்விக் குந்தேரா, ஒரு பியானோ இசைக் கலைஞர். தந்தையிடமிருந்து இசையின் நுணுக்கங்களைக் கற்றுத் தேர்ந்த குந்தேராவின் எழுத்துகளில் இசையும் ஓர் இழையாக உள்ளுறைந்திருக்கிறது. இளம் பருவத்தில் கம்யூனிஸ இயக்கத்தில் தீவிரமாகச் செயல்பட்டார். எனினும், குந்தேராவின் கருத்துகள், கம்யூனிஸ இயக்கக் கொள்கைகளுக்கு விரோதமாக இருப்பதாக அறிவிக்கப்பட்டு, கட்சியிலிருந்து நீக்கப்பட்டார். இந்தச் சம்பவங்கள் அவரது முதல் நாவலான 'The Joke'இல் பகடியான மொழியில் எழுதப்பட்டிருக்கிறது. கல்லூரியில் இலக்கியப் பாடப் பிரிவில் பயின்ற அவர், பின்னர் திரைப்பட இயக்கக் கலை மற்றும் திரைக்கதை எழுத்தையும் கற்றுத் தேர்ந்தார். பொதுவாக, குந்தேரா தம்மைப் பற்றிய தகவல்கள் அதிகம் வெளியிடப்படுவதை விரும்புவதில்லை. அவரது புத்தகங்கள் அனைத்திலும், "செக்கோஸ்லோவியாவில் பிறந்தவர், பிரான்ஸில் வாழ்கிறார்" எனும் குறிப்பு மட்டுமே இடம்பெற்றிருக்கும். ஒருவிதமான மாயக் களிம்பைத் தமது உடலில் பூசிக்கொண்டால், தான் மாயமாக மறைந்துவிடுவோம் என்று சிறுவயதில் நம்பியதாகக் கூறும் குந்தேரா, பிற்காலத்தில் தமது எழுத்துகளால் பிரபலமடைந்தபோது, வேடிக்கையாக, அந்தக் களிம்பு தனக்கு இப்போது கிடைத்தால் நன்றாக இருக்கும் என்று குறிப்பிட்டிருக்கிறார்.

1968இல் நிகழ்ந்த செக் குடியரசு மீதான ரஷ்ய ஆக்கிரமிப்பைத் தொடர்ந்து, பல்வேறு சிக்கல்களை எதிர்கொள்ளத் துவங்கினார். சர்வாதிகார ஆட்சியின் குரூரக் கண்கள், நிழலைப்போல அவரைப் பின்தொடர்ந்தபடியே இருந்தன. அவரது செயல்கள் முடக்கப்பட்டன. தனது நாவலொன்றில் அவர் எழுதியிருந்த ஒற்றை வரியைக் குறிப்பிட்டு, அவர் மீது பல்வேறு அழுத்தங்கள் சுமத்தப்பட்டன. இக்காலங்களில் தொழிலாளியாகவும் அவர் பணி செய்திருக்கிறார். இவரது

படைப்புகள் செக் குடியரசில் தடை செய்யப்பட்டன. விரைவிலேயே குடியுரிமையும் ரத்து செய்யப்பட்டது. இதன் தொடர்ச்சியாகவே, பிரான்ஸுக்கான அவரது இடப்பெயர்வு நிகழ்ந்தது. 1975இல் இருந்து பிரான்ஸிலேயே வாழ்ந்தார். 1993க்குப் பிறகு, பிரெஞ்சு மொழியிலேயே தமது புனைவெழுத்துகளை எழுதியும்வந்தார்.

தீவிரத்தன்மையை விலக்கும் வகையிலான எழுத்து என்று தனது பாணியை அவர் முன்னிறுத்தினாலும், அவரது பல படைப்புகளில் விநோதமும், அபாயங்களும் வீரியத்துடன் முளைத்தெழுகின்றன. மேலும், அவை தனிநபர் சரிவின் திசையில் திருப்திகொள்ளுவதாகவும், தமது வீழ்ச்சியையே விழைவதாகவும் தொடர்ந்து இருக்கின்றன. The Hitchhiking Game (தமிழில் - சவாரி விளையாட்டு) எனும் சிறுகதை ஒன்றில், இளம் ஜோடி ஒன்று, தமது அடையாளங்களையும், தமக்கிடையிலான உறவுநிலையையும் மாற்றித் துவங்கும் ஒரு விளையாட்டு, எதிர்பாராத விதமாக அவர்களது இயல்புக்கு எதிரானதாக உலுக்கியெடுக்கக்கூடிய வீழ்ச்சியை நோக்கி நகருவதாக இருக்கிறது. இதுபோன்ற இடமாறல்கள் அவரது படைப்புகளில் பல நேரங்களில் காணக் கிடைக்கின்றன.

காதலும், நிர்வாண உடல்களும், பாலியல் உணர்வு தூண்டலும், இசையும், தனிநபர் எதிர்கொள்ளும் அடையாளச் சிக்கல்களும் பின்னிப் பிணைந்து ஒரு மயக்கத்தை ஏற்படுத்தும் அவரது படைப்புகளில் சர்வாதிகாரத்திற்கு எதிராக தனிமனித முன்னிறுத்தலை ஆங்காங்கே எழுதுவதன் மூலமாக அரசியல் தளத்திற்கும் அவற்றை நகர்த்திச் சென்றுவிடுகிறார். அங்கத மொழியில் மனித ஆழ் மனதின் சிக்கல்களை ஆராயும் அறிவார்ந்த திறன் அவரிடத்தில் இருந்தது. அவரது பல படைப்புகளில், வாழ்வின் அர்த்தங்களும், அர்த்தமின்மைகளும் நாவலின் கதாபாத்திரங்களுக்கு இடையில் நிகழும் பாலியல் கலவியின்போதே துலக்கம் பெறுகின்றன.

மிலன் குந்தேராவின் படைப்புகளில் மிகப் பிரபலமாக அறியப்படுவது The Unbearable Lightness of Being தான். நீட்சே உள்ளிட்ட சிலரின் தத்துவப் பார்வைகளை உள்ளிழுத்து, அதற்கு எதிரான தமது நிலைப்பாடுகளைக் கட்டமைப்பதன் மூலமாக, அவரது நாவல்களின் பொதுக்கூறான 'தான் யார் என்பதைப் பற்றிய தேடலை மேற்கொள்ளல்' என்பதையும் செய்திருக்கிறார். இந் நாவல் 1988ஆம் வருடத்தில் திரைப்படமாகவும் உருவாக்கப்பட்டிருக்கிறது.

தமது படைப்புகளைப் பிரெஞ்சு இலக்கியத்தின் அங்கமாகவும், தம்மை பிரான்ஸ் தேசத்து எழுத்தாளராகவுமே வகைப்படுத்த வேண்டும் என்பதே குந்தேராவின் விருப்பமாகும். நோபல் பரிசுக்கு இவரது பெயர் பலமுறை பரிந்துரை செய்யப்பட்டிருக்கிறது என்றொரு வழக்கு புழக்கத்தில் இருக்கிறது. எனினும், அவரது நிலைப்பாடுகள், சோஷியலிஸ அரசுடனான அவரது சிக்கல் மிகுந்த உறவு, செக் குடியரசிலிருந்து வெளியேறியது போன்ற பற்பல காரணங்களால் அதற்கான வாய்ப்புகள் குறைவு என்றும் சொல்லப்படுகிறது. சிறுமியைப பாலியல் வன்புணர்வு செய்ததாகக் குற்றம் சாட்டப்பட்ட ரோமன் பொலான்ஸ்கிக்கு ஆதரவு

தெரிவித்தல், காவல்துறைக்கு உளவாளியாகச் செயல்பட்டவர் என்றெல்லாம் அவர் மீது எதிர்மறையான புகார்களும் இருக்கவே செய்கின்றன. ஆனால், தனது தனித்துவமான கதைப்பின்னல்களால் இலக்கிய உலகத்தில் குறிப்பிடத்தகுந்த இடத்தையும், உலகம் முழுவதிலும் பல்லாயிரக்கணக்கான வாசகர்களையும் அவர் பெற்றிருக்கிறார் என்பதில் சந்தேகமில்லை. 2023ஆம் ஆண்டு ஜூலை 11ஆம் தேதி தனது 94 வயதில் இயற்கை எய்தினார்.

'நாவல்' கலை பற்றிய தமது கருதுகோள்களைப் பின்வரும் நேர்காணல்களில் பகிர்ந்தளித்திருக்கும் மிலன் குந்தேரா, அவற்றில் தனது கண்ணோட்டத்திலான நாவல் கலையின் வரலாறு, அதன் பன்முகவயப்பட்ட சாத்தியங்கள், நாவலின் நோக்கமும் அதன் சிறப்பும், காஃப்காவின் தனித்துவம், வரலாற்றுக்கும் புனைவுக்குமான தொடர்பு, வரலாற்றில் புனைவை இருத்தல், தனது படைப்பூக்கத்தின் பிரத்யேகத்தன்மைகள், தன்னைப் பாதித்த எழுத்து கலைஞர்கள், தனது நாடகக் கலை அனுபவம் ஆகிய தலைப்புகளில் தீவிரமாக உரையாடியிருக்கிறார். சம்பிரதாயமாக அமைந்த குல விசாரிப்பு கேள்வி - பதில்கள் இல்லை இவை. இங்கு, நாவல் கலை தனித்துவமான கண் கொண்டு அலசப்பட்டிருக்கிறது.

உரையாடல் 1:

மிலன் குந்தேராவுடன் 'நாவல் கலை' எனும் அவரது கட்டுரைத் தொகுப்பை முன்வைத்து, 1987ஆம் வருடத்தின் குளிர்காலத்தில், கிருஸ்டியன் சல்மோனால் மேற்கொள்ளப்பட்ட நேர்காணல்.

இந்த நேர்காணலில், உங்களது நாவல்களின் அழகியல் கூறுகளை முதன்மைப்படுத்தலாம் என்றிருக்கிறேன். ஆனால், நாம் எங்கிருந்து துவங்குவது?

இந்த வலியுறுத்தலோடு துவங்கலாம்: என்னுடைய நாவல்கள் உளவியல் ரீதியிலானவை அல்ல. இன்னும் தெளிவுற விளக்குவதென்றால், பொதுவாக, உளவியல் கூறுகள் என்று வகைப்படுத்தப்படும் நாவலின் அழகியலுக்கு வெளியிலேயே அவை மையம் கொண்டுள்ளன.

ஆனால், அனைத்து நாவல்களுமே உளவியல் தன்மைகளைக் கொண்டிருக்கும் அல்லவா? அதாவது, ஆன்மாவின் புதிர்தன்மை மீது அக்கறைக் கொண்டிருக்கும் அல்லவா?

நாம் தெளிவாக உரையாடலாம். அனைத்து நாவல்களும், அதாவது, அனைத்துக் காலகட்டத்தைச் சேர்ந்த நாவல்களும், தமக்குள் உறைந்திருக்கும் புதிர்தன்மையின் மீதுதான் அக்கறைக் கொண்டிருக்கும். கற்பனையான ஓர் உயிரியை (கதாபாத்திரத்தை) நீங்கள் உருவாக்கியதும், வெகு இயல்பாக உங்கள் முன் எழுகிற கேள்வி, சுயம் என்றால் என்ன, சுயத்தை எப்படிக் கைப்பற்றுவது என்பதாகவே இருக்கும். அடிப்படையான கேள்விகளில் ஒன்றான இதில்தான் நாவல், நாவலாக இருப்பது அடங்கியிருக்கிறது. உங்களுக்குத் தேவையென்றால், இந்தக் கேள்விக்குக் கிடைத்திருக்கக்கூடிய வெவ்வேறு விதமான பதில்களைத் தொகுத்து, நாவல் வரலாற்றின் வெவ்வேறு விதமான போக்குகளை வகைப்படுத்த முடியும். அதோடு, நாவல் வரலாற்றின் ஒவ்வொரு காலகட்டத்திலும் இப்போக்குகள் எவ்வாறு இருந்தன என்பதையும் அனுமானிக்க முடியும். உளவியல் ரீதியிலான அணுகுமுறை என்பதை ஐரோப்பாவின் முதலாவது கதைச் சொல்லிகள் அறிந்திருக்கக்கூட இல்லை. பொக்காச்சியோ (Boccaccio) வெறுமனே சாகசங்களையும், செயல்களையும் மட்டும்தான் சொல்கிறார். எனினும், இத்தகைய நகைப்புக்குரிய கதைகளில் இருந்தும்கூட நம்மால் ஒருவிதமான தெளிவைப் பெற முடியும்: அதாவது செயல்களின் மூலமாகவே ஒரு மனிதன் தன்போன்றே பிரதிபலிக்கும் பிற மனிதர்களை எதிர்கொள்ள நேரிடுகிற தினசரித்தன்மையிலான வாழ்க்கையில் இருந்து வெளியேற முடியும். செயல்களின் மூலமாக, பிற மனிதர்களிடத்தில் இருந்து தம்மை வேறுபடுத்திக்கொள்ளவும் முடியும். இச்செயல்களின் வழியிலாகவே அவன் தனித்ததொரு உயிராக மாறுகிறான். தாந்தேவும் (Dante) சொல்லியிருக்கிறார், ‘எந்தவொரு செயலிலும், செயல் புரிகின்றவனின் முதன்மையான நோக்கமென்பது தன்னுடைய சுய பிம்பத்தை வெளிப்படுத்துவதற்கான விழைவுதான்.’ ஆக துவக்கத்திலேயே, செயல் என்பது செயல்புரிகின்றவனின் சுய உருவச் சித்திரம்தான் என்பது கண்கூடு. பொக்காச்சியோவுக்குப் பின்னர் நான்கு நூற்றாண்டுகள் கழித்து, டிடிராட் (Diderot) எளிதில் திருப்தியுறாதவராகவும், சந்தேகம் கொள்கிறவராகவும் இருந்தார். அவருடைய பாத்திர வார்ப்பான ஜாக்குவஸ் லெ பெடலிஸ்டே தனது நண்பனின் காதலிக்குப் பாலியல் விழைவைத் தூண்டுகிறான், மகிழ்ச்சிகரமாக மது

அருந்துகிறான், அவனது தந்தை அவனுக்கு எதிராக நிற்கிறார். அதனால் போரில் பங்கேற்பதற்கான ஒரு பத்திரம் அவனிடத்தில் வருகிறபோது, விருப்பமேயில்லை என்றாலும் அதில் கையொப்பமிடுகிறான். அதன்பிறகு, முதல் சண்டையிலேயே அவனது முழங்காலை ஒரு தோட்டா துளைத்துவிடுகிறது. அவன் தனது வாழ்வின் இறுதி வரையிலும் நொண்டியபடியே நாட்களைக் கடத்துகிறான். பல எல்லைகளைக் கொண்ட சாகச உலகத்திற்குள் தான் நுழைவதாகக் கற்பனை செய்துகொள்ளும் அவன், இறுதியில், தனது சவக்குழியைத் தானே தோண்டிக்கொள்ளும் துர்பாக்கிய நிலையை அடைகிறான். அவனது செயல்களின் மூலமாக, அவனால் தன்னை அடையாளப்படுத்திக்கொள்ள முடியவில்லை. அவனுக்கும் அவனது செயல்களுக்கும் இடையில் பெரும் விரிசல் விழுந்திருக்கிறது. தனது சுயத்தை வெளிப்படுத்தும் விழைவில் அவன் இருக்கிறான் என்றாலும், அவனது செயல்களின் மூலமாக வெளிப்படும் பிம்பம் துளியும் அவனை ஒத்ததாக இருப்பதில்லை. செயல்களின் முரணியக்க விதி என்பது நாவல் கலைப் பற்றிய மகத்தான கண்டுபிடிப்புகளில் ஒன்று. ஆனால், தனது செயல்களின் மூலமாக ஒருவனால் தனது சுயத்தைக் கைப்பற்ற முடியவில்லையென்றால், பின் அவன் எப்படி எப்போது தனது சுயத்தைக் கைப்பற்ற முடியும். அதனால்தான், ஒரு நாவல் தன்னளவில் அதன் சுயத்தைப் பற்றிய விசாரணையை மேற்கொள்ள வேண்டிய காலம் வந்தது. அதனால் யதார்த்த உலகின் செயல்கள், அசைவுகள் என்பனவற்றைப் புறந்தள்ளி, கண்ணுக்குப் புலனாகாத அதன் உள்ளார்ந்த உயிர்ப்புத்தன்மை பற்றிய விசாரணை மேற்கொள்ள வேண்டிய அவசியம் எழுந்தது. பதினெட்டாம் நூற்றாண்டின் மத்திய காலத்தில்தான் கதாபாத்திரங்கள் தங்களது சுய சிந்தனைகளையும், உணர்வுகளையும் வெளிப்படையாகப் பகிர்ந்துக்கொள்ளும் எபிஸ்டோலரி (Epistolary) நாவல் வடிவத்தை ரிச்சர்ட்சன் கண்டுபிடித்தார்.

அப்படியெனில், உளவியல்ரீதியிலான அணுகுமுறை கொண்ட நாவல்கள் எப்போது பிறந்தன?

இந்தக் குறிப்பீடே துல்லியமற்றதும், தோராயமானதுமாகவும் இருக்கிறது. அதனால், நாம் அதனைத் தவிர்த்துவிட்டு, பொழிப்புரையைப் பயன்படுத்தலாம்: ரிச்சர்ட்சன் தனது நாவலில் மனிதனின் உள்ளார்ந்த வாழ்க்கையை ஆராயும் முயற்சியைத் துவங்கியிருந்தார். அவருக்குப் பின் தோன்றிய பெரு வெற்றியாளர்களை நாம் அறிவோம். வெர்தரின் கதேவில் தொடர்ச்சியாக இருந்தது, அதன்பிறகு ஸ்டெந்தால் மற்றும் அவருடைய நூற்றாண்டைச் சேர்ந்த ஏனைய எழுத்தாளர்களிடமும் இருந்தது. அந்தப் பரிணாம வளர்ச்சியின் காலகட்டத்தில் எழுந்த பெரும் பெரும் எழுச்சிகள், என்னளவில், புரோஸ்டின் (Proust) படைப்புகளிலும், ஜாய்ஸின் படைப்புகளிலும்தான் இருந்தன. புரோஸ்ட்டின் 'Lost Time'ஐ விடவும், கைப்பற்ற முடியாத ஏதோவொன்றை ஜாய்ஸ் ஆராய்ந்துகொண்டிருந்தார். அது தற்கண அசைவியக்கம். தற்கால அசைவியக்கத்தைப் போல தெளிவானதும், உறுதியானதும் அதோடு வெளிப்படையானதும் வேறு என்ன இருக்க முடியும்? அது நம்மை

முழுமையாகவே தவிர்த்துவிடுகிறது. வாழ்க்கையின் அத்தனை துயரமும், அந்த ஒற்றைக் காரணியில்தான் நிலைப்பெற்றிருக்கிறது. ஒவ்வொரு தனித்தனி நொடிகளிலும், நமது பார்வை, செவிப்புலன், வாசனை நுகர்வு (தெரிந்தோ தெரியாமலோ), நிகழ்வுகளின் சங்கமம், அதோடு நமது தலைகளின் வழியே ஓராயிரம் சிந்தனைகளும் உணர்வுகளும் கடந்து சென்றபடியே இருக்கின்றன. ஒவ்வொரு கணமும் ஒரு சிறிய பிரபஞ்சத்தையே பிரதிநிதித்துவப்படுத்துகிறது. அதோடு தவிர்க்க முடியாமல் இவையெல்லாம் அடுத்த கணத்திலேயே மறைந்துவிடுகின்றன. இப்போது ஜாய்ஸின் நுண்ணோக்கிய எழுத்து, ஒவ்வொரு கணத்தையும் நிறுத்தி, அந்த விரைவான நகர்வுகளைக் கைப்பற்றி நம்மைக் காணும்படிச் செய்கிறது. ஆனால், சுயம் பற்றிய விசாரணை மீண்டும் ஒரு முரண்பாட்டுடனேயே முடிந்துவிடுகிறது. எத்தனை ஆற்றலுடன் நுண்ணோக்கி சுயத்தை அவதானிக்கத் தலைப்படுகிறோமோ, அதே அளவிலான ஆற்றலுடன் மீண்டும் சுயமும், அதன் தனித்தன்மையும் நம்மிடமிருந்து தப்பித்துவிடுகிறது. ஆன்மாவைத் துகள் துகளாக, அணுக்களாகப் பிளக்கும் ஜாய்ஸின் நுண்ணோக்கியின் அடியாழத்தில் நாம் எல்லோரும் தனித்துவமற்று ஒற்றை உயிரைப்போலவே இருக்கிறோம். ஆனால், ஒருவேளை சுயமும் அதனது தனித்துவமும் மனிதனின் அக வாழ்க்கையில் கண்டுணர முடியவில்லை என்றால், பிறகு எங்கு எப்படி நாம் அதனைக் கைக்கொள்ள முடியும்?

அதனைக் கைப்பற்ற முடியுமா?

நிச்சயமாக முடியாது. சுயத்தைப் பற்றிய விசாரணை என்பது முரண்பாடாகத் திருப்தியின்மையிலேயே முடிவடைந்திருக்கிறது. எப்போதும் அவ்வாறுதான் முடிவடையும். அதனைத் தோல்வி என்று சொல்ல மாட்டேன். நாவல் தனது சாத்தியங்களின் எல்லைகளை மீற முடியவியலாதபோது, அதோடு - அந்த எல்லைகளை வெளிச்சத்திற்குக் கொண்டுவந்து நிறுத்துவது - என்பதே மகத்தான கண்டுபிடிப்புதான். அறிவு வெளிப்பாட்டின் மகத்தான வெற்றி என்றே இதனைக் கருத வேண்டும். இருப்பினும், சுயத்தின் உள்ளார்ந்த வாழ்க்கையை ஆராயும் தீவிர முனைப்புகளில் கூடுமானவரையில் ஆழத்தைக் கண்டடைந்துவிட்டதற்குப் பிறகு, மிகச் சிறந்த நாவலாசிரியர்கள் அறிந்தோ அல்லது நனவிலி மனதுடனோ புதியதொரு நோக்குநிலையை ஆராயத் துவங்கிவிடுவார்கள். நவீன நாவல் கலையின் புனித மும்மூர்த்திகளைப் பற்றி அவ்வப்போது கேள்விப்பட்டே வருகிறோம்: புரோஸ்ட், ஜாய்ஸ், காஃப்கா. எனினும், எனது சொந்தப் பார்வையின் அடிப்படையிலான நாவல் வரலாற்றில், காஃப்காதான் இந்தப் புதிய நோக்குநிலையை வழங்கியவர். அதாவது, புரோஸ்டியனுக்குப் பிந்தையதொரு நோக்குநிலையை அவர்தான் வழங்கினார். அவருடைய பாணியிலான சுயச் சித்திரிப்பு என்பது முற்றிலும் எதிர்பார்க்கவியலாதது. கே-வைத் தனித்துவமான உயிரியாக எதன் அடிப்படையில் வரையறுப்பது? அவனது உருத்தோற்றத்தின் மூலமாகவா? (ஆனால் நமக்கு அதுபற்றி ஒன்றுமே தெரியாது). அவனது வரலாற்றின் மூலமாகவா? (அதுவும் நமக்குச் சொல்லப்படுவதில்லை). அவனுடைய பெயரின் மூலமாகவா? (அவனுக்கென்று

ஒரு பெயர் இல்லை). அவனுடைய நினைவுகளின் மூலமாகவா? அவனது அனுமானங்களின் மூலமாகவா? அவனுடைய சிக்கல்தன்மைகளின் மூலமாகவா? அல்லது அவனது நடவடிக்கை மூலமாகவா? அவனுடைய செயல் என்பது கூட புலம்பல்கள் எனும் நிலையிலேயே வரையறை செய்யப்பட்டிருக்கிறது. அவனுடைய சிந்தனைகளின் மூலமாகவா? ஆமாம். காஃப்கா இடைவிடமால் கே-வின் எண்ணப் பிரதிபலிப்புகளைப் பின்தொடர்ந்தபடியே இருக்கிறார். ஆனால், அவையெல்லாம் குறிப்பாக நடப்பு நிகழ்வுகளின் மீதே வளைந்திருக்கின்றன. உடனடிச் சூழல்களில், அவ்வப்போது என்ன செய்ய வேண்டும்? விசாரணைக்குச் செல்ல வேண்டுமா அல்லது அதனை ஏமாற்றித் தவிர்த்துவிட வேண்டுமா? பாதிரியாரின் அறிக்கைகளைப் பின்பற்றுவதா, வேண்டாமா? கே-வின் அக வாழ்க்கை சார்ந்த அனைத்தும், அவன் சிக்கிக்கொண்டிருப்பதாகக் கருதும் சூழல்களில் இருந்தே உணர்த்தப்படுகின்றன. அதோடு, அத்தகைய தருணங்களைக் கடந்து எதுவொன்றும் (கே-வின் நினைவுகள், பிறர் பற்றிய அவனது கருத்துகள், மனோவியல் சிதறல்கள்) அவனைப் பற்றி வெளிப்படுத்தப்படுவது இல்லை. புரோஸ்டைப் பொறுத்தவரையில், மனிதனின் உள்ளார்ந்த பிரபஞ்சம் என்பது ஓர் அதிசயத்தை உள்ளடக்கியிருக்கிறது. நம்மை எப்போதும் வியப்பில் ஆழ்த்தியபடியே அதுவொரு முடிவிலியாக விரிந்தபடியே இருக்கிறது. ஆனால், காஃப்காவின் ஆச்சர்யம் அதுவல்ல. ஒரு மனிதனின் நடத்தைகளைத் தீர்மானிக்கும் அக உந்துதல்கள் எதுவென்று அவன் தனக்குள்ளாகக் கேட்டுக்கொள்வதில்லை. அவன் முற்றிலும் வேறொரு கேள்வியை எழுப்புகிறான். வெளியுலகத் தீர்மானங்கள் அதீத சக்திவாய்ந்தவையாக மாறியிருக்கும் சூழலில், அதனது கனத்தை, உள்ளத் துடிப்புகள் தாங்கும் வலுவை இழந்துவிட்ட பிறகு, உலகத்தில் மனிதனுக்கு என்ன சாத்தியங்கள்தான் எஞ்சியுள்ளன? ஒருவேளை, அவனுக்குப் பின்னால் ஓரினச்சேர்க்கைக்கான மன அமைப்போ, அல்லது மகிழ்ச்சியற்ற காதல் விவகாரமோ இருந்து, அது கே-வின் விதியையோ அல்லது அவனது அணுகுமுறைகளையோ மாற்றியிருக்குமா? சாத்தியமே இல்லை.

அதைத்தான் நீங்கள்,‘The Unbearable Lightness of Being’ புதினத்தில் தெரிவிக்கிறீர்கள்: “இந்த நாவல் அதன் ஆசிரியரின் ஒப்புதல் வாக்குமூலம் அல்ல; இந்த உலகமே ஒரு பொறியாக மாறியிருக்கும் சூழலில், அதற்குள் சிக்குண்டிருக்கும் ஒரு மனிதனின் வாழ்க்கை சார்ந்த விசாரணையே இது.” ஆனால், இதில் பொறி என்பதன் அர்த்தம் என்ன? அது எதனைப் பொருள்படுத்த விழைகிறது?

வாழ்க்கையென்பதே ஒரு பொறிதான். இது நாம் எல்லோருமே அறிந்திருப்பதுதானே. நாம் பிறக்கிறோம், ஆனால் யாரும் நம்மைப் பிறக்கச் சொல்வதில்லை, நம்மால் தேர்வு செய்யப்படாத ஓர் உடலுக்குள் நாம் பூட்டி வைக்கப்படுகிறோம், அதோடு மரணத்தையும் தழுவும்படி விதிக்கப்பட்டிருக்கிறோம். மற்றொருபுறத்தில், உலகத்தின் விசாலத்தன்மை தப்பிப்பதற்கான பல்வேறு சாத்தியங்களை நமக்கு வழங்குவதாகவும் இருக்கிறது. இராணுவத்திலிருந்து வெளியேறிவிடும் ஒரு படைவீரன்,

வேறொரு தேசத்தில் வாழ்க்கையை அமைத்துக்கொள்ள முடிகிறது. திடீரென நமது நூற்றாண்டில், உலகம் நம்மைச் சுற்றி மூடியபடியே வருகிறது. உலகத்தை ஒரு பொறியாக உருமாற்றும் தீர்க்கமான தருணமாக இருப்பது 1914இல் நிகழ்ந்த போர்தான். அதனை நாம் (வரலாற்றிலேயே முதல்முறையாக) உலகப் போர் என்று பெயரிட்டு அழைக்கிறோம். தவறுதலாக "உலக" என்று குறிப்பிட்டிருக்கிறோம். ஏனெனில், அந்தப் போரில் ஐரோப்பிய நாடுகள் மட்டுமே பங்கெடுத்திருந்தன. அதிலும், அனைத்து ஐரோப்பிய நாடுகளும் அதில் ஈடுபடவில்லை. ஆனால், உலகம் எனும் இச்சொல், இதன்பிறகு உலகத்தில் நிகழும் எதுவும் குறிப்பிட்ட எல்லைப் பகுதிக்கான பிரச்சினையாக மட்டுமே கருதப்பட மாட்டாது, அனைத்துப் பேரழிவுகளும் உலகத்தின் பொருட்டாகவே நிகழும் எனும் அச்சுறுத்தக்கூடிய உணர்வையே பிரதிபலிக்கிறது. அதோடு, நாம் மேலும் மேலும் வெளிப்புறச் சூழல்களின் காரணமாகவே தீர்மானிக்கப்படுகிறோம். நம்மால் தப்பிக்கவே முடியாத வகையில் தருணங்கள் பெருவுரு எடுத்திருக்கின்றன என்றும், இனி உலகத்தில் அனைத்து மனிதர்களும் தனித்த அடையாளங்களை அழித்துவிட்டு, ஒருவர் மற்றவரையே பிரதிபலித்தாக வேண்டிய அழுத்தத்தையும் அந்த ஒற்றைச் சொல் (உலகம்) ஏற்றிவிடுகிறது.

ஆனால், என்னைப் புரிந்துகொள்ளுங்கள். என்னுடைய படைப்புகளை உளவியல்ரீதியிலான நாவல்கள் என்று அழைக்கப்படும் வகைப்பாட்டிற்கு வெளியில் நான் வைக்க முயற்சித்தால், உடனடியாக எனது கதாபாத்திரங்களின் அகரீதியிலான வாழ்க்கை முறையைச் சுயமாக வெளிப்படுத்துவதிலிருந்து அவற்றை நான் தடுத்துவிடுகிறேன் என்கிற அர்த்தமில்லை. என் நாவல்கள் வேறு கேள்விகளையும், வேறு புதிர்களையும் முதன்மைப்படுத்த விரும்புகின்றன என்பதே அதன் அர்த்தம். அதோடு, உளவியல் துறை மீது ஈர்க்கப்பட்டு எழுதப்படுகிற நாவல்களை நான் அடியோடு எதிர்க்கிறேன் என்பதும் இதற்கு அர்த்தமில்லை. புராஸ்ட்டுக்குப் பின்னர் ஏற்பட்ட நிலை, உண்மையில் என்னை ஏக்கத்தில் ஆழ்த்துவதாகவே இருக்கிறது. புராஸ்டுடன் சேர்ந்து, ஒரு மகத்தான அழகு நம் வசத்தில் இருந்து என்றென்றைக்கும் மீட்கவியலாதபடி விலகியபடியே இருக்கிறது. கோம்ப்ரோவிச்சு-க்கு (Gombrowicz) ஒரு யோசனை வந்தது. ஒரு வேடிக்கையான நகைச்சுவை உணர்வுமிக்க யோசனை: நமது சுயத்தின் எடை, அவர் சொல்கிறார், உலகத்தின் ஒட்டுமொத்த மக்கள்தொகையின் எண்ணிக்கையுடன் தொடர்புடையது. அவ்வகையில், டெமோகிரிட்டஸ் மனித நேயத்தின் நானூறாவது மில்லியனைப் பிரதிநிதித்துவப்படுத்துகிறார். பிராம்ஸ் ஒரு மில்லியனையும், கோம்ப்ரோவிச்சு அவரளவில் இரண்டு மில்லியனையும் பிரதிநிதித்துவப்படுத்துகிறார். இந்தக் கணக்கீட்டின்படி, புரோஸ்டியனின் முடிவிலியின் எடை, அதாவது சுயத்தின் எடை, சுயத்தின் உள்ளார்ந்த வாழ்க்கை மேலும் மேலும் எடையற்றதாக, இலகுவனதாக மாறியபடியே இருக்கிறது. அதோடு, இந்த இலகுத்தன்மையை நோக்கிய பந்தயத்தில், நாம் ஒரு துயரார்ந்த விதியின் எல்லையினைக் கடந்துவிட்டோம்.

சுயத்தின் "தாங்கிக்கொள்ள முடியாத இலகுத்தன்மை" என்பது உங்களது துவக்க கால எழுத்துகளில் இருந்தே உங்களை ஆட்டிப்படைத்தபடியே இருக்கிறது. உதாரணத்திற்கு Laughing Lovesஇல் வருகின்ற 'Eduard and God' கதையை எடுத்துக்கொள்கிறேன். இளைய ஆலிஸுடனான முதல் இரவுக்குப் பிறகு, எட்வர்ட் தனக்குத் தீர்க்கமானதாக இருக்கும் விநோதமான அசௌகர்யத்தால் பீடிக்கப்படுகிறான். அவன் தனது பெண்ணைப் பார்த்து, "அவளுடைய நம்பிக்கைகள் அனைத்தும் அவளது தலைவிதிக்கு எதிரானதாகவே இருக்கிறது. அதோடு அவளது தலைவிதி குறிப்பாக, அவளது உடம்புக்கு மட்டுமே புறம்பான ஒன்றாக இருக்கிறது. அவன் அவளைத் தற்செயலான விபத்தால் உண்டாகிய உடல், எண்ணம், வாழ்க்கைப் போக்கு ஆகியவற்றின் இணைவாகவே கருதுகிறான். அவன் பார்வையில் அது வனப்பில்லாத இணைவு. அதோடு, தன்னிச்சையானது நிலையற்றதும்கூட" என நினைக்கிறான். உங்களது மற்றொரு சிறுகதையான, 'The Hitchhiking Game'இன் கடைசிப் பத்தியில் அந்தப் பெண் தனது அடையாளம் சார்ந்த உறுதியற்றத்தன்மையால் அவதியுற்று, "நான் நானேதான், நான் நானேதான், நான் நானேதான்..." என்று விம்மி அழுதபடியே இருக்கிறாள்.

The Unbearable Lightness of Being*இல் தெரேசா நிலைக்கண்ணாடியில் தன்னைப் பார்க்கிறாள். தனது மூக்கு ஒவ்வொரு நாளும், மில்லிமீட்டர் அளவுக்கு வளர்ந்தபடியே இருந்தால் என்னவாகும் எனக் கற்பனை செய்கிறாள். தனது முகம், அடையாளம் காணப்படாமல் ஆவதற்கு எவ்வளவு காலம் ஆகும்? அப்படி அவளுடைய முகம் தெரேசாவின் முகச்சாயலில் இருந்து வழுவிவிடுகிறது என்றால், அப்போதும் அவள் தெரேசாவாகவே இருப்பாளா? சுயம் என்பது எங்கிருந்து தோன்றுகிறது, எங்கு முடிவை எய்துகிறது? பாருங்கள்: ஆன்மாவின் அளவிட முடியாத முடிவிலியில் ஆச்சர்யப்பட எதுவும் இல்லை. ஆனால், நிச்சயமற்ற சுயத்தின் தன்மையும், அதன் அடையாளமும்தான் உண்மையில் ஆச்சர்யப்பட வேண்டியது.*

உங்களது நாவல்களில் உள்ளார்ந்த விவரணைகள் என்பது முழுமையாகவே தவிர்க்கப்பட்டிருக்கிறது.

புளூமின் தலைக்குள் ஜாய்ஸ் ஒரு மைக்ரோஃபோனைப் பொருத்தியிருந்தார். உள்ளார்ந்த விவரணையின் மீதான அற்புதமான ஒட்டறிதலுக்கு நன்றி. நாம் ஏராளமான அளவில், நாம் யார் என்பதை அறிந்து வைத்திருக்கிறோம். ஆனால், என்னைப் பொறுத்தவரையில் நான் அந்த மைக்ரோஃபோனைப் பயன்படுத்தப்போவதில்லை.

'Ulysses' முழு நாவலிலும், இந்த உள்ளார்ந்த விவரணை பரவியிருக்கிறது. அந்த நாவலின் கட்டமைப்பே, அதில்தான் எழுப்பப்பட்டிருக்கிறது. அதுதான் ஆதிக்கம் செலுத்துகிறது. நாம் இப்படிப் பேசலாமா, உங்களது படைப்புகளில் தத்துவார்த்தமான தியான நிலைதான் செயலாற்றுகிறது...

'தத்துவார்த்த' எனும் சொல்லைப் பொருத்தமற்றதாகக் கருதுகிறேன். தத்துவம் தனது சிந்தனையைக் கதாபாத்திரங்களும் தருணங்களும் இல்லாத ஒரு சுருங்கிய நிலையிலிருந்துதான் வளர்த்தெடுக்கிறது.

The Unbearable Being of Lightness நாவலை, நீட்சேவின் நித்திய வருகையின் பிரதிபலிப்பிலிருந்து துவங்கியிருப்பீர்கள். ஆனால், கதாபாத்திரங்களும் தருணங்களும் இல்லாத சுருக்கமான நிலையிலிருந்து வளர்த்தெடுக்கப்படும் தத்துவார்த்த சிந்தனை என்பது அதுதானா?

இல்லவே இல்லை! கதாபாத்திரத்தின் அடிப்படைச் சூழலை விவரிக்கும், நாவலின் முதல் வரியிலேயே, அந்தப் பிரதிபலிப்பு நேரடியாக நடந்துவிடுகிறது. தாமஸ் ஸ்ரீ அவனுடைய சிக்கல்கள் இவ்வாறு முன்வைக்கப்படுகின்றன: நித்திய வருகை என்பது சாத்தியமேயில்லாத உலகில், நிலவும் அவனது இலகுவான இருப்பே ஆகும். பாருங்கள், இறுதியில் நாம் மீண்டும் அதே கேள்விக்கு வந்துவிட்டோம்: உளவியல் நாவல் என்று வகைப்படுத்தப்படுகிற வடிவதற்கு அப்பால் வேறென்ன இருக்கிறது? அல்லது வேறொரு வழியை முன்வைத்துப் பேசுவோம்: உளவியலற்றத்தன்மையில் எவ்வாறு நாம் சுயத்தைக் கண்டடைவது? என்னுடைய நாவல்களில் சுயத்தைக் கண்டடைவது என்பது, அதனுடைய இருத்தலியல் சிக்கல்களின் சாராம்சத்தைக் கைப்பற்றுவதே. இருத்தலியல் குறியீட்டைக் கைப்பற்றுவது. The Unbearable Being of Lightness நாவலை எழுதிக்கொண்டிருக்கும்போது, இந்த அல்லது அந்தக் கதாபாத்திரத்தின் இருத்தலியல் குறியீடு என்பது சில சிறப்பான வார்த்தைகளால் ஆக்கப்பட்டிருப்பதை உணர முடிந்தது. தெரேசாவுக்கு உடல், ஆன்மா, பலவீனம், முட்டாள்தனம், சொர்க்கம், தலைச்சுற்றல் போன்ற வார்த்தைகள். தாமஸுக்கு இலகுத்தன்மையும் எடையும். "தவறாக அர்த்தப்படுத்திக்கொள்ளப்பட்ட வார்த்தைகள்" எனும் பகுதியில் பிரான்க் மற்றும் சபீனாவுக்கான இருத்தலியல் குறியீடுகளை வெவ்வேறு வார்த்தைகளை அலசுவதன் மூலமாக ஆராய்ந்து பார்த்தேன். பெண், நம்பகத்தன்மை, துரோகம், இசை, இருள், வெளிச்சம், அணிவகுப்பு, அழகு, தேசம், கல்லறை, வலிமை. இந்த ஒவ்வொரு வார்த்தைக்கான அர்த்தங்களும் இன்னொரு மனிதரின் இருத்தலியல் குறியீட்டில் வேறு அர்த்தம் பெறுகின்றன. ஆனால், Abstracto பகுதியில், இருத்தலியல் குறியீடு ஆராயப்படவில்லை. அது தன்னைக் கொஞ்சம் கொஞ்சமாகச் செயல்களின் மூலமாகவும், தருணங்களின் மூலமாகவும் சுயமாக வெளிப்படுத்திக்கொள்கிறது. Life is Everywhereஇன் மூன்றாவது பகுதியை எடுத்துக்கொள்ளுங்கள்: கூச்ச சுபாவமுடைய நாயகன் ஜெரோமில் இன்னமும் கன்னி கழியாமல்தான் இருக்கிறான். ஒருநாள் பெண்ணொருத்தியுடன் வெளியில் உலா சென்றிருக்கும்போது, அந்தப் பெண் திடீரென ஒரு கணத்தில் அவனது தோள்கள் மீது தனது தலையைச் சாய்க்கிறாள். உடலளவில் அவனுக்குக் கிளர்ச்சியும் மகிழ்ச்சியும் கூடுகிறது. அந்தச் சிறிய தருணத்தை அப்படியே நிறுத்திவிட்டு, நானொரு குறிப்பை எழுதியிருக்கிறேன்: "ஜெரோமில் தனது இதுவரையிலான வாழ்க்கையில் அனுபவித்திருக்கும் உச்சபட்சக் காமக் கிளர்ச்சியென்பது தனது தோள்பட்டையில் ஒரு பெண்ணினது தலையைச்

சுமந்திருப்பதே." அதிலிருந்து, ஜெரோமிலின் பாலியல் இயல்பை நான் கைப்பற்ற முயற்சித்தேன்: *"பெண்ணின் உடலைவிடவும், பெண்ணின் தலை அவனுக்கு அதிகக் கிளர்ச்சியூட்டுவதாக இருந்தது."* நான் தெளிவுபடுத்திவிடுகிறேன். இதன்மூலமாக, ஒரு பெண்ணினது உடல் மீது அவனுக்கு அதிருப்தி என்று அர்த்தமில்லை. ஆனால், *"அவன் ஒரு பெண்ணுடைய நிர்வாண உடலுக்காக ஏங்கவில்லை. ஆனால், அந்தப் பெண்ணுடலின் நிர்வாணத்தன்மை ஒளிரும் அவளது முகத்துக்காகவே அவன் ஏங்கித் தவித்திருக்கிறான்; பெண்ணினுடைய உடல் மீது உடைமைக் கொண்டாட அவன் ஏங்கியிருக்கவில்லை. ஆனால், அவன் மீதிலான அளவற்ற காதலால், தனது உடலைத் திறப்பதற்கும் தயாராக இருக்கும் ஒரு பெண்ணினது முகத்தை உடைமைக் கொண்டாடவே அவன் ஏங்கித் தவித்திருக்கிறான்."* அந்தச் செயலுக்குப் பெயரிட முயற்சித்தேன். அதனால், "மென்மையான" எனும் சொல்லைத் தேர்வு செய்தேன். அதோடு, அவ்வார்த்தையை ஆராயவும் முற்பட்டேன்: "மென்மை என்றால் என்ன?" அதன் தொடர்ச்சியாக எனக்குப் பதில்களும் கிடைத்தன: "ஒரு மனிதனுக்கு மென்னுணர்வு என்பது இளமைப் பருவத்தின் துவக்க நிலைக்கான தூண்டுதலைப் பெறும் தருணத்தில் உருவாகிறது. குழந்தைப் பருவத்தில் அவன் பாராட்டாத, அப்பருவத்திற்குரிய சாதகங்களை அவன் அதீத ஆர்வத்துடன் உணர்கிறான்." மேலும், "மென்னுணர்வு என்பது இளமை பருவம் அவனுக்குள் சொட்டுச்சொட்டாகக் கிளர்த்திவிடும் அச்ச உணர்வே ஆகும்." மேலும் கூடுதலாக, "மென்னுணர்வு என்பது ஒருவருக்கு ஒருவர் ஒத்திசைவாக மற்றவரைக் குழந்தையைப்போல நடத்த சிறிய செயற்கை வெளியை உருவாக்குவது." பாருங்கள், ஜெரோமிலின் மண்டைக்குள் என்ன நிகழ்கிறது என்று நான் உங்களுக்குக் காண்பிக்கவில்லை. பதிலாக, அத்தருணங்களில் எனக்குள் என்ன நிகழ்கிறது என்பதைத்தான் நான் காண்பிக்கிறேன். எனது ஜெரோமில்லை நீண்டகாலமாகக் கூர்ந்து கவனித்துவருகிறேன். படிப்படியாக அவனது நடவடிக்கைகளின் இதயத்திற்குள் இறங்கி, அதனைப் புரிந்துகொள்ளவும், அதற்குப் பெயரிடவும், அதனைக் கைப்பற்றவும் நான் முயற்சிக்கிறேன்.

'The Unbearable Being of Lightness' நாவலில் தெரேசா தாமஸுடன் வசிக்கிறாள். என்றாலும், அவளுடைய காதல், அவளது முழு ஆற்றல்களையும் கோருவதாக இருக்கிறது. ஆனால், அவளால் திடீரென தனது வாழ்க்கையை அவ்விதமாகவே தொடர முடியவில்லை. அவள் பின் திரும்பிச் செல்ல விரும்புகிறாள். அவள் எங்கிருந்து வந்தாளோ, அதே முதல்புள்ளியை நோக்கித் திரும்புகிறாள். இங்கு நான் எனக்குள்ளாகக் கேட்டுக்கொள்கிறேன்: அவளுக்குள் என்ன நிகழ்கிறது? அப்போது எனக்குக் கிடைத்த பதில் இதுதான்: வெர்டிகோ அவளில் தலைத்தூக்கியிருக்கிறது. ஆனால், வெர்டிகோ என்றால் என்ன? அதற்கான விளக்கத்தைத் தேடிய நான் கண்டடைந்த பதில், "வீழ்ச்சியை எய்துவதற்கான அதிதீவிரமான ஏக்க நிலை." ஆனால், மறுபடியும் என்னைச் சரிசெய்துகொண்ட நான், வெர்டிகோவின் விளக்கத்தை மேலும் துரிதப்படுத்தினேன், "வெர்டிகோ என்பது பலவீனத்தின் மீதான போதைமை. தனது பலவீனத்தை அறிந்திருக்கும் ஒருவன் அதனைத் துணிந்து

எதிர்கொள்ள முயற்சிக்காமல், அதற்கு ஒத்திசைந்து தம்மை வீழ்த்திக்கொள்வது. இந்தப் பலவீனத்தோடே அவன் மதுவருந்துகிறான். தன்னை மேலும் மேலும் பலவீனப்படுத்திக்கொண்டு, நடுத்தெருவில் எல்லோரின் பார்வையின் முன்பும் தன்னைச் சரித்துக்கொள்ள விழைகிறான். கீழே விழுந்துவிட வேண்டும். கீழே என்பதையும் கடந்தும் தன்னைச் சரித்துக்கொள்ள வேண்டும்." இந்த வெர்டிகோதான் தெரேசாவை நாம் அறிந்துகொள்வதற்கான மையக்கூறுகளில் ஒன்று. உங்களையோ என்னையோ அறிந்துகொள்வதற்கான மையக்கூறு அதுவல்ல. அதோடு, அத்தகைய வெர்டிகோத்தன்மை நமக்கும் சாத்தியமானதுதான் என்பதை இருவருமே புரிந்துதான் வைத்திருக்கிறோம். இருத்தலியல் சாத்தியங்களில் அதுவும் ஒன்றுதான். இங்கு தெரேசாவை, "அகங்காரத்திற்கான பரிசோதனையாக" உருவாக்கி, அவள் வழியே, வெர்டிகோ என்பதையும், அதன் சாத்தியங்களையும் புரிந்துகொள்ள வேண்டும்.

ஆனால், இது குறிப்பிட்ட சில தருணங்களின் மீதிலான விசாரணை மட்டுமே அல்ல. அந்த முழு நாவலும் முழுமையான ஒற்றை விசாரணைதான். தியான முறையிலான விசாரணை (விசாரணை முறையிலான தியானம்) அடிப்படையில்தான் எனது அனைத்து நாவல்களுமே கட்டமைக்கப்படுகின்றன. 'Life is elsewhere' நாவலை எடுத்துக்கொள்ளுங்கள். அதற்கு நான் முதலில் வைத்திருந்த பெயர், The Lyrical Age. எனது நண்பர்கள் அந்தப் பெயர் தெளிவற்றதாகவும், காலாவதியாகிவிட்டதைப் போலவும் இருப்பதாக எனக்கு அழுத்தம் கொடுத்ததாலேயே இறுதி நிமிடத்தில் அந்தத் தலைப்பை மாற்றினேன். அவர்களிடம் நாவலைக் கொடுத்திருக்கக்கூடாது. ஒரு நாவலுக்கு, அதன் மைய வகைப்பாட்டைச் சார்ந்து பெயரிடுவது நல்ல செயலாகும். The Joke. The Book of Laughter and Forgetting. The Unbearable Being of Lightness. அதோடு, Laughable Loves. இந்தத் தலைப்பை, 'நகைப்புக்குரிய காதல் கதைகள்' எனும் அர்த்தத்தில் பொருள்கொள்ளக்கூடாது. காதல் எனும் கருத்தாக்கம் எப்போதுமே தீவிரத்தன்மையுடனேயே தொடர்புடையதாக இருக்கிறது. ஆனால், Laughable Loves எனும் வகைப்பாடு, தீவிரத்தன்மை நீக்கப்பட்ட காதல் என்பதாகவே இருக்கிறது. இது நவீன மனிதன் பற்றிய விமர்சனப்பூர்வமான கருத்து. ஆனால், Life is Elsewhere-ஐ எடுத்துக்கொண்டால், அந்த நாவல் சில கேள்விகளில் மையங்கொண்டிருக்கிறது. கவித்துவத்தின் வெளிப்பாடு என்பது என்ன? இளமைப் பருவம் என்பது எப்படி உணர்ச்சிக் கொந்தளிப்பின், கவிதைகளை உருவாக்கும் பருவமாக இருக்கிறது? கவிதை வெளிப்பாடு, புரட்சி, இளமை எனும் மூன்று நிலைகள் என்பதன் அர்த்தம் என்ன? கவிஞனாக இருப்பது எப்படிப்பட்டது? அந்த நாவலை எனது குறிப்பேட்டில் எழுதி வைத்திருக்கும், எனது வேலைகள் இயங்கும் செயல்பாடு குறித்த அனுமானத்தின்படி, எப்படித் துவங்கினேன் என்பது நினைவில் இருக்கிறது, "ஒரு இளம் கவிஞன், தமது தாயாரால் உந்தப்பட்டு, தன்னால் நுழைய முடியாத உலகத்திடம் தன்னைப் பற்றி வெளிப்படுத்திக்கொள்கிறான்." பாருங்கள், இந்த விவரணையில் சமூகவியல் நோக்கோ, அழகியல் வர்ணனைகளோ அல்லது உளவியல் கூறுகளோ எதுவுமே இல்லை.

இது நிகழ்வியல் விவரணையாக இருக்கிறது.

அந்த அடைமொழி தவறாக இல்லையென்றாலும், அதனை ஒரு வரையறையாகப் பயன்படுத்துவதிலிருந்து என்னையே நான் விலக்கிக்கொள்கிறேன். கலை என்பதை வெறுமனே தத்துவார்த்த மற்றும் கோட்பாட்டுப் போக்குகளின் வழித்தோன்றலாக வரையறைச் செய்யும் பேராசிரியர்கள் என்னை மிகுதியாக அச்சுறுத்தவே செய்கிறார்கள். நாவல் கலை பிராய்டுக்கு முன்பாகவே நனவிலி மனதைக் கையாண்டிருக்கிறது, மார்க்ஸுக்கு முன்பாகவே வர்க்கப் போராட்டத்தைக் கையாண்டிருக்கிறது, நிகழ்வியலாளர்களுக்கு முன்னதாகவே நிகழ்வியலைக் (மனித சூழல்களின் சாராம்சம் மீதிலான விசாரணை) கையாண்டிருக்கிறது. புரோஸ்ட்டை வாசித்துவிட்டு, "என்னவொரு அற்புதமான நிகழ்வியல் விவரணை" என்கிறார்கள். புரோஸ்ட்டுக்கு நிகழ்வியல் கோட்பாடு என்றால் என்னவென்றே தெரியாது!

இதுவரையிலான நமது உரையாடலைத் தொகுத்துக்கொள்ளலாம்: ஒருவருடைய சுயத்தைக் கைப்பற்றுவதற்கு ஏராளமான சாத்தியங்கள் இருக்கின்றன. முதலில், செயல் வடிவத்தில், பிறகு அக வாழ்க்கையின் மூலமாக. உங்களைப் பொறுத்தவரையில் நீங்கள் இவ்வாறு பிரகடனப்படுத்துகிறீர்கள்: சுயம் என்பது அதனுடைய இருத்தலியல் சிக்கலின் சாராம்சத்தின் அடிப்படையிலேயே தீர்மானிக்கப்படுகிறது. உங்களது படைப்புகளுக்கு, இந்தப் பார்வை பலவிதமான விளைவுகளை உண்டுபண்ணியிருக்கிறது. எடுத்துக்காட்டாக, சூழ்நிலைகளின் சாராம்சத்தைப் புரிந்துகொள்வது குறித்து நீங்கள் வலியுறுத்தி எடுத்துரைப்பது, வகைப்படுத்துதல் சார்ந்த நுட்பங்கள் அனைத்தையும் அவசியமற்றதாகக் கருதுகிறது. உங்களது கதாபாத்திரங்களின் புறவயமான தோற்றம் குறித்துக் கிட்டத்தட்ட நீங்கள் எதுவுமே குறிப்பிடவில்லை. அதோடு சூழ்நிலைகளின் பகுப்பாய்வு என்பது, உளவியல் நோக்கங்களின் விசாரணையை விடவும் உங்களுக்கு ஆர்வமூட்டுவதாக இருப்பதை உணர முடிகிறது. கூடுதலாக, உங்களது கதாபாத்திரங்களின் கடந்த காலம் பற்றிய கருத்துகளிலும் நீங்கள் முரண்படுவதாகவே தெரிகிறது. ஆனால், இத்தகைய உங்களது படைப்புகளில் கதாபாத்திரங்களைச் சுருக்கமாகவே விவரித்துச் செல்வதால், அவற்றின் ஆயுட்காலம் குறைவானதாக ஆகிவிடும் அபாயமும் இருக்கிறதல்லவா?

இதே கேள்வியை காஃப்கா சார்ந்தும், முசில் (Musil) சார்ந்தும் கேட்க முயற்சித்துப் பாருங்கள். உண்மையில், முசில் பற்றி இக்கேள்வி கேட்கப்பட்டிருக்கிறது. சில தீவிர அறிவாளிகள் கூட முசில் ஓர் உண்மையான நாவலாசிரியர் அல்ல என்று புகாருரைத்திருக்கிறார்கள். வால்டர் பெஞ்சமின், அவரது அறிவு செயல்பாட்டைக் கண்டு வியந்திருக்கிறாரே தவிர, அவரது கலையைப் பொருட்படுத்தவில்லை. எடுவார்டு ரோடிடி (Edouard Roditi), முசிலின் கதாபாத்திரங்கள் உயிரற்று இருப்பதாகச் சொல்லி, புரோஸ்ட்டையே தனது ஆதர்சமாகவும் முன்மொழிகிறார். டியோட்டிமாவோடு (Diotima) ஒப்பிடுகையில், மேடம் வெர்டூரின் (Verdurin)

எவ்வளவு உண்மையாகவும், உயிரோட்டமாகவும் இருக்கிறார் என்கிறார் அவர். உண்மையில், இரண்டு நூற்றாண்டுகள் செழித்தோங்கிய உளவியல் யதார்த்தவாதம், சில மீறவே முடியாத தரவுகளை உருவாக்கி வைத்திருக்கிறது.

1. ஓர் எழுத்தாளர் தான் படைக்கும் கதாபாத்திரம் பற்றி முடிந்த வரையிலான தகவல்களைக் கொடுத்துவிட வேண்டும். அவனுடைய புறவயமான தோற்றம், அவன் உரையாடும் முறை, பழக்கவழக்கங்கள் அனைத்தும் அதில் இடம்பெற்றிருக்க வேண்டும்.

2. வாசகருக்குக் கதாபாத்திரங்களின் கடந்தகாலம் பற்றி முழுமையான சித்திரிப்பைக் கொடுத்துவிட வேண்டும். ஏனெனில், அவனது இன்றைய தற்சமயச் செயல்கள் அனைத்தும் அவனது கடந்தகால வாழ்க்கையில் இருந்து உந்துதல் பெற்றதே.

3. அந்தக் கதாபாத்திரத்திற்கு முழுமையாகச் சுதந்திரத்தைக் கொடுத்திருக்க வேண்டும். அதாவது, எழுத்தாளரின் கருத்துகள் அனைத்தும் தவிர்க்கப்பட வேண்டும். இதன் மூலமாக, தொந்தரவுக்கு உள்ளாகாத வாசகர்கள் புனைவில் நிகழ்த்திக் காட்டப்பட்டுள்ள கதாபாத்திரங்களுக்குத் தாமாகவே ஓர் உருவத்தைக் கொடுத்து, புனைவு எனும் எல்லையிலிருந்து அகற்றி அதனை ஒரு யதார்த்த உருவமாகவே உருவாக்கிக்கொள்ளுதல்.

இப்போது, முசில் இந்தப் பழைய வாசகருக்கும், நாவல் பிரதிக்கும் இடையிலான தொடர்பை உடைப்பவராக இருந்தார். அவருடன் சேர்ந்து வேறு சிலரும் இதனைச் சாத்தியப்படுத்தினார்கள். புரோச்சின் (Broch) மிகச் சிறந்த பாத்திர வார்ப்பான இஸ்ச்சின் (Esch) உருவ அமைப்புக் குறித்து நமக்கு என்ன தெரியும்? அவனுக்குப் பெரிய பற்கள் இருந்தன என்பதைத் தவிர ஒன்றுமே தெரியாது. கே- கதாபாத்திரத்தின் குழந்தைப் பருவம் பற்றி நமக்கு என்ன தெரியும்? அல்லது ஸ்வீக்ஸ் பற்றி என்ன தெரியும்? அதோடு முசிலோ, புரோச்சோ, கோம்ப்ரோவிச்சோ தங்கள் நாவல்களில் மூளையாகத் தாங்கள் இருப்பது பற்றி சங்கடத்துடனேயே இருந்தார்கள். கதாபாத்திரம் என்பது வாழ்ந்துகொண்டிருக்கும் ஒரு மனித உயிரின் வளர்த்தெடுக்கப்பட்ட சித்திரம் அல்ல. அது ஒரு கற்பனையான உயிரி, ஆய்வுரீதியிலான அகந்தை. இவ்வகையில், நாவல் தனது உயிரிக்களுடன் மீள் தொடர்புகொள்கிறது. டான் குஹேட்டேவை உயிருள்ள மனிதராகக் கற்பனை செய்வது சாத்தியமில்லாதது. அதோடு, நமது நினைவுகளில் எந்தக் கதாபாத்திரம்தான் உயிருடன் இருக்கிறது? என்னைப் புரிந்துகொள்ளுங்கள், இதன்மூலமாக நான் வாசகரையும், அப்பாவியாக நாவலை அர்த்தப்படுத்திக்கொள்வதில் எங்களுக்கு உரிமை இருக்கிறது என்று வாசகர்கள் கருதுவதையும் இழிவுப்படுத்த முயற்சிக்கவில்லை. நாவலின் கற்பனையான உலகத்தோடு பயணப்படுவதையே நாம் அடைய வேண்டுமே தவிர, யதார்த்த உலகத்தோடு அதனைப் பொருத்திப் பார்த்துக் குழப்பத்தில் ஆழ்ந்துவிடக்கூடாது. ஆனால், உளவியல் யதார்த்தவாதத்தின் உத்திதான் அதற்கு இன்றியமையாதது என்பதாக

நான் கருதவில்லை. The Castle-ஐ எனது பதினான்காவது வயதில் முதல்முறையாக வாசித்தேன். அதே சமயத்தில், எங்கள் வசிப்பிடத்திற்கு அருகில் இருந்த ஒரு ஐஸ் ஹாக்கி வீரரைப் பெரிதும் நான் மதித்துவந்தேன். கே கதாபாத்திரத்தின் உருவமாக அவரையே கருதினேன். இன்றும் அவரை அவ்வகையிலேயே பார்க்கிறேன். நான் என்ன சொல்ல வருகிறேன் என்றால், வாசகரின் கற்பனை இவ்விதமாக இயல்பாகவே, எழுத்தாளரின் கற்பனையை முழுமையடையச் செய்துவிடுகிறது. தாமஸ் வெளிர் நிறத்தில் இருப்பவனா? அல்லது கறுப்பு தோல் உடையவனா? அவனுடைய தந்தை செல்வம் நிறைந்தவராக இருந்தாரா அல்லது வறுமையில் வாடியவராக இருந்தாரா? நீங்களே அதனை தீர்மானித்துக்கொள்ளுங்கள்.

ஆனால், நீங்கள் எப்போதுமே இந்த விதியைப் பின்பற்றுவது இல்லையே: தாமஸுக்கு விவரணையில் எந்தவொரு முன்காலமும் கொடுக்கப்படவில்லை. ஆனால், தெரேசாவுக்கு அவளது குழந்தைப் பருவ நிகழ்வுகளை மட்டும் அல்லாமல், அவளுடைய தாயின் குழந்தைப் பருவ ஞாபகங்களும்கூட சித்திரிக்கப்பட்டிருக்கிறது.

நாவலில் நீங்கள் இந்த வரியை படித்திருப்பீர்கள்: *"அவளுடைய முழு வாழ்க்கையும், அவளது தாயினுடைய வாழ்க்கையின் தொடர்ச்சியைப் போலவே இருக்கிறது. பில்லியர்ட் டேபிளில் விளையாட்டாளரின் தோள்பட்டைக்கும், அதன் முன், விசை செலுத்தப்பட்டு, டேபிளில் உருளும் பந்துக்கும் உள்ள தொடர்ச்சியைப் போன்றது அது."* நான் அவளுடைய தாய் பற்றிப் பேசுகிறேன் என்றால், தெரேசா சார்ந்த குறிப்புகளாக, அவள் பற்றிய தரவுகளாக அதனை நான் பயன்படுத்தவில்லை. ஆனால், தெரேசா அவளுடைய தாயின் தொடர்ச்சியாகவும், தாயே அவளது மையக் கருப்பொருளாகவும், அதனால் அவள் தொடர்ந்து துயருருவதையுமே சொல்ல அங்கு முற்படுகிறேன். கூடுதலாக அவள் சிறிய மார்பகங்களை உடையவள் என்பதும், அவளது முலைகளைச் சுற்றி அடர்ந்த கருமை வட்ட வடிவில் திரண்டிருக்கிறது என்பதும் நமக்குத் தெரியும். முதன்மை போர்னோ செயற்பாட்டாளரால் பாலியல் வறட்சியில் உழல்பவர்களுக்காக வரையப்பட்ட கருப்புத் திரட்சைப்போல அவை இருக்கின்றன. இந்தக் குறிப்பு மிக அவசியமாகத் தேவைப்படுகிறது. ஏனெனில், தெரேசாவுக்குத் தனது உடல் என்பது மற்றுமொரு மையக் கருத்தாக இருக்கிறது. அதற்கு முற்றிலும் நேரெதிராக, அவளுடைய கணவன் தாமஸ் பற்றி எந்தவொரு குறிப்பையும் நான் கொடுப்பதில்லை. அவனுடைய குழந்தைப் பருவம் பற்றியோ, அவனது பெற்றோர் பற்றியோ, அவனது குடும்பம் பற்றியோ ஒரு குறிப்பும் இடம்பெற்றிருப்பதில்லை. அவனது உடல், முக அமைப்பு போன்ற எதுவுமே நமக்குத் தெரிவிக்கப்படுவதில்லை. ஏனெனில், அவனது இருத்தல் சிக்கலின் சாராம்சம் வேறொரு மைய பேசுபொருளில் வேர் கொண்டிருக்கிறது. இந்தத் தகவல்களற்றத் தன்மை அவனைக் குறைவுயிர் கொண்டவனாக ஆக்குவதில்லை. ஒரு கதாபாத்திரத்திற்கு உயிரூட்டுவது என்பது அவனது இருத்தலியல் சிக்கலின் அடியாழத்திற்குள் பயணிப்பதே ஆகும். இன்னும் தெளிவுறச் சொல்வதென்றால்,

அவனது சூழ்நிலைகளின் அடியாழத்திற்குள் செல்வது, அவனது நோக்கங்கள், அதோடு அவனது வார்த்தைகள் கூட அவனை வடிவமைப்பதில் பெரும் பங்காற்றுகின்றன. அதற்குமேல் ஒன்றுமில்லை.

அப்படியென்றால், உங்கள் பார்வையில் நாவல் என்பது, இருத்தலியல் மீதான கவித்துவ தியான நிலை. எனினும், உங்களது நாவல்கள் அவ்வகையில் புரிந்துகொள்ளப்படுவதில்லை. சமூகவியல், வரலாற்றியல் அல்லது கருத்தியல் இடையீடுகளைச் சீண்டும் வகையிலான பல அரசியல் தருணங்கள் உங்களது நாவல்களில் தொடர்ச்சியாக வருகின்றன. இருத்தலியல் மீதான புதிர்மையை ஆராய்வதையே முதன்மை நோக்கமாகக் கொண்டிருப்பதாக உங்கள் படைப்புகளைப் பற்றிக் குறிப்பிடும் நீங்கள், அதற்குள் இயங்குகிற சமூகவியல் வரலாறு மீதான உங்களது விருப்பத்தை எப்படி ஈடு செய்கிறீர்கள்?

ஹைடேஜர் (Heidegger) இருப்பைப் பெருவாரியாக அறியப்பட்ட ஒரு சூத்திரத்தின் மூலமாக வகைப்படுத்துகிறார். 'உலகத்துள் இருத்தல்'. உலகத்துடனான மனிதனின் தொடர்பு என்பது பொருளுக்கு விளக்கம் சொல்வதாகவோ, ஓவியத்துக்குக் கண்கள் போலவோ, அல்லது ஒரு மேடைக்கு நடிகருடைய பங்களிப்புக்கு ஒத்ததாகவோ இருப்பதில்லை. நத்தையும் அதன் கூட்டையும்போல, உலகமும் மனிதனும் பிணைந்திருக்கிறார்கள். உலகம் என்பது மனிதனின் ஓர் அங்கம்தான். அவனது பரிமாணமே உலகம் என்பது. உலகம் மாற்றமடையும்போது, அதனோடு தொடர்புடைய இருத்தலும் மாறுதலுக்கு உட்படவே செய்கிறது. பால்ஸாக்கில் (Balzac) இருந்து, நமது இருப்பின் உலகம் என்பதற்கு வரலாற்று ரீதியிலான பண்பு உருவாகியிருக்கிறது. அதோடு, கதாபாத்திரங்களின் வாழ்க்கை என்பது காலத்தால், தேதிகளால்தான் குறிக்கப்படுகிறது. பால்ஸாக்கால் தோற்றுவிக்கப்பட்ட இதிலிருந்து, நாவல் கலையால் ஒருபோதும் தப்பிச் செல்ல முடியாது. உண்மைக்குத் தொடர்பற்ற தனது கதைகளின் நிகழ்வுகளைக் கற்பனாப்பூர்வமாக, யதார்த்தத் தோற்றங்களின் அத்தனை விதிகளையும் நிராகரிக்கிற கோம்ப்ரோவிச்சு கூட, இதிலிருந்து தப்ப முடியாது. அவருடைய நாவல்கள், காலத்துள் குறிக்கப்படுகிற தேதிகளின் வரலாற்றுத்தன்மையுடன்தான் நிகழ்கிறது. ஆனால், இரண்டு விஷயங்களை இதற்குள் குழப்பிக்கொள்ளக்கூடாது. ஒருபுறம் மனித இருத்தலியலின் வரலாற்றுப் பரிணாமத்தை ஆராய்வது, மற்றொன்று, குறிப்பிட்ட ஒரு வரலாற்றுத் தருணத்தின் சித்திரிப்பு, குறிப்பிட்ட காலத்திலான சமூகத்தைப் பற்றிய விவரிப்பு, அதாவது நாவலுக்குரிய வரலாற்றின் வரலாறு. உங்களுக்கு இவ்வகை நாவல்களின் அறிமுகங்கள் முன்னதாகவே போதுமான அளவில் இருக்கின்றன. பிரெஞ்சு புரட்சி பற்றிய நாவல்கள், மேரி அண்டோனைட் பற்றிய நாவல்கள், 1914ஆம் வருடத்தைப் பற்றிய நாவல்கள், ரஷ்யாவின் கூட்டுப்பண்ணைகள் பற்றிய (ஆதரவாகவோ அல்லது எதிராகவோ) நாவல்கள், அல்லது 1984ஆம் வருடத்தைப் பற்றிய நாவல்கள். நாவல் மொழிக்குள் உருமாற்றம் செய்யப்பட்டிருக்கும் இத்தகைய நாவல் தன்மைக்குப் பொருத்தமில்லாத அறிவு சேகரம்கூட, மிகுதியான புகழை அடைந்திருக்கிறது.

புரோச்சைப் பற்றித் திரும்பத் திரும்பச் சொல்வதில் எனக்குச் சோர்வே ஏற்படாது: *நாவல் பிறப்பதற்கு ஒற்றைக் காரணமாக அமைவது என்னவென்றால், தன்னால் மட்டுமே சொல்ல முடிகிற ஒன்றைச் சொல்லிவிட வேண்டும் என்பதற்காகவே.*

ஆனால், குறிப்பாக வரலாற்றைப் பற்றி நாவல் என்ன சொல்ல முடியும்? அல்லது உங்களது வரலாற்று அணுகுமுறை எப்படிப்பட்டது?

என்னுடைய சில கொள்கைகளை இங்கு பகிர்ந்துகொள்கிறேன்.

முதலாவது கொள்கை: நான் கையாளும் அனைத்து வரலாற்றுத் தருணங்களையும் சிறப்பானதொரு பொருளாதார கண்ணோட்டத்தோடே உருவாக்குகிறேன். அரங்க வடிவமைப்பாளரைப் போல, செயல்களுக்கு இன்றியமையாததாக இருக்கும் சில விஷயங்களை உள்ளடக்கிய சுருங்கிய வடிவத்திலான அரங்கத்தை உருவாக்குபவனைப் போலவே, வரலாற்றை நான் அணுகுகிறேன்.

இரண்டாவது கொள்கை: வரலாற்றுச் சூழ்நிலைகளைப் பொறுத்தவரையில், எனது கதாபாத்திரங்களுக்கு இருத்தலியல் சிக்கல்களை உருவாக்கும் கச்சிதமான பாத்திரங்களை மட்டும்தான் நான் உருவாக்குகிறேன். உதாரணத்திற்கு, 'The Joke'இல் லுட்விக் தனது நண்பர்களும், சக பயணிகளும் துளி சங்கடமும் இல்லாமல், வெகு இயல்பாக, பல்கலைகழகத்திலிருந்து அவன் வெளியேற்றப்படுவதற்காக, அவனது வாழ்க்கையையே கவிழ்க்கப் போகும் செயலுக்காக, தமது ஆதரவைக் கொடுப்பதைப் பார்க்கிறான். தேவையேற்பட்டிருந்தால், அவனைத் தூக்கிலிடுவதற்குக்கூட, அவர்கள் இதேவகையில் மிக எளிதாக, தங்களது கைகளை உயர்த்தியிருப்பார்கள் என்பதில் அவனுக்கு நிச்சயம் ஏற்படுகிறது. அதனால் மனிதர் பற்றிய அவனது விவரணை என்பது: எந்தத் தருணத்திலும் தமது சக மனிதரை மரணத்திற்கு அனுப்பத் தயங்காதவர்கள். லுட்விக்கின் அடிப்படையான மானுடவியல் அனுபவம், இவ்வகையில் வரலாற்றின் வேர்களைக் கொண்டிருக்கிறது. ஆனால், வரலாற்றை மட்டுமே விவரித்தல் என்பது (கட்சிகளின் பங்களிப்பு, தீவிரவாதத்துக்கு அடித்தளம் அமைத்துக்கொடுக்கும் அரசியல், சமூக நிறுவனக் குழுக்கள்) எனக்கு ஆர்வத்தைக் கொடுப்பதில்லை. அத்தகைய விவரிப்புகளை எனது நாவல்களில் உங்களால் பார்க்கவும் முடியாது.

மூன்றாவது கொள்கை: வரலாற்றியல் என்பது சமூகங்களின் வரலாற்றைத்தான் எழுதுகின்றனவே தவிர, தனிமனித வரலாற்றை அவை எழுதுவதில்லை. அதனால் என்னுடைய நாவல்களில் பேசப்படும் வரலாற்றுத் தருணங்களை, வரலாற்றாளர்கள் கருத்தில் எடுத்துக்கொள்வதில்லை. எடுத்துக்காட்டாக, செக் குடியரசு மீதான ரஷ்யப் படைகளின் ஆக்கிரமிப்பு நிகழ்ந்த 1968க்குப் பிறகான வருடங்களில், மக்களுக்கு எதிரான பயங்கரவாத ஆட்சி, அதிகாரப்பூர்வமாக ஒருங்கிணைக்கப்பட்ட நாய்களின் கொன்று குவிப்பு நிகழ்வின் தொடர்ச்சியாக உருவானது. ஆனால், இந்தச் சம்பவம் வரலாற்றாளர்களுக்கும் சமூகவியல் அறிஞர்களுக்கும் முக்கியத்துவமற்றதாக

இருந்ததால், கிட்டத்தட்ட முற்றிலும் மறக்கப்பட்டுவிட்டது. எனினும், இத்தருணம் மிகுந்த மானுடவியல் முக்கியத்துவம் வாய்ந்த ஒன்றாகும். இந்த ஒரு பகுதியை மட்டும் வரலாற்றுச் சான்றாதாரமாக எனது The Fairwell Partyஇல் பயன்படுத்தியிருக்கிறேன். மற்றோர் உதாரணம், Life is Elsewhereஇன் முக்கியத்துவம் வாய்ந்த ஒரு தருணத்தில், வரலாறு குறுக்கீடு செய்கிறது. அழகற்ற மற்றும் இழிவாகத் தோற்றமளிக்கக்கூடிய இரட்டை உள்ளாடையின் தோற்றத்தில் அது வருகிறது. அந்தச் சமயத்தில் வேறு யாரும் இருப்பதில்லை. தனது வாழ்க்கையின் அழகான பாலியல் வேட்கைக்குரிய தருணமாக அந்தச் சமயத்தைக் கருதும் ஜெரோமில், தான் உள்ளாடையில் மிகவும் கேவலமாகத் தோற்றமளிப்போம் என்ற அச்சத்தின் காரணமாக, தனது உடைகளைக் கலைப்பதில்லை. அதற்குப் பதிலாக, அங்கிருந்து வேகமாக ஓட்டம் பிடிக்கிறான். செயலற்றத் தன்மை! முற்றிலுமாக மறக்கப்பட்டுவிட்ட மற்றுமொரு முக்கியத்துவம் வாய்ந்த வரலாற்றுச் சூழ்நிலை. அதோடு கம்யூனிஸ்ட் ஆட்சியின் கீழ் வாழ நிர்பந்திக்கப்பட்ட மனிதனுக்கு இதுவொரு முக்கியத்துவம் வாய்ந்த சிக்கலே ஆகும்.

நான்காவது கொள்கை: இந்தக் கொள்கைதான் மற்ற கொள்கைகளை விட மிக முக்கியமானதாகக் கருதுகிறேன். வரலாற்றுத் தருணங்கள் மட்டுமே புதிய இருத்தலியல் சிக்கல்களை ஒரு கதாபாத்திரத்திற்கு உண்டாக்கிவிடுவதில்லை. மாறாக, வரலாறு அதன் முழு அளவிலேயே ஓர் இருத்தலியல் காலகட்டமாக உணரவும், ஆராயப்படவும் வேண்டும். எடுத்துக்காட்டாக, The Unbearable Lightness of Beingஇல் அலெக்ஸாண்டர் டூபெக் -ரஷ்ய இராணுவத்தால் கைது செய்யப்பட்டதற்குப் பிறகு, கடத்தப்பட்டு, சிறையில் அடைக்கப்பட்டு, மிரட்டப்பட்டு, ப்ரெஸ்னவ்வுடன் உடன்படுமாறு அழுத்தம் கொடுக்கப்பட்டு – ப்ராகுக்குத் திரும்பி வருகிறான். அவன் வானொலியில் பேசுகிறான். ஆனால், அவனால் தொடர்ச்சியாகச் பேச முடிவதில்லை. அவனுக்கு மூச்சுத் திணறல் ஏற்படுகிறது. பேசிக்கொண்டிருக்கும்போதே இதனால் அவ்வப்போது அமைதியாகிவிடுகிறான். இந்த வரலாற்றுப் பகுதி எனக்கு எதனைப் புலப்படுத்துகிறது என்றால் (இந்தப் பகுதி முற்றிலுமாக மறக்கப்பட்டுவிட்டது. ஏனெனில் இரண்டு மணி நேரத்திற்குப் பிறகு, வானொலி தொழிற்நுட்ப வல்லுநர்கள் அவருடைய குரலில் உண்டாகிய வலி மிகுந்த அமைதியான தருணங்களை நீக்க வேண்டியிருந்தது) அவனுடைய பலவீனத்தை. பலவீனம் என்பது இருத்தலியலில் மிக பொதுவான ஒரு வகைப்பாடு: *"அதிகாரவர்க்கத்தின் முன்னால் எந்தவொரு மனிதனும் பலவீனமானவன்தான், அவனுக்கு டூபெக்கைப்போல ஒரு தடகள வீரனுக்குரிய உடற்கட்டு இருந்தாலும்கூட."* ஆனால், தெரேசாவால் அவனுடைய பலவீனத்தின் பிரத்யேகப் பண்புக்கூறுகளை ஏற்றுகொள்ள முடியவில்லை. அது அவள் மீது அழுத்தத்தை ஏற்படுத்துவதோடு, அவமானப்படுத்தவும் செய்கிறது. அதனால், அவனிடமிருந்து விலகிச் செல்லலாம் என்றும் கருதுகிறாள். ஆனால், தாமஸின் துரோகங்களை எதிர்கொள்ளும்போது, ப்ரெஸ்னவ்வை எதிர்கொண்ட டூபெக்கின் நிலையில்தான் அவள் இருக்கிறாள்: கையாலாகாத்தன்மையிலும், பலவீனமாகவும். அதோடு, உங்களுக்கு முன்னதாகவே வெர்டிகோ என்றால்

என்னவென்பது தெரியும்: தனது பலவீனத்தின் மீதே போதையில் இருப்பதும், வீழ்ச்சியின் மீது பேராவல் கொண்டிருப்பதும். தெரேசா உடனடியாக அதனைப் புரிந்துகொள்கிறாள், *“அவள் பலவீனமானவர்களில் ஒருத்தி, பலவீனமானவர்களின் குழுவில் அங்கத்தினள், பலவீனமானவர்களின் தேசத்தில் அவளும் ஒரு பிரஜை. அதோடு அவள் பிரத்யேகமாக அவர்களுக்கு நன்றியுணர்ச்சியுடன் இருப்பவளாக இருக்க வேண்டும். ஏனெனில், அவர்களும் பலவீனமானவர்கள், தனது உரையாடலில் அவ்வப்போது சுவாசத்திற்காகத் திணறியவர்கள்.”* அப்படி, பலவீனத்தின் மீது போதையுடன் இருப்பதால், அவனிடமிருந்து விலகி மீண்டும் அவள் ப்ராக் எனும் ‘பலவீனர்களின் நகர’த்திற்குத் திரும்புகிறாள். இங்கு வரலாற்று நிகழ்வுகள் என்பது பின்னணியில் மட்டும் இடம்பெறுவதில்லை. மனித சூழல்களில் வெளிப்படும் ஓர் அரங்கமாக மாறியிருக்கிறது. ஆக, அங்கே வரலாறே மனிதச் சூழ்நிலையாக இருக்கிறது, வளரும் இருத்தலியல் சூழலாக.

போலவே, The Book of Laughter and Forgettingஇல் ப்ராகின் வசந்த காலப் பகுதி அதனது அரசியல் - வரலாற்று - சமூகவியல் பார்வையில் எழுதப்படாமல், அடிப்படையான இருத்தலியல் தருணத்தின்படியே எழுதப்பட்டிருக்கிறது. ஒரு மனிதன் (பல தலைமுறைகளின் மனிதன்) செயல்படுகிறான் (ஒரு புரட்சியைத் தோற்றுவிக்கிறான்). ஆனால், அவனது செயல்கள் அவனது கட்டுப்பாட்டிலிருந்து நழுவுகிறது, அவனுக்குக் கீழ்ப்படிய மறுக்கிறது (புரட்சி பெருநெருப்பாக மாறி மரணத்தையும் அழிவையும் உண்டாக்குகிறது); அதனால் அவன் மீண்டும் தனது கட்டுக்குள் கொண்டுவரவும் கீழ்ப்படியாத செயல்களை அடக்கவும் முயற்சிக்கிறான் (ஒரு புதிய தலைமுறை எதிர்ப்பை உருவாக்குகிறார்கள், சீர்திருத்தவாத இயக்கம்). ஆனால், அது பயனற்றுப் போகிறது. ஒருமுறை நம் கையிலிருந்து நழுவிவிட்டது என்றால், மீண்டும் அதனைக் கைப்பற்றவே முடியாது.

ஜாக்குவஸ் லெ பெடலிஸ்டே குறித்து நமது உரையாடலின் துவக்கத்தில் நீங்கள் குறிப்பிட்ட அதே தருணத்தை நினைவூட்டுகிறது.

ஆனால், இந்த நேரத்தில், வரலாற்றுத் தருணங்களின் தொகுப்புப் பற்றியே நான் குறிப்பிடுகிறேன்.

உங்களது நாவல்களைப் புரிந்துகொள்வதற்கு, செக் குடியரசின் வரலாற்றை அறிந்திருக்க வேண்டியது அவசியமா?

இல்லை. என்னவெல்லாம் தெரிந்திருக்க வேண்டுமோ அதனையெல்லாம் நாவல் தம்மளவிலேயே கொண்டிருக்கும்.

நாவல் வாசித்தல் என்பது வரலாற்று அறிவை அடைவதும்தான், இல்லையா?

நம்மிடம் ஐரோப்பியாவின் மொத்த வரலாறும் இருக்கிறது. 1000ஆவது வருடத்தில் துவங்கி, நமது காலகட்டம் வரையிலும் ஒற்றைய பொதுவான

அனுபவமாகவே வரலாறு நமக்கு இருக்கிறது. நாம் எல்லோரும் அதன் பகுதியாகவே இருக்கிறோம் என்பதோடு, நமது ஒவ்வொரு சிறு அசைவும், தனிநபர்களுடையதாக இருந்தாலும் சரி, தேசிய அளவிலான நடவடிக்கைகளாக இருந்தாலும் சரி, இந்தச் சந்தர்ப்பத்தில் வைத்துப் பார்க்கும்போது, அதனது அதிமுக்கியத்துவத்தை மட்டுமே வெளிப்படுத்துவதாக இருக்கிறது. என்னால் ஸ்பெயினின் வரலாற்றை அறியாமலேயே, டான் குஹேட்டேவைப் புரிந்துகொள்ள முடிகிறது. அதேவேளையில், என்னால் சில பொதுவான யோசனைகளின்றி, அதனைப் புரிந்துகொள்ள முடியாது என்பதும் உண்மையே. தீரச்செயல்களின் காலத்தின் மீதான ஐரோப்பிய வரலாற்று அனுபவம், நீதிமன்றத்தின் மீதான காதல், அதோடு இடைக்காலப் பகுதியிலிருந்து நவீன காலத்திற்கு அது இடம்பெயர்ந்தது உள்ளிட்டவை சார்ந்த புரிதல்கள் எனக்கு இருக்க வேண்டும்.

Life is Elsewhere நாவலில், ஜெரோமில் வாழ்க்கையின் ஒவ்வொரு நகர்வும், ரிம்பாட், கீட்ஸ், லெர்மொண்டோவ் போன்றோரது வாழ்க்கையின் சிறு சிறு பகுதிகளுக்கு எதிராக அமைக்கப்பட்டிருப்பதாகத் தெரிகிறது. ப்ராகில் வருகின்ற முதல் மே அணிவகுப்பு, 1968இல் பாரிஸில் நிகழ்ந்த மாணவர் போராட்டங்களுடன் இணைந்து குழப்புவதாக இருக்கிறது. இவ்வகையில், ஐரோப்பியாவின் ஒட்டுமொத்தத்தையும் உள்ளடக்கிய ஒரு காட்சித் தொகுப்பை உங்களது நாயகனுக்காக நீங்கள் உருவாக்கியிருக்கிறீர்கள். இருப்பினும், உங்களது நாவல் ப்ராகில் நிகழ்த்தப்படுகிறது. 1948இல் நடந்த கம்யூனிஸ வன்முறையுடன் முடிவடைகிறது.

என்னைப் பொறுத்தவரையில், அமுக்கப்பட்ட வடிவத்தில், ஐரோப்பிய புரட்சியைப் பற்றிப் பேசும் நாவலே அது.

ஐரோப்பிய புரட்சி வன்முறையா? அதோடு, அது திணிக்கப்பட்டதா? மேலும் அது மாஸ்கோவிலிருந்து இறக்குமதி செய்யப்பட்டதா?

ஆயினும், அது நம்பகத்தன்மை இல்லாததாகத் தோன்றினாலும், அந்த வன்முறை என்பது புரட்சியாகத்தான் அனுபவம் கொள்ளப்பட்டது. அதனுடைய சொல்லாட்சியும், மாயையும், அனிச்சைத்தன்மையும், செயல்பாடுகளும், குற்றங்களும், ஐரோப்பிய புரட்சிகரக் கலாச்சாரத்தின் சிறிய உருவிலான பகடியாகவே இன்றைக்கு எனக்குத் தோன்றுகிறது. ஐரோப்பிய புரட்சிகரக் காலகட்டத்தின் தொடர்ச்சியாகவும், கோரமான முழுமையுமாகவே எனக்குப் படுகிறது. அந்தப் புத்தகத்தின் நாயகனைப் போலவே, ஜெரோமில் - விக்டர் ஹுகோ மற்றும் ரிப்பாடின் தொடர்ச்சி - ஐரோப்பிய கவிபுலத்தின் கோரமான நிறைவேற்றமாகவே அது இருக்கிறது. அதோடு, The Joke நாவலில் வருகின்ற ரெரோஸ்லாவ், கலை, அழிவை எய்திக்கொண்டிருக்கும் காலத்தில், பழங்காலத்திய பிரபலக் கலை மரபின் தொடர்ச்சியாக வருகிறான். Laughable lovesஇல் வருகிற மருத்துவர் ஹவல், டான் ஜுவானிசம் சாத்தியமே இல்லாத ஒரு காலத்தில் டான் ஜுவனாக வருகின்றவனே.

The Unbearable Lightness of Beingஇல் வருகிற பிரான்க், ஐரோப்பிய இடதுசாரிகளின் மாபெரும் மார்ச் கிளர்ச்சியின் கடைசி மனச்சோர்வின் எதிரொலியாக வருகிறான். மற்றும் பொஹேமியாவில் (Bohemia) இருக்கிற தனது தெளிவற்ற கிராமத்தில் இருக்கும் தெரேசா தனது நாட்டின் அனைத்துவிதமான பொது வாழ்க்கைகளில் இருந்து மட்டும் வெளியேறுவதில்லை, *"இயற்கையை உரிமம் கொண்டாடியபடியே முன்னோக்கி நகர்கிற மனிதகுலம் பயணிக்கும் பாதையில்"* இருந்தும் அவள் வெளியேறுகிறாள். மேற்குறிப்பிட்டுள்ள அனைத்துக் கதாபாத்திரங்களும் தங்களது தனிப்பட்ட வரலாறுகளை மட்டும் பூர்த்திச் செய்வதில்லை; அதனோடேயே, ஐரோப்பிய அனுபவத்தின் மேலதிக வரலாற்றையும் பூர்த்தி செய்துவிடுகின்றன.

அப்படியெனில், உங்களது நாவல்கள் நவீனத்துவ காலத்தின் இறுதி செயல்பாடுகளின்போது நிகழ்த்தப்படுகிறது. நீங்கள் அதனை, "கடைசி முரண்பாடுகளின் காலம்" என்று அழைக்கிறீர்கள்.

நீங்கள் விரும்பினால். ஆனால், தவறாகப் புரிந்துகொள்ளப்படுவதை நாம் தவிர்த்துவிடலாம். Laughable Lovesஇல் ஹவல்லின் கதையை நான் எழுதியபோது, டான் ஜுவானிசத்தின் சாகசங்கள் முடிவை நோக்கிப் பயணித்துக்கொண்டிருந்த தருணத்தில் ஒரு டான் ஜுவானை விவரிக்க வேண்டும் என்கிற எந்த நோக்கத்தையும் நான் கொண்டிருக்கவில்லை. நகைச்சுவையாக எனக்குத் தோன்றிய ஒரு கதையைத்தான் நான் எழுதிக்கொண்டிருந்தேன். அவ்வளவுதான். இந்த இறுதியான முரண்பாடு, வேறு பிரதிபலிப்புகள் போன்றவற்றை எல்லாம் முன்னதாகவே தீர்மானித்துக்கொண்டு எழுதுவதில்லை. அவை தம்மளவில் பிற்பாடு வந்து சேர்ந்துகொள்கின்றன. 'The Unbearable Lightness of Being' நாவலை எழுதிக்கொண்டிருக்கும்போதுதான் -உலகத்துடனான தங்களது உறவைத் துண்டித்துக்கொள்வதில் ஆர்வமாக இருக்கும் எனது கதாபாத்திரங்கள் மீது உத்வேகம் பெற்று - டெஸ்கார்டஸின் (Descartes) பிரபலமான சூத்திரத்தின் விதியை நினைத்துக்கொண்டேன்: *இயற்கையை உரிமம் கொண்டாடும், அதனை தன் ஆளுகைக்கு உட்படுத்தும் மனிதன்.* அறிவியல் மற்றும் தொழிற்நுட்பத் துறையில் உண்டாகிய அற்புதங்களால், "உரிமையாளர் என்றும் அனைத்திற்கும் தலைவன் என்றும்" தன்னைக் கருதுபவன் திடீரென, தனக்கு எதுவும் சொந்தமில்லை என்பதை உணருகிறான், அவன் இயற்கைக்கும் அதிபதி அல்ல (அது கொஞ்சம் கொஞ்சமாக நமது உலகத்திலிருந்து மறைந்துகொண்டே வருகிறது), வரலாற்றிற்கும் தலைவன் அல்ல (அவனுடைய பிடியிலிருந்து அது நழுவிச் சென்றுவிட்டது), அவனது சுயத்துக்குக்கூட அவன் உரிமையுடையவன் அல்ல (அவன் தனது ஆன்மாவின் பகுத்தறிவற்ற விசையால் முன்னிழுத்துச் செல்லப்படுகிறான்). ஆனால், ஒருவேளை கடவுளும் விடைப்பெற்றுச் சென்றபிறகு, அவனும் அதிபதி அல்ல என்றாகும்போது, யார்தான் இங்கு தலைவர்? இவ்வுலகம் அத்தகைய தலைவன் இல்லாமல், வெறுமையினூடேயே நகர்ந்துகொண்டிருக்கிறது. அங்குதான் பொறுத்துக்கொள்ள முடியாத வகையிலான இருப்பின இலகுதன்மை வருகிறது.

இருப்பினும், தற்போதைய நேரத்தை முக்கியத்துவம் வாய்ந்த அசைவியக்கமாக, அனைத்துவிதமான காலகட்டங்களையும் கடந்ததொரு முக்கிய தருணமாக அதாவது, இறுதிக் காலகட்டமாக பார்ப்பது தன்முனைப்புள்ள கானல்நீர் போன்ற பொய்த் தோற்றமாக இருக்கிறது அல்லவா? எத்தனையோ முறை ஐரோப்பா தனது அந்திமக் காலத்தினூடாக வாழ்ந்துவருகிறது என்று சொல்லப்பட்டிருக்கிறதே!

அனைத்து இறுதிக்கட்ட முரண்பாடுகளிலும், முடிவுகளில் ஒன்று இருக்கவே செய்கிறது. ஒரு குறிப்பிட்ட நிகழ்வு முன்கூட்டியே முன்னறிவிக்கப்படுகிறபோது, தனது எதிர்வருகிற வீழ்ச்சியை, நம்மில் பலருக்கும் அது தெரிந்துவிடும், நாம் ஒருவேளை அதற்காக வருந்தவும் செய்யலாம். ஆனால், அந்தக் கடுந்துயரம் நம்மை நெருங்கி வருகிறபோது, நாம் முன்னதாக வேறு திசையில் கவனத்தைச் செலுத்தத் துவங்கியிருப்போம். சாவு கண்களுக்குப் புலப்படாததாக ஆகிறது. நதிகளும், நைட்டிங்கேல் பறவையும், வயல்வெளிகளின் ஊடாக ஊர்ந்து செல்லும் பாதைகளும் மனித மனங்களிலிருந்து மறைந்து இப்போது சில காலம் ஆகிவிட்டது. இயற்கையே நமது பூமியிலிருந்து நாளை மறைந்துவிடும் என்றால், யார் அதனை கவனித்துக்கொண்டிருப்பார்கள்? ஆக்டோவியா பாஸையும், ரெனெ சாரையும் (Rene Char) *பின்பற்றி வந்தவர்கள் எங்கே? மிகச் சிறந்த கவிஞர்கள் இப்போது எங்கே சென்றார்கள்? அவர்கள் எல்லாம் இப்போது மறைந்துவிட்டார்களா? அல்லது அவர்களது குரல் மட்டும் கேட்க முடியாததாக ஊமையாகிவிட்டதா? நம்முடைய வழக்கையே எடுத்துக்கொள்வோம். கவிஞர்கள் இல்லாத நிலவெளியைக் கற்பனை செய்துகூட பார்க்க முடியாது என்றிருந்த ஐரோப்பா இன்று மாறிவிட்டது. ஒருவேளை, கவிதைகளுக்கான தேவையை மனிதன் தொலைத்துவிட்டால், எப்போது அது அழிந்துபோனது என்பதை அவன் கவனிப்பானா? முடிவு என்று சொல்வது, ஒட்டுமொத்தமான பேரழிவை அல்ல. முடிவைப்போல அமைதியான வேறெதுவும் நிகழ முடியாது.*

ஒப்புக்கொள்கிறேன். ஆனால், ஒரு விஷயம் அழிவை எய்துகிறது என்றால், மற்றொன்று தோன்றியிருக்கிறது என்றுதானே அர்த்தம்?

நிச்சயமாக.

ஆனால், அந்தத் துவக்கம் என்றால் என்ன? உங்களுடைய நாவல்களில் அதனைப் பார்க்கவே முடியவில்லையே. இங்குதான் ஒரு சந்தேகம் எழுகிறது, வரலாற்றுத் தருணங்களின் ஒரு பகுதியை மட்டும்தான் நீங்கள் பார்க்கிறீர்களோ?

அப்படியும் இருக்கலாம். ஆனால், அது கல்லறைக்கு ஒப்பானது அல்ல. பதிலாக, நாவல் என்றால் என்ன என்பதைப் புரிந்துகொள்வது ரொம்பவும் முக்கியமானது. ஒரு வரலாற்று ஆய்வாளன், நடந்த நிகழ்வுகளைப் பற்றி உங்களுக்கு எடுத்துக் கூறுவான். ஆனால், அதற்கு நேரெதிராக, ரஸ்கல்னிகவ்வின் ('குற்றமும்

தண்டனையும்' நாவலில்) குற்றம், பகல்வெளிச்சத்தை ஒருபோதும் பார்த்ததில்லை. ஒரு நாவலின் பண்பு என்பது வாழ்க்கையை ஆராய்வதல்ல. மாறாக, இருத்தலையே அது விசாரணைக்குள்ளாக்குகிறது. அதோடு, இருத்தல் என்பது என்ன நடந்தது என்கிற தகவல்களில் இருப்பதல்ல. இருத்தல் என்பது மனித சாத்தியங்களின் எல்லைகளை ஆராய்வது, மனிதன் எதனாலெல்லாம் உருவாகியிருக்கிறான், எதையெல்லாம் அவனால் செய்ய முடியும் என்பதை ஆராய்வதே இருத்தலியல். இதனையோ அல்லது மனித சாத்தியங்களையோ கண்டுபிடித்து நாவலாசிரியர்கள் இருத்தலியலுக்கான ஒரு வரைபடத்தை உருவாக்குகிறார்கள். மறுபடியும், இருப்பது என்பது: "உலகத்துள் இருப்பதே." கதாபாத்திரத்தையும், அவனது உலகத்தையும் 'சாத்தியங்கள்' என்கிற அளவிலேயே புரிந்துகொள்ள வேண்டும். காஃப்காவில் அனைத்தும் தெளிவாக இருக்கிறது: காஃப்காவியன் உலகம் என்பது நாம் அறிந்த யதார்த்த உலகத்தைப்போல இருப்பதில்லை, மாறாக, மனித உலகத்தின் அதீதமான, இதுவரையிலும் உணர்ந்திருக்காத சாத்தியங்களின் உலகமே அது. இந்தச் சாத்தியங்கள் என்பது நமது யதார்த்த உலகத்தின் பின்னால் இருந்து ஒருவித மயக்கத்தைத் தோற்றுவிக்கிறது என்பது உண்மைதான் என்றாலும், நமது எதிர்காலம் பற்றிய முன்னறிவிப்பாகவும் இது தெரிகிறது. அதனால்தான், காஃப்காவிடத்தில் இருக்கிற இந்தத் தீர்க்கதரிசனப் பண்புகளைப் பற்றி அவர்கள் பேசுகிறார்கள். ஆனால், அவருடைய நாவல்களில் அவற்றைப் பற்றி தீர்க்கதரிசனப் பார்வைகள் இல்லையென்றாலும், அவை தமது மதிப்பீட்டை இழந்துவிடாது. ஏனெனில், அவை இருத்தல் பற்றிய ஒரு சாத்தியத்தைக் கைப்பற்றி வைத்திருக்கின்றன (மனிதனுக்கும், அவனது உலகத்துக்குமான சாத்தியம்). அதன்வழியே நாமெல்லாம் யார் என்பதையும், நம்மால் என்னவெல்லாம் சாத்தியம் என்பதையும் பார்க்கத் தூண்டுகின்றன.

ஆனால், உங்களுடைய நாவல்கள் முற்றிலும் யதார்த்தமான உலகத்தின் மீதுதான் மையங்கொண்டிருக்கின்றன.

புரோச்சின், 'The Sleepwalkers'-ஐ நினைத்துப் பாருங்கள். முத்தொகுப்பு நாவலான அதில் ஐரோப்பியாவின் முப்பதாண்டு கால வரலாறு பதிவாகியிருக்கிறது. புரோச்சைப் பொறுத்தவரையில், வரலாறு என்பது நிரந்தரமாகச் சிதைக்கப்பட்ட மதிப்பீடுகளின் விளக்கங்களாகும். கூண்டுக்குள் சிறை வைக்கப்பட்டிருப்பதைப்போல, இந்தச் செயல்முறையில் கதாபாத்திரங்கள் பூட்டி வைக்கப்பட்டு, அதன் தொடர்ச்சியாகப் பொதுவான மதிப்பீடுகளின் அழிவை வெளிப்படுத்தும் வகையில், அவர்கள் வாழ்க்கைக்கான வழிமுறைகளைத் தேடும் விதமாக அந்த நாவல் எழுதப்பட்டிருக்கிறது. உறுதியாகவே, புரோச்சும் தனது வரலாற்றின் தீர்மானங்கள் சரிதான் என்பதில் திருப்தியுடையவராகவே இருந்தார். தான் விவரித்துக்கொண்டிருக்கும் உலகம் பற்றிய சாத்தியங்கள் அனைத்தும் உண்மையாகவே நடைமுறைக்கு வரும் வாய்ப்பு இருக்கிறது என்பதில் அவருக்கு நம்பிக்கை இருந்தது. ஆனால், புரோச் தவறாகப் புரிந்துகொண்டார் என்றும், அவர் வெளிப்படுத்திய சிதைவு செயல்முறைக்கு இணையாகவே மற்றொரு சாதகமான வளர்ச்சி நிலை

இருந்திருக்கிறது என்றும், அதனைப் பார்க்க புரோச் தவறிவிட்டார் என்றும் நாம் கற்பனை செய்து பார்க்கலாம். அது எந்த வகையிலாவது The Sleepwalkers கொண்டிருக்கும் மதிப்பீடுகளை மாற்றிவிடப் போகிறதா? நிச்சயமாக இல்லை. ஏனெனில், இத்தகைய மதிப்பீடுகளின் சிதைவு செயல்பாடு என்பது, மனித உலகின் மறுக்கவே முடியாத சாத்தியமாகும். இந்தச் செயலாக்கத்தின் சுழலில் மனிதன் சிக்கிக்கொள்வதையும், அவனது சைகைகளையும், அவனது மனப்பான்மையையும் புரிந்துகொள்ள, இது இன்றியமையாததாகும். இருத்தலின் அறியப்படாத புதிய பிரதேசத்தையே புரோச் கண்டுபிடித்திருக்கிறார். இருத்தலின் பிரதேசம் என்பது இருத்தலின் சாத்தியங்களைக் குறிப்பதே ஆகும். அந்தச் சாத்தியங்கள் யதார்த்தத்தில் நிகழ்கிறது, நிகழவில்லை என்பதெல்லாம் இரண்டாம்பட்சமான கருத்துகளே!

உங்களது நாவல்கள் மையங்கொண்டிருக்கும் இறுதி முரண்பாடுகளின் காலம் என்பதை யதார்த்தம் என்பதாக அல்லாமல், சாத்தியங்கள் என்பதாகவே கருத வேண்டும். அப்படித்தானே?

ஐரோப்பியாவுக்கான ஒரு சாத்தியம். ஐரோப்பியாவுக்கான சாத்தியமான ஒரு பார்வை. மனிதனுக்குச் சாத்தியமான ஒரு சூழ்நிலை.

யதார்த்தத்தை அல்லாமல் சாத்தியங்களைத்தான் கைப்பற்ற நீங்கள் முயற்சிக்கிறீர்கள் என்றால், ப்ராக் பற்றி நீங்கள் உருவாக்கும் சித்திரத்திற்கு ஏன் முக்கியத்துவம் கொடுக்க வேண்டும்? உதாரணத்திற்கு, அதில் நிகழும் சம்பவங்களுக்கு ஏன் முக்கியத்துவம் கொடுக்க வேண்டும்?

ஒரு வரலாற்றுச் சூழ்நிலையை, ஓர் எழுத்தாளர் புதியதாகவும் மனித உலகத்தை வெளிப்படுத்தும் சாத்தியமாகவும் கருதினார் என்றால், நிச்சயமாக அதனை உள்ளபடியே விவரிக்கவே விரும்புவார். இருப்பினும், நாவலின் மதிப்பீட்டைப் பொறுத்தவரையில், வரலாற்று யதார்த்தத்தின் மீதான நம்பகத்தன்மை என்பதெல்லாம் இரண்டாம்பட்சமானதுதான். நாவலாசிரியன் ஒரு வரலாற்று ஆய்வாளரோ, தீர்க்கதரிசியோ அல்ல. அவர் இருத்தலை விசாரணைக்கு உள்ளாக்குபவர்.

உரையாடல் 2:

மிலன் குந்தேராவிடம் எழுத்து, வெளியேற்றம், அரசியலும் கலாச்சாரமும், மொழிபெயர்ப்பு, பிரான்ஸில் வாழ்க்கை மற்றும் பெண்கள் எனும் தலைப்புகளின் கீழ் ஜோர்டன் எல்கிராப்லியால், 1987ஆம் வருடத்தின் குளிர்காலத்தில் மேற்கொள்ளப்பட்ட நேர்காணல்.

1. எழுத்து

The book of Laughter and Forgettingஇல், கிராஃபோமேனியா (graphomania) பற்றி நீங்கள் பேசியிருக்கிறீர்கள். அதாவது, 'ஒவ்வொருவரையும் அவருடைய சொந்த எழுத்துகளே சூழ்ந்திருக்கின்றன, வெளியிலிருந்து வரப்படும் அனைத்துக் குரலொலிகளையும் கண்ணாடித் தடுப்புகளை அரணாக அமைத்து, உள் நுழைய அனுமதிக்காதபடி'. கிராஃபோமேனியா என்பது புத்தகங்கள் எழுதுவதன் மீதிலான அதீத விழைவு. அப்படியானல், பிறகு, எழுத்து என்பது விடுதலை அளிப்பதாகவும், ஆரோக்கியமானதாகவும் இருக்கிறது என்பதை ஒப்புக்கொள்ள மறுக்கிறீர்களா? அதோடு, பிரத்யேகமான சிகிச்சையாகவும், சுய வெளிப்பாடு என்பதையும் சேர்த்தே மறுக்கிறீர்களா?

எழுத்து என்பது சிகிச்சையின் வடிவத்திலானது; ஒருவர் தன்னில் இருந்து ஏதோவொன்றை விடுவிப்பதற்காகத்தான் எழுதுகிறார். எனினும், இதில் அழகியல் மதிப்பீடுகள் எதுவுமில்லை. இந்த வகைப்பட்ட எழுத்தை - அதாவது முழுமையாக அனுதாபத்தைக் கோருவதும், முறையியலாக இருப்பதும், அதோடு நினைவூட்டலையும், சிகிச்சை முறையையும் கொண்டிருப்பது - குறிப்பிட்ட அழகியல் மதிப்பீடுகளின் தேவையைப் பெற்றிருக்கும் எழுத்தை, நாம் இலக்கியம் என்றழைக்கும் எழுத்துடன் குழப்பிக்கொண்டால், அதன் பெயர்தான் கிராஃபோமேனியா. அதனால் ரோலாண்ட் பார்தேயின் சொற்றொடரான,"Tout est ecriture" (அனைத்தும் எழுதப்பட்டுவிட்டது) ரொம்பவும் அபாயகரமானதாக எனக்குத் தெரிகிறது. நாம் எழுதுகிற அனைத்திலுமே இயற்கையாக அழகியல் மதிப்பீடு இருக்கிறது என்று அவர் வலியுறுத்தினார். அந்தக் கோட்பாட்டில் எனக்கு நம்பிக்கையில்லை.

நாவல் கட்டமைப்பு என்பது வெளிப்படையானதாக இருக்கக்கூடாது என்று சொல்லியிருக்கிறீர்கள். அதோடு, ஒருவர் "நாவல் நுட்பத்தின் தன்னியல்பு தன்மையிலிருந்து" விடுவிக்கப்பட்டவராக இருக்க வேண்டும் என்றும் தெரிவித்திருக்கிறீர்கள். அதோடு, *"நாவல் என்பது கேள்விக்குப் பதில் அளிப்பதல்ல; அது பல்வேறு சாத்தியங்களைக் கையளிக்கிறது"* என்றிருக்கிறீர்கள். இதனை மேலும் விவரிக்க முடியுமா?

"நாவல் நுட்பத்தின் தன்னியல்பு தன்மை" என்றால் என்ன? நாம் இசையுடன் ஓர் ஒப்புமையைச் செய்யலாம். உதாரணத்திற்கு ஃபுகூவின் வடிவத்தை எடுத்துக்கொள்வோம். இரண்டு மூன்று குரல் ஒலிகளை ஒரு பாலிஃபோனிக் (பல ஒலிகளைக் கொண்ட) தொகுப்பாக உருவாக்கும்போது, சில குறிப்பிட்ட விதிகள் இருக்கவே செய்கின்றன. இசைப் பயிற்சியின்போது, இசைத் தொகுத்தல் வகுப்பில் இந்த விதிமுறைகள் உங்களுக்குக் கற்பிக்கப்படுகிறது. பிறகு என்ன, முன்னதாகவே ஆயிரமாயிரம் ஃபுகூ குறிப்புகள் எழுதப்பட்ட கலாச்சாரப்

பின்புலம் உங்களிடம் இருக்கிறது. அவ்வகையில், செறிவான வீட்டுப்பாடம் எனும் சிறிய நோக்கத்துடன் என்னிடம் கோரப்படும்போது, நான் ஒரு ஃபுகூவை - தன்னியல்பாகவே எழுதிவிடுவேன். இந்தத் தன்னியல்பான உத்தி என்பது அனைத்து இசைத் தொகுப்புக்கும் தொடர்ச்சியான அபாயமாகவே இருக்கிறது. ஆனால், இதே அபாயம் அனைத்து வகையிலான கலைக்கும் இருக்கிறது. குறிப்பாக, நாவல் கலைக்கு அது மிகுதியாகவே இருக்கிறது. மகத்தான உலகத்தின் நாவல் உற்பத்தியைப் பாருங்கள்! நாவல்கள் கண்கூடாகவே தம்மைப் பற்றியே எழுதத் துவங்கிவிடுகின்றன; அது ஆசிரியரைப் பற்றி அல்ல, ஆனால் "தன்னியல்பான மற்றும் வழக்கமாக நாவல் உத்தியை எழுதத் துவங்கிவிடுகிறது." ஓர் ஆசிரியர், அதாவது அசலான ஆசிரியர், தொடர்ச்சியாக இத்தகைய மிகுதி எடையைச் சுமப்பதிலிருந்து எதிர்நிலையில் செயல்படுகிறவராக இருக்க வேண்டும்.

இவ்வகையில், நாவலைக் கூடுமானவரையில் மறைபொருள் தன்மையில் எழுத வேண்டுமென்கிற உங்களது விருப்பம் சாத்தியமானதுதான். அப்படியென்றால், உங்களது எழுத்து மேசையில் நீங்கள் செயல்படத் துவங்கும்போது பல பத்திகளை ஒதுக்கிவிடுவீர்கள் என்று அர்த்தமா? அழித்தல்களும் மாற்றங்களும்தான் இத்தகைய உரைநடை எழுத்திற்கு எதிராக நீங்கள் முன்வைக்கும் எதிர் அமைப்பா?

ஆமாம். அதிக அளவிலான பக்கங்களையும், பத்திகளையும் நான் நீக்கிவிடுகிறேன் என்பது ஏற்றுக்கொள்ளக்கூடிய நடைமுறை வழக்கம்தான். ஒருவர் எழுதியதிலிருந்து பலவற்றையும் நீக்குவது என்பது உச்சபட்சக் கற்பனை வளர்த்தெடுப்புச் செயலாகும். காஃப்காவின் விமர்சகர்கள் (அவர்களில் முதன்மையானவர் மாக்ஸ் ப்ராட்), தமது நாவல்களில் காஃப்கா நீக்கியிருக்கும் சொற்றொடர்களைக் குறிப்பிட்டுப் பேசும்போது, எனக்கு அதிர்ச்சி ஏற்படுகிறது. அவர்கள் காஃப்கா குறித்த ஒரு பொதுச் சித்திரத்தை உருவாக்கிக் காட்டும்போது இதையும் சேர்த்தே குறிப்பிடுகிறார்கள். இங்கு உங்களுக்கு "Tout est ecriture"-க்கு ஒரு நடைமுறை உதாரணம் கிடைத்துவிட்டது. காஃப்காவின் விமர்சகர்களைப் பொறுத்தவரையில், அவர்கள் எப்போதும் ஒரேமாதிரியான மதிப்பீடுகளுடன்தான் எழுதியிருக்கிறார்கள். இப்போது, ஒரு சொற்றொடரை நீக்குவது என்பது - அதில் எந்தவொரு சிறப்பும் இல்லை என்பதை உணருவது, அதாவது அது பிரத்யேகமான, புதிதான ஒரு செயல்முறை அல்ல - இதுவொரு அதீத முயற்சியின் விளைவாகவும், எனது மனதைப் பொறுத்தவரையில், அவ்வப்போது, எழுதுவதை விடவும் அதிகப்படியான அறிவார்த்தமான ஆற்றலைக் கோருவதாகவும் இருக்கிறது.

நாவலாசிரியர்களின் ஒரே கடமை என்பது அறிவுச் சேகரத்திற்கான தேடல்தான் என்று ஹெர்மன் புரோச் (Hermann Broch) குறிப்பிட்டிருப்பதாக மேற்கோள் காட்டியிருக்கிறீர்கள். இது ஒருவகையில், கலைச் செயல்பாடு என்பது அழகியல் கிளர்ச்சி என்பதை விட, குறிப்பிட்ட அழகியலுக்கான வெற்றிடத்தைப்

பிரதிபலிக்கும் தரத்தைப் பெற்றிருக்கும் என்று குறிப்புணர்த்துவதாகத் தோன்றவில்லையா?

ஆனால், அழகியல் ரீதியிலான கிளர்ச்சி என்பது என்ன? என்னைப் பொருத்த அளவில் சொல்லப்படாத, விவரிக்கப்படாத, பார்த்திருக்காத ஒன்றிற்கு முன்பாக நான் அனுபவம் கொள்ளும் ஆச்சர்யமே ஆகும். ஏன் மேடம் பொவாரி (Madame Bovary) எப்போதும் நம்மை வசீகரிக்கத் தவறுவதில்லை? ஏனெனில், இன்றைக்கும்கூட இந்த நாவல் நம்மை ஆச்சர்யப்படுத்துகிறது. நமது தினப்படி வாழ்க்கையில் நாம் பார்க்கும் நிலையில் இல்லாததை அது திறந்துவிடுகிறது. நாம் எல்லோரும் மேடம் பொவாரியை ஒரு சமயத்திலோ அல்லது வேறொரு சமயத்திலோ சந்தித்திருப்போம்; எனினும், அவளை அடையாளம் காணுவதில் தோல்வியுற்றிருக்கிறோம். உணர்ச்சி நிலைகளின் வழிமுறை, மாயைகளின் வழிமுறை அணிந்திருந்த முகமூடியை ப்ளொபெர்ட் (Flaubert) அவிழ்த்து வெளிப்படுத்தினார். லிரிக்கல் உணர்ச்சி நிலையின் மூர்க்கத்தையும், குரூரத்தன்மையையும் அவர்தான் நமக்குக் காண்பித்தார். அதைத்தான் நாவலின் அறிவுச் சேகரம் என்று நான் கருதுகிறேன். ஓர் ஆசிரியர் முன்பொருபோதும் வெளிப்படாத யதார்த்தத்தின் சாம்ராஜ்யத்தைத் திறந்து காட்டுகிறார். இந்தத் திறப்பு ஆச்சர்யத்தை உண்டுபண்ணுகிறது. அதோடு, ஆச்சர்யமான அழகியல் கிளர்ச்சியை, வேறு வார்த்தைகளில் சொல்வதென்றால், அழகின் உணர்வை வெளிப்படுத்துகிறது. மற்றொருபுறத்தில், வேறோர் அழகும் நிலவுகிறது: *அறிவுக்கு வெளியில் இருக்கும் அழகு*. முன்னதாகவே ஓராயிரம் முறை இலகுவாகவும், வசீகரமான முறையிலும் விவரிக்கப்பட்டதையே ஒருவர் மீண்டும் விவரிப்பு செய்கிறார். *“ஆயிரம் முறை முன்னதாகவே சொல்லப்பட்டது”* என்பதன் அழகைத்தான் நான் “Kitsch” (ரசனையற்றத் தன்மை) என்று உறுதியாகக் கருதுகிறேன். இந்த வகையிலான விவரிப்பைதான், ஓர் உண்மையான கலைஞன் மிக ஆழமாக வெறுக்கச் செய்வான். அதோடு, ஆமாம், இந்த “அழகற்றதன் அழகு” எனும் வகையிலான அழகுணர்ச்சிதான் நமது நவீன உலகத்தை ஆக்கிரமிப்பு செய்யத் துவங்கியிருக்கிறது.

ஒருவகையில், நாவலென்பது வாழ்க்கையின் குறிப்பிட்ட அறிவை எய்துவதற்கான புதிய அணுகுமுறையைச் சாத்தியப்படுத்தும் வல்லமையைப் பெற்றிருக்க வேண்டும் என்று சொல்கிறீர்கள். மறுகையில், “நாவல் கேள்விகளுக்குப் பதில் அளிக்காது” என்று விவாதிக்கிறீர்கள். ஆனால், இப்படி அறிவைத் திறப்பது என்பது எழுத்தாளன் கேள்விகளுக்குப் பதில்களை முன்வைக்கிறான் என்று அர்த்தமாகாதா?

எல்லோரும் தீர்ப்புகளை வழங்க விரும்புகிறார்கள். ஒருவரைப் பற்றி முழுமையாகத் தெரிந்துகொள்வதற்கு முன்னதாகவே, அவர் நல்லவரா அல்லது கெட்டவரா என்று தீர்மானித்துவிடுகிறார்கள். ஒரு கருத்தைக் கேட்பதற்கு முன்பாகவே, ஒருவர் கும்பல் மனோபாவம் கொண்டவரா அல்லது தனக்கு எதிரியா என்றெல்லாம்

முடிவு கட்டிவிடுகிறார்கள். இத்தகைய நியாயத் தீர்ப்புகளை வழங்குவதன் மீதிலான ஆர்வம், ஒன்றைப் பற்றி அறிந்துகொள்வதில் நிலவும் மந்தத்தன்மையும், பிறரைப் புரிந்துகொள்வதும்தான், மனித இயல்பு என்று வகுக்கப்படுகிறது. இது மனிதன் மீது கவிந்துவிட்டிருக்கும் சாபமாகும். இப்போது நாவல், குறைந்தபட்சம் நான் எண்ணிக்கொண்டிருக்கும் விதத்திலாவது, மனிதனின் இந்தப் போக்குக்கு எதிராக இயங்குகிறது. எல்லாவற்றிற்கும் மேலாக, நாவல் புரிந்துகொள்வதற்குப் பாடுபடுகிறது. ஈவா பொவாரி மனிதத்தன்மை அற்றவளா? ஆமாம். அவள் ஆன்மாவைத் தொடுகின்றவளா? ஆமாம். வேறு வார்த்தைகளில் சொல்வதென்றால், அவள் தெளிவற்றவளாக இருக்கிறாள். தெளிவற்றத் தன்மை எனும் வார்த்தையைக் கைப்பற்ற முயலுங்கள். ஒருவேளை, தினப்படி வாழ்க்கையில், உங்களிடம் நான், "நீங்கள் பேசுவது அனைத்துமே எனக்குத் தெளிவற்றதாகவே இருக்கிறது" என்று கூறினால், அது நான் உங்களை நிந்திப்பதைப்போல ஆகிவிடும். அர்த்தத்தை வெளிப்படுத்த நீங்கள் விரும்பவில்லை, அல்லது உங்களுக்கு அதனை எப்படிச் சுருக்கமாகச் சொல்வது என்று தெரியவில்லை. தெளிவற்றதாக இருப்பது, வீழ்த்துவதாக இருக்கிறது. அல்லவா? ஆனால் நாவல் கலையில், தெளிவற்றதாக இருப்பது என்பது பலவீனமானதல்ல. நாவல் கலை கண்டுபிடிக்கப்பட்டதே, உண்மையில் மாஸ்டர்கள் இந்தத் தெளிவற்றத்தன்மையைப் பயன்படுத்தத் துவங்கியபோதுதான். நாம் இன்னும் கொஞ்சம் ஆழமாகச் சென்று, நாவல் கலையை, கண்டுபிடிப்புக்காக ஏங்கும், அதோடு, விஷயங்களின் தெளிவற்றத்தன்மையையும் உலகத்தின் தெளிவற்றத்தன்மையையும் கைப்பற்ற உண்டாகும் விழைவு என்று அர்த்தப்படுத்தி விளக்கலாம். ஏன் ஒருவர் ஒப்புதல் வாக்குமூலங்களையும் நாவல்களையும் ஒன்றெனக் கருதி குழம்பிக்கொள்ளக்கூடாது என்பதை இது விளக்குகிறது. வாக்குமூலம் என்பது தெளிவற்றத்தன்மையில் இருந்துவிடக்கூடாது. அது வாக்குமூலம் வழங்கும் நபரின் மனதைத் திறந்து நேரடியாகவும் நேர்மையாகவும் சொல்வதாக இருக்க வேண்டும். நாவல் என்பது ஒப்புதல் வாக்குமூலம் அல்ல. மாறாக, அது தனது கதாபாத்திரங்கள் பற்றியும், அவர்கள் வளர்ந்த உலகம் பற்றியும் நம்மிடம் உரையாடுவது. நாவலின் குறிக்கோள், கதாபாத்திரங்களின் இந்தக் கலைடாஸ்கோப் தன்மையை ஒருங்கிணைத்தலே ஆகும். ஒவ்வொரு கதாபாத்திரமும் தமக்கேயான பிரத்யேக உண்மையையும், பிரத்யேக பார்வையிலான உலக அணுகுமுறையையும் கொண்டிருக்கிறது. அனைத்துக் கதாபாத்திரங்களும் சுயம் பற்றிய தனிப்பட்ட கருத்தாக்கத்தை உடையவர்களாக இருக்கிறார்கள். மற்றும் இந்தக் கருத்தாக்கம் துயரார்ந்த வகையில் (அல்லது நகைச்சுவையாக) அவர் யதார்த்தம் என்று கருதி வாழும் உலகத்தால் மாறுதலடைகிறது. பாருங்கள், திடீரென நாம் இப்போது குழப்பங்கள் நிலவும் பிரபஞ்சத்தில் நம்மை உணருகிறோம். நாவலாசிரியர் இந்தத் தெளிவற்றத்தன்மை மீது அழுத்தம் கொடுத்து, தனது வாசகர்களிடம், இவ்வாறு குறிப்பிடுகிறார்: *உலகத்தை எளிதானதாகக் கருதாதீர்கள்!* இதனை நீங்கள் புரிந்துகொள்ள வேண்டுமென்றால், தெறிவற்றத்தன்மையை, அதனது

முழுமையான ஆற்றலுடனும், அதனது அத்தனை சிடுக்குத்தன்மையுடனும் நீங்கள் கைப்பற்றியாக வேண்டும்.

நதீன் கோர்டிமரைப் (Nadine Gordimer) பொறுத்தவரையில், சில 'இயற்கையான' எழுத்தாளர்கள் இருக்கிறார்கள்; அவர்கள் மிக இளைய வயதிலேயே எழுதத் துவங்கிவிடுவார்கள். அதோடு, சமூக எதிர்வினை எழுத்தாளர்கள் இருக்கிறார்கள்; அவர்கள் சீற்றத்தையும், ஒருவகையிலான தார்மீகக் கோபத்தையும் வெளிப்படுத்துவதற்கான உந்துதலைப் பெற்றிருப்பார்கள். உங்களது எழுத்து, இதுபோன்ற நோக்கங்களை வலியுறுத்தும் வகையினைச் சார்ந்ததா? அல்லது இவற்றிலிருந்து வேறுபட்டு வேறு வகையில் நீங்கள் இயங்குகிறீர்களா?

நிச்சயமாக நான் இரண்டாம் வகைப்பட்ட பிரிவைச் சார்ந்தவன் அல்ல. இதனை நான் அழுத்தமாக வலியுறுத்த காரணம், என்னுடைய எழுத்து, ஏதோவொன்றிற்கு எதிராகக் கிளர்ச்சி செய்வதற்காகத் துவங்கப்பட்ட எழுத்து என்றே பார்க்கப்படுகிறது. நான் முதல் வகைப்பட்ட பிரிவைச் சார்ந்த எழுத்தாளன்தான் என்றாலும், சில ஒதுக்கீடுகளுடன்தான். நான் என்ன சொல்ல முயற்சிக்கிறேன் என்றால், எனக்குள் இந்தக் கலைக்கான விழைவு உணர்வு சிதறியதாகவே இருந்தது. ஒரே சமயத்தில் நான் இசையில் வேலை செய்ய விரும்பினேன், அதன் தொடர்ச்சியாகச் சில காலத்துக்கு ஓவியக் கலையில் எனது நேரத்தைச் செலவிட்டேன். அதன்பிறகு, திரைப்படங்களையும் இலக்கியத்தையும் பற்றி சிறிது காலம் நினைத்துக்கொண்டிருந்தேன். கண்பார்வையற்றவன் எதையேனும் பிடுங்க முயற்சிப்பதைப் போல கலைக்குள் உலாத்திக்கொண்டிருந்த நான், எதனை என்னால் தாங்க முடிகிறது என்று கண்டுபிடிக்க முயற்சித்தேன். இறுதியில், எனக்கு 30 வயது ஆனபோது, உரைநடையில் எனது கவனத்தைச் செலுத்த ஆரம்பித்தேன். என்னை நானே கண்டடைந்தபோது, இது நிகழ்ந்தது. சமூகத்துக்கு எதிர்வினை புரிய வேண்டும் என்கிற எண்ணத்தால் அடித்துச் செல்லப்படும் வரையில் இது எனது உந்துவிசையாக இருக்கவில்லை, இலக்கியத்தின் மீது சாய்வுகொள்ளச் செய்த உந்துவிசை இதுவல்ல. வேறொரு கோணத்தில் இதனை விவரிக்கிறேன்: ஒன்றிற்கு எதிராக எழுதுவது என்பதோ, ஒன்றை எதிர்த்து எழுதுவது என்பதோ நோக்கமாக இருக்கவில்லை. ஆனால், என்னைச் சுற்றிலும் இருந்த பொருள்வயப்பட்ட யதார்த்தம் ரொம்பவும் புதிரானதாகவும், சுவாரஸ்யமூட்டுவதாகவும் இருந்ததால், உடனடியாக மற்றைய அனைத்தையும் கை கழுவிவிட்டு, உரைநடையின் திசையில் பயணிக்கத் துவங்கிவிட்டேன். எனினும், உரைநடையை நான் கையில் எடுத்துக்கொண்டுவிட்டபோதிலும், முன்காலத்தில் என்னவிதமான அழகியல் லட்சியங்களை நான் பெற்றிருந்தேனோ அதே உணர்வுகளுடன்தான் உரைநடையிலும் தொடர்ந்தேன்.

விட்டோல்ட் கோம்ப்ரோவிச் தனது சிறுகதைத் தொகுதியையும், இறுதியாக ஒரு நாவலையும் (ferdydurke) பதிப்பிப்பதற்கு முன்னால், இரண்டு நாவல்களை எழுதி எரித்துவிட்டார். புனைவெழுத்தை எழுதுவது என்ற தீர்மானத்தை உருவாக்கிக்கொண்டதும், உங்களது வளர்ச்சி நிலை அதில் என்னவாக இருந்தது?

Laughable Loves தொகுப்பில் உள்ள சிறுகதைகளை எழுதுவதில் இருந்துதான் துவங்கினேன். அதனால் அந்தத் தொகுப்பு, முதலில் பத்துக் கதைகளாக இருந்து, பின்னர் ஏழு கதைகளாகச் சுருக்கப்பட்டது. அதுதான் எனது முதல் முழுமையான உரைநடை எழுத்து முயற்சியாகும். ஓர் இசையமைப்பாளர் தனது இசைக் குறிப்புகளைக் கோத்து வடிவமைப்பதைப் போலத்தான் நானும் துவங்கினேன்: அத்தொகுப்பில் சில கதைகள் இடம்பெறவில்லை. Laughable Lovesஇன் முதல் கதையிலேயே எனது எழுத்துச் சிலிர்த்து எழுந்தது. அதுதான் எனது முதல் இசைக் குறிப்பு. அதற்கு முன்பு நான் எழுதியிருந்த அனைத்தும் முந்தைய காலத்தைச் சார்ந்ததாகக் கருதப்படலாம்.

அமெரிக்கக் கலாச்சாரமும் இலக்கியமும் எந்த எல்லை வரையில் உங்கள் மீது தாக்கத்தைச் செலுத்தியிருக்கின்றன என்பதை அறிந்துகொள்வதில் ஆர்வமாக இருக்கிறேன். 'Cowards' புத்தக ஆசிரியர் ஜோசப் ஸ்க்வொர்கி தனது எழுத்திலும், பார்வையிலும், அதோடு போருக்குப் பிந்தைய செக் புனைவெழுத்திலும், அமெரிக்க இலக்கியமும் ஜாஸ் இசையும் மிகுதியான பாதிப்புகளைச் செலுத்தியிருக்கின்றன என்று ஒப்புக்கொள்கிறார்.

ஸ்க்வொர்கி அமெரிக்காவின் மீது சார்பு நிலைகொண்ட ஆசிரியர். இது விநோதமானதுதான். எனினும், சிறிய நாடுகள் ரொம்பவும் காஸ்மோபொலிட்டனாக விளங்குகின்றன. அவை அப்படி இருப்பதற்கு விதிக்கப்பட்டுள்ளன என்று நீங்கள் தெரிவிக்கலாம். ஏனெனில், இந்தச் சிறிய போலிஷ், டேனிஷ், செக் இலக்கியங்களை மட்டுமே அறிந்த, தன்னுடைய உடனடிச் சூழலுக்கு வெளியில் நிலவும் உலகத்தைப் பற்றி சிறிய அளவிலேயே தெரிந்து வைத்திருக்கும் ஓர் ஏழை மாகாணத்தைச் சேர்ந்தவராக நீங்கள் இருக்கலாம் அல்லது அனைத்து இலக்கியங்களின் பரீட்சயங்களையும் உடைய பிரபஞ்சவாதியாக இருக்கலாம். சிறிய நாடுகள் மற்றும் மொழிகளின் முரண்பாடான ஒரு சாதக அம்சம் என்னவென்றால், அவற்றுக்கு உலகின் பல்வேறு இலக்கியங்களின் அறிமுகம் ஏற்பட்டிருக்கும். ஆனால், ஓர் அமெரிக்கருக்குப் பெரும்பாலும் அமெரிக்க இலக்கியங்களே தெரிந்திருக்கும். ஒரு பிரெஞ்சு குடிமகனுக்குப் பிரெஞ்சு இலக்கியமே அறிமுகமாகியிருக்கும். செக்வாசிகள் பகிர்ந்துகொள்கிற இந்தப் பொதுவான எல்லைகளைக் கடந்தும், அவர்களுக்கு ஒருதலை சார்பு இருக்கவே செய்கிறது. ஜாஸ் இசையின் காரணமாகவே, அமெரிக்க இலக்கியத்தின்பால் ஈர்க்கப்பட்டிருக்கும் சிலரில் ஒருவர்தான் ஸ்க்வொர்கி என்று நான் நம்புகிறேன். இளைஞனாக இருக்கும்போதிலிருந்தே அவர் ஜாஸ் இசைக்

கலைஞனாகத்தான் இருக்கிறார்; அதனால் இளம் வயதிலிருந்தே அவர் ஓர் அமெரிக்கனிஸ்ட்தான்! அவர் வில்லியம் பால்க்னரை அற்புதமான வகையில் மொழிபெயர்ப்பு செய்திருக்கிறார். அதனால் ஸ்க்வொர்கியின் தனிப்பட்ட அசல்தன்மை என்பது, ஒரு செக் குடியரசைச் சேர்ந்தவனைப் பொறுத்தவரையில், அமெரிக்க இலக்கியத்தின் இணைப்பாளர் என்பதுதான். மறுபுறத்தில், நான் எப்போதும் பிரெஞ்சு இலக்கியம் மற்றும் கலாச்சாரத்தால்தான் ஈர்க்கப்பட்டிருக்கிறேன். மிக இளைய வயதிலிருந்தே பாதுலேயரையும், ரிம்பாட்டையும், அபோலினரையும், ப்ரெட்டனையும், கூக்டேயையும், பெதலியையும், ஐனோஸ்கோவையும் வாசித்துவருகிறேன். அதோடு, பிரெஞ்சு சர்ரியலிஸத்தால் கவரப்பட்டிருக்கிறேன்.

“எழுத்தாளன் தொழிற்வயப்பட்டவன் அல்ல. எழுதுவதற்கு ஒருவருக்குக் குறிப்பிட்ட வகையிலான குணவியல்பும், அதோடு சில அளவு இறைத்தன்மையும் இருக்க வேண்டும்” என்ற கோம்ப்ரோவிச்சின் வாதத்துடன் நீங்கள் உடன்படுகிறீர்களா?

தொழிற்வயப்பட்டவனா? ஆமாம் மற்றும் இல்லை. எழுத்தாளன் என்பவன் தினசரி வாழ்க்கையை மறுக்கக்கூடிய தொழிற்வயப்பட்டவன் அல்ல. அதே சமயத்தில், ஒரு தொழிற்நுட்பவாதியிடம் உள்ள அவனது தொழிற் சார்ந்த அறிவு, தொடர்ச்சியாகத் தனது வேலைகளில் ஈடுபாட்டுடன் இயங்குவதற்கான வாய்ப்பைக் கொடுக்கிறது, ஓர் எழுத்தாளருக்கு மேற்கொண்டு சொல்வதற்கு எதுவும் இல்லாத ஒரு சூழல் உண்டாகும்போது அவர் மௌனித்துவிட வேண்டும். என்னதான் தனது செய்நேர்த்திப் பற்றிய அறிவு அவரிடத்தில் இருந்தாலும், தொழிற்வயப்பட்டவராக அவர் இருந்தாலும், அவருக்கு இவை கைக்கொடுக்கப் போவதில்லை. மறுபுறத்தில், ஓர் ஆர்க்கஸ்ட்ராவை எழுதுவதற்கு முன்னதாக நான்கு ஆண்டுகாலம் பயிற்சிப் பெற்ற பின்னர் அறிந்துகொள்ளும் இசைத் தொகுத்தலில் உள்ள நுட்பமான அம்சங்களைப்போல, எழுதுவது என்பது, அந்தக் கலையில், அதன் செய்நேர்த்தியில் மிகுந்த ஆளுமையுடன் செயல்புரிவதே ஆகும். நீங்கள் அப்படியே அமர்ந்து உடனடியாக இசைக் குறிப்பை எழுதிவிட முடியாது. இசையுடன் தொடர்புடைய இதுபோன்ற பின்னணி, இலக்கியத்தில் உடனடியாக வெளிப்படையாகப் பார்வைக்குப் புலனாவதில்லை. இலக்கியத்துக்கென்று ஒரு பாதுகாப்பு வளையம் எதுவும் கிடையாது. எந்த வகையிலும், இலக்கியம் என்பது ஒரு தொழில். ஆனால், அது முற்றிலுமாகக் கடினமானது.

2. வெளியேற்றம்

Variaவில் பிரசுரமாகியிருந்த ஒரு கட்டுரையில் (1978) கோம்ப்ரோவிச், "தன்னையே மதிக்கக்கூடிய எந்தவொரு கலைஞனும் இருக்க வேண்டிய நிலை, அதன் முழு அர்த்தப்படுத்தல்களுடனும் 'அகதி' நிலை என்றே கருதுகிறேன்" என்றார். வெளியேற்றம் என்பதன் அர்த்தம் தொடர்பாக குந்தேராவையும் கோம்ப்ரோவிச்சையும் ஒப்பீடு செய்ய முடியுமா?

எழுத்தாளரின் வலுவான தனித்துவம் இயல்பாகவே அவரை உருவகத் தன்மையில், நாடு கடத்திவிடச் செய்கிறது என்பதைச் சுட்டிக்காட்ட அவர் விரும்பியிருக்கலாம். அதாவது, அவர் தனது இயல்பினாலேயே எந்தவிதமான கூட்டுத்திறனுக்கும் செய்தித் தொடர்பாளராக இருக்க முடியாது மாறாக, அவர் எப்போதும் கூட்டத்திறன்களை எதிர்ப்பவராகவே இருப்பார். எழுத்தாளர் எப்போதுமே ஒரு கருப்பு ஆடுதான். அவருடைய வாழ்க்கையைப் பொறுத்தவரையில், இது குறிப்பாக போலிஷ் இலக்கியங்களை அந்தத் தேசத்திற்குச் சேவைபுரியும் ஒன்றாகக் கருதுவதைப் போல வெளிப்படையாகவே தெரிகிறது. பெரும்பாலான, துருவப் பகுதி எழுத்தாளர்களுக்கு மத்தியில் நிலவும் ஒரு சிறப்பான கலாச்சாரம் என்பது, அவர்கள் தேசத்திற்கான செய்தித் தொடர்பாளர்களாக விளங்குகிறார்கள் என்பதுதான். கோம்ப்ரோவிச் இந்தப் பாத்திரத்தை எதிர்ப்பதோடு மட்டுமல்லாமல், கடுமையாகக் கேலியும் செய்தார். இலக்கியத்தை நாம் முற்றிலுமாகத் தன்னாட்சி செய்ய வேண்டும் என்று வலியுறுத்தியதோடு, அர்ஜெண்டினாவில் இருந்தபடியே, தனது சொந்த நாட்டில் இருந்து வெகு தொலைவில் இருக்கும் ஓர் எழுத்தாளரின் சூழ்நிலையைப் பிரதிபலிக்கும் ஒருவரே நான் என்ற கருத்தை முன்வைப்பவராகவும் இருந்தார்.

உங்களுக்கும் கோம்ப்ரோவிச்சுக்கும் உள்ள இடைவெளி என்னவென்றால், போலந்திலிருந்து தென் அமெரிக்கா சென்ற அவருக்குச் சொந்த நாட்டிற்குத் திரும்ப வேண்டும் என்ற விருப்பம் இல்லை. போலவே, அவர் திரும்பவும் இல்லை. ஆனால் நீங்களோ செக்கோஸ்லோவியா மீதும், அதன் நிகழ்வுகளின் மீதும் பெரும் விருப்பத்தில் இருக்கிறீர்கள்.

முரண்பாடாக, கோம்ப்ரோவிச் உண்மையில் போலந்து மீது ஆர்வத்தில்தான் இருக்கிறார்! நினைவில் கொள்ளுங்கள், தனது 35ஆவது வயதில் போலந்தில் இருந்து வெளியேறிய அவர், தனது வாழ்நாள் முழுக்கவே போலிஷ் மொழியில்தான் எழுதினார். அதோடு, அவரது பத்திகள், கடிதங்கள் போன்றவற்றை வாசித்தீர்கள் என்றால், பெரும்பாலான அவரது நண்பர்களும், எதிரிகளும்கூட துருவப் பகுதியைச் சேர்ந்தவர்களாகவே இருப்பதை உணர முடியும். மிகத் துலக்கமாகவே, வேறு யாரையும்விட போலந்து நாட்டு அறிவாளிகளுடன்தான் அவர் அதிக அளவில் வலுவாக உரையாடியிருக்கிறார் என்பதைத் தெரிந்துகொள்ள முடியும். அவரது ஒவ்வொரு நாவலும், போலந்தில் நடைபெறுவதாக இருக்கும், அல்லது துருவப் பகுதிகளுக்கு இடையில் நடைபெறுவதாகவே இருக்கும். செக்கோஸ்லோவியா மீது

எவ்வளவு தூரம் நான் ஈர்க்கப்பட்டிருக்கிறேனோ அதை விடவும், அதிகப்படியான ஈர்ப்பு அவருக்குப் போலந்து மீது இருக்கிறது என்று நான் நம்புகிறேன்.

உங்களது அனைத்து நாவல்களும் கதைகளும் செக்கோஸ்லோவியாவில்தான் மையம் கொண்டிருக்கின்றன. நீங்கள் அந்த நாட்டிலிருந்து வெளியேறி பத்து வருடங்கள் கடந்துவிட்டன. உங்களது தாய் நிலத்திற்கு வெளியில் ஒரு புனைவை எழுதுவது குறித்து நீங்கள் சிந்திப்பீர்களா?

இது உண்மையாகவே கொஞ்சம் புதிரான விவகாரம்தான். கோம்ப்ரோவிச் தனது 35ஆவது வயதில் போலந்திலிருந்து வெளியேறினார். அதாவது, தனது வாழ்க்கையின் சாகசப் பருவங்களை அவர் அர்ஜெண்டினாவிலேயே கழித்திருக்கிறார். போலந்துடன் அவருக்கு வன்முறை மிகுந்த உறவே நிலவியது என்றாலும், அவரால் போலந்தைத் தவிர வேறு எதைப் பற்றியும் எழுத முடியவில்லை. நாங்கள் எவ்வாறு எங்களது வாழ்க்கையின் முற்பகுதியில் வேர் கொண்டிருக்கிறோம் என்பதைப் பார்ப்பது சுவாரஸ்யமாக இருக்கிறது. எங்களது வாழ்க்கையின் இரண்டாம் பகுதி தீவிரமானதும், நெகிழ்வூட்டக்கூடியதுமான சம்பவங்களால் நிரம்பியிருக்கிறது என்றாலும், முற்பகுதி வாழ்க்கையிலேயே நாங்கள் அபாயகரமான வகையில் வேர் கொண்டிருக்கிறோம். அனுபவத்தைப் பற்றி மட்டுமே இங்கு கேள்வி எழுப்பப்படுவதில்லை (கோம்ப்ரோவிச்சுக்கு அர்ஜெண்டினாவில் பற்பல அனுபவங்கள் கிடைத்திருக்கும்). ஆனால், வாழ்க்கையின் முதற் பகுதியுடன் பிரிக்க முடியாத வகையில் பிணைக்கப்பட்டுள்ள ஆவேசங்கள், அதிர்வுகள் - அதில் குழந்தைப் பருவமும், வளரும் பிராயமும், இளமைப் பருவமும் அடங்கும். உங்களது கேள்விக்குப் பதில் சொல்வதென்றால்: இல்லை. ஓர் உதாரணத்திற்கு, ஒரு நாவலை பிரான்ஸிற்குள் பொருத்துவதில் எனக்கு உடன்பாடு இல்லை (நான் மேலும் ஒன்றை எழுத வேண்டுமா?). ஆனால், "புவியியல் ரீதியாக நாவலை எங்கு நிலைநிறுத்துவது" என்பது எனது முக்கியமான அழகியல் சங்கடங்களில் ஒன்று. அதோடு, அதனைத் தீர்ப்பதற்கான முயற்சிகளிலும் நான் ஈடுபட்டேவருகிறேன். முன்பே, 'Life is Elsewhere' (ப்ராகில் அந்த நாவலை 1969இல் எழுதினேன்) நாவல் பிரத்யேகமாக ப்ராகில் நிலைப்பெற்றிருக்கவில்லை. உண்மைதான், அதன் மையக் கதாபாத்திரம் ப்ராக் நிலப்பகுதிக்கு உரியவன்தான். மேலும், அவன் ஒருபோதும் தனது நகரத்தைவிட்டு வெளியேறுவதில்லை. எனினும், நாவலின் அலங்காரம் என்பது, எனது மையக் கதாபாத்திரக் கதையின் அலங்காரத்தை விடவும் பெரியது. விளைவாக, கதாபாத்திரத்தால் ஒரே நேரத்தில் பல இடங்களுக்குச் செல்ல முடியாது என்பதால், விவரிப்பாளரின் ஆன்மா நகர்வுக்கான முழுமையாகச் சுதந்திரத்தை அனுபவிக்கிறது. சாத்தியமான அனைத்துத் தொடர்ச்சிகளையும் விரிவாக்க நான் முயற்சித்தேன். இவ்வகையில், எனது நாவல் ப்ராகில் நடைபெற்ற சம்பவங்களுடன் மட்டுமே தொடர்புடையது அல்ல. மாறாக 1968ஆம் வருடத்து மே மாதத்துடனும் தொடர்புகொண்டிருக்கிறது. அது ஜெரோமிலை (கதையின் மையக் கதாபாத்திரம்) மட்டும் கையாளுவதில்லை. மாறாக ரிம்பாட், கீட்ஸ், விக்டர் ஹுகோ

ஆகியோரையும் கையாளுகிறது. நுட்பமாக இதனைச் சொற்றொடராக்குவது என்றால்: நாவலின் அலங்காரம் என்பது, ஐரோப்பியா முழுவதுக்குமான விவரிப்பாளரின் திசைதிருப்பல்களால் மேலும் பெரிதுபடுத்தப்பட்டிருக்கிறது. The Book of Laughter and Forgettingஇல் இந்தக் கோட்பாட்டை நான் மேலும் வளர்த்தெடுத்தேன். அந்த நாவலை நான் பிரான்சில் எழுதினேன். நாவலின் புவியியல் ரீதியிலான அலங்காரம் மீதான எனது பரிசோதனை முயற்சியே இது. இவ்வகையிலான முயற்சிகள் எனக்கு அதிமுக்கியத்துவம் வாய்ந்தவையாகத் தெரிகின்றன, அதோடு எனது வருங்காலத்திய நாவல்களில் மேலும் மேலும் இதனைச் செய்து பார்க்கவே விரும்புகிறேன்.

அப்படியானால், கோம்ப்ரோவிச் ஓர் உருவகத்தன்மையிலான வெளியேற்றத்தில் வாழ்ந்தார் என்றால், நீங்கள் (செக்கோஸ்லோவியாவின் அரசியல் முட்டுக்கட்டைகளால் முன்மொழியப்பட்டு) பிரான்ஸை உங்களது வாழ்விடமாகத் தேர்வு செய்ததோடு மட்டுமல்லாமல், ஒட்டுமொத்த ஐரோப்பியாவையும் உங்களது பிரதேசமாக முன்வைக்கிறீர்கள். உங்களால் ப்ராக்குக்குத் திரும்பிச் செல்வதைப் போலவும், அங்கு சுதந்திரமாக வாழ முடிகிறது என்றும் கற்பனை செய்து பார்க்க முடியுமா?

பதில் சொல்லாமலிருப்பதற்கு என்னை அனுமதியுங்கள். எப்போதெல்லாம் ஒரு கணிப்பை, ஓர் அரசியல் முன்கணிப்பைச் செய்துபார்க்க நான் விரும்புகிறேனோ அப்போதெல்லாம் நான் தவறாகப் புரிந்துகொள்ளப்படுகிறேன். எனது ஒரே சான்றிதழ்: அரசியல் ஆட்சி அதிகாரம் குறித்த முன்கணிப்புகளில், வெகு இயல்பாகவே எனது யூகத்திற்கு எதிராகவே எதுவொன்றும் நிகழ்ந்தேறுகிறது.

நீங்கள் என்ன யூகிக்கிறீர்கள்?

நான் ரொம்பவும் அவநம்பிக்கைவாதி. என்றேனும் ஒருநாள் செக்கோஸ்லோவியாவுக்குத் திரும்பிச் செல்வேன் என்று என்னால் நம்பவே முடியவில்லை. அது எப்போதும் சாத்தியமில்லாமல்தான் இருக்கும்.

பிற செக்கோஸ்லோவியாவினர், நண்பர்கள் உடன் நெருக்கமான தொடர்பைப் பேணிவருகிறீர்களா?

நிச்சயமாக. எனக்கு செக் நண்பர்கள் இருக்கிறார்கள், எனினும் அவை காலத்தால் ரொம்பவே முன்னால் நிகழ்ந்தது. 90 சதவீதமான எனது தொடர்பு என்பது பிரான்ஸ் மக்களுடன்தான் இருக்கிறது. 46 வயதில் இந்த நாட்டிற்கு வந்தேன். அந்த வயதில் மேற்கொண்டு காலத்தை வீணடிப்பதற்கு உங்களுக்கு வாய்ப்பு அளிக்கப்படுவதில்லை. உங்களது நேரமும் ஆற்றலும் வரையறுக்கப்பட்டிருக்கிறது. நீங்கள் தேர்வு செய்தாக வேண்டும்: ஒன்று கடந்த காலத்தை அசைபோட்டபடியே, நீங்கள் இப்போது வசித்திருக்காத, உங்களது முந்தைய நாட்டில், பழைய நண்பர்களுடன் வாழ்ந்ததை நினைத்தபடியே நாட்களைக் கடத்த வேண்டும். அல்லது, இத்தகைய சோதனையான சூழலை நமக்குச் சாதகமாகப் பயன்படுத்திக்கொள்ள உங்களது

ஆற்றலைப் பயன்படுத்த வேண்டும், சைபரில் இருந்து மீண்டும் ஆரம்பிக்க, நீங்கள் இப்போது இருக்கும் நிலத்தில் ஒரு புதிய வாழ்க்கையை உண்டாக்கிக்கொள்ள வேண்டும். எந்தவொரு சுணக்கமும் இல்லாமல், இரண்டாவது வழியை நான் தேர்வு செய்துகொண்டேன். அதனால்தான் என்னை ஓர் அகதியைப் போல நான் உணருவதில்லை. நான் இங்கு வாழ்கிறேன், பிரான்ஸில், சந்தோஷமாக, ரொம்பவும் சந்தோஷமாக வாழ்கிறேன். என்றாவது ஒருநாள் மீண்டும் செக்கோஸ்லோவியாவுக்குத் திரும்புவதைப் பற்றிச் சிந்தித்திருக்கிறேனா என்று கேள்வியெழுப்பினீர்கள். இல்லை என்று நான் பதிலளித்தேன், சூழ்நிலை ஒருபோதும் அதனை அனுமதிக்காது. ஆனால், அது பாதி உண்மைதான். என்னால் அங்கு திரும்பிச் செல்ல முடியும் என்றாலும்கூட, நான் அதனை விரும்ப மாட்டேன்! ஓர் இடப்பெயர்வே வாழ்நாளுக்குப் போதுமானது. நான் ப்ராகிலிருந்து பாரீஸுக்கு இடம்பெயர்ந்தவன். பாரீஸில் இருந்து மீண்டும் ப்ராகுக்கு இடம்பெயருவதற்கான மன வலிமை என்னிடத்தில் ஒருபோதும் உண்டாகாது.

3. அரசியலும் கலாச்சாரமும்

கலாச்சாரங்களின் அரசியல்மயமாக்கல் என்று நீங்கள் அழைக்கும் ஒரு பிரத்யேக விவாதத்திற்குள் நுழைய விரும்புகிறேன். 'மத்திய ஐரோப்பாவின் துயரம்' எனும் உங்களது கட்டுரையில், "கலாச்சாரம் என்பது பணிந்துவிட்டது என்பது மட்டுமே எனக்குத் தெரியும் என்று நினைக்கிறேன்" என்று எழுதியிருக்கிறீர்கள். இன்றைய முக்கிய எழுத்தாளர்களால், சிந்தனையாளர்களால், இசையமைப்பாளர்களால் சாதிக்கப்பட்ட மிக முக்கியமான கலைச் செயல்பாடுகளை, நீங்கள் மறுக்கவில்லைதானே? வேறுபட்ட மனிதர்களான கார்சியா மார்க்குவேஸ், ஸ்டாக்ஹூசன், பெலினி அல்லது கிராஸ் போன்றவர்களை நினைத்துக்கொள்கிறேன். அவர்களுடைய கலைச் செயல்பாடுகள் சர்வதேச எல்லைகளைக் கடந்ததாகவும், கலாச்சார வரையறைகளைக் கடந்ததாகவும், அவ்வகையில் வாழ்க்கையின் குழப்பச் சூழலுக்கு வெளியில் கலையின் மூலமாக ஓர் ஒற்றுமையைத் தோற்றுவிக்கிறதோ என்றும் நினைக்கிறேன்.

நீங்கள் குறிப்பிட்ட எண்ணிக்கையிலான மனிதர்கள், என்னுடன் ஒத்துப்போகுமாறு நேர்ந்தால், அதற்காக நான் ஆச்சரியப்பட மாட்டேன். நானும் எழுதுகிறேன், படைக்கிறேன். அதனால், எனது செயல்பாடுகளைக் குறைத்து மதிப்பிட நான் விரும்ப மாட்டேன். கலாச்சாரம் பணிந்துவிட்டதா? இதற்குமேலும் கலைஞர்களென எவரும் இல்லை என்று நான் குறிப்பிடவில்லை; ஆனால், அவர்களது குரல் மேலும் மேலும் கேட்கவியலாதபடி சன்னமாக ஒடுங்கிக்கொண்டே போகிறது என்றே குறிப்பிட்டிருக்கிறேன். நாம் அவர்களைக் குறைவாகவே செவியுறுகிறோம்; வாழ்க்கையில் அவர்களது பங்களிப்பு என்பது குறைந்துவிட்டது. வேறு வார்த்தைகளில் சொல்வதென்றால், இலக்கியத்தின் எடை, கலாச்சாரத்தின் எடை, குறைவான அளவில் சிறந்ததாக இருக்கிறது.

இனிமேல் உலகத்தில் கலாச்சார அடையாள உருவங்களுக்குச் சாத்தியமே இல்லை என்றும் விவாதிக்கிறீர்கள்.

எனது அனுமானம் என்னவென்றால், ஐரோப்பியாவில், நவீன யுகத்தின் துவக்கத்தில், செர்வாண்டிஸ் மற்றும் டெஸ்கார்ட்டஸ்-இல் இருந்து துவங்கலாம் என்று வைத்துக்கொள்வோம், மதம் தனது ஒருங்கிணைப்பு பாத்திரத்தைக் கைக்கொள்ளத் தவறியபோது, கலாச்சாரப் படைப்புகளால் உண்டாக்கப்பட்ட கலாச்சாரமும் கலாச்சார மதிப்பீடுகளும் திடீரென்று மதம் தவறவிட்ட இடத்தைக் கைப்பற்றி பூர்த்திச் செய்ததோடு, ஐரோப்பியாவை ஓர் ஆன்மீக நிறுவனமாகவும் வரையறுத்தது. கலாச்சாரத்தின் இந்தப் பாத்திரம் ஒரு முடிவுக்கு வருகிறது என்று பாதுகாப்பாகவே நாம் சொல்லலாம் என்று கருதுகிறேன்.

ஆனால், கலாச்சாரம் எதற்கு வழிவிட்டு ஒதுங்குகிறது?

எனக்குத் தெரியவில்லை; நான் தீர்க்கதரிசி அல்ல. எனது கருதுகோள் தவறாகவும் இருக்கலாம்; அப்படித் தவறாக இல்லையென்றால், அதுவும் நல்லதுதான். என்னுடைய எண்ணம் பொய்த்துப் போகுமென்றால், அதற்காக சந்தோஷமடைகிற முதல் நபர் நானாகத்தான் இருப்பேன். எதிர்காலம் என்பது ஒரு கேள்விக்குறி.

மரித்துவிட்ட எழுத்தாளர்கள், சிந்தனைவாதிகளான தாமஸ் மண், காம்யு, சாத்தர் போன்றவர்கள் ஏன் உலகத்தின் கலாச்சார அடையாள பிம்பங்களாக உங்களைப் பொறுத்தவரையில் விளங்குகிறார்கள்; அதே சமயத்தில் போல், பெல்லோ, கோர்டீமர் அல்லது வி.எஸ்.நாய்பால் போன்றவர்களுக்கு அதே வகையிலான முக்கியத்துவம் ஏன் தரக்கூடாது? எது அவர்களது தரத்தை நிர்ணயம் செய்கிறது?

அவர்களது தரத்தைப் பற்றிய கேள்வியே அல்ல இது; ஒருவேளை அவர்கள் மிகச் சிறந்த மனிதர்களாகவும் இருக்கலாம். வேறு ஏதோவொன்று சம்பந்தப்பட்டிருக்கிறது. ஒரு சிறிய உபகதை: ரெனெஸில் நான் பாடம் புகட்டிக்கொண்டிருந்தபோது, தேர்வுகளை நான் வெறுத்தேன். மாணவர்கள் என்ன கற்றிருப்பார்கள் என்பதைச் சோதனையிடும் முகமாக மேற்கொள்ளப்படும் தேர்வுகள் எனக்கு அபத்தமானதாகத் தோன்றியது. அதனால், வழக்கமான தேர்வுகளை வைக்காமல், ஒரு சர்வே செய்வதன் மூலமாக என்னையே நான் சந்தோஷப்படுத்திக்கொண்டேன். அவர்களது பாடத்துடன் துளி சம்பந்தமும் இல்லாத கேள்விகளையே அவர்களிடத்தில் கேட்டேன். யார் உங்களது விருப்பத்திற்குரிய தற்காலத்தைய ஓவியர்? மேலும் ஆழமாகச் சென்று, விருப்பமான இசையமைப்பாளர்? தத்துவாசிரியர்? அந்த வகுப்பில் இருந்த 40 மாணவர்களில், பெரும்பான்மையானவர்கள், அதாவது 38 அல்லது 39 பேர், தற்காலத்தைய பிரெஞ்சு ஓவியர்களால் ஈர்க்கப்படவில்லை என்பதோடு, அவர்களைப் பற்றி எதுவும் அறிந்திருக்கவும் இல்லை என்பதையும் கண்டுபிடித்தேன். உங்களுக்கு நினைவூட்டுகிறேன், அவர்கள் இலக்கிய மாணவர்கள். அவர்களுக்குத்

தற்காலத்தைய இசையமைப்பாளர்கள் எவரையும் தெரிந்திருக்கவில்லை. தொலைக்காட்சியில் தோன்றும் தத்துவாசிரியர்களைப் பற்றி மட்டுமே அவர்கள் தெரிந்துவைத்திருந்தனர். அது உண்மையிலேயே அற்புதமானது! 20 வருடங்களுக்கு முன்னால், ஒரு தையற்காரரையோ, வணிகரையோ அல்லது உள்ளூர் மளிகைக்கடை உரிமையாளரையோ இதே கேள்வியைக் கேட்டால், அவர் நிச்சயமாகப் பதில் அளித்திருப்பார். எனக்குப் பிக்காசோவைத் தெரியும், எனக்கு மாட்டீசியைத் தெரியும் என்ற பதில்கள் உங்களுக்குக் கிடைக்கும். பிக்காசோவின் ஓவியங்கள் புரிதலுக்குக் கடினமானவையாக இருக்கின்றன என்று கருதப்பட்ட காலம் ஒன்றும் இருந்தது; அவர் மக்களுக்கான ஓவியர் அல்ல, அவருடன் உடன்படுகிறோமோ இல்லையோ, புரிந்துகொள்கிறோமோ இல்லையோ, எனினும், பிக்காசோவில் நம்மை நாம் பார்த்தோம். அவர் இங்கு இருந்தார். அவரது இருப்பு இருந்தது. தற்காலத்தைய ஓவியர்களோ அல்லது சர்வவல்லமை பெற்றவரோ எவருக்கும் நடப்பு உலகத்தில் இடமில்லை.

ஒருவேளை வரலாறு ஓய்வெடுக்கிறது என்பதாக இருக்கலாம். எல்லாவற்றையும் விட, சாத்தர் நீண்ட காலம் மறக்கப்படப்போவதில்லை, ஹைடேஜரும் அதே போலத்தான். தத்துவத்தின் வரலாற்றில் ஓர் இடைவெளி விழுந்திருக்கலாம். கலாச்சாரத்தின் சரிவு பற்றிய கேள்வியை மேலும் கொஞ்சம் விரிவாகப் பேச விரும்புகிறேன். அதன்பிறகு நாம் வேறு விஷயங்களுக்குச் செல்லலாம். கலாச்சாரம் அடிபணிந்துவிட்டது என்று நீங்கள் சந்தேகப்படுவதை ஒரு கோட்பாடாக நாம் தொகுத்தால், உங்களது நாவல்கள் (உதாரணத்திற்கு) ஆயிரம் ஆயிரம் பிரதிகள் அச்சிடப்படாது! அல்லது ஒரு பதினைந்து மொழிகளுக்கு மொழிமாற்றம் செய்யப்படாது. ஏன் துருக்கியர்களும், கிரேக்கர்களும், ஜப்பானியர்களும், இஸ்ரேலியர்களும் மிலன் குந்தேராவை வாசிக்கிறார்கள்? அல்லது விளம்பரப்படுத்துதல் மட்டுமே உங்களது புத்தகம் அதிக அளவில் விற்கப்படுவதற்கான காரணம் என்று கருதுகிறீர்களா? கலாச்சாரப் பன்முகத்தன்மையையும், கலாச்சாரச் செழுமையையும் வாசகர்கள் விரும்புகிறார்கள் என்பதாலேயே குறிப்பாக உங்களது நூல்களை மக்கள் வாசிப்பதில்லையா?

புத்தகத்தின் வெற்றி என்பது குறிப்பிட்ட ஒரு காரணத்திற்காக உண்டாவதில்லை. நூற்றுக்கணக்கான கீழ்த்தரமான புத்தங்கள் எனது புத்தகங்களை விடவும் நூறு மடங்கு பெரு வெற்றியை அடைகின்றன. இந்தச் சிறந்த விற்பனைப் பண்டங்கள் எல்லாம் நடப்பு நிகழ்வாக இருக்கின்றன. அதாவது, அவை சீக்கிரத்தில் ஏற்றுக்கொள்ளப்பட்டு (அதிக எண்ணிக்கையில்), வேறொரு நடப்பு நிகழ்வுக்கான தேடுதலால் சீக்கிரத்திலேயே மறக்கப்படவும் செய்கின்றன. அப்படியென்றால், கேள்வி என்பது இதுதான்: எனது புத்தகம் கலைப் படைப்பாக (கலாச்சாரப் புரட்சியின் தொடர்ச்சியை ஆதரிக்கவும், அதனைத் தாங்கிப் பிடிக்கவும்) வாசிக்கப்படுகிறதா அல்லது நடப்பு நிகழ்வுகளின் தொகுப்பாக (விரைவாக மறக்கப்பட்டுவிடும்)

வாசிக்கப்படுகிறதா? இந்த நவீன உலகத்தில், ஊடகத்துறை அபார வளர்ச்சி கண்டிருக்கும் தருணத்தில், கலைப் படைப்பு கலைப் படைப்பாகவே எஞ்சியிருக்கச் சாத்தியமிருக்கிறதா? மற்றொரு நாள், திடீரென எனது விருப்பத்திற்குரிய இசைக் கலைஞரான பிராம்ஸின் (Brahms) சிம்பொனியில் இருந்து சில இசைத் துணுக்குளைக் கேட்டேன். நான் நிமிர்ந்து, தொலைக்காட்சியைப் பார்த்தபோது, ஒரு வாசனை திரவியத்திற்கு அந்த இசையைப் பின்னணியாகப் பயன்படுத்தியிருந்தார்கள். இப்போது ஒருவர், "பாருங்கள், செவ்வியல் இசைத் துணுக்குகள் எப்படி இன்றும் செழுமையாக வாழ்ந்துகொண்டிருக்கின்றன" என வாதிடக்கூடும். நவீன விளம்பர ஸ்தாபனங்களுக்கு நன்றி. வெகு சராசரி பார்வையாளர்கள் கூட பிராம்ஸின் இசைக் குறிப்பால் கிளர்ச்சியுறுகிறார்கள்! ஆனால், விளம்பரப் படத்தில் ஒலிக்கவிடப்படும் பிராம்ஸின் சிறிய இசைத் துண்டு, உண்மையில் அவரது நித்தியப்பூர்வமான படைப்பு வாழ்வை விவரிக்கிறதா அல்லது அவரது மரணத்தை விவரிக்கிறதா? அனைத்துமே ஒரு கேள்விக்கான பதிலில் அடங்கியிருக்கிறது என்பதையே இது குறிக்கிறது: நமது வெற்றியை எது தீர்மானிக்கிறது? இதற்கு எளிமையான பதில் எதுவுமில்லை. தொலைக்காட்சி விளம்பரத்தில், மூன்று முழ பிராமிஸ் இசைத் துணுக்குக்கு மக்கள் செவியுறுவதைப் போல நாம் வாசிப்பையும் அணுகுகிறோமா? ஊடக நிறுவனங்களின் முட்டாள்தனங்களால் ஆக்கிரமிக்கப்பட்டுள்ள உலகத்தில், ஒருவர் அதற்கான கனமான எதிர்வினையையும், அழிந்துவரும் கலாச்சாரத்தின் முக்கியத்துவத்துக்கு எதிராக எதையேனும் மேலெடுத்துவருவதற்கு முயற்சித்துவருகிறார். முரண்பாடாக, ஊடக விஷமேற்றுதல் கலை மற்றும் இலக்கியத்தை மேலும் கவர்ச்சிகரமானதாக வழங்கவும் செய்யலாம். எனக்குத் தெரியவில்லை.

ஊடகத்துக்கு எதிராக அதிருப்தியையும் வெறுப்பையும் பல நேரங்களில் வெளிப்படுத்தியிருக்கிறீர்கள். குறிப்பாக, உங்களது புனைவெழுத்தைப் புரிந்துகொள்வதில் நேரும் சிக்கல்களின்போது மேற்கத்திய அறிவுஜீவுகள் ரஷ்ய மேலாதிக்கத்திற்கு எதிரான செயல்பாடாக, உங்களது புத்தகங்களை வாசிக்க அதிக விருப்பத்துடன் இருக்கிறார்கள் என்று நீங்கள் கருதுகிறீர்களா?

ஆமாம். நிச்சயமாக எனது புத்தகங்கள் முதலில் 'வழக்கமான முறைகளான கற்பனை மற்றும் திட்டவட்டமான வழியில் அமைந்த' எனும் விதங்களில்தான் ஏற்றுக்கொள்ளப்பட்டது. சோவியத் மேலாதிக்கத்திற்கு எதிராக இலக்கியச் செயல்பாடு என்றுதான் எனது படைப்புகள் பெருமளவில் வகைப்படுத்தப்பட்டன. இது துல்லியமாக ஒரு பத்திரிகையாளரின் பார்வையில் அமைந்த இடையீடாகும். 'பத்திரிகையாளர் சிந்தனை' என்பது உடனடி முன்முடிவுகளுக்குச் செல்வதும், வழமையான முறைகளில் சிந்திப்பதுமே ஆகும். துவக்கத்தில், எனது படைப்புகளை ஊடகங்கள் இவ்வகையில் ஏற்றுக்கொண்டது ஒரு சாபத்தைப்போல எனக்குத் தோன்றியது. ஆனால், இப்போது என்னை எவ்வாறு வாசிக்க வேண்டுமோ கூடுதலாகவோ குறைவாகவோ அவ்வகையிலேயே வாசிக்கப்படுகிறேன் என்று நினைக்கிறேன்.

உங்களுக்குத் தெரியும், அமெரிக்காவில் உங்களை அதிருப்தியாளராகவும், ஸோல்ஸெனிஸ்டெயினின் (Solzhenitsyn) வழித்தோன்றலாகவுமே கருதுகிறார்கள். ஆனால், அதிருப்தியாளராக உங்களை நீங்களே உணரவில்லை என்று பலமுறை விளக்க முயற்சித்திருக்கிறீர்கள். உங்களுக்கும் அவருக்கும் இடையிலான உறவு குறித்துத் தெரிந்துகொள்ள ஆர்வமாக இருக்கிறோம். ஸோல்ஸெனிஸ்டெயின் கம்யூனிஸ எதிர்காலத்திற்குத் தனது விசுவாசத்தைக் காண்பிக்க, இறுதிக் கட்டங்களில் இருந்த செக் புத்திஜீவிகளை முடக்குவதற்குத் தேவைப்பட்டாரா?

தவறான புரிதல் ஏற்படுவதை நான் தவிர்த்துவிடுகிறேன். ஸோல்ஸெனிஸ்டெயினின் துணிவிற்காகவும், ரஷியக் கம்யூனிஸம் பற்றிய அவரது கடுமையான விமர்சனங்களாலும், அவர் மீது அதிகப்படியான மரியாதையை வைத்திருக்கிறேன். அவரோ அல்லது வேறு யாரோ கூட தற்செயலான உள்ளுணர்வுகளை அதிர்ச்சியூட்டுவதிலோ (வார்த்தைகளின் சிறந்த அர்த்தத்தில்), வருத்தப்படுவதிலோ வெற்றி பெறவில்லை. ஆனால், எனது தனிப்பட்ட வகையில், அவர் எந்தவொரு பங்களிப்பையுமே செய்யவில்லை. கம்யூனிஸத்தின் ஓபியத்துடன், செக்கோஸ்லோவியா தனது சொந்த அனுபவத்தை ஸ்டாலினஸத்தோடுதான் வாழ்ந்தது. ரஷியாவிலிருந்து வேறானவோர் அனுபவத்தைக் கொண்டிருந்த செக்கோஸ்லோவியா, தனது சொந்த அறிவார்த்த விளைவுகளை அனுபவித்தது. வெளியில் இருந்து தாக்கங்கள்? ஆமாம், நிச்சயமாக. ஆனால், எல்லாவற்றிருக்கும் மேலாக, அல்லது எல்லாவற்றிருக்கும் முன்னதாகச் சர்வாதிகாரத்திற்கு எதிரான, அறிவுசார் கலகத்தில் போலந்துதான் ஒரு புதுமையான பங்கு வகித்தது. சரியாக 50களின் துவக்கத்தில்! நான் எந்த அளவிற்குப் போலந்து தத்துவாசிரியர் கோலகொவ்ஸ்கி, நாடகாசிரியர் மிரஜெக் அல்லது கஸிமெய்ர்ஸ் பிராண்டிஸ் மீது கவரப்பட்டிருந்தேன் என்பதை நினைவுகூருகிறேன். ஸெஸ்லா மிலோஸ், முன்னதாக ரஷ்ய கம்யூனிஸம், 1953இல் போலந்தில் (மற்றும் அனைத்து மத்திய ஐரோப்பியாவிலும்) விதைக்கப்பட்டதைப் பொருத்தமாக மற்றும் விரிவாகப் பகுப்பாய்வு செய்து எழுதியிருக்கிறார். The Captive Mind *என்பது ரொம்பவும் அடிப்படையான ஒரு படைப்பாகும். அதோடு மற்றொரு துருவம், குஸ்டவ் ஹெர்லிங் 50களின் குலாக் பற்றி அற்புதமான சாட்சியம் ஒன்றை எழுதியிருக்கிறார். அதே நேரத்தில், மேற்கத்திய அறிவுஜீவித்துறையில், இருந்த சோவியத் சார்பு கூறுகளுக்கு நன்றி. அந்தப் புத்தகம் அறியப்படாமலேயே இருந்தது! மறக்கப்பட்டது. அதனால், ஒரு முடிவுக்கு வர வேண்டுமென்பதால், நான் பின்தொடருவதற்கான ஓர் அறிவார்ந்த வீரியத்தை எனக்குள் கிளர்த்திவிட்டுப் பின்தொடருவதற்கு உதாரணமாகத் திகழ்ந்தவர்கள் என்று எவரையும் குறிப்பிட வேண்டுமென்றால், எனது போலந்து சகாக்களைத்தான் சொல்ல வேண்டும். அவர்களுக்குப் பெரிதும் நன்றிக்கடன்பட்டிருக்கிறேன். அதோடு, நான் எதையேனும் பரிந்துரைக்க வேண்டுமென்றால், அது இதுதான்: போலந்தைப் படியுங்கள்! 1945க்குப் பிறகு, ஐரோப்பியாவின் உண்மையான மையப் பகுதியாகப் போலந்து மாறிவிட்டது.*

இதன் மூலமாக, கிழக்குக்கும் மேற்குக்கும் இடையில், ஜனநாயகத்திற்கும் சர்வாதிகாரத்திற்கும் இடையில், சகிப்புத்தன்மைக்கும் சகிப்பின்மைக்கும் இடையில் நிலவிய ஐரோப்பிய டிராமாவின் மையப்புள்ளியாக போலந்தே விளங்கியது என்கிறேன்.

செக் அறிவுஜீவிகள் எவ்வாறு தங்களது அரசியல் வாழ்க்கை குறித்த குறிப்புகளை அடையாளப்படுத்த மறுத்தார்கள் என்று ஜோசப் செம்ப்ருன் வியப்புகொள்கிறார். அதோடு, ஸோல்ஸெனிஸ்டெயினின் படைப்புகளைப் பதிப்பிக்க வேண்டிய அவர்களது, "மீட்பையும்" அவர் பின்தொடர்ந்து செல்கிறார்.

தவறு. முழுமையாகத் தவறு. முற்றிலும் சுதந்திரமானதாக, அதிருப்தி உணர்வுடன்கூடிய, மேலும் கம்யூனிஸத்திற்கு எதிரான நாவல் என்றுகூட வாசிக்கப்பட்ட The Joke*ஐ 1961இல் நான் எழுதத் துவங்கினேன். மிலாஸ் போர்மேன் உள்ளிட்ட செக் திரைப்படப் படைப்பாளிகளின் படங்களும் உருவாக்கப்பட்ட காலகட்டம் அதுதான். அவர்கள் சுதந்திரமான மனநிலையில் இயங்கினார்கள்! முன்பே நாம் குறிப்பிட்ட ஸ்க்வொர்கியை எடுத்துக்கொள்ளுங்கள். அவரது முதல் நாவலான* 'The Cowards' *1948இல் எழுதப்பட்டு, 1956இல் வெளியிடப்பட்டது. அது குறிப்பிடத்தகுந்த அளவில் சுதந்திரமாகச் சிந்திப்பதைப் பற்றியும், விமர்சிப்பதைப் பற்றியும், அதோடு, ஸோல்ஸெனிஸ்டெயினின் தாக்கம் பெறாமல் எழுதப்பட்ட நாவல். அல்லது மீண்டும், ப்ரோகிமிள் ஹ்ரபாலின் 50களில் எழுதப்பட்ட படைப்புகளை எடுத்துக்கொள்ளுங்கள். அவை மேலும் பல வருடங்கள் கழித்துதான் வெளியிடப்பட்டன. அழகியல்ரீதியிலாகவோ அல்லது அறிவார்த்தமாகவோ, அவருடைய படைப்புகளுக்கும் ஸோல்ஸெனிஸ்டெயினின் படைப்புகளுக்கும் எந்தவோர் ஒப்புமையும், தொடர்பும் அறவே இருக்கவில்லை. அவருடையது, அதி அற்புதமான சுதந்திரத்தைப் பற்றியது!*

முன்பு உங்களை நீங்கள் அவநம்பிக்கைவாதி என்று குறிப்பிட்டீர்கள். ஆனால், வேறோர் இடத்தில், மத்திய ஐரோப்பியாவில் புதுப்பிக்கப்பட்ட தாராளமயமாக்கல் குறித்து நம்பிக்கை கொள்வதற்கு எந்தவொரு காரணமும் இல்லை என்று உங்களது நம்பிக்கையைத் தெரிவித்திருக்கிறீர்கள். அதோடு, இன்னமும், போலந்து தனது அரசியல் சூழலில் கரைசலைப் பார்க்கவில்லையா? கிழக்கு ஜெர்மனி, சோவியத் நுகத்திலிருந்து தன்னை உடைத்துக்கொண்டு, தீவிரமாக ஒத்துழைப்பைக் கோரும் விதமாக, அல்லது ஒருவேளை மீண்டும் ஸிதிகி மற்றும் மேற்குடன் இணைவதற்கு நகரவில்லையா?

இது மிகப் பெரிய கேள்வி.

உங்களுடைய சூழ்நிலைக்குத் திரும்புவதன் மூலமாக, கேள்வியின் அடர்த்தியைக் கொஞ்சம் குறைக்கிறேன். 1979இல் வெளியான உங்களது, 'The book of Laughter and Forgetting'க்குப் பிறகு, செக் அரசு உங்களது

குடியுரிமையை ரத்து செய்ததற்குப் பிறகு, அந்த நாட்டுடன் உங்களுக்கு என்னவிதமான உறவு நீடிக்கிறது?

ஒன்றுமே இல்லை. ஒருநாள் எனது குடியுரிமை ரத்து செய்யப்பட்டிருப்பது தொடர்பாக எழுதப்பட்டிருந்த மிக விரிவான கடிதம் ஒன்று எனக்குக் கிடைத்தது. அந்தக் கடிதம் ஏராளமான சொற்பிழைகளுடன் படிப்பறிவு இல்லாத ஒருவரால் எழுதப்பட்டதைப் போன்றிருந்தது. அதனுடைய காட்டுமிராண்டித்தனமான தன்மைக்காகப் போற்றப்பட வேண்டிய ஆவணம் அது. அவர்களது முடிவை ஒற்றை வாக்கியத்தில், Nouvel Observateurஇல் வெளியான 'The Book of Laughter and Forgetting'இன் ஒரு பகுதியைக் குறிப்பிட்டு அதுதான் காரணம் என்று குறிப்பிட்டிருந்தார்கள். எனினும், அந்த ஒற்றைய பகுதியால் மட்டுமே நான் எனது குடியுரிமையை இழந்துவிட்டேன் என்று நம்புவதைத் தவிர்க்க வேண்டும். ஒருவர் அவர்களது முழுமையான நிலைப்பாடுகளையும் ஆராய வேண்டும், அப்படித்தான் ஒரு தீர்மானத்துக்கு வரவும் முடியும். ஆனால், 68க்குப் பிறகு அவர்களது சூழ்ச்சி என்னவென்று நான் நம்புகிறேன் என்றால், தேசத்தின் மீது தாக்கத்தை ஏற்படுத்தக்கூடிய அறிவுஜீவிகள் மற்றும் செக் கலாச்சாரத்தை அகற்றுவது அவர்களுக்கு அவசியமான காரியமாக இருந்திருக்கிறது. அவர்களுடைய ஆய்வின்படி, முழுமையான ப்ராகின் இலையுதிர்காலமும், முழுமையான தாராளமயவாதமும், கலாச்சாரத்தின் மற்றும் அதனது பிரதிநிதிகளால் உண்டாக்கப்பட்ட பண்டங்கள் என்று அவர்கள் கருதியிருப்பார்கள் என்று நம்புவது ஏற்றுக்கொள்ளக்கூடியதுதான். சோவியத் யூனியனுக்கு எதிராக இருந்த, பல்வேறு பிரகடனங்களையும், கோஷங்களையும் அவர்களுக்கு எதிராகச் செய்த அரசியல்வாதிகள், பல சந்தர்ப்பங்களில் கூடுதலாகவோ, குறைவாகவோ மன்னிக்கப்பட்டார்கள். ஆனால், கலாச்சாரம் ஒருபோதும் மன்னிக்கப்படவில்லை! அரசியல் பிம்பமான அலெக்ஸாண்டர் டூபெக்கைக் கூட, செக் கலாச்சாரம் மற்றும் அதனது தாக்கத்தால் வீழ்த்தப்பட்டவர் என்றே ரஷியர்கள் திடமாக நம்பினார்கள். அறிவுஜீவிகள் அரசியல் பதவிகளுக்குப் போட்டியிடப் போவதில்லை என்றாலும், எதிர்வினையான தாக்கங்களை அவர்கள் செலுத்தினார்கள் என்பதில் சந்தேகமே இல்லை. சோவியத் ஊடுருவலுக்குப் பிறகு, எழுத்தாளர்கள், நாடகாசிரியர்கள், வரலாற்று அறிஞர்கள், தத்துவாசிரியர்கள் போன்றவர்கள் முழுவதுமாக விலக்கப்பட்டதன் காரணத்தை இது விளக்குகிறது. தங்களது தொழில்களைக் கையாளுவதில் இருந்து அவர்கள் ஒடுக்கப்பட்டார்கள். வாழ்வாதாரத்தைத் தக்கவைத்துக்கொள்வது அவர்களுக்குப் பெரும் சவாலாக இருந்தது. அதன் காரணமாகவே, அவர்கள் தேசத்திலிருந்து வெளியேறவும் கட்டாயப்படுத்தப்பட்டார்கள். அதோடு, அவர்கள் நாட்டைவிட்டு வெளியேறியவுடன், அவர்களுடன் சேர்த்து அனைத்துப் பாலங்களும் எரியூட்டப்பட்டன. இதனால்தான் எனது குடியுரிமையைப் பறிக்க அவர்கள் விரும்பினார்கள்; அதற்குச் சாக்காக வெளியில் சொல்வதற்கான ஒரு காரணத்திற்காக அவர்கள் காத்திருந்தார்கள். சட்டத்தின்படி, உங்களது குடியுரிமை ரத்துச்

செய்யப்படுகிறது என்றால், அதற்கு அர்த்தம், இனி செக் குடியரசுடன் உங்களுக்குச் செய்வதற்கு எதுவுமில்லை என்பதுதான். திடீரென, செக் நாட்டினருடனான உங்களது அனைத்து தொடர்புகளும் சட்ட விரோதமாகிறது. அவர்களைப் பொறுத்தவரையில் இதற்கு மேலும் நீங்கள் அவர்களுக்கானவர் இல்லை.

Samizdat இல் உங்களது புத்தகம் இன்னமும் விற்பனை செய்யப்படுகிறதா என்று உங்களுக்குத் தெரியுமா?

டொரெண்டோவில் ஜோசப் ஸ்க்வொர்கி ஒரு பதிப்பாக்க முயற்சியைச் செய்துவருகிறார். அவர் எனது ஆக்கங்களைப் பதிப்பிக்கிறார். அதனால், தேசத்திற்குள் இதுவொரு ரகசிய பாதையை உருவாக்க வாய்ப்பிருக்கிறது. எனினும், எனக்குத் தெரியவில்லை.

4. மொழிபெயர்ப்பு

செக் மொழியில் எழுதும் நீங்கள், உங்களது கையெழுத்துப் பிரதியை இங்கிருக்கும் பதிப்பாளரான கேலிமார்டிடம் (Gallimard) கொடுத்துவிடுகிறீர்கள். உங்களது படைப்புகளை அதன் மூல மொழியில் எவராவது வாசிக்கிறார்களா என்று எனக்கு ஆச்சர்யமாக இருக்கிறது?

அது கடினமானது. ப்ராகில் நானிருந்த காலகட்டத்தில், எனது கையெழுத்துப் பிரதியைப் பல மாதங்களுக்குச் சீக்குபிடிக்கும்படி விட்டுவிடுவேன். இந்தக் காலப் பகுதியில் எனது நண்பர்கள் எனது படைப்பை வாசிப்பது உண்டு. அவர்களுடைய கருத்துகளையும் ஆலோசனைகளையும் பெறுவதே ரொம்பவும் முக்கியமானதாகக் கருதினேன். எங்கு நீங்கள் வெற்றி அடைந்திருக்கிறீர்கள், எங்கு நீங்கள் ஒரு தெளிவான எண்ணத்தை அடைய முடியாமல் தேங்கியிருக்கிறீர்கள் என்பதைப் பார்க்க வேண்டியது அவசியம். இந்த "சோதனை" வாசகர்கள் நமக்குத் தேவை. ஆனால், இப்போது நான் செக் மொழியில் எழுதுகிறேன். ஆனால், எனது நண்பர்கள் அனைவரும் பிரெஞ்சு மொழி பேசுபவர்களாக இருக்கிறார்கள். எனது கையெழுத்துப் பிரதியுடன் நான் தனியே விடப்படுகிறேன்.

அதோடு, உங்களது மொழிபெயர்ப்புகள்?

எனது வாழ்க்கையின் துயரார்ந்த அனுபவங்களில் இதுவும் ஒன்று. மொழிபெயர்ப்பு எனது கொடுங் கனவைப் போன்றது. தனது மொழிபெயர்ப்பை மீண்டும் மீண்டும் வாசிக்கும், திருத்தும் மிக அரிதான எழுத்தாளர்களில் நானும் ஒருவன். பிரெஞ்சு, ஜெர்மன், ஆங்கிலம் மேலும் இத்தாலி மொழிபெயர்ப்புகளைக்கூட நான் மீண்டும் மீண்டும் வாசித்துத் திருத்துகிறேன். எனது சகாக்களை விடவும், மொழிபெயர்ப்பைப் பற்றி எனக்குக் கூடுதலாகத் தெரியும். அதனால் பிசாசுத்தன்மையில் நான் இருந்திருக்கிறேன். The Joke-இன் பிரெஞ்சு மொழியாக்கப் பிரதியை மீண்டும் திருத்துவதற்கு நான் ஆறு மாதங்களைச் செலவிட்டேன். மொழிபெயர்ப்பாளர்

- *16* வருடங்களுக்கு முன்னால், நான் இன்னமும் ப்ராகில் இருந்தபோது - எனது புத்தகத்தை மொழிபெயர்ப்பு செய்யவில்லை, அவர் மீளெழுத்துச் செய்துவிட்டார்! எனது பாணி அவருக்கு ரொம்பவும் எளிதாகத் தோன்றியிருக்கிறது. எனது கையெழுத்துப் பிரதியில் அவர் நூற்றுக்கணக்கான அழகுப்படுத்தும் உருவகங்களைச் சொருகிவிட்டார்; நான் பயன்படுத்தும் அதே வார்த்தைக்கான இணைபொருட்சொல்லை அவரும் பயன்படுத்தியிருந்தார்; அவருக்கு 'அழகான பாணி'யை உருவாக்கும் ஆசையிருந்திருக்கிறது. பத்து வருடங்களுக்கு, இந்தப் பிரதியை நசுக்கும் பாணியை, ஒவ்வொரு வார்த்தையாக, வாக்கியமாக மீண்டும் திருத்தி மொழிபெயர்ப்பது எனும் கடமையாக ஏற்று, பிரதியில் இருந்து அவற்றை நீக்கினேன். ஆங்கில மொழிபெயர்ப்பின் முதல் பிரதியைப் பொறுத்தவரையில், இது இன்னும் மோசமான விளைவை உண்டுபண்ணியிருந்தது. ஒவ்வோர் அத்தியாயத்தையும் வேறு வகையில் தன் இஷ்டம்போல வரிசைப்படுத்துவதன் மூலம், முற்றிலும் புதியதொரு நாவலாக அது கட்டமைக்கப்பட்டிருந்தது. இன்று The Joke ஏற்றுக்கொள்ளதக்க, துல்லியமான மொழிபெயர்ப்புடன் வெளியாகியிருக்கிறது.

உங்களது கையெழுத்துப் பிரதிகளை மொழிபெயர்ப்பு செய்வது ரொம்பவும் கடினமானதா?

நான் எப்போதுமே எனது சொற்களை மொழிபெயர்ப்பது ரொம்பவும் எளிமையானது என்றே நினைத்துவந்திருக்கிறேன். அவை உட்சபட்சச் சுறுசுறுப்புடன் எந்தவொரு கொச்சையும் இல்லாமல், செவ்வியல் பாணியில் தெளிவான மொழியில் எழுதப்படுகின்றன. ஆனால், அவை எளிமையாக இருப்பதாலேயே, மொழிபெயர்ப்பின்போது அதிகப்படியான பொருள் துல்லியத்தை அவை கோருகின்றன. இப்போது பலபல மொழிபெயர்ப்பாளர்களும் மீளெழுத்துச் செய்கிறவர்களாக இருக்கிறார்கள். 'The Unbearable Lightness of Being'இன் ஆங்கில மொழிபெயர்ப்புடன் மூன்று மாதக் காலத்தை நான் செலவிட்டேன். என்னை எரிச்சலூட்டிய மாதங்கள் அவை. பாணி குறித்த எனது விதிமுறை என்பது: *சொற்றொடர் கூடுமானவரையிலும் எளிமையானதாகவும், புதியதாகவும் இருக்க வேண்டும்.* பரிதாபத்திற்குரிய மொழிபெயர்ப்பாளர்கள் புரிந்துகொண்டிருக்கிற விதியென்பது: *சொற்றொடர் பொலிவுடன் துலங்க வேண்டும்* (இதன் மூலமாக மொழிபெயர்ப்பில் தனது மொழி குறித்த புலமையையும் திறனையும் அவர் வெளிப்படுத்த முடிகிறது), *முடிந்த மட்டும் வழக்கமானதாக இருக்க வேண்டும்* (ஏனெனில், மொழிபெயர்ப்பாளரின் பங்களிப்பில் படைப்பின் அசல்தன்மை அருவருப்பூட்டக்கூடியதாகத் தோன்றக்கூடும், அவரிடம், "இது ஆங்கிலத்தில் சொல்லப்பட்டிருக்கவில்லை" என்று சிலர் கூறுலாம். ஆனால், நான் எழுதுவது செக் மொழியிலும் சொல்லப்பட்டிருக்கவில்லை!). இந்த வழியில் உங்களது எழுத்துத் தட்டையாக, வழமையைக் கொடுப்பதாக, மேலும் அருவருப்பாகவும் பார்க்கப்படும். உங்களது எண்ணத்திற்கும் இது பொருந்தும். மொழிபெயர்ப்பில் சிறந்து விளங்குவதற்குச் சிறிய விஷயங்களைப் பின்பற்றினாலே போதுமானது; மூலப்

பிரதிக்கு உண்மையாக இருக்க வேண்டும்; உண்மையாக இருக்க விருப்பப்பட வேண்டும். புதிராக, எனது படைப்புகளுக்கான மிகச் சிறந்த மொழிபெயர்ப்பாளர்கள் சிறிய நாடுகளிலேயே இருக்கிறார்கள்: ஹாலந்து, டென்மார்க், போர்ச்சுகல். அவர்கள் என்னிடம் கலந்தாலோசிக்கிறார்கள்; கேள்விகளால் என்னைத் தொடர்ச்சியாகத் தொந்திரவுப்படுத்துகிறார்கள்; ஒவ்வொரு சிறிய நுணுக்க விவரம் குறித்தும் அக்கறையுடவர்களாக இருக்கிறார்கள். ஒருவேளை இந்தச் சிறிய நாடுகளில்தான் அவை சற்றே குறைவான இழிநிலையைப் பெறுகின்றன; எனினும், அவர்கள் இன்னமும் இலக்கியத்தின் மீது காதலில் இருக்கிறார்கள்.

5. பிரான்ஸில் வாழ்க்கை

பிரெஞ்சில் நீங்கள் ஒரு நாடகத்தை (Jacques et son maitre), டெனிஸ் டிடிராட்டுக்கு அர்ப்பணிப்பு செய்து இயற்றியிருக்கிறீர்கள். அதோடு, சில கட்டுரைகளையும் பிரெஞ்சில் எழுதியிருக்கிறீர்கள். எப்போதிலிருந்து இந்த மொழியைச் சௌகர்யமாகப் பயன்படுத்த துவங்கினீர்கள்?

கடந்த மூன்று நான்கு ஆண்டுகளாகத்தான். ஒரு கட்டுரையை எழுதும்போது, இப்போது நேரடியாக பிரெஞ்சு மொழியிலேயே எழுதிவிடுகிறேன். இயல்பாகவே, அது எப்போதும் செறிவானதாக இருக்கப்போவதில்லை, அதில் சில திருத்தங்களும் மேற்கொண்டுதான் ஆக வேண்டும். என்றாலும், இப்படி நேரடியாக எழுதுவதில் எனக்குப் பெரும் ஆர்வம் இருக்கிறது. மற்றொரு மொழியின் தடைகளைத் தாண்டிச் செல்வது என்னை வசீகரிக்கும் ஒன்றாகும்; இது கிட்டத்தட்ட விளையாட்டுத்தனமான உற்சாகத்துடன் கூடிய செயல்பாட்டு அணுகுமுறையைக் குறிப்பதாக இருக்கிறது. ஒருநாள் திடீரென்று செக் மொழியில் எழுதுவதை விடவும் பிரெஞ்சில் எழுதும் ஆவல் எனக்குள் பெருகியிருக்கிறது என்பதை உணர்ந்தேன்! பிரெஞ்சில் எழுதுவது என்பது எனக்கு முற்றிலும் அறிமுகமில்லாத பிரேதசம் ஒன்றைக் கண்டுபிடிக்கும் செயலுடன் தொடர்புடையது.

ஒருநாள் புனைவையும் பிரெஞ்சில் எழுத நீங்கள் ஆரம்பிப்பீர்கள் என்று கருதலாமா?

எனக்கு ஆச்சரியமூட்டும் ஒன்றின் மீது நீங்கள் அழுத்தம் கொடுத்துக் கேட்கிறீர்கள்: ஒரு மொழியில் பிரதிபலிப்பதும், விவரணை செய்வதும் முற்றிலும் இருவேறு முயற்சியாகும் என்பதை அறிந்துகொண்டேன். ஒவ்வொன்றின் செயல்பாடும் மூளையில் தனித்தனியே அதற்காக விதிக்கப்பட்டுள்ள சட்டத்திட்டங்களுக்கு உட்பட்டே இயங்குகிறது என்பதைப் போன்றது அது. இன்று என்னால் செக் மொழியை விடவும் பிரெஞ்சில் சிந்திக்க முடிகிறது. உதாரணத்திற்கு, ஒரு கட்டுரை எழுத வேண்டியிருந்து, மொழியை நானே தேர்வு செய்யும் உரிமை எனக்கு அளிக்கப்பட்டிருந்தால், பிரெஞ்சையே தேர்வு செய்வேன். பொது நேர்காணல்களில், எனது தாய்மொழியில் உரையாடுவதா அல்லது புகுந்த நிலத்தின் மொழியைப்

பேசுவதா என்ற தேர்வுரிமை கொடுக்கப்பட்டால், பிந்தையதையே நான் தேர்வு செய்வேன். ஆனால், இன்னமும் என்னால் ஒரு வேடிக்கையான கதையைக் கூட பிரெஞ்சு மொழியில் சொல்ல முடிவதில்லை. ஒரு கதை சிரிப்பூட்டும் வகையில் வெளிவர வேண்டுமென்றால், நான் எழுதுவது மோசமானதாகவும், விகாரமானதாகவும் வந்துவிடுகிறது. அதனால் நான் என்ன சொல்கிறேன் என்றால், ஒரு சிந்தனையை வளர்த்தெடுப்பதும், ஒரு கதையுடன் தொடர்பேற்படுத்திக்கொள்வதும் முற்றிலும் இருவேறு திறன்களாகும். எனது அடுத்த நாவலைப் பிரெஞ்சு மொழியில் எழுத வேண்டும் என்கிற ஆசை எனக்கு இருக்கிறது என்பது எனக்குத் தெரியும்; எனினும், அதற்கு நான் தகுதியுடையவனாக இருப்பேனா என்பதில் எனக்குச் சந்தேகம் இருக்கிறது. இப்போது நீங்கள் எப்படி அமர்ந்திருக்கிறீர்கள், பேனா உங்களது வாயில் எப்படி அமைக்கப்பட்டிருக்கிறது என்றெல்லாம் பிரெஞ்சில் நான் விவரிக்க நேர்ந்தால், என்னால் அதனைச் செய்ய முடியாது: எனது விளக்கம் மிக மிக மோசமானதாக இருக்கும்.

பிரெஞ்சில் நீங்கள் விரிவுரையும் கொடுத்துவருகிறீர்கள்ஞ் இப்போது உங்கள் நாவல்கள் பெற்றிருக்கும் வெற்றியால் பொருளாதார கவலைகளிலிருந்து உங்களுக்கு விடுதலை கிடைத்திருக்கிறது. இதன்பிறகும், நீங்கள் ஏன் பாரீஸ் பல்கலைக்கழகங்களில் தொடர்ந்து பேராசிரியராகப் பணியாற்றிக்கொண்டிருக்கிறீர்கள்?

எனது கொள்கையின்படி, பணத்திற்காக இலக்கியத்தைச் சார்ந்திருக்க நான் விரும்பவில்லை. நீங்கள் இலக்கியத்தை மட்டுமே முழுமையாக நம்பிக்கொண்டிருந்தால், அந்தச் சார்பு நிலையே உங்களைச் சிதைக்கக்கூடும். உங்களது வாழ்வாதாரத்திற்காக எழுத்தை நீங்கள் சார்ந்திருக்கும்போது, வெற்றியைப் பிரசவிப்பதற்கான கடமையை நீங்கள் செய்கிறீர்கள், அதனைத் தொடர்ந்து ஏதோவோர் அபாயத்தைத் தேர்வு செய்திருப்பதாக நீங்கள் உணரத் துவங்குவீர்கள். அதுவொரு சிறந்த இடம் என்பதால் மட்டுமல்ல, அது என்னை அதிக அளவில் ஆர்வப்பட வைத்துவிடலாம். புனைகதை எழுதுவதில் முற்றிலும் சுதந்திரமானவனாகச் செயல்பட விரும்புகிறேன். அதோடு, சுதந்திரமாக உணருவது என்றால், புரிதலை, தோல்வியை, உங்களது வேலைக்கான விருந்தோம்பலையும் சோதனைக்குள்ளாக்கிக்கொள்வது என்பதுதான். இந்தக் கண்ணோட்டத்தில், நீங்கள் பணி நியமனம் பெற்றிருப்பதும், பாடம் நடத்துவதும் சிறந்த விஷயங்கள்தான். அங்கிருந்து பார்க்கையில், நீங்கள் படைப்பதற்கு முழுச் சுதந்திரத்துடன் இருக்கிறீர்கள், அதோடு வருவாய் குறித்த மிகுதி ஆர்வமும் உங்களுக்கு உண்டாகாமல் இருக்கிறது.

நேரத்தைப் பற்றிய கேள்வி: பாடம் நடத்துவது உங்களுக்குத் தேவையான நேரத்தைக் கொடுக்கிறதா?

நிச்சயமாக உங்களுடைய நேரம் எடுத்துக்கொள்ளப்படுகிறதுதான். ஆனால், உண்மையிலேயே அந்த நேரம் நம்மிடமிருந்து பறிபோனதாகக் கருதப்பட வேண்டுமா

என்று நினைக்கிறேன். அப்படி இல்லையென்றுதான் கருதுகிறேன். நான் என்ன பாடம் நடத்துகிறேன் என்பது முற்றிலும் வெளிப்படையானது. எந்த வகையிலும் நான் அடிமை அல்ல. ஒவ்வொரு வருடமும், வேறு ஏதாவது ஒன்றைப் பற்றிப் பேச வேண்டிய கடமை உங்களுக்கு இருக்கிறது. அதோடு ஒரு புதிய பொருளைப் பற்றி நீங்கள் விரிவுரைக் கொடுக்க வேண்டுமென்றால், முதலில் நீங்கள் அந்தப் புதிய பொருளைப் பற்றி வாசித்துப் பின்னர் சிந்தனை செய்திருக்க வேண்டும். வாசிப்பதற்கும் சிந்திப்பதற்குமான இந்தத் தேவை நிச்சயமாக மிகச் சிறந்ததுதான். மேலும், நீங்கள் எப்போதும் சில சுவாரஸ்யமான மனிதர்களுடன் தொடர்பிலேயே இருக்கிறீர்கள். ஒரு எழுத்தாளரை அவர் வசித்துக்கொண்டிருக்கும் உலகத்திலிருந்து பிரித்து வெளியேற்றுவது மிகவும் அபத்தமானது என்றே நினைக்கிறேன்.

ஒரு பேராசிரியராக குந்தேரா, தனது மாணவர்களிடம் தனது சிந்தனைகளையும் தகவல்களையும் தொடர்புபடுத்துகிறார். ஆனால், பதிலீடாக அவருக்கு என்ன கிடைக்கிறது?

எனக்குச் சில நண்பர்கள் கிடைத்திருக்கிறார்கள், சிலரை நான் சந்திக்கிறேன். வேறு எந்த வகையிலும் இவர்களை எல்லாம் சந்திப்பதற்கான வாய்ப்பு எனக்குக் கிடைத்திருக்கவே முடியாது. புதிய புதிய சந்திப்புகளில் இருந்து உங்களை நீங்களே விலக்கிக்கொள்வது என்பது சாத்தியமில்லாதது என்றே நினைக்கிறேன். ஏகாந்த நிலையின் அபாயம், வேறு சில எழுத்தாளர்கள் வசிக்க விரும்பும் அந்த மூடுண்ட சூழல், என்னைப் பொறுத்தவரையில் அன்னியமானது. உலகம்தான் எழுத்தாளரின் ஆய்வுக்கூடமாகும். பல்கலைக்கழகத்தில் நான் இல்லை என்றாலும், வேறொரு வேலையை நான் தேர்ந்தெடுத்திருப்பேன். அது தற்காலிகமாக இருந்தாலும் – நிந்தனையின் உச்ச நிலையாக இருந்தாலும், பத்திரிகையில் வேலை செய்வதைக்கூட வாழ்க்கையுடனான எனது தொடர்பைத் துண்டித்துவிடக்கூடாது என்பதற்காவது நான் தேர்வு செய்வேன்.

தொடர்ந்து எழுதுவது என்பது மட்டுமே உங்களது பார்வையில் வாழ்வதாக ஆகாதா? இங்கு நீங்கள் காஃப்காவிடமிருந்து முரண்படுகிறீர்கள். எதுவெல்லாம் இலக்கியம் இல்லையோ, அதுவெல்லாம் பயனற்றது என்று அவர் கருதினார்.

ஆமாம். ஆனால், அவரும் ஒரு காப்பீட்டு நிறுவனத்தில் முகவராக வேலை செய்திருக்கிறார் என்பதை மறந்துவிட வேண்டாம். நாம் நம்புவதை விடவும், உலகத்துடன் அதிக அளவிலான பரந்த தொடர்பை அவர் கொண்டிருந்தார் என்று சொல்லவருகிறேன். தனது அலுவலகத்தைப் பூட்டிக்கொண்டு உள்ளே அமர்ந்து வேலை செய்யும் அலுவலர் அல்ல அவர்; காஃப்கா தினமும் மனிதர்களைச் சந்தித்தார், பிரச்சினைகளுடன் போராடும் எளிய மனிதர்களைத் தினமும் சந்தித்துக்கொண்டிருந்தார். அதிகாரத்துவமும் வாழ்க்கையின் ஓர் அங்கம்தான். காஃப்கா ஒருபோதும் இந்த உலகத்திடமிருந்து துண்டிக்கப்பட்டுத் தனித்திருக்கவில்லை.

“காஃப்காவில் தங்களது தனிமையைக் கைவிடுவதன் மூலம் சமூகத்தில் தங்களுக்கான இடத்தைப் பெறுபவர்கள், நீண்டகால ஓட்டத்தில் தங்களது ஆளுமையையும் நழுவ விடுகிறார்கள்” என்று குறிப்பிட்டிருக்கிறீர்கள். தனியுரிமை உணர்வு உங்களுக்கு ரொம்பவும் முக்கியமானது என்பதை நாங்கள் அறிவோம். இந்தத் தேவைகள், 1968இல் நடைபெற்ற உங்கள் நாட்டின் மீதான சோவியத் யூனியனின் படையெடுப்பிற்குப் பின்னர் நிகழ்ந்ததா அல்லது அதற்கும் முன்பாகவே இருந்ததா என்று யோசிக்கிறேன்.

68க்குப் பல வருடங்களுக்கு முன்பிருந்தே இருக்கிறது. தனியில் இருப்பது எனது தீவிரமான வெறியாகவே இருந்தது. நான் ஒருவிதத்தில் “சிற்பமாக” இருந்தேன் என்று மிகைப்படுத்தியும் சொல்லலாம்.

உங்களுடைய சமீபத்திய நேர்காணலில், உங்களது 40ஆவது வயது வரையில் பழக்கத்தில் இருந்த பொது வாசகர்களை இழப்பது கடினமானதாக இருந்தது என்று குறிப்பிட்டிருக்கிறீர்கள். அதன் பிறகு, இப்போது நீங்கள் குறிப்பிட்ட வகையிலான வாசகர்களை மனதில் வைத்துக்கொண்டு எழுதுகிறீர்களா?

பொது வாசகர்களை இழப்பது எனக்குக் கடினமாக இருந்தது என்று கருத்து தெரிவித்திருந்தேன் என்றாலும், முரணாக அது எனக்குக் கடினமாக இருக்கவில்லை. அது என்னை ஆச்சர்யப்படுத்திய ஒரு முரண்பாடுதான். விவரிப்பதற்குக் கடினமானது. ஆனால், விடுவிக்கப்பட்டவனாக என்னை உணர்ந்தேன்; நான் விநோதமான வகையில் விடுவிக்கப்பட்டவனாக உணர்ந்தேன். ஏனென்றால் Life is Everywhere-*யும்,* The Farewell Party-*யும் எழுதியபோது கூட, எனது படைப்புகள் நீண்டகாலம் வெளியிடப்பட்டிருக்கவில்லை என்பதும், மக்களின் பார்வையிலிருந்து முற்றிலுமாக மறைந்திருந்தேன் என்பதும் எனக்குத் தெரியும். ஏழு வருடங்களுக்கு எந்தவொரு படைப்புச் செயல்பாட்டையும் நான் செய்யவில்லை என்பதால், பிரசுரிப்பதற்கு எதுவும் என்னிடத்தில் இருக்கவில்லை. வேறு வார்த்தைகளில் சொல்வதென்றால், உலகத்தில் உயிர்ப்புடன் இருக்க முடியாத ஒரு பிணத்தைப்போல இருந்தேன். எனினும், நான் சந்தோஷமாகவே இருந்தேன்!*

இலாபகரமான வேலை எதுவும் இல்லாமல், எப்படி மீண்டு வந்தீர்கள்?

அதிர்ஷ்டவசமாக, The Joke *புத்தகத்தின் விற்பனை மூலமாக, எனக்குக் கிடைத்திருந்த பணம் எனது வங்கி சேமிப்பில் இருந்தது. வெராவும் நானும் ஒருவித மானியத் தொகையில், உண்மையில் ரொம்பவும் அடக்கமாக வாழ்ந்துவந்தோம். ஆனால் பின்பு, உங்களுக்கு அதிகமும் தேவைப்படவில்லை. வெரா ஆங்கிலப் பாடங்களை நடத்தினார். நான் வேறு சிலரின் பெயரின் கீழ் அவ்வப்போது சிற்சில வேலைகளைச் செய்வேன். இவ்வகையில், நான் எழுதிய ஒரு நாடகம் மற்றும் ரேடியோவுக்கான கதையின் மூலமாக எனக்குக் கொஞ்சம் பணம் கிடைத்தது. வேறொருவரின் பெயரின் கீழ் எழுதுவது, கொஞ்சம் வேடிக்கையாகவே இருந்தது;*

சுவாரஸ்யமான புதிர்மைத்தனமாக இருந்தது. இந்தக் காலகட்டத்தின் துவக்க வருடங்களில் நாங்கள் எங்களையே மகிழ்ச்சியூட்டிக்கொண்டோம் என்றுதான் சொல்ல வேண்டும். மறுபுறம், செக் மக்கள் இவற்றைப் படிக்க மாட்டார்கள் என்ற உறுதி பத்திரத்துடனேயே, இரண்டு நாவல்களை எழுதினேன். அது என்னை எவ்வளவு ஆர்வமூட்டியது என்பதைச் சொல்லியாக வேண்டும். ஏனெனில், ஒரு சிறிய தேசத்தில், ஏற்றுக்கொள்ளவியலாத அழுத்தம் மக்களிடத்தில் இருந்தது. அவர்கள் உங்களைக் களைப்படையச் செய்வார்கள், அதோடு சில சமயங்களில் அவர்களைப் பார்த்து நீங்கள் கொஞ்சம் அச்சப்படவும் செய்வீர்கள். நீங்கள் பாதிக்கப்படக்கூடியவர்; நீங்கள் பேசும் அல்லது செய்யும் ஏதோவொன்றால், மக்கள் உங்களை வெறுக்கப் போகிறார்கள் என்பது உங்களுக்கு முன்னதாகவே தெரிந்திருக்கும். இதற்கும் அரசியலுக்கும் எந்தவொரு சம்பந்தமும் இல்லை. நான் மக்களின் விருப்பு வெறுப்புகளைப் பற்றி மட்டுமே குறிப்பிடுகிறேன். ஒரு சிறிய கிராமமான செக்கோஸ்லோவியாவில் இயல்பாக எல்லோருக்கும், பலதரப்பட்ட மக்கள் எல்லோருக்கும் அறிமுகமானவராக இருப்பீர்கள். இது ரொம்பவே அசௌகர்யமானது. நீங்கள் செய்யும் எதுவொன்றும், அவதூறுக்கும் கட்டுக்கதைக்கும் இலக்காகிவிடும் சாத்தியமிருக்கிறது. அதனால், உங்களது சுயபிரக்ஞை இல்லாமலேயே, மக்களுக்காகச் சில சமரசங்களை நீங்கள் செய்திருப்பீர்கள் என்பதை அறிந்துகொள்வீர்கள். அவர்கள் உங்களை ஊக்கப்படுத்துகிறார்கள் என்று நீங்கள் கருதலாம், ஆனால் யதார்த்தத்தில் உங்களுடைய மக்களினால் கொடுக்கப்படும் அழுத்தமே உங்களை வடிவமைக்கிறது. நீங்கள் எழுத விரும்பும் அனைத்தையும், நீங்கள் எழுதப்போவதில்லை என்பதை உணருவீர்கள்.

முன்பே குறிப்பிட்டதுபோல Life is Everywhere, The Farewell Party இரண்டையும், எந்தவொரு செக் குடிமகனும் வாசிக்கப்போவதில்லை என்கிற முழுச் சுதந்திரத்துடன்தான் எழுதினேன். அந்தச் சமயத்தில், டொரொண்டோவில் இருக்கிற ஸ்க்வொர்கியின் செக் அச்சகத்தில் அச்சிடப்படும் என்பதையெல்லாம் கருத்தில் கொள்ளவே இல்லை. அவை செக் குடிமக்களுக்காக இல்லை, யாரோ ஒரு தெரியாத வாசகருக்காகவே எழுதப்படுகிறது என்கிற மாய உணர்வில் தோற்றம் பெற்றவையே.

'The book of Laughter and Forgetting', 'The Unbearable Lightness of Being' புதினங்களை எழுதும்போது, ஏற்கெனவே சர்வதேச வாசகர்களை நீங்கள் கவர்ந்துவிட்டீர்கள் என்பது உங்களுக்குத் தெரியும். இது ஏதேனும் ஒருவகையில் உங்களைப் பாதித்ததா?

அத்தகைய பார்வையாளர்கள் ரொம்பவும் குறைவானவர்கள்தான். 'The Book of Laughter and Forgetting'ஐ எழுதும்போது நான் இன்னமும் ரெனஸில்தான் வாழ்ந்துகொண்டும், ஆசிரியர் பணி செய்துகொண்டும் இருந்தேன். பிரெஞ்சு வாசகர்களுக்கு இன்னமும் என்னைத் தெரிந்திருக்கவில்லை. ஒரு குறிப்பிட்ட

அநாமதேயத்தைக் கடைபிடிப்பது அவசியம் என்றே கருதுகிறேன்; அதனால்தான் தொலைக்காட்சியில் தங்களை வெளிப்படுத்திக்கொள்ளும் எழுத்தாளர்களை நான் வெறுக்கிறேன். தன்னைப் பற்றியே பேசுவதில் குறிப்பிட்ட வகையிலான ஓர் அபாயம் இருக்கவே செய்கிறது. பொது மக்களின் ஆர்வம் நாவலுடன் மட்டும் அடங்கிவிடுகிறதா என்பது கேள்விக்குரிய விஷயமாகும். பொதுமக்களின் துப்பறியும் கண்களுக்கு ஒரு நடிகர் தீனி போடுபவராக இருக்கலாம். ஆனால், நிச்சயமாக எழுத்தாளர் அப்படி இருக்கக்கூடாது.

6. பெண்கள்

உங்களது படைப்புகள் அனைத்திலும் பெண்கள் குறைவான அறிவுடையவர்களாகவும், கல்வியறிவு பெற்றவர்களாகவும் இருக்கிறார்கள். ஆண்கள் தொடர்ச்சியாக அறிவுஜீவிகளாகவும், தொழிற்வயப்பட்டவர்களாகவும் இருக்கிறார்கள். இது தற்செயலாக அமைந்ததா அல்லது திட்டமிட்டே உருவாக்கப்பட்டதா?

நிச்சயமாக இது எனது உள்ளுணர்வுடன் தொடர்புடையதாக இருக்கிறது. அவதானிப்புகளில் எனக்கு முழுமையாக நம்பிக்கை இல்லை. நிச்சயமாகச் சில அறிவுஜீவி பெண்களும் எனது படைப்பாக்கங்களில் இருக்கிறார்கள். உதாரணத்திற்கு, 'The Unbearable Lightness of Being'இல் வருகிற சபீனா.

சபீனா அறிவாளிதான். ஆனால், நிச்சயமாக அவளோர் அறிவுஜீவியா? நான் அவளை ஒரு சிற்றின்ப அறிவாளியாகத்தான் பார்க்கிறேன். ஓவியர் ஒருவருடன் தொடர்புடையதாக நான் கருதும் சிற்றின்ப அறிவார்த்தமே அவளிடம் இருப்பதாகத் தோன்றுகிறது.

ஓவியர் அறிவுஜீவியா இல்லையா என்பதெல்லாம் எனக்குத் தெரியவில்லை. ஆனால், என்னைப் பொறுத்தவரையில், சபீனா வலுவான மன அமைப்புடைய பெண்தான். இன்னும் ஒருபடி மேலே சென்று, அவளுடைய சிந்தனைகள்தான் அந்த நாவலிலேயே தெளிவாக வெளிப்படுத்தப்பட்டிருக்கும் பகுதி என்பேன். ஒருவேளை, மிகவும் குரூரமான, உள்ளூறைந்த கொடூர மனப்பான்மை கொண்டவளாகவும் இருக்கலாம். அவள் சிந்திப்பதைப் போல, நாவலின் மற்ற கதாபாத்திரங்கள் தெளிவாகச் சிந்திப்பதில்லை. 'The Farewell Party'யின் ஓல்காவும் அறிவுஜீவிதான், அதோடு 'Laughable Loves'இல் வருகிற பெண் மருத்துவரும் அறிவுஜீவிதான். அவளுடைய சிந்தனை ரொம்பவும் இழிவானதாகவும், அதே நேரத்தில் தெளிவானதாகவும் இருக்கிறது. அதனால் உங்களுடைய அவதானிப்பு முழுமையாக ஏற்றுக்கொள்ளக்கூடியதல்ல. நீங்கள் குறிப்பிடுகிற விதங்களில் காணப்படுகிற வேறு சிலர் இருக்கிறார்கள் என்பதும் உண்மைதான். சமீபத்தில், திடீரென்று எனக்குள்ளாக நான் கேள்வியெழுப்பிக்கொண்டேன், கோமானே, உலகத்தில் எங்கிருந்து உனக்கு 'The Joke'இல் வருகிற லூசியின் கதாபாத்திரம் கிடைத்தது?

இங்கு பிரான்ஸில் நீங்கள் நாவல் எழுதும்போது, உங்களது சுயசரிதையையே நீங்கள் எழுதியிருப்பதாக எல்லோரும் கருதுகிறார்கள். என்னுடைய சமீபத்திய நாவலைப் பிரசுரம் செய்தபோது, வெராவிடம் மக்கள், "நீங்கள் ஒரு புகைப்படக் கலைஞராக இருந்திருக்கிறீர்கள் அல்லவா?" என்று கேட்பதை நான் அறிவேன். 'The Joke'இல் வருகிற லூசி, ஒரு நிஜ மனிதரின் சாயலில் இருந்து பெறப்பட்டதாகவே கருதப்படுகிறது. ம்ம்ம், எங்கிருந்து நான் அவளைக் கண்டுபிடித்தேன்? அதற்கான பதிலென்பது, எனது வாழ்க்கையில் நான் சந்தித்திருக்கிற எண்ணற்ற பெண்களில், இதுவரையிலும் சந்தித்திராத ஒரு பெண்ணையே லூசி உருவகப்படுத்துகிறாள். யதார்த்தத்தில் ஒருபோதும், எளிமையான ஒரு பெண்ணை நான் சந்தித்ததே இல்லை. 'The Joke'இல் வருகிற ஹெலெனாவைப் (அவளை நான் மனப்பூர்வமாக அறிந்து வைத்திருக்கிறேன்) போல, சாதாரணமான பெண்கள் பலரை அறிந்து வைத்திருக்கிறேன். ஆனால், லூசி நான் அறிந்திருக்காத பிரத்யேகமான பெண் என்பதால் ஏதோவொன்று அவளைக் கண்டுபிடிக்கும்படி, அவளை நோக்கி இழுத்துச் சென்றுவிட்டது. லூசி எப்படிப்பட்ட பெண் என்றால், அவள் ஒரே சமயத்தில் எளிமையானவளாகவும் புதிரானவளாகவும் தோற்றமளிக்கிறாள். புதிரானவளாக அவள் இருக்கிறாள். ஏனெனில், அவள் ரொம்பவும் எளிமையாக இருப்பதால். பொதுவாக, சிக்கல்தன்மை உடையதைத்தான் புதிரானது என்று கருதுவீர்கள். எனினும், லூசி ரொம்பவும் எளிமையானவளாக இருந்தும் அவளை என்னால் புரிந்துகொள்ள முடியவில்லை. ஒரு நேர்மறையான எளிமை; போற்றுதலுக்குரிய எளிமை. லூசி எனது சொந்தக் கொழுப்பின் இழிவுத்தன்மைக்கு ஒருவகையிலான எதிர் சமநிலையாக விளங்கினாள்; எனது சொந்த அனுபவங்களுக்கு அப்பாற்பட்ட ஓர் அனுபவம் அவள். இங்குதான் 'The Joke'இன் கற்பனாபூர்வமான, கண்டுபிடிக்கப்பட்ட பகுதி இருக்கிறது. லூசி ஓர் உண்மையான கவிதை; அவள் உண்மை அல்ல, கவிதை.

வழக்கமாக உங்களது நாவல்களில் பெண்களின் கதாபாத்திரங்கள் அறிவுஜீவிகளாகப் படைக்கப்படுவதில்லை என்பது உண்மை என்றால், அதனைச் சரிகட்டும் விதமாக, ஒரு சமநிலையைத் தோற்றுவிக்க, பெண்களை விடவும் ஆண்கள் அதிகமாக விமர்சிக்கப்படுகிறார்கள். 'Unbearable Lightness'இல் வருகிற தாமஸ், தனது முன்னூகங்களுக்கும் பயத்திற்கும் இடையே, சுதந்திரத்திற்கான அவனது ஆர்வத்தில், தெராஸாவின் மீதான அவனது காதலின்போது எனத் தொடர்ச்சியாக முடிவே இல்லாமல் சிதறடிக்கப்படுகிறான். கதை சொல்லி கனத்தையும் இலகுத்தன்மையையும் மாற்றி அமைக்கும்போது, தாமஸ் தனது சுய ஒழுக்கத்திற்கே கைதியாகிவிடுகிறான்; யாரும் அவனை மன்னிப்பதில்லை, எல்லோரையும் கடந்து, தானே அவனை மன்னிப்பதில்லை.

இருக்கலாம்.

சிற்றின்பம், ஒருவகையில் சிரிப்பூட்டக்கூடியது என்று ஜார்ஜஸ் பதேல் (Georges Bataille) சொல்லும்போது, அக்கருத்துடன் நீங்கள்

உடன்படுகிறீர்களோ என்று நினைக்கிறேன்.

எனக்குத் தெரியவில்லை.

உங்களது படைப்புகளில் பாலியல் செயல்பாடுகள் என்பது சிரிப்பு மற்றும் இலேசானத்தன்மை என்பதோடு, ஒரு முக்கிய முன்நோக்கைக் குறிப்பதாகவும் இருக்கிறது.

டியர் ஜோர்டன், பதில் அளிக்க நான் விரும்புகிற சில கேள்விகள் இருக்கின்றன. அதே சமயத்தில், நான் விரும்பாத அல்லது எப்படிப் பதில் அளிப்பது என்று தெரியாத கேள்விகளும் இருக்கின்றன. பகுத்தறிவும், பகுத்தறிவு இல்லாத நிலையும் எழுத்தில் பங்கெடுத்துக்கொள்கின்றன. பகுத்தறிவு என்பது, நாவல் கலையின் அழகியல் இதுதான், இலக்கிய வரலாற்றில் இவ்வகையில்தான் அழகியல் இருக்கிறது, இதேபோல வேறு சிலவும். இப்படிப்பட்ட கேள்விகளுக்குத்தான் என்னால் எளிதாக, சிரமமின்றிப் பதில் அளிக்க முடியும். அதன்பிறகு, நாவலின் உண்மையான கருப்பொருள் இருக்கிறது: கதாபாத்திரங்கள், அவர்களது அதீத விழைவுகள், சிற்றின்பக் கிளர்ச்சி... வியோலா, என்னால் நாவலின் வழியிலேயே அல்லது நாவலுக்குள்ளாக மட்டுமே கையாள முடிகிற விஷயங்களை நீங்கள் வைத்திருக்கிறீர்கள். எனது நாவல்களில் வருகிற பெண்கள் எல்லாம் ஏன் அப்படி இருக்கிறார்கள் என்று எப்படி உங்களிடம் விவரிப்பது என்று எனக்குத் தெரியவில்லை. எனது படைப்புகளில், புணர்ச்சி ஏன் மகத்தான இடத்தைப் பெற்றிருக்கிறது என்று விவரிக்க என்னால் தலைபட முடியாது. இங்குதான் பிரக்ஞையற்றத்தன்மையின், பகுத்தறிவற்றத்தன்மையின் சாம்ராஜ்ஜியம், எனக்கு ரொம்பவும் நெருக்கமான சாம்ராஜ்ஜியம் நிலைபெற்றிருக்கிறது. நாவலாசிரியர் தனது சொந்த நாவல்களைப் பற்றி மேற்கொண்டு கோட்பாட்டுரீதியாக ஓர் எல்லையைக் கடந்து விவரிக்கக்கூடாத வரம்பு ஒன்று இருக்கிறது. அப்போது தனது மௌனத்தை எப்படி வெளிப்படுத்த வேண்டுமென்று அவர் அறிந்திருக்க வேண்டும். அந்த வரம்பை நாம் தொட்டுவிட்டோம்.

உரையாடல் – 3

1985இல், Performing Arts Journal இதழுக்காக, ஆர்தர் ஹோம்பெர்கால் மேடை நாடகக் கலை குறித்து மிலன் குந்தேராவிடம் மேற்கொள்ளப்பட்ட நேர்காணல்.

நீங்கள் ஒரு முன்னணி நாவலாசிரியர். எதற்காக மேடை நாடகங்களின் பக்கம் உங்களது கவனத்தைத் திருப்பினீர்கள்?

Jacques and His Master நாடகம், சூழ்நிலை தூண்டுதலால் உருவானதாகும். 1971இல் டூபெக்கின் வீழ்ச்சிக்குப் பிறகு, புதிதாகப் பதவியேற்றவர்கள் என்னை எச்சரிக்கையுடன் கவனிக்க ஆரம்பித்தார்கள். எனது புத்தகங்கள் தடை செய்யப்பட்டிருக்க, வாழ்வாதாரத்திற்காகப் பொருளீட்டுவதற்கான எனது அனைத்து முயற்சிகளையும் சட்டவிரோதமானதாக அவர்கள் மாற்றிவிட்டார்கள். நாடக இயக்குநராக இருந்த எனது நண்பர் ஒருவர், தனது குழுவினருக்கு ஒரு நாடகத்தைப் புனைபெயரில் எழுதித் தரும்படி என்னிடம் தெரிவித்தார். எனது பொருளாதார நெருக்கடியின் காரணமாகவே, அந்த நாவலை எழுத நேர்ந்தது. ஆனால், இந்தப் புறவயமான நெருக்கடிகளைக் கடந்து, ஒரு சாகசத்துக்கான அழைப்பாலும் நான் ஈர்க்கப்பட்டிருந்தேன். அதற்கு முன்பு நாடகம் எழுதியிருக்காததால், ஆச்சரியமாக என்னை ஆசிரியனாக ஏற்றுக்கொள்ளும் ஒரு படைப்பூக்கத்தைக் கையாண்டு பார்க்க வேண்டுமென்று விரும்பினேன்.

புனைவெழுத்தில் சாத்தியமில்லாத வெளிப்பாட்டுத்தன்மையை, நாடகம் ஒரு வகைப்பாடாக, உங்களுக்கு வழங்கியதா?

நாடகீய வெளிப்பாட்டில் இயற்கையாய் அமைந்திருக்கிற விளையாட்டுத்தனம் எனக்கு விருப்பமானதாக இருந்தது. மேடை நாடகம் என்பது ஒரு விளையாட்டு. அதோடு, விளையாட்டை விளையாடுவது மிகுதியான இன்பத்தைக் கொடுக்கும் ஒன்று. யதார்த்த வாழ்க்கை தொடர்ச்சியான மோசடிகளால் இணைக்கப்பட்டிருக்கிறது. தனது மலட்டுத்தன்மையால் நம்மிடத்தில் அது அதிருப்தியை உண்டாக்குகிறது. ஆனால், பிரக்ஞைப்பூர்வமாக மேடையில் நாம் விளையாடத் துவங்கும்போது, அந்த விளையாட்டுத் தீவிரமானது அல்ல என்பது முன்னதாகவே நமக்குத் தெரிந்திருக்கும். அவ்வகையில், வாழ்க்கையின் மலட்டுத்தன்மை, மேடையில் மகிழ்வூட்டும் மலட்டுத்தன்மையாக மாறிவிடுகிறது. சர்வாதிகார ஆட்சியில், ஒருவர் மிக விரைவாகவே நகைச்சுவையின் தேவையை அறிந்துகொள்வார். மக்கள் சிரிக்கும் விதத்திலிருந்து அவர்களை நம்புவதற்கும், நம்பாமல் இருப்பதற்கும் நீங்கள் கற்றுக்கொள்ள வேண்டும். நவீன உலகத்தில் தொடர்ச்சியாக நாடகம் தனது விளையாட்டுத்தன்மையிலான இயல்பை இழந்து வருவது என்னை அச்சுறுத்தவே செய்கிறது.

ஏன் டிடிராட்? ஜாக்குவஸும் அபாயகரமானவரா?

நாடகம் எழுதுமாறு என்னை வலியுறுத்திய நண்பருக்கு நாடகப்படுத்தப்பட்ட ஒரு நாவலே தேவையாய் இருந்தது. உண்மையில், அவர் தஸ்தயேவ்ஸ்கியின் ‘அசடன்’ நாவலை என் தலையில் கட்டிவிட முயற்சித்தார். ஆனால், தஸ்தயேவ்ஸ்கி எனக்குக் குமட்டலையே உண்டாக்கினார். ரஷ்ய டாங்கிகள் எனது நாட்டை

ஆக்கிரமித்திருந்தன என்பது மட்டுமே அதற்கான காரணம் அல்ல; அவரிடம் இருந்த செண்டிமெண்டல் மெலோடிராமாவின் கீற்றுகளும்தான். வெடிகுண்டு புதைக்கப்பட்டிருக்கும் ரஷ்ய ஆன்மாவிடமிருந்து என்னால் முடிந்த வரையில் தொலைவாக விலகிச் சென்று, பிரெஞ்சு செவ்வியல் தன்மையில் மகிழ்வுக்கான காரணங்களின் அடியில் அடைக்கலம் புகுந்திடவே நான் ஏங்கிக்கொண்டிருந்தேன்.

Jacques le Fataliste எனது விருப்பமான நாவல்களில் ஒன்று - ஒரு நாவலை, நாவலாகவே கருதச் செய்யும் கோட்பாடுகளின்படி கட்டமைக்கப்பட்ட ஒருசில நாவல்களில் அதுவும் ஒன்று. தீவிரமாக இருப்பதற்கு மறுப்பதன் மூலமாக, மிகச் சிறந்ததொரு நிலையை அது எய்திவிடுகிறது. நாவல் அறிவொளியை வெளிப்படுத்தும் பல்வேறு முனைகளுக்கிடையில் நிலவும் முரண்பாட்டை நாடகமாக்குகிறது. மனிதனின் விருப்பத்திற்கும், அவனது செயல்களுக்கும் இடையில் நிலவும் கேளிக்கையான துயரத்தை ஆய்வுசெய்த முதல் சிலரில் டிடிராட்டும் ஒருவர். நாம் செய்யும் செயல்களுக்கான பலன்கள் நமது விருப்பதிற்கு எதிராக இருப்பது, நாம் செய்யும் முக்கியத்துவமற்ற செய்கைகள் பெரும்பாலும் நம் கழுத்தை முறித்துவிடும் விளைவுகளை உண்டுபண்ணுவது. டிடிராட்டுக்குப் பிறகு நாவலாசிரியர்களால் செயல்களையும், மையக் கருத்தையும் இதுபோல அணுகவே முடியவில்லை. மனித வாழ்க்கையின் அடிப்படை விதியே முரண்பாடுதான் என்பதை டிடிராட் அறிந்து வைத்திருந்தார்.

ஆனால், எனது நாடகம் டிடிராட் நாவலைப் போல, அதன் ஆசிரியர் உடனான இரண்டு நூற்றாண்டுகளின் (பதினெட்டாம் - இருபதாம் நூற்றாண்டுகளுக்கு இடையிலான மோதல்) உரையாடல் என்பதை அப்படியே எடுத்தாளப்பட்டது அல்ல. டிடிராட் எதிர்காலத்தை, வரம்பற்ற முன்னேற்றங்களால் நிரப்பப்படும் ஒரு முடிவிலியான வெளியாகப் பார்த்தார். நாம் எதிர்காலத்தை அச்சத்துடனும், நம்பிக்கையின்மையின் மூலமாகவும் பார்க்கிறோம். டிடிராட் எனது நாடகத்தைக் கல்லறையின் மறுபுறத்திலிருந்து பார்த்தார் என்றால், நிச்சயமாக எனது நாடகத்துடன் ஒத்துப்போக மாட்டார். ஆனால், அதே சமயத்தில் நமது நூற்றாண்டுக் கண்டிருக்கும் அனைத்தையும் அவர் கருத்தில் கொள்வார் என்றால், எனது நாடகம் அவரைப் கோபப்படுத்தாது என்றே நினைக்கிறேன். ஏன் நாம் மனிதர்கள் மீதான நம்பிக்கையை இழந்துவிட்டோம் என்பதை அவர் புரிந்துகொள்வார்.

உங்கள் நாடகத்தில் உங்களுக்குப் பிடித்த சிறப்பான பகுதி எது?

மோசமான கவிதைகளுக்கும், மோசமான கவிஞர்களுக்கும் இடையில் நடைபெறும் உரையாடல் பகுதி. டிடிராட் அந்த உரையாடலைத் துவங்கி வைத்திருக்கிறார். ஆனால், அதனை வளர்த்தெடுத்ததும், முடித்து வைத்ததும் நிச்சயமாக குந்தேராதான். யாரும் நாவலை இனியும் வாசிப்பதில்லை. ஆனால், எல்லோரும் - குறைந்தபட்சம் பிரான்சில் - ஒரு நாவலை எழுதிக்கொண்டிருக்கிறார்கள்.

நீங்கள் தொடர்ந்து நாடகங்களை எழுதுவீர்களா?

இல்லை. எப்போதும் எழுத மாட்டேன். Jacques le Fataliste தான் எனது முதலாவதும் இறுதியுமான நாடக எழுத்தாக இருக்கும். வயது ஏற ஏற, எனது தனித்துவமாக நான் நினைக்கும் நாவலில்தான் மேலும் மேலும் தீவிரமாக எனது கவனத்தைக் குவிக்க வேண்டும் என்று உணர்ந்தேன். அதன் சாத்தியப்பாடுகள் குறித்து என்னால் இயன்ற வரையில் ஏராளமாக வாசிக்க விரும்பினேன். அதன் ரகசியங்களை ஆராய ஆசை கொண்டேன். இளைய வயதில் எனது கவனம் முழுமையாகச் சிதறடிக்கப்பட்டிருந்தது; சினிமாவையும் இன்றைக்கு நான் நாடகக் கலையையும் விரும்புவதை விடவும், இளம் வயதில் அதிகமாக நேசித்திருந்தேன். ஆனால், இப்போது ஒரு வசதியான நாற்காலியில் அமர்ந்தபடியே நாவல் வாசிப்பது என என்னை நானே சுருக்கிக்கொண்டேன்.

நான் நினைக்கிறேன், என்னைச் சுற்றிலும் பாரீஸில் தயாரிக்கப்படும் நாடகங்களால், அதன் மீதான எனது ஆர்வம் மங்கிவிட்டது என்று. அவை உரக்கச் சப்தமெழுப்புவதாகவும், கடினத்தன்மையுடனும், பயனற்றதாகவும் இருக்கின்றன. Strehler's l'llusion-க்குச் சென்றால், நான் என்ன சொல்லவருகிறேன் என்பதை உங்களால் புரிந்துகொள்ள முடியும். நடிகர்கள் கத்துவதைக் கேட்டுக்கொண்டிருப்பது எனக்குச் சலிப்பை ஏற்படுத்திவிட்டது. அதனால், பிரான்ஸுக்குக் குடிபெயர்ந்த பிறகு, நாடகம் குறித்துக் கவலைப்படுவதை நான் கைவிட்டுவிட்டேன். அவை எப்போதும் என்னைச் சோகப்படுத்தவே செய்தன. எனது விருப்பமான நாடகம் என்பது, ப்ராகில் முழு இருள் சூழ்ந்த ஓர் அறையில், காட்சி விவரிப்போ, பொருட்களோ இல்லாமல் வெறும் இரண்டு மூன்று நடிகர்களை மட்டுமே வைத்துக்கொண்டு அதிசயங்களை நிகழ்த்தும் மிகச் சிறிய நாடக வெளிகள்தான். ஒரு வெற்றிடத்தில் இருந்து வாழ்க்கையை அவர்கள் முன்னோக்கி வருவார்கள். ஆனால், அந்த ப்ராக் இப்போது இல்லை; அதோடு, இங்கு பாரிஸில் நாடக அரங்குக்குச் செல்வதில் எந்தவொரு பயனும் இல்லை.

உரையாடல் – 4

இந்த நேர்காணல், *1983*ஆம் வருடத்தின் இலையுதிர் காலத்தில், பாரீசில் மிலன் குந்தேராவுடனான தொடர்ச்சியான சந்திப்புகளில் மேற்கொள்ளப்பட்டிருக்கிறது. மாண்ட்பமாஸ்"க்கு அருகே இருக்கும், ஒரு குடியிருப்புப் பகுதியில் மேல்தளத்தில் வசிக்கும் அவரது வீட்டில்தான், மிலன் குந்தேரா தனது அலுவலகமாகப் பயன்படுத்தும் மிகச் சிறிய அறையில் இந்தச் சந்திப்புகள் நிகழ்ந்திருக்கின்றன. உலகப் புகழ் பெற்ற எழுத்தாளரின் அறையைப் போலல்லாமல், ஒரு மாணவனின் அறையைப் போல மேசை நாற்காலிகளுடனும், தத்துவப் புத்தகங்களுடைய அலமாரியுடனும், பழைய பாணியிலான தட்டச்சுப் பொறியுடனும், இசை ஆல்பங்களுடனும் இருந்ததாக நேர்காணல் செய்தவர்கள் பதிவு செய்திருக்கிறார்கள். அவரது தந்தையின் (பியானோ இசைக் கலைஞர்) புகைப்படமும், அவர் பெரிதும் போற்றும் செக்கோஸ்லோவிய இசையமைப்பாளரான லியோஸ் ஜானெக்கின் புகைப்படமும் சுவரில் தொங்கவிடப்பட்டிருந்திருக்கின்றன. டேப் ரெக்கார்டருக்குப் பதிலாக, தட்டச்சுப் பொறியுடனும், சில கத்திரிக்கோல்களுடனும், பசையுடனுமே இந்த உரையாடல்கள் பிரெஞ்சு மொழியில் நடந்திருக்கின்றன. மேலும், தொடர்ச்சியான மேம்படுத்தல்களின் மூலமாகவே இவை முழுமையான வடிவத்தை எய்தியிருக்கின்றன. இந்த நேர்காணல் அவரது பெரு வெற்றிபெற்ற நாவலான **'The Unbearable Lightness of Being'**இன் தொடர்ச்சியாக மேற்கொள்ளப்பட்டதால், திடீர் புகழ் அவரை அசௌகர்யப்படுத்தியிருக்கிறது. அவர் சொல்கிறார், "வெற்றி என்பது பயங்கரமானதொரு பேரழிவைப் போன்றது, ஒருவரின் வீடு தீக்கு இரையாவதைவிடவும் மோசமானது. புகழ் ஆன்மாவின் இருப்பிடத்தைப் பயன்படுத்திக்கொள்கிறது." தனிப்பட்ட வாழ்க்கை குறித்து அதிகம் உரையாட விருப்பமில்லாதவர் என்பதால், கலையின் கட்டமைப்பைப் பற்றியதாகவே இந்த நேர்காணலின் நோக்கம் அமைந்திருக்கிறது என்று குறிப்பிடுகிறார் பாரீஸ் ரிவ்யூ இதழுக்காக நேர்காணல் செய்த கிருஸ்டியன் சல்மோன்.

நவீன இலக்கியத்தில் வேறு எந்தவோர் ஆசிரியரை விடவும், வியன்னாவின் எழுத்தாளர்களான ராபர்ட் முசில் மற்றும் ஹெர்மன் புரோச்சுடன் உங்களை நெருக்கமாக உணருவதாகத் தெரிவித்திருக்கிறீர்கள். புரோச் – உங்களைப் போலவே – உளவியல் ரீதியிலான நாவல்களின் காலம் முடிவுக்கு வந்துவிட்டதாகக் கருதினார். அதற்குப் பதிலாக, பாலிஹிஸ்டாரிக்கல் (polyhistorical) நாவல் வகைமையில்தான் அவருக்கு நம்பிக்கை இருந்தது.

முசிலும், புரோச்சும் அதிக அளவிலான பொறுப்புணர்ச்சியோடு நாவலுக்குச் சேணம் பூட்டிவிட்டார்கள். அவர்கள் அதனை உச்சபட்ச அறிவுசார் தொகுப்பாக, உலகத்தை மனிதன் அதன் முழுமையுடன் கேள்வியெழுப்பக்கூடிய கடைசி இடமாகப் பார்த்தார்கள். நாவலுக்கு மிகப் பெரிய செயற்கை ஆற்றல் இருக்கிறது என்றும், கவிதையாகவோ, கற்பனையாகவோ, தத்துவமாகவோ, பழமொழியாகவோ, கட்டுரையாகவோ இருந்தாலும், நாவலுக்குள் அத்தனையும் ஒற்றை உருவாகத் திரள்கிறது என்பதிலும் அவர்கள் சமாதானம் அடைந்திருந்தார்கள். தனது கடிதங்களில், புரோச் இதுகுறித்த தனது ஆழமான அவதானிப்புகளை வெளிப்படுத்தியிருக்கிறார். எனினும், என்னைப் பொறுத்தவரையில் தனது சொந்த நோக்கங்களை, சீக்குப்பிடித்த சொற் பிரயோகமான, "பாலிஹிஸ்டாரிக்கல் நாவல்" என்று குறிப்பிட்டுக் குழப்பிக்கொள்கிறார். ஆனால், புரோச்சின் நண்பரும் ஆஸ்திரியாவின் செவ்வியல் உரைநடையாசிரியருமான அடால்பர்ட் ஸ்டிப்பர் அசலான பாலி ஹிஸ்டாரிக் நாவலை 1857இல் வெளியான தனது 'Indian Summer' படைப்பின் மூலமாக உருவாக்கினார். அந்த நாவல் வெகு பிரபலமானது: நீட்சே அதனை ஜெர்மன் இலக்கியத்தின் மிகச் சிறந்த நான்கு நாவல்களில் ஒன்று என்று கருதியிருந்தார். இன்றைக்கு அதனை வாசிக்க முடியவில்லை. அது புவியியல், தாவரவியல், விலங்கியல், கைவினைக் கலை, ஓவியம், கட்டடக்கலை ஆகியவை குறித்த தகவல்களால் கட்டப்பட்டுள்ளது; ஆனால், இந்தப் பிரமாண்டமான, மேம்படுத்தும் கலைக்களஞ்சியம், மனிதனிடமிருந்தும் அவனது சூழ்நிலையிலிருந்தும் ரொம்பவே விலகி நிற்கிறது. அது பாலி ஹிஸ்டாரிக்கல் என்பதாலேயே நாவலைப் பிரத்யேகமானதாக மாற்றும் கூறுகளை இழந்திருக்கிறது. ஆனால், புரோச்சிடம் இது நிகழவில்லை. இதற்கு நேரெதிராக, புரோச், "நாவலால் மட்டுமே கண்டுபிடிக்கக்கூடிய" ஒன்றைக் கண்டுபிடிக்கப் பெரும் விழைவு கொண்டிருந்தார். புரோச் "நாவல் தன்மையிலான அறிவு" என்று அழைக்க விரும்பிய அந்தப் பிரத்யேகக் கூறு என்னவென்றால், 'இருத்தல்'. என்னுடைய பார்வையில், பாலி ஹிஸ்டாரிக்கல் என்பது, "இருத்தலின் மீது ஒளிப் பாய்ச்சுவதற்குத் தேவையான அனைத்துக் கருவிகளையும், அனைத்து வடிவிலான அறிவையும் ஒன்றிணைப்பதே." ஆமாம். இந்த வகையிலான அணுகுமுறையோடு என்னை நெருக்கமாகவே உணருகிறேன்.

Le Nouvel Observateur பத்திரிகையில் நீங்கள் வெளியிட்டிருந்த ஒரு கட்டுரை வழியாகவே புரோச் மீண்டும் பிரான்ஸில் வெளிச்சத்திற்குக் கொண்டு வரப்பட்டார். அவரை மிக உயர்வாகப் பேசும் அதே நேரத்தில், விமர்சிக்கவும்

நீங்கள் தயங்கவில்லை. கட்டுரையின் இறுதியில், "அனைத்து மிகச் சிறந்த படைப்புகளுமே (அவை சிறந்தவையாக இருப்பதால் மட்டுமே) ஏறக்குறைய குறைவுடல் கொண்டவைதான்" என்று எழுதியிருக்கிறீர்கள்.

புரோச் தான் கைப்பற்றிய விஷயங்களுக்காக மட்டுமல்லாமல், அவர் கைக்கொள்ள நினைத்த, ஆனால் அதில் தோல்வியுற்ற அனைத்திற்காகவும்தான் நமக்கெல்லாம் கிரியா ஊக்கியாகத் திகழ்கிறார். அவரது படைப்பில் நாம் உணரக்கூடிய முழுமையற்றத் தன்மைதான், புதிய வகையிலான கலை வடிவங்களின் தேவையை உணர்ந்துகொள்ள நமக்கு உதவுகின்றன. அந்தத் தேவைகள் என்னவென்றால்:

1. அத்தியாவசியமானவற்றை நீக்குவதில் தீவிரமாக இருத்தல் (கட்டடக் கலை திட்டமிடல் போன்ற தெளிவை இழந்துவிடாமல், நவீன உலகத்தில் இருத்தலின் சிக்கல் தன்மையைக் கைப்பற்ற),

2. "நாவல்தன்மையின் எதிர்நிலை" (தத்துவத்தையும், கதைச்சொல்லலையும், கனவுகளையும் ஒற்றை இசையாகக் கோர்ப்பது),

3. குறிப்பாக, நாவல்தன்மையிலான கட்டுரை (வேறு வார்த்தைகளில், சில மறுக்க முடியாத செய்திகளைச் சொல்வதற்காக எழுதப்பட்டது என்று சொல்வதற்குப் பதிலாக, அனுமானங்களுக்கு வழிக் கொடுப்பதாகவோ, விளையாட்டுத்தனமாகவும் அதோடு முரண்பாடுகளுடனும் இருக்கச் செய்வது).

இந்த மூன்று குறிப்புகளும் உங்களது முழுமையான கலைத் திட்டத்தைப் பிடித்துவிடுவதைப் போல தோன்றுகிறதே?

இருத்தலின் பாலிஹிஸ்டாரிக்கல் மாயையாக உங்களது நாவலை மாற்றுவதற்கு, முதலில் நீங்கள் வாக்கிய சொல் எச்ச நுட்பத்தில் மாஸ்டராக இருக்க வேண்டும். அதாவது, ஒடுக்குதலின் கலையில் நீங்கள் பெரும் ஆளுமையாக இருக்க வேண்டும். இல்லையெனில், முடிவிலியின் நீளத்திற்குள் நீங்கள் சிக்கிக்கொள்வீர்கள். நான் மிகவும் நேசிக்கும் ஒன்றிரண்டு நாவல்களில் முசிலின் 'The Man without Qualities'-ம் ஒன்று. ஆனால், அதன் பிரமாண்டமான முடிவுறாத விவரிப்புகளைப் பார்த்துப் பிரமிக்க வேண்டும் என்று என்னிடம் சொல்லாதீர்கள். ஒற்றைக் கணத்தில் முழுமையாகப் பார்த்துவிட முடியாத கோட்டை ஒன்றைக் கற்பனை செய்துகொள்ளுங்கள். ஒரு சார குவார்டெட் இசை ஒன்பது மணி நேரம் நீள்வதைக் கற்பனை செய்யுங்கள். சில மானுடவியல் எல்லைகள் இருக்கின்றன, மனித நினைவுகளுக்கான எல்லையைப் போல. அவையும் மீறப்படக்கூடாது. நீங்கள் வாசித்து முடிக்கும்போது, அதன் துவக்கம் உங்களுக்கு நினைவில் இருக்க வேண்டும். அப்படி இல்லையென்றால், நாவல் தனது வடிவத்தை இழந்துவிட்டது; 'கட்டடக்கலை திட்டமிடலை ஒத்த அந்தத் தெளிவின்' மீது இருள் படர்ந்துவிட்டது.

'The Book of Laughter and Forgetting' ஏழு பகுதிகளால் தொகுக்கப்பட்டிருக்கிறது. ஒடுக்கக் கலை என்று நீங்கள் குறிப்பிட்ட பதத்திற்குக்

குறைவான முக்கியத்துவத்தைக் கொடுத்திருந்தால், அவை ஏழு தனித்தனி நாவல்களாகப் பரிணமித்திருக்கும்.

ஆனால், அதனை ஏழு தனித்தனி நாவல்களாக நான் எழுதியிருந்தால், நிச்சயமாக அதன் முக்கியக் கூறைத் தவற விட்டிருப்பேன். அதாவது: *நவீன உலகத்தில் மனித இருத்தலின் மீதான சிக்கல் தன்மையை என்னால் ஒற்றைப் புத்தகத்தில் கைப்பற்றியிருக்க முடியாது.* ஒடுக்கும் கலை என்பது நிச்சயமாக மிகமிக அவசியமானது. ஒருவர் நேரடியாக விஷயங்களின் இதயப் பகுதிக்குச் செல்ல வேண்டியது அவசியமாகும். இதன் தொடர்பாக, எனது குழந்தைப் பருவத்தில் இருந்தே என்னைப் பெரிதும் பாதித்தவரான செக்கோஸ்லோவிய இசையமைப்பாளர் லியோஸ் ஜேனசெக்கை எப்போதும் நினைத்துக்கொள்கிறேன். நவீன இசை உலகின் மிகச் சிறந்த ஆளுமைகளில் அவரும் ஒருவர். மையக்கூறுகளின் தேவைக்கேற்ப இசை நீக்கம் செய்யும் அவரது உறுதி புரட்சிகரமானது. நிச்சயமாக ஒவ்வோர் இசை அமைப்புக்கும், அதிக அளவிலான உத்திகள் இருக்கின்றன: கருப்பொருள்களின் வெளிப்பாடு, அவற்றின் வளர்ச்சி நிலை, மாறுபாடுகள், பாலிஃபோனிக் செயல்கள் (பெரும்பாலும் தன்னிச்சையாக), ஆர்கெஸ்ட்ரேஷன்களை நிரப்புதல், மாற்றங்கள், மற்றும் சில. இன்றைக்குக் கணினியைப் பயன்படுத்தி ஒருவர் இசையமைக்கலாம், எனினும், எப்போதும் இந்தக் கணினி என்பது இசையமைப்பாளரின் தலைக்குள்தான் இருக்கிறது - தேவையென்றால், இசையமைப்பாளர்கள் புதிய ஐடியாக்கூட இல்லாமல், 'சைபர்நெட்டிக்ஸ்' மூலமாக இசையமைப்பின் கலவை விதிகளை விரிவாகி, சொனாட்டாக்களை எழுதலாம். ஜெனசெக்கின் நோக்கமே இந்தக் கணினிகளை அழித்தொழிப்பதுதான். மாற்றங்களுக்குப் பதிலாக மிகச் சுருக்கமான நிலைபாடுகள்; மாறுபாடுகளுக்குப் பதிலாகத் திரும்பச் செய்தல் மற்றும் எப்போதுமே விஷயங்களின் இதயத்திற்கு நேரடியாகச் செல்லுதல்: சொல்வதற்கு முக்கியமான ஒன்றை மட்டுமே எழுதுவதற்கு உரிமை கொள்வது. நாவலுக்கும் இதுவேதான்; அதுவும் "உத்திகளால்"தான் குறிப்பிடப்பட்டிருக்கிறது, ஆசிரியரின் தன்னைப் பற்றிய படைப்பிற்குப் பொருத்தமான விதிகளை அது உள்ளடக்கியிருக்கிறது: ஒரு கதாபாத்திரத்தை உருவாக்குதல், ஒரு சூழலை விவரித்தல், வரலாற்றுப் புன்புலத்தில் அவனது செயல்களை வடிவமைத்தல், தேவையற்ற பகுதிகளின் மூலமாக அந்தக் கதாபாத்திரங்களின் வாழ்க்கையை எழுதி நிரப்புதல். ஒவ்வொரு காட்சி மாற்றமும் புதிதான வெளிப்பாடுகளையும், விளக்கங்களையும், விவரணைகளையும் கோருவதாக இருக்கிறது. ஜெனசெக்கைப் போன்றதே எனது நோக்கமும்: *நாவல் புனையும் உத்தியில் உள்ள தன்னிச்சைத்தன்மையையும், நாவல்தன்மையின் வார்த்தை சுழற்சியையையும் நீக்குவது என்பதுதான்.*

நீங்கள் குறிப்பிட்ட இரண்டாவது கலை வடிவம் என்பது "நாவல் தன்மையிலான எதிர்நிலை."

நாவலைச் சிறப்பானதோர் அறிவுசார் தொகுப்பாகக் கருதும்போது, கிட்டத்தட்ட

தன்னியல்பாகவே, “பாலிஃபோனி” (பலவிதமான ஒலி அடுக்குகளின் கோர்வையை உருவாக்குதல்) குறித்த சிக்கல் எழுகிறது. இந்தச் சிக்கல் இன்னமும் தீர்க்கப்பட வேண்டியது. புரோச்சின் நாவலான ‘The Sleepwalkers’-ன் மூன்றாவது பகுதியை எடுத்துக்கொள்ளுங்கள்; அது ஐந்து பன்முகத்தன்மை வாய்ந்த உறுப்புகளால் செய்யப்பட்டிருக்கிறது: 1. பாசெனோ, எஷ், ஹூகுனாவ் எனும் மூன்று கதாபாத்திரங்களை அடிப்படையாகக் கொண்ட ‘நாவல்தன்மையிலான’ கதைச் சொல்லல், 2. ஹன்னா வெண்ட்லிங்கின் தனிப்பட்ட வாழ்க்கைக் கதை, 3. இராணுவ மருத்துவமனையில் நிலவும் வாழ்க்கைக் குறித்த உண்மையான விளக்கம், 4. இரட்சிக்கப்பட்ட இராணுவப் பெண் பற்றிய விவரிப்பு (பகுதியளவில் வசன நடையில்), 5. மதிப்பீடுகள் தமது தகுதியை இழந்துவருவதைப் பற்றிய ஒரு தத்துவார்த்த கட்டுரை (அறிவியல் மொழியில் எழுதப்பட்டிருக்கிறது). ஒவ்வொரு பகுதியுமே அற்புதமானது. இவை அனைத்தும் ஒரே நேரத்தில் அவ்வப்போது மாற்றி மாற்றி (வேறு வார்த்தைகளில் சொல்வதென்றால், பாலிஃபோனிக் முறையில்) கையாளப்படுகின்றன என்றாலும், இந்த ஐந்து கூறுகளும் ஒன்றுகலக்கப்படமாலேயே இருக்கின்றன - வேறு வார்த்தைகளில் சொல்வதென்றால் அவை உண்மையான பாலிஃபோனிக்கை வலியுறுத்தவில்லை.

பாலிஃபோனிக்கின் உருவகத்தைப் பயன்படுத்துவதும், இலக்கியத்தில் அதனைப் பொருத்துவதும் என இயல்பில் சாத்தியமில்லாத சில தேவைகளை நாவலின் மீது நீங்கள் கோருவதாக இல்லையா?

நாவல் இரண்டு விதங்களில் வெளிப்புறக் கூறுகளைத் தனக்குள் இணைத்துக்கொள்ளும். தனது பயணத்தின் விளைவாக, டான் குஹேட்டே, தங்களது வாழ்க்கைக் கதையை அவனிடத்தில் பகிர்ந்துகொள்ளும் பல கதாபாத்திரங்களைச் சந்திக்கிறான். இவ்வகையில் சுயாதீன கதைகள், முழுமைக்குள் உட்புகுத்தப்பட்டு, நாவலின் சட்டகத்திற்குள் பொருத்தப்படுகின்றன. இவ்வகையிலான அமைப்பு முறையைப் பதினேழு - பதினெட்டாம் நூற்றாண்டுகளில் வெளியான நாவல்களில் நம்மால் பார்க்க முடியும். எனினும், புரோச், எஷ், ஹூகுனாவ் பற்றிய மையக் கதையில் ஹன்னா வெண்ட்லிங்கின் கதையைச் சொருகுவதற்குப் பதிலாக, அவை இரண்டையும் ஒரே நேரத்தில் அவிழச் செய்திருப்பார். சாத்தரும் (The Reprive-வில்), அதற்கு முன்பாக தாஸ் பொஸஸுலும் இந்த “ஒரே சமயத்தில்” எனும் உத்தியைக் கையாண்டிருக்கிறார்கள். எனினும், அவர்களது நோக்கமென்பது இரண்டு நாவல்தன்மையிலான கதையை ஒன்றிணைக்க வேண்டுமென்பதுதான். வேறு வார்த்தைகளில் சொல்வதென்றால், புரோச்சைப் போல பன்முகத்தன்மையை அல்லாமல், அவர்கள் ஒற்றைத்தன்மைக்குதான் முக்கியத்துவம் அளித்திருந்தார்கள். மேலும், அவர்களது இத்தகைய பிரயோகம் என்பது ரொம்பவும் இயந்திரத்தனமானதாகவும், கவிதை அம்சம் இல்லாததாகவும் எனக்குப் படுகிறது. இந்த வகையிலான அமைப்பை ‘பாலிஃபோனிக்’ அல்லது ‘எதிர்நிலை’ என்பதைத் தவிர, வேறு முறைகளில் என்னால் சிந்திக்க முடியவில்லை. மேலும், இசை ஒப்புமை

என்பது கொஞ்சம் பிரயோஜனமான ஒன்று. உதாரணமாக, The Sleepwalkersஇன் மூன்றாவது பகுதியில் முதலில் என்னை எது தொந்தரவுப்படுத்தியது என்றால், அதன் ஐந்து பண்புக் கூறுகளும் சம விகிதத்தில் இருக்கவில்லை. ஆனால், இசைமை எதிர்வுநிலையில் அனைத்துக் குரல்களும் சம அளவில் முக்கியத்துவம் பெற்றிருக்க வேண்டும் என்பது அடிப்படையான விதி. புரோச்சின் படைப்பில், மற்ற உறுப்புகளை விடவும், முதலாவது உறுப்பு (எஷ் மற்றும் ஹூகுனாவ் பற்றிய நாவல்தன்மையிலான விவரிப்பு) அதிக இடத்தை எடுத்துக்கொள்கிறது, அதோடு, மிக முக்கியமான, அதனைத் தொடர்ந்து நாவலில் வருகிற மற்றைய இரண்டு உறுப்புகளையும் இணைக்கும் சலுகையை அதுவே பெற்றிருக்கிறது; இவ்வகையில் ஒன்றிணைக்கும் பணியை இதுவே ஏற்றுக்கொள்கிறது. எனவே இது அதிகக் கவன ஈர்ப்பு செய்திருப்பதுடன், மற்றைய உறுப்புகளை வெறும் துணையாகவே கருதச் செய்துவிடும் அபாயத்தையும் பெற்றிருக்கிறது. என்னை எரிச்சலூட்டும் இரண்டாவது விஷயம், பாக்கின் (Bach) ஒரு விழிப்பற்ற நிலை இருந்தும், அதனுடைய குரல்களில் ஒன்று இல்லாமல்கூட, ஹன்னா வெண்ட்லிங்கின் கதை அல்லது மதிப்பீடுகளின் வீழ்ச்சி குறித்த கட்டுரை தனியாகவே சுயாதீன படைப்பாகத் தனித்து நிற்க முடியும். தனித்தனியே அவற்றை எடுத்துக்கொண்டாலும், அவை தமது அர்த்தத்தையோ அல்லது தரத்தையோ இழக்கப்போவதில்லை.

எனது பார்வையில் நாவல்தன்மையிலான எதிர்நிலையின் அடிப்படைத் தேவைகள் என்னவென்றால்: 1. வெவ்வேறு உறுப்புகளுக்கிடையிலான சமத்துவம், 2. முழுமையின் பிரிக்க முடியாதத்தன்மை. 'The book of Laughter and Forgetting'இன் மூன்றாவது பகுதியான The Angels-ஐ நிறைவுசெய்த தினத்தை நினைவில் வைத்திருக்கிறேன். என்னைப் பற்றி மிகவும் பெருமிதமாக அப்போது உணர்ந்தேன். ஒரு கதை விவரிப்பை ஒன்றிணைப்பதற்கான புதிய வழிமுறைக்கான திறவுகோலை நான் கண்டுபிடித்துவிட்டேன் என்பதில் அப்போது மிக உறுதியாக இருந்தேன். எழுத்துகள் பின்வரும் உறுப்புகளால் கட்டமைக்கப்பட்டிருந்தது: 1. இரண்டு மாணவிகள் மற்றும் அவர்களது ஊடுருவல் பற்றிய குறிப்புகள்; 2. சுயசரிதை பாணியிலான கதை விவரிப்பு; 3. பெண்ணியவாத புத்தகம் ஒன்றைப் பற்றிய விமர்சன கட்டுரை; 4. தேவதை மற்றும் பிசாசைப் பற்றிய கட்டுக்கதை; 5. ப்ராகின் மீது பறக்கும் பால் எலுவார்ட் பற்றிய கனவுத்தன்மையிலான விவரிப்பு. இவைகளில் எந்தவோர் உறுப்பும், மற்றதன் இருப்பு இல்லாமல் தன்னிச்சையாக இயங்க முடியாது, ஒவ்வொன்றும் மற்றதைப் பற்றி விவரிக்கவும், ஒளியூட்டவும் செய்கின்றன. அதோடு கூட்டாக அவை "ஏஞ்சல் என்றால் என்ன?" என்கிற ஒற்றைய கேள்வியை எழுப்புவதையும், ஒற்றைய கருப்பொருளை ஆராய்வதையுமே செய்கின்றன.

'The Angels' என்று தலைப்பிடப்பட்டிருக்கும் ஆறாவது பகுதியும் பின்வரும் விஷயங்களால்தான் கட்டமைக்கப்பட்டிருக்கிறது: 1. தாமினாவின் மரணம் பற்றிய கனவு நிலை விவரிப்பு 2. எனது தந்தையின் மரணம் பற்றிய சுயசரிதை பாணியிலான விவரிப்பு 3. இசை பிரதிபலிப்புகள் 4. ப்ராக் பேரழிவு குறித்த மறதியின் தொற்றுநோய் பிரதிபலிப்புகள். எனது தந்தைக்கும், குழந்தைகளால்

தாமினா அனுபவிக்கும் சித்திரவதைகளுக்கும் இடையிலான தொடர்பு என்ன? லாட்ரீமொண்டிடம் (Lautremont) கடன் பெறப்பட்ட, ஒற்றைக் கருப்பொருளின் மேசையில் *"தையல் இயந்திரத்திற்கும், குடைக்கும் இடையில் ஏற்படும் சந்திப்பே"* ஆகும். நாவல்தன்மையிலான பாலிஃபோனி என்பது ஓர் உத்தி என்பதை விட, அது ஒரு கவிதை. பாலிஃபோனி கவிதை குறித்த உதாரணத்தை இலக்கியத்தில் என்னால் சுட்ட முடியவில்லை என்றாலும், அலைன் ரெஸ்னைஸின் (Alain Resnais) சமீபத்திய திரைப்படங்களால் நான் பெரிதும் ஆச்சரியப்பட்டேன். எதிர்நிலையின் கலையை அவர் கையாளுவது, உண்மையாகவே போற்றத்தக்கது.

'The Unbearable Lightness of Being'இல் இந்த எதிர்நிலை கலை குறைவாகவே வெளிப்படுகிறதே?

அதுதான் எனது நோக்கம். அங்கு எனக்குக் கனவுநிலை விவரிப்பும், பிரதிபலிப்பும் பிரிக்க முடியாத வகையில் ஒன்றிணைந்து முழுமையாக இயற்கை நீரோட்டையைப் போல பயணிக்க வேண்டுமென்றே விரும்பினேன். ஆனால், நாவலின் பாலிஃபோனிக் கதாபாத்திரம் ஆறாவது அத்தியாயத்தில் குறிப்பிடத்தகுந்த அளவில் வருகிறது: ஸ்டாலின் மகனின் கதை, இறையியல் பிரதிபலிப்புகள், ஆசியாவின் ஓர் அரசியல் நிகழ்வு, பேங்காக்கில் நிகழும் பிரான்கின் மரணம், போஹேமியாவில் நடைபெறும் தாமஸின் இறுதிச் சடங்கு. இவை அனைத்தும் ஒரே நித்திய கேள்வியான, "Kitsch (அழகற்ற நிலை) என்றால் என்ன?" என்பதுடனேயே தொடர்புடையதாக இருக்கின்றன. இந்தப் பாலிஃபோனிக் பத்திதான், ஒட்டுமொத்த நாவலின் அமைப்பையும் தாங்கிப் பிடிக்கும் தூணாக விளங்குகிறது. அதுதான் நாவலின் கட்டமைப்பின் ரகசியத்திற்கான திறவுகோல்.

"குறிப்பாக நாவல்தன்மையிலான கட்டுரை" என்று சொல்வதன் மூலம், The Sleepwalkersஇல் வருகிற மதிப்பீடுகளின் சரிவு குறித்த கட்டுரைக்குச் சில முன்முடிவுகளை வெளிப்படுத்தியிருக்கிறீர்கள்.

அது ஒரு பயங்கரமான கட்டுரை!

அது நாவலுக்குள் உட்புகுத்தப்பட்டிருக்கும் விதம் உங்களுக்குச் சந்தேகத்தை எழுப்பியிருக்கிறது. ப்ராச் தனது அறிவியல் மொழியில் எதையும் கைவிடவில்லை, மான்னோ அல்லது முசிலோ ஏதேனுமொரு கதாபாத்திரத்தின் பின்னால் ஒளிந்துகொள்வதைப் போல அல்லாமல், ப்ராச் தனது பார்வைகளை நேரடியாகவே முன்வைத்திருக்கிறார். இது ப்ராச்சின் உண்மையான பங்களிப்பு அல்லவா, அவர் ஏற்றிருக்கும் புதிய சவால் அல்லவா?

அது உண்மைதான், தனது தைரியத்தைக் குறித்து அவர் நன்கு அறிந்திருக்கிறார். ஆனால், இங்கும் ஓர் அபாயம் இருக்கிறது: அவருடைய கட்டுரையை நாவலுக்கான ஒரு கருத்தியல் திறவுகோலாக, அதன் "உண்மையாக" மட்டுமே அர்த்தப்படுத்திக்கொள்ள முடியும், அதோடு, இதுவே நாவலின் எஞ்சிய பகுதியை

ஒரு சிந்தனையின் விளக்கமாக மாற்றிவிடக்கூடும். பின்பு, நாவலின் சமநிலை வருத்தமேற்படுத்துகிறது; கட்டுரையின் உண்மை அதிக கனமாக மாறிவிடுவதோடு, நாவலின் நுட்பமான கட்டமைப்புச் சிதைவுறும் அபாயத்திலும் இருக்கிறது. ஒரு தத்துவ ஆய்வறிக்கையை (ப்ராச் அவ்வகை நாவல்களை வெறுத்தார்!) விவரிக்கும் நோக்கம் இல்லாத நாவல், இறுதியில் அவ்வழியிலேயே வாசிக்கப்படலாம். எப்படி நாவலுக்குள் கட்டுரை ஒன்றை இணைப்பது? ஓர் அடிப்படை உண்மையை மனதில் வைத்திருக்க வேண்டியது முக்கியமானது: பிரதிபலிப்பின் சாராம்சம், நாவலின் உடலுக்குள் சேர்க்கப்பட்ட நிமிடத்திலேயே மாற்றமடைந்துவிடுகிறது. நாவலுக்கு வெளியே, ஒருவர் வலியுறுத்தல்களின் உலகத்தில் இருக்கிறார்: எல்லோரும் - தத்துவஞானி, அரசியல்வாதி, வரவேற்பு சேவையில் இருப்பவர் - தாங்கள் சொல்வதில் உறுதியாக இருப்பார்கள். எனினும், நாவல் என்பது ஒருவர் வலியுறுத்தல்கள் செய்யாத ஓர் இடமாகும்; அது விளையாட்டு மற்றும் கருதுகோள்களின் பிரதேசமாகும். நாவலுக்குள் பிரதிபலிப்பு என்பது அதன் சாராம்சத்தாலேயே கற்பனையானதாகும்.

ஆனால், ஏன் ஒரு நாவலாசிரியர் தனது நாவலில் தமது தத்துவத்தை வெளிப்படையாகவும் உறுதியாகவும் வெளிப்படுத்த தனக்கு இருக்கும் உரிமையிலிருந்து தன்னையே விலக்கிக்கொள்கிறார்?

ஏனெனில், அவரிடம் ஒன்றுமே இல்லை! மக்கள் அவ்வப்போது காஃப்காவின் தத்துவத்தைப் பற்றியோ, செக்காவின் தத்துவத்தைப் பற்றியோ, முசிலின் தத்துவத்தைப் பற்றியோ பேசுவார்கள். ஆனால், ஓர் ஒத்திசைவான தத்துவத்தை அவர்களது எழுத்தில் கண்டுபிடிக்க முயற்சி செய்யுங்கள்! அவர்கள் தங்களது கருத்துகளைக் குறிப்பேடுகளில் வெளிப்படுத்தியபோதும்கூட, அதனையோர் அறிவார்த்த பயிற்சியாகவோ, முரண்பாடுகளுடனான விளையாட்டாகவோ, அல்லது மேம்படுத்தல்களாகவோதான் செய்து பார்த்தார்களே தவிர, எந்தவொரு தத்துவத்தையும் வலியுறுத்தியிருக்கவில்லை. அதோடு, நாவல் எழுதும் தத்துவாசிரியர்கள் வேறு யாருமல்ல, தமது கருத்தியலை வெளிப்படுத்த நாவல் வடிவத்தைத் தேர்ந்துகொண்ட போலி நாவலாசிரியர்களே. வோல்ட்டரோ அல்லது காம்யுவோ, *"நாவலால் மட்டுமே கண்டுபிடிக்கக்கூடிய"* ஒன்றைக் கண்டுபிடிக்கவே இல்லை. எனக்கு ஒரேயொரு விதிவிலக்குதான் தெரியும், Jacques Le Fataliste-வின் டிடிராட். என்னவோர் ஆச்சரியம்! நாவலின் எல்லையைக் கடந்துவிட்ட அந்தத் தீவிரமான சிந்தனையாளர், ஒரு விளையாட்டுத்தனமான சிந்தனையாளராக மாறியிருந்தார். அந்த நாவலில் ஒரு வார்த்தைக்கூட தீவிரமானது அல்ல - அதில் இருக்கிற அனைத்துமே விளையாட்டுதான். அதனால்தான் பிரான்சில் இந்த நாவல் மூர்க்கத்தனமாகக் குறைத்து மதிப்பிடப்பட்டிருக்கிறது. மாறாக, Jacques Le Fataliste -யில் பிரான்ஸ் தவறவிட்ட மற்றும் மீள்வதற்கு மறுத்துவிட்ட அனைத்தும் இருக்கிறது. பிரான்ஸில் 'சிந்தனைகள் அனைத்தும் செயல்பாடு' என்றே அழைக்கப்படுகிறது. Jacques Le Fataliste -ஐ சிந்தனைகளின் மொழியில் ஒருபோதும் மொழிபெயர்க்க முடியாது; அதனால் அது ஒருபோதும் சிந்தனைகளின் நிலத்தில் புரிந்துகொள்ளப்பட மாட்டாது.

Jokeஇல் ஜரோஸ்லவ்தான் இசையியல் கோட்பாட்டை வளர்த்தெடுக்கிறான். அவனது சிந்தனையின் கற்பனா குணவியல்பு இவ்வகையில் வெளிப்படையாகத் தெரிகிறது. ஆனால், 'The book of Laughter and Forgetting'இல் வருகிற இசையியல் தியானங்கள் அனைத்தும் அதன் ஆசிரியருடையவை, அதாவது உங்களுடையவை. பிறகு, எப்படி நான் அவை கற்பனையானவையா அல்லது உறுதியானவையா என்று புரிந்துகொள்வது?

இவை அனைத்தும் தொனியைப் பொருத்தே தீர்மானிக்கப்படுகிறது. துவக்க வார்த்தைகளில் இருந்தே, எனது நோக்கமென்பது, இந்தப் பிரதிபலிப்புகளை விளையாட்டுத்தனமாகவும், முரண்பாடாகவும், ஆத்திரமூட்டுவதாகவும், சோதனையாகவும் அல்லது கேள்வியெழுப்புவதாகவுமே அமைக்க வேண்டும் என்பதாகவே இருந்தது. 'The Unbearable Lightness of Being'இன் ஆறாவது அத்தியாயத்தின் (The Grand March) அனைத்தும், ஒரே ஆய்வை விளக்கும் kitsch பற்றிய கட்டுரைதான்: மலத்தின் இருப்பை முழுமையாக மறுப்பதே kitsch என அழைக்கப்படுகிறது. இந்த kitsch மீது நிலைத்திருத்தல் எனக்கு ரொம்பவும் முக்கியமானதாகத் தோன்றியது. அது சிந்தனை, அனுபவம், கற்பிதம் மற்றும் ஆர்வத்தைப் பெரிய அளவில் அடிப்படையாகக் கொண்டது. எனினும், அதன் தொனி ஒருபோதும் தீவிரமானதாக இருப்பதில்லை; அது ஆத்திரமூட்டுவதாகவே இருக்கிறது. இந்தக் கட்டுரை நாவலுக்கு வெளியில் சிந்திக்க முடியாதது, இது முற்றிலுமாக நாவல்தன்மையிலான மையலே ஆகும்.

பாலிஃபோனி உங்களது நாவலில் மற்றோர் உறுப்பையும் சேர்த்துவிடுகிறது, கனவு நிலை விவரிப்பு. அது Life is Elsewhereஇன் இரண்டாம் பகுதியை முழுமையாக எடுத்துக்கொள்வது, 'The book of Laughter and Forgetting'இல் ஆறாவது பகுதிக்கு அடிப்படையாக விளங்குகிறது, The Unbearable Lightness of Beingஇல் தெரேசாவின் கனவுகளின் வழியே வழிந்தோடுகிறது.

இந்தப் பத்திகள்தாம், வெகு துவக்கத்திலேயே மக்களால் தவறாகப் புரிந்துகொள்ளப்பட்டன. ஏனெனில், மக்கள் அதில் குறியீட்டுத்தன்மையிலான செய்திகளைக் கண்டுபிடிக்க விரும்பினர். தெரேசாவின் கனவுகளில் புரிந்துகொள்ள எதுவுமில்லை. மரணத்தைப் பற்றிய கவிதைகளே அவை. தெரேசாவைத் துயிலூட்டுகிற அழகில்தான் அதன் அர்த்தம் பொதிந்திருக்கிறது. அதோடு, மக்களுக்குக் காஃப்காவை வாசிக்கத் தெரிந்திருக்கவில்லை என்பதை உணர்ந்திருக்கிறீர்களா? ஏனெனில், அவர்கள் காஃப்காவைப் புரிந்துகொள்ள முயற்சி செய்கிறார்கள். சமநிலையற்றக் கற்பனையால் தாங்கள் சுமந்து செல்ல அனுமதிப்பதற்குப் பதிலாக, அவர்கள் உருவகங்களைத் தேடி இறுதியில் ஒன்றுமில்லாமல், சில மொன்னைகளுடன் வருகிறார்கள்: வாழ்க்கை அபத்தமானது (அல்லது அது அபத்தமானதாக இல்லை), கடவுள் தொட முடியாத எல்லைக்கு அப்பால் (அல்லது தொடு எல்லைக்குள்தான்) இருக்கிறார், மேலும் சில.

கற்பனை என்பது தன்னளவிலேயே மதிப்புமிக்கது என்பதைப் புரிந்துகொள்ளவில்லை என்றால், உங்களால் கலையைப் பற்றி, குறிப்பாக, நவீன கலையைப் பற்றி எதுவுமே புரிந்துகொள்ள முடியாது. கனவுகளைப் போற்றியபோது, நாவலீஸ்க்கு (Novalis) அது தெரிந்திருந்தது. *"வாழ்க்கை அளிக்கும் சலிப்பிலிருந்து நம்மை அவர்கள் மீட்கிறார்கள்"* என்றார் அவர், *"தங்கள் விளையாட்டுகளின் மகிழ்ச்சியின் மூலமாக, தீவிரத்தில் இருந்து நம்மை அவர்கள்தான் விடுவிக்கின்றனர்."* நாவலில் கனவுகளும், கனவுநிலை தோற்றங்களும் செய்யும் பங்களிப்பை முதலில் உணர்ந்துகொண்டவர் அவர்தான். தனது 'Heinrich Von Ofterdingen'இன் இரண்டாவது தொகுதியை எழுத நினைத்த அவர், அதன் விவரணையில், யாரும் பிரித்துச் சொல்ல முடியாத வகையில், கனவையும் யதார்த்தத்தையும் ஒன்றுடன் ஒன்றாகப் பின்னிப்பிணைந்தபடி எழுதத் திட்டமிட்டிருந்தார். துரதிர்ஷ்டவசமாக, அந்த இரண்டாம் தொகுதி குறித்து எஞ்சியிருப்பதெல்லாம், தனது குறிப்பேட்டில் நாவலீஸ் தமது அழகியல் நோக்கு குறித்து எழுதி வைத்திருந்தது மட்டும்தான். நூறு வருடங்களுக்குப் பிறகு, அவரது கனவுகள் காஃப்காவால் பூர்த்தி செய்யப்பட்டன. காஃப்காவின் நாவல்களில் கனவும் நிஜமும் தோய்ந்து போய் ஒரே உருவாகவே தோன்றுகின்றன; அதாவது அவை கனவாகவும் இருக்கலாம், நிஜமாகவும் இருக்கலாம். எல்லாவற்றையும்விட, காஃப்கா ஓர் அழகியல் புரட்சியையே தோற்றுவித்துவிட்டார். ஓர் அழகியல் அதிசயம். நிச்சயமாக, எவரொருவரும் அவரை நகலெடுக்கவில்லை. ஆனால், காஃப்காவுடனும் நாவலீஸ் உடனும் கனவையும், கனவு குறித்த கற்பனையையும் நாவலுக்குள் கொண்டு வர விரும்பிய அவர்களது எண்ணத்தோடு என்னையும் பகிர்ந்துகொள்ள விரும்புகிறேன். கனவையும் நிஜத்தையும் ஒன்றிணைப்பதற்குப் பதிலாக, ஒரு பாலிஃபோனிக் மோதலைத் தோற்றுவிப்பது எனது வழிமுறையாக இருக்கிறது. கனவு - விவரிப்பு என்பது எதிர்நிலை அம்சத்தின் ஓர் உறுப்பே ஆகும்.

'The Book of Laughter and Forgetting'இன் கடைசிப் பகுதியில் பாலிஃபோனிக்காக எதுவும் இல்லை. எனினும், அதுதான் அந்த நாவலின் மிகவும் சுவாரஸ்யமான பகுதி. அது பதினான்கு அத்தியாயங்களாக, ஜேன் எனும் ஒற்றை மனிதனின் பாலியல் விழைவு தருணங்களை விவரிக்கிறது.

மற்றுமோர் இசைச் சொல்: இந்த விவரணை என்பது, "மாறுபாடுகளுடைய ஒரு தீம்" என்பதாகும். விஷயங்கள் தங்களின் அர்த்தங்களை இழக்கும் எல்லைக் கோடாக அந்தத் தீம் இருக்கிறது. நமது வாழ்க்கை அந்த எல்லையின் அருகிலேயே அவிழ்கிறது. அதோடு, எந்த நொடியிலும் அந்த எல்லையைக் கடந்துவிடும் அபாயமும் ஒருங்கே எழுந்திருக்கிறது. அந்தப் பதினான்கு அத்தியாயங்களும், ஒரே சூழ்நிலையின் - பாலியல் உணர்வெழுச்சி - அர்த்தத்திற்கும், அர்த்தமின்மைக்கும் இடையிலான ஊடாட்டம் நிகழும் எல்லையில் நடைபெறும் பதினான்கு மாறுபாடுகள்தான்.

The Book of Laughter and Forgetting-ஐ மாறுபாடுகளுடைய வடிவத்திலான நாவல்" என்று குறிப்பிடுகிறீர்கள். ஆனால், அது இப்போதும் நாவலாகவே நீடிக்குமா?

அதில் செயல்களுக்கிடையிலான ஒற்றுமை இல்லை; அதனால்தான் அது நாவலின் வடிவத்தில் தோற்றமளிக்கவில்லை. அத்தகைய ஒற்றுமை இல்லாத நாவலை மக்களால் கற்பனை செய்துகூட பார்க்க முடியாது. நவ ரோமனின் பரிசோதனை முயற்சிகள் கூட இந்தச் செயல்களின் (அல்லது செயலற்றத்தன்மையின்) ஒற்றுமையின் அடிப்படையில்தான் மேற்கொள்ளப்பட்டன. ஸ்டெர்னும் டிடிராட்டும் இந்த ஒற்றுமையைச் சுக்குநூறாக உடைப்பதன் மூலமாகத் தங்களையே மகிழ்வூட்டிக்கொண்டனர். ஜாக்குவஸ் மற்றும் அவனது மாஸ்டரின் பயணம், Jacques Le Fataliste-யின் குறைவான பகுதியிலிருந்து எடுத்தாளப்படுகிறது; நிகழ்வுகள், எண்ணங்கள், கதைகளைப் பொருத்தும் ஒரு நகைச்சுவையான பாசாங்கு பிரதியே அது. ஆயினும்கூட, இந்தப் பாசாங்குத்தன்மை, "இந்தச் சட்டகம்" ஒரு நாவலை நாவலாக உணரச் செய்வதற்குத் தேவைப்படுகிறது. 'The Book of Laughter and Forgetting'இல் இந்தப் பாசாங்குத்தனமான சொற்களுக்கு அவசியமே ஏற்படவில்லை. முழுமைக்கு ஒத்திசைவை அளிக்கும் கருப்பொருட்களின் ஒற்றுமை மற்றும் மாறுபாடுகளே அது. நாவலா அது என்றால், ஆமாம், நாவலென்பது கற்பனையான கதாபாத்திரங்களின் வழியே காணப்படும் இருத்தலின் மீதான நிலைகொள்ளலே (தியானமே) ஆகும். வடிவம் என்பது வரம்பற்றச் சுதந்திரம். வரலாறு நெடுகவும், அந்த முடிவற்றச் சாத்தியங்களை எவ்வாறு சாதகமாகப் பயன்படுத்திக்கொள்வது என்பதை நாவல் ஒருபோதும் அறிந்திருக்கவே இல்லை. அது தனது வாய்ப்பைத் தவறவிட்டுவிட்டது.

ஆனால், 'The Book of Laughter and Forgetting'-ஐ தவிர, 'The Unbearable lightness of being'இல் லேசான மாறுதலுடன் அது இருக்கிறது, என்றாலும்கூட ஏனைய உங்களது அனைத்து நாவல்களிலும் இந்தச் செயல்களின் ஒருங்கிணைவு பேணப்பட்டிருக்கிறது.

ஆமாம். ஆனால், மேலும் சில முக்கியமான வகையிலான ஒற்றுமை அவற்றை நிறைவு செய்கின்றன: மெடாபிசிக்கல் கேள்விகளின் அதே ஒற்றுமை, அதே நோக்கங்கள், அதன்பிறகு வேறுபாடுகள் (உதாரணத்திற்கு, 'The Fairwell Party'இல் வருகிற தந்தைவழி தொடர்பின் நோக்கம்). ஆனால், ஷொயன்பெர்க்கின் தொடர் குறிப்புகளில் இருப்பதைப் போல, நாவல் முதன்மையாக, அடிப்படைச் சொற்களின் எண்ணிக்கையின் மீதிருந்தே எழுப்பப்பட்டிருக்கிறது என்பதை அழுத்தமாக வலியுறுத்த விரும்புகிறேன். 'The Book of Laughter and Forgetting'இல், அந்தத் தொடர்ச்சி பின்வருமாறு இருக்கிறது: மறத்தல், சிரிப்பு, தேவதைகள், "லிட்டோஸ்ட்", எல்லை. நாவலின் போக்கில் இந்த ஐந்து முக்கியச் சொற்களும் பகுப்பாய்வு செய்யப்பட்டிருக்கின்றன, ஊன்றிப் படிக்கப்பட்டிருக்கின்றன, வரையறை செய்யப்பட்டிருக்கின்றன, மேலும் மறுவரையறையும் செய்யப்பட்டிருக்கின்றன. இதன் மூலமாக, இருத்தலின் தனித்தனி வகைகளாக இவை தொகுக்கப்பட்டுள்ளன. ஒரு வீடு விட்டங்களால் கட்டப்படுவதைப்போல, இந்த ஐந்து வகைப்பாடுகளின் மூலமாகவே அந்த நாவல் கட்டப்பட்டிருக்கிறது. 'The Unbearable Lightness of Being'-ஐ

கட்டுகிற விட்டங்கள்: எடை, இலகுத்தன்மை, ஆன்மா, உடல், கிராண்ட் மார்ச், மலம், அழகற்றத்தன்மை, இரக்கம், வெர்டிகோ, வலிமை, பலவீனம். அதனது வகைப்பாட்டுக்குரிய கதாபாத்திரங்களால், இந்தச் சொற்களை இணைபொருட் சொற்களைக் கொண்டு பதிலீடு செய்ய முடியாது. இதனை மொழிபெயர்ப்பாளரிடம் - வழக்கத்தைத் தவிர்த்து, சிறப்பானதொரு பாணி குறித்து அக்கறைப்படும் - திரும்பத் திரும்பச் சொல்ல வேண்டியதாக இருக்கிறது.

உங்களது நாவல் கட்டமைப்பின் தெளிவுபடி, ஒரேயொரு நாவலைத் தவிர மற்ற அனைத்தும் ஏழு பாகங்களாகப் பிரிக்கப்பட்டிருப்பதை உணர்ந்தபோது ஆச்சரியமடைந்தேன்.

எனது முதல் நாவலான, The Jokeஐ, எழுதி முடித்தபோது, அது ஏழு பகுதிகளை உடையதாக இருந்ததை நினைத்து ஆச்சரியப்படுவதற்கு எதுவும் இருக்கவில்லை. அதன்பிறகு நான், Life is Elsewhere எழுதினேன். அது ஏறக்குறைய முடியும் தருவாயில் இருந்தபோது ஆறு பகுதிகளைக் கொண்டதாக இருந்தது. நான் திருப்தி அடைந்திருக்கவில்லை. திடீரென, கதையின் நாயகன் இறந்ததற்கு மூன்று வருடங்களுக்குப் பிறகு நடக்கும் கதை ஒன்றை, அதாவது நாவல் விவரிக்கப்பட்டிருக்கும் கால அளவிற்கு வெளியில் நடக்கும் கதையை அதனுடன் சேர்த்து எழுத வேண்டுமென்ற யோசனை தோன்றியது. இது இப்போது ஏழாவது பகுதியின் ஆறாவது பிரிவாக, 'மத்திம வயதுடைய மனிதர்' என வந்துவிட்டது. உடனடியாக, நாவலின் கட்டமைப்புக் கச்சிதத்தை அடைந்துவிட்டது. பின்னர் இந்த ஆறாவது பகுதிக்கும், 'The Joke'இல் வருகிற ஆறாவது பகுதிக்கும் இடையில் இருக்கிற ஒப்புமைகளை உணர்ந்துகொண்டேன்; அதுவும் ஒரு வெளி மனிதனை (The Kostka) அறிமுகப்படுத்துவதன் மூலமாக, நாவலின் சுவரில் ஒரு ரகசிய ஜன்னலைத் திறந்துவிட்டிருந்தது. Laughable Loves பத்துக் கதைகள் அடங்கிய தொகுப்பாகவே முதலில் தீர்மானிக்கப்பட்டது. இறுதி வடிவத்தின்போது, அதில் இருந்து மூன்று கதைகளை நான் நீக்கிவிட்டேன். அந்தத் தொகுப்பு மிகவும் ஒத்திசைவானதாக இருந்ததால், 'The Book of Laughter and Forgetting'இன் கட்டமைப்பை அது முன்னறிவிப்பதாக அமைந்துவிட்டது. ஒரு கதாபாத்திரம், மருத்துவர் ஹவல், நான்காவது மற்றும் ஆறாவது கதைகளை ஒன்றிணைக்கிறார். 'The Book of Laughter and Forgetting'இல் நான்காவது மற்றும் ஆறாவது பகுதியை ஒரே பாத்திரம்தான் இணைக்கிறது: தமினா. 'The Unbearable Lightness of Being'-ஐ எழுதியபோது ஏழு என்கிற எண்ணுடன் தொடர்புடைய அனைத்து மயக்கங்களையும் உடைக்க வேண்டுமென்று தீர்மானமாக இருந்தேன். ஆறு பகுதிகளுக்கான வரைவுகளை மிக நீண்டகாலத்திற்கு முன்பிருந்தே திட்டமிட்டு வைத்திருந்தேன். ஆனால், முதல் பகுதி எப்போதுமே எனக்கு உருவமற்றதாகவே தோன்றுகிறது. இறுதியில், அது உண்மையாகவே இரண்டு பகுதிகளால் ஆனது என்பதைப் புரிந்துகொண்டேன். சியாமிஸ் இரட்டையர்களைப் போல, அவை நுட்பமான அறுவை சிகிச்சையால் பிரிக்கப்பட வேண்டியிருந்தது. இவை எல்லாவற்றையும் நான் இங்கு குறிப்பிடுவதற்கு என்ன காரணமென்றால்,

மாயாஜால எண்களால் பாதிக்கப்படும் மூடநம்பிக்கைகளில் நான் ஈடுபடவில்லை அல்லது பகுத்தறிவுடன் கூடிய கணக்கீடுகளையும் செய்யவில்லை. மாறாக, நான் ஆழமான, மயக்க நிலையில், புரிந்துகொள்ள முடியாத தேவையால், தப்பிக்க முடியாத ஓர் ஆதிவகையால் உந்தப்பட்டேன். எனது அனைத்து நாவல்களும், ஏழு என்கிற எண்ணை அடிப்படையாகக் கொண்ட கட்டமைப்பின் மாறுபாடுகளே.

ஏழு பயன்பாடு அழகாகப் பிரிக்கப்பட்டு, முழுமையுடன் பன்முகவயப்பட்ட உறுப்புகளை ஒன்றிணைக்கும் உங்களது நோக்கத்துடன் தொடர்புடையதாக இருக்கிறது. உங்களது நாவலின் ஒவ்வொரு பகுதியும் தம்மளவில் ஓர் உலகமாகவே இருக்கின்றன. அதோடு மற்றவற்றிடமிருந்து அதன் சிறப்பான வடிவத்தின் காரணமாக வேறுபட்டும் இருக்கிறது. ஆனால், நாவலே எண்களிடப்பட்டுப் பிரிக்கப்பட்டிருக்கும்போது, ஏன் ஒவ்வொரு பகுதியும் மேலும் எண்களிடப்பட்டு அத்தியாயங்களாகப் பிரிக்கப்பட வேண்டும்?

அத்தியாயங்களும் தமக்கான சிறிய உலகத்தை உருவாக்குவதாக இருக்க வேண்டும்; ஒப்பீட்டளவில் அவை சுயாதீனமாகவே இருக்க வேண்டும். அதனால்தான், எனது புத்தக வெளியீட்டாளர்களிடம் ஒவ்வோர் அத்தியாயமும் தனித்தனியாகப் பிரிக்கப்பட்டிருக்கிறதா என்றும் தெளிவுறத் துலங்கும்படி ஒவ்வோர் அத்தியாயத்திலும் எண்களிடப்பட்டிருக்கிறதா என்றும் தொடர்ச்சியாகக் கேட்டு உறுதிப்படுத்திக்கொள்கிறேன். ஒவ்வோர் அத்தியாயமும் இசைக் கோர்வையின் சில அடி நீள அங்குலத்தைப் போன்றவை! நீளம் (அத்தியாயங்கள்) அதிகமாக இருக்கும் பகுதிகளும் இருக்கின்றன, சில குறுகியதாகவும் இருக்கின்றன. மேலும் சில ஒழுங்கற்ற நீளத்திலும் இருக்கின்றன. ஒவ்வொரு பகுதியிலும் ஓர் இசை டெம்போவுக்கான அறிகுறி இருக்கக்கூடும்: moderato, presto, andante, மேலும் சில. 'Life is Elsewhere'இன் ஆறாவது பகுதி andante: அமைதியான, மனச்சோர்வூட்டும் முறையில், அது மத்திம வயதுடைய ஆணுக்கும், சமீபத்தில் சிறையிலிருந்து விடுதலை செய்யப்பட்ட இளைய பெண்ணுக்கும் இடையில் நடக்கும் சுருக்கமான உரையாடலை சொல்கிறது. கடைசிப் பகுதி prestissimo; அது மிகக் குறுகிய பகுதிகளாக எழுதப்பட்டிருந்தது. அதோடு, இறந்துகொண்டிருக்கும் ஜெரோமில்லில் இருந்து ரிம்பாடுக்கும், புஷ்கினுக்கும், லெர்மொண்டோவுக்கும் இடையில் தாவுகிறது. முதலில் ஓர் இசையின் வழியில்தான் 'The Unbearable Lightness of Being'ஐ பற்றிக் கருதினேன். அதன் கடைசிப் பகுதி pianissimo-வாகவும் lento-வாகவும் இருக்கும் என்பது எனக்குத் தெரியும்: அது ஒரு குறுகிய, ஒழுங்கற்ற காலத்தில், ஒற்றை இடத்தில் கவனம் செலுத்துகிறது, மேலும் அதன் தொனியும் அமைதியாகவே இருக்கிறது. இந்தப் பகுதிக்கு முன்னதாக ஒரு prestissimo இருக்க வேண்டும் என்றும் எனக்குத் தெரியும்: இந்தப் பகுதிக்கு 'The Grand March' என்று பெயர் சூட்டப்பட்டிருக்கிறது.

ஏழு எனும் எண்ணிற்கு ஒரு விடுப்பும் கொடுக்கப்பட்டிருக்கிறது. 'The

Farewell Party'இல் ஐந்து பாகங்கள்தான் இருக்கின்றன.

'The Farewell Party' வழக்கமான ஓர் ஆதிவகையை அடிப்படையாகக் கொண்டதுதான்: அது ஒரே பொருளுடன் மட்டுமே தொடர்புடைய ஒரு மாதிரியானது, ஒரு டெம்போவில் சொல்லப்பட்டிருப்பது; அது நாடகமானது, பகட்டானது. அதோடு, தனது வடிவத்தைக் கேலிக்கூத்தில் இருந்து பெறுவது. Laughable Lovesஇலும், 'சிம்போஸியம்' என்று தலைப்பிடப்பட்டிருக்கும் கதை இதேவகையில் கேலிக்கூத்தில் இருந்து பெறப்பட்ட ஐந்து கட்டங்களே.

கேலிக்கூத்து என்று எதனை அர்த்தப்படுத்துகிறீர்கள்?

கதைச் சரடில் கொடுக்கப்பட்டிருக்கிற வலியுறுத்தல்களையும், அதோடு, எதிர்பாராமையின் அனைத்துப் பொறிகள் மற்றும் நம்ப முடியாத வகையிலான தற்செயல் நிகழ்வுகள் என்பதையுமே குறிப்பிடுகிறேன். கதைச் சரடையும், அதன் மோசமான மிகைப்படுத்தல்களையும் போல, வேறு எதுவும் சந்தேகத்திற்குரியதாக, கேலிக்குரியதாக, பழமையானதாக, சாதாரணமானதாக, சுவையற்றதாக இருப்பதில்லை. ஃப்ளூபர்ட்டில் (Flaubert) இருந்து, நாவலாசிரியர்கள் கதைச் சரடில் இருக்கும் செயற்கைத் தனத்தை அகற்ற முயற்சித்திருக்கிறார்கள். அதனால் வாழ்க்கையின் மந்தத்தன்மையை விடவும் நாவல் மந்தமாகிவிட்டது. ஆயினும் கதைச் சரடின் தோய்ந்துவிட்ட அம்சத்தையும், அதன் சந்தேக இயல்பையும் அகற்றுவதற்கு வழியும் இருக்கிறது. அதாவது, அதனை விரும்புவதற்கான தேவைகளில் இருந்து விடுவிப்பது. விரும்பத்தகாததாக இருக்கத் தேர்வுசெய்யப்பட்ட ஒரு விரும்பத்தகாத கதையைச் சொல்லுங்கள்! நிச்சயமாக, இந்த வகையில்தான் காஃப்கா Amerika-வைச் சித்திரித்திருக்கிறார். கார்ல் தனது மாமாவை முதல் அத்தியாயத்தில் சந்திப்பது என்பது தொடர்ச்சியான விரும்பத்தகாத தற்செயல் நிகழ்வுகளால்தான் நடக்கிறது. காஃப்கா தனது முதல் 'சர்ரியல்' பிரபஞ்சத்திற்குள், தனது முதலாவது 'கனவையும், நிஜத்தையும் ஒன்றிணைக்கும்' பகுதிக்குள், கதைச் சரடைக் கேலி செய்வதன் மூலமாக, கேலிக்கூத்தின் கதவு வழியேதான் நுழைந்திருக்கிறார்.

ஆனால், பொழுதுபோக்கு உணர்விற்குப் பொருந்தாத நாவலுக்கு ஏன் நீங்கள் கேலிக்கூத்தான வடிவத்தைத் தேர்வு செய்தீர்கள்?

ஆனால், அது பொழுதுபோக்குதான்! பொழுதுபோக்கு எனும் சொல்லுக்குப் பிரெஞ்சு மக்களுக்கு இருக்கும் அவமதிப்பை என்னால் புரிந்துகொள்ள முடியவில்லை. ஏன் அவர்கள் 'திசைத் திருப்பல்' எனும் சொல்லை அவ்வளவு அவமானகரமாக உணருகிறார்கள். சலிப்பாக இருப்பது என்று சொல்வதை விட பொழுதுபோக்கு என்று சொல்வது சிறந்த அர்த்தம் பெறுவதாக அவர்கள் நினைக்கிறார்கள். kitschக்கு வீழ்ந்துவிடுவதில் அபாயம் இருப்பதையும் அவர்கள் உணர்ந்திருக்கிறார்கள். Kitsch, பொழுதுபோக்கல்ல, அது உண்மையான அழகியல் நோய்! சிறந்த ஐரோப்பிய நாவல் முதலில் பொழுதுபோக்காகத்தான் ஆரம்பமானது. அதோடு, ஒவ்வோர்

அசலான நாவலாசிரியரும் அதற்கு ஏக்கம் கொண்டவராகவே இருப்பார். உண்மையில், அந்தச் சிறந்த பொழுதுபோக்கு எழுத்து வகையின் கருப்பொருட்கள் எல்லாம் மிகவும் தீவிரமானதாக இருந்தன - செர்வாண்டிஸை நினையுங்கள்! 'The Fairwell Party'இல் கேள்வி என்னவென்றால், இந்த உலகத்தில் வாழ்வதற்கான தகுதி மனிதர்களிடத்தில் இருக்கிறதா? இந்த உலகத்தை மனிதர்களின் பிடியிலிருந்து ஒருவர் விடுவிக்கக்கூடாதா? எனது வாழ்நாள் லட்சியம் என்பது கேள்வியின் அதிதீவிரத்தன்மையை, அதி இலகுத்தன்மையான வடிவத்துடன் இணைக்க வேண்டும் என்பதுதான். அல்லது இது முற்றிலுமாக ஒரு கலை நோக்குடைய இலட்சியவாதம். அற்பமான வடிவத்தையும், தீவிரமான பொருளையும் ஒன்றிணைக்கும்போது, நமது நாடகங்கள் (நமது படுக்கை அறையில் நடப்பதும், அதோடு வரலாற்று மேடையில் நாம் ஏற்றிருக்கும் பாத்திரமும்) பற்றிய உண்மையையும், அதனது அருவருப்பூட்டும் முக்கியத்துவமற்றத் தன்மையையும் உடனடியாக அது அவிழ்த்துவிடுகிறது (முகமூடி கழன்றோடுகிறது). இருப்பின் தாங்க முடியாத இலகுத்தன்மையை நாம் அனுபவிக்கிறோம்.

எனவே, நீங்கள் உங்களது சமீபத்திய நாவலுக்கு, 'The Fairwell Party' என்று பெயரிட்டிருக்கலாம்.

எனது எந்தவொரு நாவலுக்கும், 'The Unbearable Lightness of Being' என்றோ, 'The Joke' என்றோ, 'Laughable Loves' என்றோ தலைப்பிடலாம். தலைப்புகள் அவ்வகையில் ஒன்றோடொன்று மாற்றக்கூடியதுதான். என்னை ஆட்டுவிக்கும், என்னைப் பொருள்படுத்தும் அதோடு, துரதிர்ஷ்டவசமாக என்னைக் கட்டுப்படுத்தும், சொற்ப எண்ணிக்கையிலான கருக்களையே அவை பிரதிபலிக்கின்றன. இந்தக் கருப்பொருள்களுக்கு அப்பால், எழுதுவதற்கோ அல்லது சொல்வதற்கோ என்னிடம் எதுவுமே இல்லை.

அப்படியென்றால், உங்கள் நாவல்களில் இரண்டு ஆதிவகை கட்டமைப்புகள் இருக்கின்றன: 1. பாலிஃபோனிக், இது ஏழு என்னும் எண்ணின் அடிப்படையில் பன்முகத்தன்மை கொண்ட உறுப்புகளை ஒரு கட்டமைப்பாக ஒன்றிணைக்கிறது; 2. கேலிக்கூத்து, இது ஒரேவிதமான நாடகத்தன்மையுடன் மற்றும் விரும்பத்தகாத விஷயங்களையுடையதாகவும் இருக்கிறது. இந்த இரண்டு ஆதிவகைப்பாட்டிற்கு வெளியில் இருக்கும் குந்தேராவுக்கு வாய்ப்பிருக்கிறதா?

நான் எப்போதுமே சில சிறப்பான எதிர்பாராத துரோகத்தைக் கனவு காணவே செய்கிறேன். ஆனால், என்னால் இன்னமும் அந்த பைஜாமா நிலையிலிருந்து தப்பிக்க முடியவில்லை.

எழுதுவதால் மட்டுமே உயிர் வாழ்கிறேன்!

கூகி வா தியாங்கோ

கென்யாவில் 1938ஆம் ஆண்டில் பிறந்தவர் கூகி வா தியாங்கோ. இவரது தாய்மொழி கிகூயூ. வெள்ளையர்கள் பெருமளவில் குடியேறியிருந்த காமிரீத்து எனும் இடத்தில் இவரது குடும்பம் வசித்துவந்தது. இவருடைய அப்பா ஒரு விவசாயி. மாவ் மாவ் கிளர்ச்சி (1952 - 62) நடைபெற்ற காலத்தில் பள்ளி மாணவனாக இருந்த கூகி வா தியாங்கோ, பெரும் வன்முறைக்கு இலக்காகிக்கொண்டிருந்த நிலவெளியில் பெரும் அச்சத்துடனும் உயிர் போராட்டத்துடனும் நாட்களைக் கடக்க வேண்டியிருந்தது. பிறகு, அலயன்ஸ் எனும் பள்ளியில் பயின்ற காலத்தில் அங்கிருந்த நூலகத்தின் வாயிலாகப் பல்வேறு இலக்கியங்களைக் கற்றுத் தேர்ந்தார். இப்பள்ளியின் கிறிஸ்தவப் பின்னணியின் காரணமாக, பைபிளும் அவருக்கு அறிமுகமாகியது. 1962இல் 'த பிளாக் ஹெர்மிட்' எனும் நாடகத்தை எழுதினார். அது உகாண்டாவின் விடுதலைக் கொண்டாட்டத்தின் ஒரு பகுதியாக மேடையேற்றப்பட்டது. அதே ஆண்டில் 'வீப் நாட் சைல்டு' நாவலையும் எழுதினார். இது பரவலான கவனிப்பைப் பெற்றது. அக்காலத்தில் நடைபெற்ற 'ஆங்கிலத்தில் எழுதும் ஆப்பிரிக்க எழுத்தாளர்களின் மாநாடு' அவருக்குள் பல கேள்விகளை எழுப்பியது. சோஷியலிஸக் குழுவில் இணைந்து, அரசியல் அமைப்புகள் மக்களைச் சுரண்டுவது குறித்துப் பல்வேறு கட்டுரைகளை எழுதத் துவங்கினார். ஆப்பிரிக்க - கரீபிய இலக்கியம், பண்பாடு, அரசியல் ஆகியவை குறித்து 'ஹோம் கமிங்' எனும் கட்டுரைத் தொகுப்பை வெளியிட்டார். அவரது அரசியல் பார்வையும் மெல்ல மெல்ல கூர்மையடைந்தது. 1976இல் காமிரீத்து சமூகக் கல்வி மற்றும் பண்பாட்டு மையம் உருவாக்கப்பட்டபோது, பண்பாட்டுத் துறையின் தலைவராக கூகி வா தியாங்கோ நியமிக்கப்பட்டார். அப்போது அவரும் மற்றொருவரும் சேர்ந்து எழுதிய 'ஐ வில் மேரி வென் ஐ வாண்ட்' எனும் நாடகப் பிரதி பலத்த சர்ச்சையை உருவாக்கியது. 'அரசுக்கு எதிராக மக்களைத் தூண்டுகிறது' என்று சொல்லி இந்நாடகம் தடை செய்யப்பட்டதோடு, கூகி வா தியாங்கோவும் அவரது வீட்டிலிருந்து கடத்தப்பட்டுச் சிறையில் அடைக்கப்பட்டார். அங்கு ஒருவருடக் காலம் தனிமையில் பல்வேறு தொந்தரவுகளுக்கு உள்ளாக்கப்பட்டார். எனினும், அந்தத் தனிமையையும், மனக் கொந்தளிப்புகளையும் சகித்துக்கொண்டே அவரால் இரண்டு புத்தகங்கள் எழுத முடிந்திருக்கிறது. அதில் ஒன்றுதான் மலம் துடைக்கும் காகிதத்தில் எழுதிய 'சிலுவையில் தொங்கும் சாத்தான்' எனும் நாவல். இந்நாவல் 1979இல் கிகூயூ மொழியில் வெளியாகியது. தொடர்ந்து அவரது செயல்பாடுகளால் பல்வேறு இடப்பெயர்வுகளும், அவர் மீதிலான தாக்குதலும் நிகழ்ந்தபடியே இருந்திருக்கிறது. அலைக்கழிப்புகளுக்கு மத்தியிலேயே அவருடைய வாழ்க்கை

நகர்ந்துகொண்டிருக்கிறது. கூகி வா தியாங்கோவிடம் அவரது வாழ்க்கை, அனுபவம், மொழி, எழுத்து, அரசியல் எனப் பல்வேறு தளங்களில் மேற்கொள்ளப்பட்ட நேர்காணல்களிலிருந்து தேர்ந்தெடுக்கப்பட்ட கேள்வி - பதில்கள் இங்கு மொழியாக்கம் செய்யப்பட்டிருக்கின்றன.

சர்வதேச அளவில் அறியப்படும் ஓர் எழுத்தாளராக உருவெடுப்போம் என்றோ, கென்யாவைப் பற்றிய உங்கள் கதைகள் உலக அளவில் 60 மொழிகளில் மொழியாக்கம் செய்யப்படுமென்றோ வளரும் பருவத்தில் எப்போதேனும் நினைத்திருக்கிறீர்களா?

இல்லை. நானோர் எழுத்தாளர் ஆவேன் என்றுகூட நினைத்ததில்லை. நமக்குக் கிடைக்கக்கூடிய கல்வி வாய்ப்புகளை எப்படியேனும் கைப்பற்றிட வேண்டும் என்பதை உறுதிசெய்வதே பெரும் போராட்டமாக இருந்தது. மிகச் சில பள்ளிகளிலும் கல்லூரிகளிலும் வாய்த்திருந்த இடங்களைப் பெறுவதற்கான போராட்டம் மிகக் கடுமையாக இருந்தது. தொடக்கப் பள்ளி காலத்திலிருந்து கல்லூரியில் பயில்வது வரையிலும் ஒவ்வோர் இரண்டாண்டுகளுக்கும் ஒருமுறை முனையத் தேர்வுகளை எழுத வேண்டியிருந்தது. வேறு வகையிலான வாய்ப்புகளுக்கெல்லாம் சாத்தியமே இல்லாத சூழல்தான் நிலவியது. இந்த ரயிலோடத்திலிருந்து ஒருமுறை இறங்கிவிட்டால், பிறகு ஒருபோதும் அதில் மீண்டும் ஏறுவதற்கு வாய்ப்பே இல்லை. எனினும், நான் எப்போதும் படிக்க வேண்டுமென்பதில் விருப்புறுதியுடன் இருந்தேன். 'In the House of The Interpreter' எனும் எனது சுயசரிதை புத்தகத்தில் எழுதியுள்ளதைப் போல, முதல்முதலாக நூலகமொன்றிற்குள் நுழையும் வாய்ப்பு அமைந்தபோது எனது மனதில் கிளைத்த கனவுத் திட்டமானது 'என்றாவது ஒருநாளில் உலகிலுள்ள அனைத்துப் புத்தகங்களையும் வாசிக்கும் திறனைப் பெறுவேன்' என்பதாகவே இருந்தது. யதார்த்தம் அந்தக் கனவுத் திட்டத்தின் சிறகுகளைப் பறக்கவியலாதபடி செய்துவிட்டிருக்கலாம். ஆனால், வாசிப்பதற்கான பேரார்வம் என்பது என்றென்றும் விகாசித்தபடியேதான் இருக்கிறது.

இந்தத் தருணத்தில் எழுத்துலகில் உங்களுடைய இடத்தை என்னவாகப் பார்க்கிறீர்கள்?

நான் மொழிப் போராளியாக மாறியிருக்கிறேன். உலகெங்கிலும் ஒடுக்கப்படும் மொழிகளுக்காகப் போராடுபவர்களோடு என்னை இணைத்துக்கொள்ள விரும்புகிறேன். எந்தவொரு மொழியும் அதை உருவாக்கிய சமூகத்திற்குத் தேவையற்றதாகிவிடுவதில்லை. மொழிகள் என்பவை இசைக் கருவிகளைப் போன்றவை. உலகம் முழுக்கப் பயன்படுத்தப்படும் ஒருசில இசைக் கருவிகள் மட்டுமே இருக்க வேண்டும் என்றோ எல்லாப் பாடகர்களும் ஒரேயொரு வகையிலான குரலில் மட்டுமே பாட வேண்டும் என்றோ நம்மால் கட்டளையிட முடியாது.

நூல்களைப் பதிப்பிக்கப் பதிப்பாளர்களைப் பெறுவது எப்போதும் உங்களுக்குச் சிக்கலானதாக இருந்ததில்லை. 'The Black Hermit'ஐ 1962ஆம் வருடத்தில் எழுதினீர்கள். அது மறுவருடமே (1963) பதிப்பிக்கப்பட்டது. கல்லூரியில் இரண்டாமாண்டு பயிலும்போதே 'The River Between' (1965), 'Weep Not Child' (1964) ஆகிய நாவல்களை வெளியிட்டீர்கள். 20 வயதுகளில் உங்களுக்குக் கிடைத்த வெற்றிகளை மீண்டும் பெற முடியாமல் ஆகிவிடுமோ என்று எப்போதேனும் கவலைப்பட்டிருக்கிறீர்களா?

உண்மையில் பல வருடங்களுக்கு என்னுடைய துவக்கக் கால நாவல்களை ஒரு பயிற்சி நிலை படைப்புகளாகவே நான் கருதிவந்தேன். அதனால், நீங்கள் குறிப்பிட்டுள்ள நாவல்கள், நாடகம் ஆகியவை மட்டுமல்லாது எட்டோ ஒன்பதோ சிறுகதைகளையும், பத்திரிகை துறை சார்ந்து நானெழுதிய 60 கட்டுரைகளையும் ஒட்டுமொத்தமாகச் சேர்த்தபோதுகூட என்னை ஓர் எழுத்தாளராக என்னால் முன்னிறுத்திப் பார்க்க முடியவில்லை. அப்படி என்னைக் கருதிக்கொள்ளும்படியான, நான் எழுத நினைத்திருந்த நாவலை இன்னமும் எழுதியிருக்கவில்லை என்றே நினைத்தேன். 'A Grain of Wheat' (1967), 'Petals of Blood' (1975) ஆகியவையும் நாவல் எழுதுவதற்கான எனது எத்தனங்களே. ஆனால், இந்த இரண்டு படைப்புகளையும் நான் நிறைவுசெய்தபோது, எனது படைப்புருவாக்கத்திற்கான முதன்மையான மொழியாக நான் கருதிவந்த ஆங்கிலத்தை அவ்விடத்திலிருந்து நீக்கிவிட்டு கிகூயூவை (Gĩkũyũ) தேர்வுசெய்தேன். ஆனால், நான் எழுத நினைத்த நாவலைக் கிகூயூவிலும் இன்னும் என்னால் எழுத முடியவில்லை. 'Devil on the Cross' (1980), 'Wizard of the Crow' (2006) ஆகியவை இந்தப் புதிய வெளிப்படுத்தும் மொழியில் நான் செய்த தேர்வின் விளைவாக உருவானவை. இப்போது எனது புரிதல் என்னவெனில், எழுத்துச் செயல்பாட்டில் 'ஒரு நிலையை அடைந்துவிட்டோம்' என்றுணரும் தருணம் எதுவுமில்லை. அடைந்துவிட்டோம் என்றுணரும் தருணம் ஒரு புதிய அத்தியாயத்திற்கான துவக்கம் என்பதுமில்லை. இது சவால்மிகுந்த தொடர் பயணத்தின் ஒரு நிறுத்தம் மட்டுமே.

உங்கள் துவக்கக் கால நாடகமான 'The Wound in the Heart' தயாரிப்பு நிலையிலேயே தடைசெய்யப்பட்டது. ஏனெனில், அதில் ஒரு பிரிட்டிஷ் அதிகாரி LFU வீரரொருவரின் மனைவியைப் பாலியல் வன்புணர்வு செய்கிறார். உங்கள் சுயசரிதையில் குறிப்பிட்டுள்ளபடி இந்த அரசியல்ரீதியிலான தணிக்கைச் செயல்பாட்டிற்கு எதிராகக் கடுமையாகப் போராடியிருக்கிறீர்கள்.

கம்பாலா தேதிய அரங்கத்தால் எனது நாடகத்தைத் தடைசெய்யும் நோக்கில் சொல்லப்பட்ட இந்தப் பெரிய பொய்தான், என்னை ஒருகணம் அமைதியாக எல்லாவற்றையும் சிந்தித்துப் பார்க்குமாறு உந்தியது. கென்யர்களுக்கு எதிராகப் பிரிட்டிஷ் காலனிய அரசு உண்டுபண்ணிய சீரழிவுகளைச் சிந்தித்துப் பார்த்தேன். ஒவ்வொரு காலனியாதிக்க அரசுகளும் சொல்லக்கூடிய பொய்களில் ஒன்று, மற்ற காலனிய அரசுகளுடன் ஒப்பிடுகையில் எங்கள் ஆளுகை மேன்மையுற்றதாக இருக்கிறது என்பதே. இந்த ஒப்பீட்டை இவ்வாறு அர்த்தப்படுத்திக்கொள்ளலாம்: மற்றவர்களுடைய ஆளுகை எங்களுடையதை விட மோசமானது. அதனால் நாங்கள் சிறந்தவர்கள், சிறப்பானது என்பது ஏதோவொரு வகையில் சரியானது என்பதற்கு அருகில் வரக்கூடியதே. புரிபடாத வகையில், இந்தத் தடைசெய்தல் எனது வாழ்க்கையின் மிக முக்கியமானதொரு தருணமாக மாறிவிட்டது. அது எழுதுவதற்கான தூண்டுதலை எனக்கு அளித்தது. அதனால்தான் எனது சுயசரிதையை அந்தத் தருணத்திலிருந்து துவங்கியிருக்கிறேன். ஆனால், இப்போது நினைவுகளைப்

பின்திரும்பிப் பார்க்கும்போது, அந்தச் சம்பவம் பின்காலங்களில் எனக்கு என்ன நேரவிருந்தது என்பதன் சாட்சியமாக இருந்துள்ளதை உணர முடிகிறது. அதாவது, 1977 - 78களில் கென்யாவின் அதிகப் பாதுகாப்புமிக்கச் சிறையில் நான் அடைக்கப்பட்டதைக் குறிப்பிடுகிறேன்.

கென்யாவிற்கு வெளியில்தான் பெருமளவிலான வெற்றி உங்களுக்குக் கிடைத்திருக்கிறது. கடந்த மூன்று தசாப்தங்களாகச் சொந்தத் தாயகத்திற்கு வெளியில்தான் நீங்கள் இருக்க நேர்ந்திருக்கிறது. இந்த வகையில் யதார்த்தச் சூழல் மீது கவிகிற அந்நிய உணர்வு எப்போதாவது விலகியிருக்கிறதா?

இல்லை இல்லை. புதிரான, அதியற்புதமான வழிகளில் வரலாற்றின் மீது பெரும் தாக்கம் ஏற்படுத்திய பிரபல வெளியேற்றங்கள் குறித்த எனது அறிவுச் சேகரத்தின் வழியாக இதை எதிர்கொள்வேன். எகிப்தில் மோசஸையும் இயேசுநாதரையும் நினைவில்கொள்ளுங்கள், முகமது நபியும் அவரது வழித்தோன்றல்களும் கிருஸ்தவ எத்தியோப்பியாவில் அகதிகளாகத் தஞ்சம் புகுந்ததை நினைவில்கொள்ளுங்கள், ஃபிரான்சிலும் லண்டனிலும் மார்க்ஸ் வாழ்ந்ததை நினைவில்கொள்ளுங்கள். தாய் நிலத்திலிருந்து வெளியேறியதன் விளைவிலிருந்து கிளைக்கும் சிந்தனா முறைகள் பிறகொருநாள் தாய் நிலத்தின் மீதுதான் தாக்கங்களை ஏற்படுத்துக்கின்றன. ஆஃப்ரோ - கரீபியன் எழுத்தாளரான ஜியார்ஜ் லேமிங் எழுதிய புத்தகத்தின் தலைப்பு, 'The Pleasure of Exile' (1960) என்பது இவ்வுணர்வைதான் குறிப்பிடுகிறது எனக் கருதுகிறேன். மேலும், எனது 'Globaletics: Theory and the Politics of Knowing' (2012) எனும் புத்தகத்தில் "உலகளாவிய கற்பனை" என்றொரு புதிய கண்ணோட்டத்தை நான் உருவாக்கியுள்ளேன். மணல்துகள்களில் உலகத்தைப் பார்க்கும், ஒருமணி நேரத்தில் நித்தியத்தைப் பார்க்கும் கறுப்பினத்தவர்களின் எண்ணவோட்டத்தின் விரிவாக்கமேதான் இது. நாம் இணைக்கப்பட்டுள்ளோம்.

பௌதீக ரீதியாகக் கென்யாவிற்கு வெளியில் இருப்பது உங்களுக்குச் சிக்கலாக இல்லையா? அல்லது எழுதுவதற்கான அத்தனை அத்தனை கருக்களும் உங்கள் நினைவுகளில் வாழ்கின்றனவா? கென்யாவிற்கு வெளியிலிருந்து எழுதுவதில் நீங்கள் எதிர்கொள்ள நேரிடும் பிரத்யேகச் சிக்கல்கள் என்னென்ன?

கென்யா எப்போதுமே எனது நினைவில் உயிர்கொண்டிருக்கிறது. தினசரித் தன்மையிலான கென்யா வாழ்க்கை எனக்குச் சாத்தியப்படாதது குறித்து வருத்தம் மிஞ்சவே செய்கிறது. கிகூயூ பெரும்பாலும் கென்யாவில்தான் பேசப்படுகிறது. கென்யாவிலுள்ள பல்வேறு ஆப்பிரிக்க மொழிகளில் அதுவும் ஒன்று. பல்வேறு மொழிகளின் கூட்டுத்தொகுப்பு, அதுதான் கென்யா. எனினும், தற்போது நான் முதன்மையாகக் கிகூயூ மொழியிலேயே எழுதுவதால், அதன் மாற்றங்களுக்கான மொழியியல் நிலப்பரப்பின் ஓர் அங்கமாக நானிருக்க விரும்புகிறேன்.

அதிக அளவிலான வாசகப் பரப்பைக் கொண்டிருக்காதது குறித்து எப்போதாவது நீங்கள் வருத்தமடைந்திருக்கிறீர்களா என வியப்புருகிறேன். ஏனெனில், ஒரு தேசத்தைப் பற்றியும், பெரும்பாலானவர்கள் கேட்டறிந்திராத, வாசித்திராத வரலாற்றின் ஒரு குறிப்பிட்ட காலப் பகுதி சார்ந்தும் நீங்கள் எழுதுகிறீர்கள். உலகளாவியத்தன்மை குறித்து எப்போதாவது சிந்தித்திருக்கிறீர்களா?

உலகளாவியத்தன்மை என்பதே தனித்துவத்தின் குழந்தைதான் என்றே நான் நம்புகிறேன். மணற்துகளை நினைவிருக்கிறதா? அதில் உலகமே உள்ளது. உலகளாவியத்தன்மையைக் கட்டியெழுப்ப ஓர் எழுத்தாளர் இந்த மணற்துகளுக்கு நேர்மையாக இருக்க வேண்டும்.

மேற்கத்திய வாசகர்களால் உங்கள் புத்தகங்களை முழுமையாகப் புரிந்துகொள்ள முடியுமென நம்புகிறீர்களா? குறிப்பிட்ட வாசகர்களால் குறிப்பாக கென்யர்கள் மட்டுமே புரிந்துகொள்ளக்கூடிய பகுதிகள் என்று உங்கள் எழுத்தில் ஏதேனும் உள்ளதா?

குறிப்பிட்ட ஒரு சமூகத்தால் மட்டுமே புரிந்துகொள்ளக்கூடியது என எந்தப் புத்தகமும் இருக்க முடியுமென நான் நம்பவில்லை. அப்படி ஏதேனுமிருந்தால், அது தவறான கலைப் படைப்பு என்றே சொல்வேன். ஆனால், ஒவ்வொரு வாசகரும் வரலாற்றில் தங்களுக்குக் கிடைத்துள்ள அனுபவத்தின் விளைவால் ஓர் உலகப் பார்வையைத் தாங்கள் வாசிக்கும் படைப்பிற்குள் கொண்டுவருவார்கள். உதாரணத்திற்கு, காலனித்துவ அதிகாரத்தின் கீழிருக்கும் விமர்சகர்கள், ஏகாதிபத்திய மையங்களிலிருந்து உருக்கொணரும் படைப்புகளில் இடைவெளிகளையும் மௌனத்தையும்கூட பார்ப்பார்கள்.

1977இல், உங்களுடைய சர்ச்சைக்குரிய நாடகமான “I will Marry When I want” தயாரிக்கப்பட்டதன் விளைவாக, நீங்கள் கைது செய்யப்பட்டு விசாரணையின்றி ஒரு வருடக் காலம் சிறை வைக்கப்பட்டீர்கள். குறிப்பாக, அதிகாரத்தை நோக்கி உங்கள் மக்களை நகர்த்தும் முகமாக நிகழ்த்துக் கலையையும், அதில் உங்கள் தாய்மொழியையும் பயன்படுத்தியதாலேயே நீங்கள் சிறை வைக்கப்பட்டீர்கள். இந்தக் காலகட்டத்தில்தான் ஆங்கிலத்தில் எழுதுவதன் தாக்கங்களை உணர்ந்துகொண்டு, உங்கள் தாய்மொழியிலேயே எழுதுவதென்று தீர்மானித்தீர்கள். காமெட்டியிலுள்ள உச்சபட்சப் பாதுகாப்பு நிறைந்த சிறையிலிருந்தபடியே மலம் துடைக்கும் காகிதங்களில் ‘Devil on the Cross’ (சிலுவையில் தொங்கும் சாத்தான்) எழுதினீர்கள். அதிலிருந்து, தாய்மொழியில் எழுதும் படைப்பாளர்களை ஊக்குவிக்கும் ஆப்பிரிக்க எழுத்தாளர்களில் முதன்மையாளராக விளங்குகிறீர்கள். இந்தப் போராட்டம் தற்போது எந்த நிலையில் உள்ளது? கிகூயூ மொழியில் எழுதத் துவங்கிய துவக்கக் காலத்தைப் பின்திரும்பிப் பார்க்கும்போது இப்போது எப்படி உணருகிறீர்கள்?

அந்தப் போராட்டம் தொடர்ந்தபடியேதான் உள்ளது. ஆப்பிரிக்க மொழிகளுக்கான வெளியை உருவாக்க அரசு, வெளியீட்டாளர், எழுத்தாளர் எனும் மூவர் கூட்டணி அவசியமாகிறது. இதுவரையில் அரசு இந்தப் போராட்டத்தில் தன்னை இணைத்துக்கொள்ளவே இல்லை. அரசின் கொள்கைகள் ஐரோப்பிய மொழிகளை ஆராதிப்பதாகவும், ஆப்பிரிக்க மொழிகளைப் பாழ்படுத்துவதாகவுமே உள்ளன. சில நேரங்களில் பின்காலனித்துவ அரசு ஆப்பிரிக்க மொழிகளுக்கு எதிராகத் தீவிர விரோதத்தையே பாராட்டுகிறது.

கென்யாவிற்குத் திரும்பியபோது நீங்களும் உங்கள் மனைவியும் கொடூரமாகத் தாக்கப்பட்டீர்கள். இந்தச் சம்பவம் உங்கள் நாடு அல்லது நாட்டு மக்கள் மீது நீங்கள் கொண்டிருந்த நம்பிக்கையை எந்தவகையிலாவது குலைத்ததா? நல்ல நோக்கத்திற்காக மீண்டும் அங்கு செல்ல விரும்புகிறீர்களா? செல்வீர்களா?

எனக்கெதிரான நடவடிக்கைகளின் ஓர் அங்கம்தான் இதுவும். முன்னதாகவே நாம் உரையாடியதைப்போல, 1977இல் தாய்மொழியில் நானெழுதிய முதல் நவீன நாடகம் தடைசெய்யப்பட்டவுடனேயே தீவிரப் பாதுகாப்பு நிறைந்த சிறையில் நான் அடைக்கப்பட்டேன். 1982இல் எனது கிகூயூ மொழி நாவல் வெளியாகவிருந்த இரு வாரங்களுக்கு முன்னதாக, அந்த நாவலின் பதிப்பாளர் (கென்யர்) நைரோபியில் உள்ள அவரது வீட்டிற்கு வெளியே தாக்கப்பட்டார். கூரிய கத்தியால் வெட்டப்பட்ட அவரது விரலை மீண்டும் இணைத்துத் தைக்க வேண்டியதாகிவிட்டது. பல அடையாளமற்ற நபர்களால் விடுக்கப்பட்ட பலகட்ட மிரட்டல்களுக்குப் பிறகு அந்தத் தாக்குதல் சம்பவம் நிகழ்ந்தது. 1987இல் எனது இரண்டாவது நாவலின் மையக் கதாபாத்திரம் காரணமாகச் சர்வாதிகாரி மொயி என்னைக் கைதுசெய்ய உத்தரவிட்டிருந்தார். 2003இல் எனது மூன்றாவது நாவல் வெளியாவதற்கு 11 தினங்களுக்கு முன்னதாக, என்னையும் என் மனைவியையும் துப்பாக்கி ஏந்திய நபரொருவன் பலமாகத் தாக்கினான். ஆனாலும், கென்யாதான் எனக்கான நிலவெளி. கென்ய மக்கள் எப்போதும் என்னை ஆதரிக்கவே செய்திருக்கிறார்கள். கென்ய மக்களை ஒருபோதும் நான் கைவிடவும் முடியாது. அதனால்தான் கென்யாவிற்குத் திரும்பத் திரும்பச் செல்கிறேன். கென்யாவைப் பற்றியும் அற்புதமான அந்தத் தேசத்து மக்களைப் பற்றியும் மீண்டும் மீண்டும் எழுதுகிறேன். கென்ய மக்களுடன் உரையாடுவதன் வாயிலாக, உலகத்துடன் ஓர் உரையாடலை நிகழ்த்துகிறேன்.

எல்லாவற்றையும் கடந்து எப்படி உங்களால் மனநிலை சமன்குலையாமல் தொடர்ந்து எழுத முடிகிறது?

எழுதுவதற்கான உள்வெறி எனக்குள் கனன்றுகொண்டிருக்கிறது. எழுதுபவர்கள் எதிர்காலத்தை முன் அனுமானிக்கிற பாரம்பரியத்தைச் சேர்ந்தவர்கள். என்னுடைய மகனும்கூட எழுத்தாளர்தான். ஆங்கில மொழிப் பேராசிரியராகப் பணியாற்றுகிறார்.

'Hunting Words with My Father' எனும் தனது கவிதையொன்றில் ஒரு கதாபாத்திரம், "வார்த்தைகளின் மூலம் வேட்டையாடுவது மிகவும் அபாயகரமானது" என்று சொல்கிறது. சிறைக்கு அனுப்பப்பட்ட, நாடு கடத்தப்பட்ட, படுகொலை செய்யப்பட்ட தீர்க்கதரிசிகளைப் பாருங்கள். அவர்கள் அனைவருமே வார்த்தைகளால் உருவானவர்கள்தான். எழுதுவதால் மட்டுமே நான் உயிர் வாழ்கிறேன்.

'Birth of a Dream Weaver' புத்தகத்தில் "வெள்ளைக் குடியேற்ற அரசு கென்யாவில் செய்த எண்ணற்ற அட்டூழியங்களின் காட்சிப் பிம்பங்கள் எனக்குள்ளாக அலைமோதுகின்றன" என்று எழுதியதன் வாயிலாக உங்களுடைய வரலாற்றுப் பாரம்பரியத்தையும் ஞாபகங்களையும் குறிப்பிட்டுள்ளீர்கள். மேலும், படுகொலை முயற்சிகள், சிறையில் அடைத்தல், துன்புறுத்துதல், கறுப்புப் பட்டியலில் சேர்த்தல் ஆகிய இன்னல்களுக்கு இலக்காகியிள்ளதாகவும் தெரிவித்திருக்கிறீர்கள். நீங்கள் பார்த்த, அனுபவித்த வன்முறை நிகழ்வுகள் அனைத்தும் உங்களுடைய எழுத்து முறையில் ஏதேனும் மாற்றங்களைச் செய்துள்ளதா?

காலனியாதிக்கத்தின் வன்முறை நினைவுகள் இன்னமும் என்னை அச்சுறுத்தவே செய்கின்றன. போலவே, என் குடும்பத்தின் மீது நிகழ்த்தப்பட்ட வன்முறையும். மத்திய கிழக்குப் பகுதியில் நிகழும் படுகொலைகளையும், கறுப்பின மக்கள் மீது அமெரிக்கக் காவல்துறையினரால் நடத்தப்படும் அர்த்தமற்ற வன்முறையையும் பார்க்கும்போது என் நினைவுகளிலுள்ள அந்தப் பிம்பங்கள் மீளெழச் செய்கின்றன. அதைக் கடக்க நான் எனக்குள்ளாகக் கடுமையாகப் போராட வேண்டியுள்ளது. சிறைகளோ தடுப்பு முகாம்களோ இல்லாதவோர் உலகத்தைக் காணவே விரும்புகிறேன். வீடற்றத்தன்மையோ பசியோ இல்லாத ஓர் உலகத்தைக் காணவே விரும்புகிறேன். நவீன உலக உருவாக்கத்தின் பின்னுள்ள தர்க்கத்திற்கு நானொரு முடிவு காண வேண்டுமென விரும்புகிறேன். அதாவது, ஒருவர் வளர்ச்சியுற வேண்டுமெனில், மற்றொருவர் பலிகொடுக்கப்பட வேண்டுமென்கிற தர்க்கத்தைச் சொல்கிறேன். ஆயிரக்கணக்கான கோடீஸ்வரர்கள் இருக்க வேண்டுமெனில் ஆயிரக்கணக்கான ஏழை மக்களும் இருக்க வேண்டுமென்கிற கற்பிதத்திற்கு முடிவு காண வேண்டுமென விரும்புகிறேன். ஒரு நாட்டின் வளர்ச்சியை அந்த நாட்டிலுள்ள கோடீஸ்வரர்களின் எண்ணிக்கையைக் கொண்டு அளவிடுகிற பைத்தியக்காரத்தனத்திற்கு நாமொரு முடிவு கட்ட வேண்டும். இந்த ஆயிரம் கோடீஸ்வரர்களால் ஏழைகளாக்கப்பட்ட மனிதர்கள் குறித்து யார் கவலைப்படுவது?

எழுதுவதற்கு மிகுந்த வருத்தத்தை ஏற்படுத்தக்கூடியதென்று எதுவும் உள்ளதா?

வலியைக் குறித்து எழுதுவதென்பதே, அந்த வலியிலிருந்து விடுபடுவதற்குச் செய்யப்படுகிற ஒரு முயற்சிதான். தாங்கள் பெற்றுள்ள காயங்களுக்கு எதிராகப் போராடுவதற்கு மக்களுக்கு வலுவூட்டுவதற்காக நாங்கள் எழுதுகிறோம். ஜெர்மானிய

கவிஞர் ப்ரெக்ட், "இருண்ட காலங்களில் / யாரேனும் பாட்டு பாடுவார்களா? / ஆமாம், பாடுவார்கள் / இருண்ட காலங்களைக் குறித்து" என்று எழுதினார். இந்தக் கவிதைதான் எனது சுயசரிதையான 'Dreams in a Time of War' புத்தகத்திற்கு உந்துதலாக இருந்தது.

இதுவரையிலான உங்களது படைப்புச் செயல்பாட்டில் உங்களுடைய மிகச் சிறந்த படைப்பு என எதைக் கருதுகிறீர்கள்? உங்களுடைய எந்தப் படைப்புக் குறித்து உங்களுக்குப் பெருமிதம் உண்டாகியிருக்கிறது?

என்னைப் பொறுத்தவரையில், வெவ்வேறு வார்த்தைகள் வெவ்வேறு நினைவுகளைக் கொண்டுள்ளன. அதன்காரணமாகவே, எனது அனைத்துப் படைப்புகளுமே எனது விருப்பத்திற்குரியவைதான். 'சிலுவையில் தொங்கும் சாத்தானை எடுத்துக்கொண்டால், நான் அதை எழுத நேர்ந்த, முற்றிலும் வழக்கத்துக்கு மாறான தருணங்களினாலேயே அது முக்கியத்துவம் பெறுகிறது. அதுதான் கிகூயூ மொழியில் நானெழுதிய முதல் நாவல். கிகூயூ மொழியில் எழுதப்பட்ட முதல் நவீன நாவலாகவும் அது இருக்கிறது. கென்யாவை விட்டு வெளியேறிய துவக்க காலங்களில் கிகூயூ மொழியில் எழுதிய மற்றொரு நாவலான 'The Wizard of the Crow' 2006ஆம் ஆண்டிற்கான கலிஃபோர்னியா தங்கப் பதக்கத்தை வென்றது. இவ்விருதை முன்பு ஜான் ஸ்டெயின்பெக்கும் (நோபல் பரிசு பெற்ற அமெரிக்க எழுத்தாளர்) வென்றிருக்கிறார்.

உங்கள் புத்தகத்தின் வெற்றியை எவ்வாறு வரையறுத்து வைத்துள்ளீர்கள்?

அது கடினமானது. ஆனால், உலகத்தின் எந்தப் பகுதியைச் சேர்ந்த வாசகர்களாக இருந்தாலும் எனது புத்தகத்தின் ஏதேனுமொரு வரி தங்கள் வாழ்க்கை மீது தாக்கம் ஏற்படுத்தியதாகத் தெரிவிக்கும்போது அற்புதமான உணர்வைப் பெறவே செய்கிறேன். இந்திய அரசியல் களப் போராளியொருவர் 'சிலுவையில் தொங்கும் சாத்தான்' புத்தகத்திற்காக ஒருமுறை எனக்கு நன்றி தெரிவித்தார். அவரை நான் ஹைதராபாத்தில் சந்தித்தேன். ஏதோவொரு மன அழுத்தத்தின் காரணமாக, அவர் தற்கொலை செய்துகொள்ளும் முடிவில் இருந்திருக்கிறார். ஆனால், எதிர்பாராதவிதமாக, ஒரு புத்தகக் கடைக்குள் நுழைந்து, மிகத் தற்செயலாக எனது புத்தகத்தைக் கையிலெடுத்து வாசிக்கத் துவங்கியிருக்கிறார். அது அவருக்கு வாழ்வதற்கான புதியதோர் அர்த்தத்தை வெளிச்சமிட்டுக் காட்டியிருக்கிறது. அதேபோன்ற தருணங்கள் என்னைப் பெரிதும் நெகிழச் செய்துவிடுகின்றன. அந்தக் குறிப்பிட்ட படைப்பிற்கான உழைப்புக்கு அர்த்தம் கிடைத்ததைப் போலாகிவிடுகிறது. எனது வாசகர்கள் 'The Wizard of the Crow' நாவல் தங்களைச் சிரிக்க வைத்ததாகச் சொல்லும்போது எனக்கு மகிழ்ச்சி ஏற்படுகிறது. ஒருமுறை டியூக் பல்கலைக்கழகத்தின் வரவேற்பறையில் சட்டத்துறையைச் சார்ந்த ஒருவரையும், இலக்கியத்துறையைச் சார்ந்த ஒருவரையும் சந்திக்கும் வாய்ப்புக் கிடைத்தது. 'Petals of Blood' நாவலின் வழக்கறிஞர் கதாபாத்திரம் அவர்கள் இருவரையும் வெகுவாகப்

பாதித்திருக்கிறது. இலக்கியத் துறையைச் சார்ந்தவரென நான் தெரிவித்தவர் முதலில் ஒரு வழக்கறிஞராக வேண்டுமென்ற ஆசையில் இருந்திருக்கிறார். ஆனால், எனது நாவலை வாசித்ததும் எழுத்துக் கலையால் என்னவெல்லாம் செய்ய முடிகிறது எனும் வியப்பு மேலெழ இலக்கியத் துறையைத் தேர்வுசெய்துவிட்டார். மற்றொருவர் துவக்கத்தில் இலக்கியத் துறையில் நுழையும் எண்ணம் கொண்டிருந்தவர். ஆனால், எனது நாவலில் வழக்கறிஞர் கதாபாத்திரம் உருவாக்கப்பட்டிருந்த முறையால் ஈர்க்கப்பட்டு வழக்கறிஞராக மாறிவிட்டிருந்தார்.

உங்களை வாசிக்க வேண்டுமென நினைக்கும் புதிய வாசகருக்கு முதல் புத்தகமாக எதைப் பரிந்துரை செய்வீர்கள்?

'Dreams in a Time of War' அல்லது 'Weep Not, Child' ஆகியவற்றிலிருந்து துவங்கலாமே! இவை இரண்டுமே எனது குழந்தைப் பருவ நினைவுகளை மையமாகக் கொண்டவை. யதார்த்தத்தை நினைவுக்குறிப்புகளும், புனைகதையும் எவ்வாறு கையாளுகின்றன என்பதை அறிந்துகொள்ளவும் இவை இரண்டும் உதவக்கூடும். ஆனால், மனநெகிழ்வு கொள்வதைத் தேர்வாக இல்லாமல் சிரிக்க வேண்டுமென விரும்பினால் அதற்கு 'The Wizard of the Crow'தான் சரியான தேர்வாக இருக்கும். எப்படியிருந்தாலும் எனது எந்தவொரு நூலுமே மற்றதை நோக்கி நகர்த்துவதாகவே இருக்கும்.

இத்தனை வருடங்களில் உங்களுடைய கதைகளை எழுதும் பாணியில் ஏதேனும் மாற்றம் நிகழ்ந்திருக்கிறதா?

எனது முதல் இரண்டு நாவல்களும் நேர்க்கோட்டுத்தன்மையிலான, சிறியச் சிறிய வாக்கிய அமைப்புகளால் கட்டமைக்கப்பட்டிருந்தன. பிறகு, நான் காலம் மற்றும் வெளி சார்ந்த கருத்துருவாக்கங்கள் மீது ஆர்வங்கொண்டேன். அதனால் நேர்க்கோட்டுப் பாணியிலான எழுத்துமுறை மாற்றமடைந்து ஒரே நேரத்தில் பல்வேறு கதாபாத்திரங்களை, பல்வேறு காலங்களில், பல்வேறு வெளிகளில், பல்வேறு இழைகளைப் பின்னிப்பிணைந்தபடியே உருக்கொணர்வதாக மாற்றமடைந்திருந்தது. இவ்வகையிலான முறையியலைக் கையாள வாக்கிய அமைப்பிலும் சில வேறுபாடுகள் உண்டாகின. சிறிய வாக்கியங்களாகவும், சமயங்களில் பெரிய வாக்கியங்களாகவும் அவை அமையப்பெற்றன.

எழுத்து முறையில் மாற்றங்களை நேர்ந்திருப்பதைப் போல, உங்கள் புத்தகங்களை எழுதப்பட்ட வரிசையில் வாசித்துப் பார்க்கும் உங்கள் சமூகஅரசியல் சிந்தனையோட்டத்தில் ஒருவித வளர்ச்சி நிலை இருப்பதை உணர்ந்துகொள்ள முடியும்.

சமூகத்தில் அதிகாரம் எவ்வகையில் இயக்கம் பெறுகிறது என்பது எனக்கு ஆர்வமூட்டுகிறது. எந்தச் சமூக வர்க்கம் அதிகாரம் செலுத்தினாலும், எந்த வகையில் அதிகாரம் செலுத்தப்பட்டாலும், அதனால் விளைவுகளை எதிர்கொள்ளாத வாழ்க்கைக் கூறென எதுவும் இருக்க முடியாது. இதன் விளைவுகளை நானும்தான்

எதிர்கொள்கிறேன். ஆனால், எனக்கெனத் தேர்ந்து கொண்ட நிலைப்பாட்டில் நான் உறுதியுடன் இருக்கிறேன். எமக்குள் எவருக்கு அதிகத் தேவையிருக்கிறது என்பதை அறிந்து அவர்களின் தரப்பில் நிற்பதே எனது நிலைப்பாடாகவும் இருக்கிறது. என்னுடைய பின்வரும் கருதுகோளை உலகளாவியத்தன்மை பிரதிபலிக்கத் துவங்கியிருக்கிறது: வாழ்க்கை இணைக்கப்பட்டிருக்கிறது - நிலம், நீர், ஆகாயம், பிற படைக்கப்பட்டுள்ள அனைத்தும், படைப்புகளை நிலைக்கச் செய்திருக்கிற அனைத்தும் இணைக்கப்பட்டிருக்கின்றன. நமது முன்னோர்கள் ஏன் சூரியனை வழிபட்டார்கள், நீர், நெருப்பு, நிலம், விலங்குகள், தாவரங்களை ஏன் வணங்கித் தொழுதார்கள் என்பதை இன்று என்னால் புரிந்துகொள்ள முடிகிறது. காலனியாட்சிக்கு முந்தைய கிகூயூ மொழி பேசும் நிலப்பரப்பில் ஒரு மரத்தை வெட்டினீர்கள் எனில், அவ்விடத்தில் பிறிதொரு செடியை நட வேண்டுமென்கிற வழக்கம் பின்பற்றப்பட்டது. நிலம் நம்மெல்லோருக்கும் பொதுவான தாயாக விளங்குகிறது. அதை உரிமை கொண்டாட எந்தவொரு தனிப்பட்ட மனிதருக்கோ மனிதக் குழுவினருக்கோ துளியும் உரிமை இல்லை. அதனால்தான், மொத்தமாகச் சுற்றுச்சூழலுக்குக் கேடு விளைவிக்கிற நடவடிக்கைகளை மனிதக் குலத்திற்கும் ஜீவிதத்திற்கும் எதிரான குற்றம் என்று கருதுகிறேன். ஏதோவொரு பகுதியில் நீரையும் காற்றையும் மாசுபடுத்துவது கூட, இவ்வுலகில் படைக்கப்பட்டுள்ள அனைத்தின் மீதும் விளைவுகளை உண்டுபண்ணுகிறது.

நினைவுக்குறிப்புகளை ஒரு வடிவமாகக் கையாள வேண்டுமென எதனால் தீர்மானித்தீர்கள்?

என்னை நானே விவரித்துக்கொள்ள நினைவுக்குறிப்புகள் பேருதவி செய்கின்றன. "நான் இன்னும் உயிர் வாழ்கிறேன், இன்னமும் ஆப்பிரிக்க மொழிகள் மீது எனக்கு நம்பிக்கை இருக்கிறது, என்னால் இயன்ற வழிகளின் மூலமெல்லாம் இலக்கியச் செயல்பாடுகளின் மூலமாக நான் போராடுவேன்" என்று சொல்லிக்கொள்வேன். சில சமயங்களில் எனக்கு எதிர்பார்த்திராத விருதுகளும் கிடைப்பதுண்டு. கிகூயூ மொழியில் நானெழுதிய ஆக்கமொன்று உலகம் முழுக்க 61 மொழிகளில் பெயர்க்கப்பட்டது. அதில் 40 ஆப்பிரிக்க மொழிகள். ஆப்பிரிக்கா முழுவதுமுள்ள ஆர்வமுள்ள சில இளைஞர்களாலேயே இச்செயல்பாடு முன்னெடுக்கப்பட்டிருக்கிறது என்று உணரும்போது பெரும் மகிழ்வு உண்டாகிறது.

இதுவரையில் மூன்று நினைவுக்குறிப்புகளை எழுதியுள்ளீர்கள்: 'Dreams in a Time of War', 'In the House of The Interpreter', 'Birth of a Dream Weaver'. நான்காவதாக ஒரு நினைவுக்குறிப்பை எழுதும் எண்ணமிருக்கிறதா?

மூன்று நினைவுக்குறிப்புகளுமே 1964 வரையிலான காலகட்டத்தை மட்டுமே பதிவு செய்துள்ளன. இன்னமும் எழுதும் எண்ணமும் விருப்பமும் அதிகமிருந்தாலும், அதற்கு முன்னதாக ஒரு நாவலை எழுதிட விரும்புகிறேன். வேறெந்த வகையிலான செயல்பாடும் என்னை அழைத்துச் செல்ல முடியாத இடங்களுக்கும் பகுதிகளுக்கும்

நாவல்தான் எனை அழைத்துச் செல்கிறது. ஆனால், இதில் முரண் என்னவென்றால், நாவலை விடவும் புனைவைக் கையாளுவதில் நாடகம்தான் எனது வாழ்க்கையில் பெருமளவிலான தாக்கங்களை ஏற்படுத்தியிருக்கிறது. ஒரு நாடகம்தான் என்னைச் சிறைக்கு அனுப்பியது, மொழி தொடர்பான கேள்விகளை எழுப்பி கிகூயூ மொழியில் நாவல் எழுதத் தூண்டியது.

உங்கள் எழுத்தில் பரந்த அளவிலான சமூகச் சிக்கல்களும், தனிநபர் எதிர்கொள்ள நேரிடும் பிரச்சினைகளும் சம விகிதத்தில் இடம்பெறுகின்றன. ஒரு நாவலை எழுதத் துவங்கும்போது எது உங்கள் மனதை அழுத்தக்கூடியதாக இருக்கும்?

அது நாவலுக்கு நாவல் மாறுபடக்கூடியது. பொதுவாக, முதலில் ஒரு பிம்பத்திலிருந்தும் தெளிவற்றச் சிந்தனையிலிருந்துமே நாவல் எழுத்தாக்கப் பணி தொடங்குகிறது. அறியப்படாத ஒன்றை ஆராய்ந்து பார்க்கும் செயலாக்கமே படைப்பெழுத்தாகிறது. நான் நினைத்திராத சிக்கல்களுக்குள் பிணைந்துகொள்ளும் கதாபாத்திரங்கள் எனது எழுத்தில் முகிழ்ந்துவருவதைப் பலமுறை நானே ஆச்சரியத்துடன் பார்த்திருக்கிறேன். அதனால்தான் எனது ஒவ்வொரு நாவலுமே முந்தைய நாவலிலிருந்து வேறுபட்டதொரு படைப்பாக உருவாகிறது. தனக்குள் உழலும் வினோதங்களுடன் வாழும் அதே படைப்பாளியின் பல்வேறு இலக்கியக் கணங்களே இவை எல்லாமும்.

'சிலுவையில் தொங்கும் சாத்தா'னில், "நமது மனிதநேயத்தை உறுதிப்படுத்தும் சத்தியத்தை ஏற்றுள்ள சக்திகளுக்கும், அவ்வுறுதியைத் தகர்த்தெறியத் தீர்மானித்திருக்கும் சக்திகளுக்கும் இடையிலான தொடர்ச்சியான போர் நிகழும் யுத்தக்களமே நமது வாழ்க்கை. அதைச் சுற்றிப் பாதுகாப்பு அரணைக் கட்டியெழுப்ப விரும்புகிறவர்களுக்கும், அந்த அரணைச் சிதைக்க விரும்புகிறவர்களுக்கும், அதை இன்னும் இன்னுமென உறுதிப்படுத்த விரும்புகிறவர்களுக்கும், அதை எவ்வகையிலேனும் சிதைத்து நிர்மூலமாக்க வேண்டுமென விரும்புகிறவர்களுக்கும், நமது கண்களைத் திறந்து ஒளியைப் பார்க்கச் செய்து நாளையின் மீது நம்பிக்கை மலரச் செய்ய விரும்புகிறவர்களுக்கும், ஒட்டுமொத்தமாக நமது கண்களை இருட்டுக்குள் பூட்ட விரும்புகிறவர்களுக்கும் மத்தியிலான இடைவிடாத போர் நிகழும் யுத்தக்களமே நமது வாழ்க்கை" என எழுதியுள்ளீர்கள். நீங்கள் தற்போது வசித்துவரும் அமெரிக்காவுக்கும் இக்கூற்றும் பொருந்தும் என்பதைப் போலத்தான் தெரிகிறது. தற்போதைய அமெரிக்க அரசியல் சூழலில் ஒரு கலைஞரின், அறிஞரின், அறிவுஜீவியின் பங்களிப்பு என்னவாக இருக்குமெனக் கருதுகிறீர்கள்?

செனகலைச் சேர்ந்த எழுத்தாளரும் திரைப்படப் படைப்பாளியுமான செம்போன் உஸ்மான்தான் எழுத்தாளர்களைக் குரலற்றவர்களின் குரலாக விளங்குபவர்கள் என அடையாளப்படுத்தினார் என்று நினைக்கிறேன். அனைத்துச் சமூகங்களிலுமே இது உண்மையானதுதான். மனிதவுணர்வுகள் மதிப்பளிக்கப்பட வேண்டுமெனும் நமது பெருங் கனவுகளுக்கு ஒளியூட்டக்கூடியதாகவே கலை இருக்க வேண்டும்.

எழுத்தின் வழியாக எதைச் சாதிக்க விரும்புகிறீர்கள்?

ஆப்பிரிக்க மொழிகளையும் விளிம்பிற்குத் தள்ளப்பட்ட பிற மொழிகளையும் மேல்நிலைக்கு உயர்த்துவதற்காகப் பாடுபட வேண்டுமென விரும்புகிறேன். அவ்வகையில் நானொரு மொழிப் போராளியாகவும் மாறியிருக்கிறேன். இது எனக்குப் பிடித்திருக்கிறது. கடுமையான மன அவஸ்தைகளை ஏற்படுத்தும் செயல்பாடுதான் என்றாலும் போராட்டத்தின் தீ ஜ்வாலைகள் என்னில் படர்ந்தபடியேதான் இருக்கிறது.

எதிர்ப்புச் செயல்பாடாக கிகூயூ மொழியில் எழுதத் துவங்கினீர்கள். கடந்த 40 ஆண்டுகளில் ஆப்பிரிக்க எழுத்தாளர்களும் இதனைச் செய்ய பாதை அமைத்துக் கொடுத்தீர்கள். போதுமான அளவுக்கு இலக்கிய வெளி மாற்றமடைந்திருப்பதாக உணருகிறீர்களா?

ஆப்பிரிக்க மொழிகளில் எழுதுதலும் வெளியிடுதலும் அந்த அளவுக்கு மாற்றம் ஏற்படுத்தவில்லை என்றாலும் அணுகுமுறையில் சில மாற்றங்கள் நிகழ்ந்துள்ளன. 1986இல் எனது முதல் புத்தகத்தை வெளியிட்டபோது விரோதத்தையும், எதிர்ப்பையும், கேலியையும், அவமானங்களையும் நான் எதிர்கொள்ள வேண்டியிருந்தது. அதுபோன்றதொரு நிலையை இப்போது என்னால் பார்க்க முடியவில்லை. உண்மையைச் சொல்ல வேண்டுமெனில், எல்லாக் காலங்களிலுமே ஆப்பிரிக்க எழுத்தாளர்கள் இருந்தார்கள், இருக்கிறார்கள். 2000இல் அஸ்மராவில் நிகழ்ந்த மாநாடு ஒன்றில் ஆப்பிரிக்கக் கண்டத்தின் அனைத்துப் பகுதிகளிலும் இருந்து எழுத்தாளர்கள் திரண்டு குவிந்திருந்தார்கள். அந்த மாநாட்டின் இறுதியில் 'அஸ்மரா பிரகடனம்' (The Asmara Declaration) என்றொரு கூட்டறிக்கையையே அவர்கள் வெளியிட்டார்கள்.

கென்யாவில் கிகூயூ மொழிப் பேசக்கூடிய மக்கள் 60 லட்சம் பேர் இருக்கிறார்கள். உங்கள் ஆங்கில மொழிப் புத்தகங்கள் பெறும் வரவேற்புக்கு நிகரானதொரு வரவேற்பு கிகூயூ மொழிப் புத்தகங்களுக்கும் கிடைக்கிறது. இதை எப்படி உணருகிறீர்கள்?

அது எனக்கே கூட ஆச்சர்யமான விஷயம்தான். என்னுடைய கிகூயூ மொழிப் புத்தகங்களுக்கு இந்த அளவுக்கு வரவேற்பு கிடைக்குமென நானுமே எதிர்பார்க்கவில்லை. பள்ளியும் ஒட்டுமொத்தக் கல்வி அமைப்பும் ஆப்பிரிக்க மொழிகளை ஆதரிப்பதில்லை. உதாரணமாகச் சொல்ல வேண்டுமானால், எனது ஆங்கில மொழி நூல்கள் பள்ளிகளிலும் கல்லூரிகளிலும் பயன்படுத்தப்பட

வாய்ப்புள்ளது, இதன்மூலம் அது முழுமையாகப் பொது வாசகர்களை மட்டுமே சார்ந்ததாக இருக்காது. ஆனால், கிகூயூ மொழி நூல்கள் பள்ளி மற்றும் கல்லூரிப் பாடத் திட்டத்தில் இருக்கவில்லை.

எழுத்தாளர் முதலில் தங்களுடைய சொந்த மொழியில் எழுத வேண்டுமென்றும் அதன்பிறகுதான் ஆங்கிலத்தில் அவற்றை மொழியாக்கம் செய்ய வேண்டும் என்றும் கருதுகிறீர்களா?

முதலில், எழுத்தாளர்கள் ஆங்கிலத்தில்தான் எழுதியாக வேண்டுமென நிர்பந்திக்கப்பட்டதாக உணரக்கூடாது. நான் ஏன் ஆங்கிலத்தில் எழுதுகிறேன் என்றால், ஆப்பிரிக்க மொழியொன்றில் எழுதுவது பிற ஆப்பிரிக்கர்களையும் பிறரையும் தங்கள் படைப்புகளை அணுகுவதிலிருந்து தடுக்கிறது என்று சொல்பவர்களுடன் நானொரு விவாதத்தில் ஈடுபட்டுள்ளேன். நினைவில் கொள்ளுங்கள், இதே வாதம் ஐரோப்பிய மொழிகளில் எழுதும் எழுத்தாளர்கள் மீது வைக்கப்படுவதில்லை. அவர்களுடைய படைப்புகள் பெருவாரியாக மொழியாக்கம் செய்யப்படுகின்றன. சிக்கல் என்னவென்றால், துரதிர்ஷ்டவசமாக, ஆப்பிரிக்க மொழிகளில் எழுதுபவர்கள் அறியப்படாதவர்களாக இருப்பதோடு, அவர்களுடைய படைப்புகளுக்கு மதிப்புரைகளோ, அவை மொழியாக்கம் செய்யப்படுவதோ வெகு அரிதான நிகழ்வாகவே இருக்கிறது. எனினும், இவ்வகையிலான தடைகளையும் கடந்து தொடர்ந்து பல படைப்புகள் வரத்தான் செய்கின்றன. ஓர் உதாரணம், கிஷ்வாஹிலி (Kiswahili). கிழக்கு மற்றும் மத்திய ஆப்பிரிக்காவில் பேசப்படும் இம்மொழிக்கு வளமான இலக்கியப் பாரம்பரியம் உள்ளது. பல படைப்புகளும் படைப்பாளிகளும் தொடர்ந்து அம்மொழியில் வெளிப்படுகிறார்கள். ஷாபான் ராபர்ட், அப்திலதீஃப் அப்தல்லா போன்றவர்களை இதற்கு உதாரணமாகச் சொல்லலாம்.

பின்காலனித்துவ ஆப்பிரிக்காவில் ஒரு தீவிர மாற்றம் ஏற்பட வேண்டுமெனத் தொடர்ந்து குரல் கொடுத்துவந்திருக்கிறீர்கள். நீங்கள் எதிர்பார்த்த வகையிலான மாற்றங்கள் ஏற்பட்டுள்ளனவா? அல்லது ஏமாற்றமே உங்களுக்கு உண்டாகியிருக்கிறதா?

பன்னெடுங்காலமாக அடிமையாக இருந்ததிலிருந்து, காலனியாதிக்க அடிமையாக இருந்ததிலிருந்து, இன்று கடன் சுமை அடிமைத்தனத்தை மேலேற்றும் சூழல்களிலிருந்து ஆப்பிரிக்காவும், அதன் மக்களும் அடைந்துள்ளவை என்னைப் பெருமைகொள்ளவே செய்கின்றன. தனது ஒரு கையையும், ஒரு காலையும் மேற்குலகுடன் பிணைந்து கொண்டுள்ளபோதிலும், ஆப்பிரிக்கா மேலெழவே செய்கிறது. துரதிர்ஷ்டவசமாக, ஒருசிலருடைய வளர்ச்சியே முன்னேற்றத்துக்கான அளவுகோல் எனும் முதலாளித்துவச் சிந்தனையின் அதே தர்க்கத்தின்படியே ஆப்பிரிக்கா இன்னமும் இயங்குகிறது. சமூகம் இன்னமும் மாற்றமடைய வேண்டுமென விரும்புகிறோம். ஆனால், இதன் முதல்படியென்பது ஆப்பிரிக்க கண்டத்தின் வளங்களைப் பாதுகாப்பதற்கான

போராட்டமாகவே இருக்க வேண்டும். ஆப்பிரிக்கா தொடர்ந்து தனது வளங்களையும் செழுமையையும் மேற்குலகத்திற்குத் தாரைவார்த்துக்கொண்டிருக்கிறது. முதலில், அது தன்னுடையதைப் பாதுகாக்க வேண்டும், தனக்குள்ளாக ஒரு சமநிலையை எய்த வேண்டும், பிறகுதான் பிற நாட்டினருக்குக் கொடுக்கல் வாங்கல் எனும் செயலாக்கத்தை நாணயமாக வழிநடத்திச் செல்ல முடியும்.

தாங்கள் உண்டுபண்ணிய விளைவுகளுக்கு அந்தந்த நாடுகளும் அதன் தலைவர்களுமே பொறுப்பேற்க வேண்டும் எனும் கொள்கையில் நம்பிக்கையுடையவர் நீங்கள். ஆக்கிரமிப்பின்போது உள்ளூர் மக்களுக்குச் செய்த வதைகளுக்கும் வலிகளுக்கும் பிரிட்டிஷ் அரசே பொறுப்பேற்க வேண்டும் எனப் பேசியிருக்கிறீர்கள். என்றாவதொருநாள் தங்களுடைய செயல்களுக்கு அவர்கள் மன்னிப்போ, ஆறுதலோ கூறுவார்கள் எனும் நம்பிக்கை இன்னமும் உங்களிடத்தில் உள்ளதா?

காலனிய நிலப்பிரப்பில் வாழ்ந்த மக்கள் மீது தாங்கள் நிகழ்த்திய இன்னல்களுக்குப் பொறுப்பேற்க இன்னமும் மேற்குலகம் மறுத்துவருகிறது. பல லட்சம் மக்களை அடிமைகளாக நடத்தியதற்கு அமெரிக்காவும் மன்னிப்புக் கோரவில்லை. என்னுடைய புத்தகமொன்றில் பல்லாயிரக்கணக்கான ஆயுதங்களை வாங்கிக் குவித்துள்ள அமெரிக்கா, பிரிட்டன், பிரான்ஸ் ஆகிய தேசங்கள்தான் அடிமை வாணிபத்தையும் அடிமை முறையை ஆதரிப்பதிலும் முன்னணியில் உள்ளவர்கள் எனக் குறிப்பிட்டுள்ளேன். நான்காவது, ரஷ்யாவும்கூட தமக்குள் உள்ளூர் அடிமைகளைக் கொண்டிருக்கிறது.

நீங்கள் கதைச்சொல்லிகளின் குடும்பத்திலிருந்து வந்தவர். கென்யாவின் வளமான கதைச்சொல்லும் மரபையும் சேர்ந்தவர். அதே நேரத்தில் காலனிய ஆட்சிக் காலத்தின் கல்வி அமைப்பிலும், அதன் தொடர்ச்சியாகக் கல்லூரிகளிலும் உங்கள் தாய்மொழியான கிகூயூவைப் பேசுவதற்கும் உங்களுக்குத் தடை விதிக்கப்பட்டிருந்தது. கென்யா மற்றும் பிற ஆப்பிரிக்கப் படைப்புகளைப் பலிகொடுத்துவிட்டு அதற்குப் பதிலீடாக ஆங்கில ஐரோப்பிய இலக்கியங்களைப் படிப்பதற்குக் கட்டாயப்படுத்தப்பட்டுள்ளீர்கள். உங்கள் நினைவுக்குறிப்புகளில், *"காலனி ஆட்சியில் பிறப்பதும், கல்வி பயில்வதும் தவிர்க்கவே முடியாத வகையில் ஆழமான வடுக்களை வாழ்வனுபவத்தின் மீது ஏற்றிவிடுகிறது"* என்று எழுதியுள்ளீர்கள். உங்கள் மொழி, கலாச்சாரம், வரலாறு ஆகியவற்றுக்காகப் போராட வேண்டிய சூழல் உங்களுக்கு ஏற்பட்டிருக்கவில்லை என்றாலும் எழுத்தாளராகவும் விமர்சகராகவும் இன்று நீங்கள் அடைந்துள்ள இடம் அதேமாதிரியானதாகத்தான் இருந்திருக்கும் என உணருகிறீர்களா என அறிந்துகொள்ள விரும்புகிறேன்?

ஒவ்வோர் எழுத்தாளரும், தான் வளரும் சூழல், வாழ்க்கை பற்றியதொரு முழுமையான அனுபவம், அவர்களுடைய போராட்டங்கள் ஆகியவற்றால்தான்

உருவாகிறார். கதைச் சொல்லுதல் இலக்கியத்தின் திசைக்கு என்னை உந்தியது. எனது நினைவுக்குறிப்புகளில் தெரிவித்துள்ளதைப்போல, கதைகள் பகலில் மறைந்துகொண்டு அனைத்து வேலைகளும் நிறைவுபெற்றதற்குப் பிறகு மாலையில் திரும்ப வரும் எனச் சிறுவர்களாக இருந்த எங்களிடம் சொல்லப்பட்டிருந்தது. பகல் நேரத்தில் எங்களை வேலைகளில் ஈடுபடுத்த எனது குடும்பத்தினர் மேற்கொண்ட தந்திரமாகவும் இது இருக்கலாம். ஆனால், அந்த வார்த்தைகளை அப்படியே முழுமையாக ஏற்றுக்கொண்டேன். அதனால், பகலிலும்கூட கதைகள் தங்கள் மறைவிடங்களிலிருந்து எழுந்து வர வேண்டுமென விரும்பினேன். வாசிப்பதற்குக் கற்றுக்கொண்டது, பகல் நேரங்களில் எனக்கு நானே கதைகளைச் சொல்லிக்கொள்வதற்குப் பேருதவியாக இருந்தது. நல்லவேளையாக, அந்த நாட்களில் கிகூயூ மொழியில்தான் முதல் நான்கு வருடக் கல்வி இருந்தது. அதனால் ஆரம்பத்தில் நான் வாசித்த சில புத்தகங்களில் ஒன்று கிகூயூ மொழிக்குப் பெயர்க்கப்பட்டிருந்த பழைய ஏற்பாடாகவே (Old Testament) இருந்தது. பைபிளைத் தவிர கிகூயூ மொழி புத்தகங்கள் பள்ளியின் துவக்கநிலை மாணவர்களுக்கு மட்டுமே வழங்கப்பட்டது. அதனால், அதன்பிறகு ஆங்கிலம்தான் புத்தகங்களின் பரந்த உலகை எனக்கு அறிமுகம் செய்துவைத்தது.

ஷேக்ஸ்பியர், ஜேன் ஆஸ்டின், எலியாட், டிக்கன்ஸ், ஜோசப் கொன்ராட், டி.ஹெச். லாரன்ஸ், ஃபோர்ஸ்டர் போன்ற ஆங்கில எழுத்தாளர்களை வாசிப்பதை நான் விரும்பவே செய்தேன். போலவே ஆங்கிலத்திற்கு மொழிபெயர்க்கப்பட்டிருந்த ரஷ்ய எழுத்தாளர்களான தஸ்தயேவ்ஸ்கி, செக்காவ், துர்கனேவ், தல்ஸ்தோய், கோர்கெய், ஷோலொகொவ் போன்றவர்களையும் விரும்பி வாசித்தேன். பிரெஞ்சு எழுத்தாளர்களில் பால்ஸாக் அற்புதமானவராக இருந்தார். பிறகு எனக்குக் கரீபியன் இலக்கியம் அறிமுகமானது: ஜியார்ஜ் லேமிங், வி.எஸ். நாய்பால், ரோஜர் மெயஸ், கமூய் பிராத்வெயிட் போன்றவர்களும் ஆப்பிரிக்க-அமெரிக்க எழுத்தாளர்களான லேங்ஸ்டன் ஹூகஸ், கிளாடி மெக்கீ, ரிச்சர்ட் ரைட், ஜேம்ஸ் பால்ட்வின், அமிரி பராக்கா, சோனியா சான்சேஸ் ஆகியோரையும் விரும்பிப் படித்தேன். நேரடியாக ஆங்கிலத்தில் எழுதிய, ஆங்கில மொழிபெயர்ப்பின் வாயிலாக வாசிக்கக் கிடைத்த ஆப்பிரிக்க எழுத்தாளர்களான பீட்டர் ஆப்ரஹாம், எஸ்கியா ஃபெலெலி, அலெக்ஸ் லா குமா போன்ற பலரும் மேலும் எனது வாசிப்பனுபவத்தை விரிவுபடுத்துபவர்களாக இருந்தார்கள்.

ஆனால், இவை அனைத்துமே ஆங்கிலத்தின் வழியாக எனக்கு வாசிக்கக் கிடைத்தவையே. ஆனால், இந்த இலக்கிய வரைபடத்தில் காணக்கிடைக்காதது என்னவெனில் ஆப்பிரிக்க மொழி இலக்கியங்களே. குறிப்பாக, எனது தாய்மொழியான கிகூயூ. கிஸ்வாஹிலியில் சில எழுதப்பட்டிருந்தாலும், மற்றவை அனைத்தையும் அறிந்துகொள்ள ஆங்கிலமே நுழைவாயிலாக அமைந்திருந்தது. நான் எழுத வந்த நேரத்தில், என் தலைமுறையைச் சேர்ந்த ஏனைய எழுத்தாளர்களைப் போலவே இலக்கிய வெளிப்பாட்டிற்கு ஆங்கிலம்தான் உகந்த மொழியென்பதை நானும் இயல்பாக எடுத்துக்கொண்டேன். இந்தக் கற்பிதமும் ஆப்பிரிக்க - ஐரோப்பிய

மொழிகளுக்கிடையில் நிலவிய ஒட்டுமொத்த ஏற்றத்தாழ்வுகளும் என்னில் கேள்விகளை எழுப்பின. காலனிய கல்வியமைப்பு ஆங்கிலம் - ஐரோப்பிய மொழிகளின் வாயிலாக ஆப்பிரிக்க மொழிகளைக் காணாமலாக்கியதைக் குறித்துக் கேள்வியெழுப்பினேன். மொழி குறித்தான இந்தப் போராட்டங்கள்தான் என்னைச் சிறை வைத்தலுக்கும் நாடு கடத்தலுக்கும் வழிவகை செய்தது. ஆனாலும்கூட இந்தப் போராட்டங்கள் கிகூயூ மொழியில் எழுத வேண்டுமென்கிற எனது அசாத்தியமான துணிச்சலுக்கு வாய்ப்பளித்தது குறித்து எனக்குப் பெருமையுணர்வே எழுந்துள்ளது.

உங்கள் கல்வியின் மீது உங்கள் தாய் செலுத்திய அதீத அக்கறையைப் போற்றியுள்ளீர்கள். நீங்கள் சிறுவனாக இருந்தபோது, "இந்த அளவுக்குத்தான் உன்னால் சிறப்பாகச் செயல்பட முடிகிறதா?" என உங்கள் தாய் அவ்வப்போது கேட்டுள்ளார். அதுதான், மேலும் சிறப்பானதொரு நிலையை நீங்கள் அடைவதற்கு உந்துதலாக விளங்கியிருக்கிறது. நீங்களும் அதே போன்றதொரு பெற்றோர்தானா? அதனால்தான் உங்கள் பிள்ளைகளும் உங்களைப் பின்பற்றத் துவங்கியுள்ளார்களா?

தங்களுடைய குரல்களை அவர்கள் கண்டடைவது குறித்து எனக்குப் பெருமிதமே ஏற்படுகிறது. எழுத்தாளராக வேண்டும் என ஒருபோதும் அவர்களை நான் வற்புறுத்தியது இல்லை. வாசிக்க உத்வேகமூட்டியிருக்கிறேன். எந்தத் துறையைத் தேர்வுசெய்தாலும் அதில் சிறப்புற அவர்கள் விளங்க வேண்டும் என்பதுதான் எனக்கு விருப்பமாக இருந்தது. எனினும், எழுத்தாளராக வேண்டுமெனும் விருப்பம் அவர்கள் சொந்தமாக எடுத்ததுதான் என்பது நிறைவளிக்கிறது. மேலும், ஜமைக்கா, ஃபுளோரிடா, லாஸ் ஏஞ்சல்ஸ், லண்டன் போன்ற இடங்களில் ஒரே மேடையில் நானும் எனது பிள்ளைகளும் பங்கேற்ற நிகழ்ச்சிகள் பெரும் உற்சாகத்தை எனக்களித்தன. பெற்றோருக்குப் பெருமையைச் சேர்த்தல் எனும் செயலில் அவர்களுடைய தாயைத்தான் முன்னிலைப்படுத்த வேண்டும். சிறைக்குச் செல்லுதல், நாடு கடத்தப்படுதல் போன்ற பல காரணங்களால் நான் வெளியிலேயே பல வருடங்கள் இருக்க நேர்ந்தது. இலக்கியத்திற்கான எனது செயல்பாடுகளால் அவர்கள் பெரிதும் பாதிக்கப்பட்டிருக்கிறார்கள். கென்யாவில் உள்ள எனது வீட்டில் பலமுறை சோதனை நடந்திருக்கிறது. நாடு கடத்தப்படுதலில் இருந்து தப்பி, நான் வீட்டில் பதுங்கியிருப்பதான பொய்க் குற்றச்சாட்டின் பேரில் இந்தச் சோதனைகள் பலமுறை நிகழ்ந்திருக்கின்றன. சர்வாதிகாரி மொய் (Moi) ஆட்சி அதிகாரத்தினால் எனது உருவ பொம்மை எரிக்கப்படுவதையோ, கடலில் வீசப்படுவதையோ பார்ப்பது எவ்வளவு கொடுமையான அனுபவமாக இருந்தது என்றெல்லாம் அவர்கள் என்னிடத்தில் பகிர்ந்துகொள்வார்கள். அவர்களுடைய தாய் நயும்புரா (Nyambura) தனது மனவலிமையினால் அவர்களைப் பாதுகாத்து, அவர்களுடைய ஆன்மாவிற்கு ஒளியூட்டுபவளாக இருந்திருக்கிறாள். இப்போது எனது மனைவி உயிருடன் இல்லையென்றாலும், பிள்ளைகளின் மனதில் அவள் ஏற்றிய ஒளி என்றென்றும் எல்லாக் காலங்களிலும் அவர்களை உற்சாகப்படுத்தியபடியே,

உத்வேகமூட்டியபடியே இருக்கும் என்ற நம்பிக்கை எனக்கிருக்கிறது. எனது சொந்தத் தாயைப் போலவே, அவளும் தனது பிள்ளைகளிடம், "இந்த அளவுக்குத்தான் உங்களால் சிறப்பாகச் செயல்பட முடிகிறதா?" என்று கேள்வியெழுப்பியபடியே இருப்பாள். அதற்குப் பதிலளிக்கும் முகமாக அவர்களும், "எங்கள் முன்னால் எழுந்து நிற்கும் அனைத்துத் தடைகளையும் மீறி எங்களால் இயன்றதைச் செய்துவருகிறோம். இன்னமும் சிறந்ததை அடைய உள்வெறியுடன் போரிட்டுக்கொண்டிருக்கிறோம்" என்று சொல்வார்கள்.

கட்டுரை

முதல் அறக்குரல்: அம்பேத்கர்

பிரதாப் பானு மெஹ்தா

மார்ட்டின் லூதர் கிங் ஜூனியர் "மனிதயுரிமை இயக்கம் தொடர்பான வரலாற்றுரீதியிலான பைபிள்" எனக் குறிப்பிட்ட 'தி ஸ்ட்ரேஞ்ச் கேரியர் ஆஃப் ஜிம் க்ரோ' (The Strange Career of Jim Crow) புத்தகத்தின் ஆசிரியரும் மிகச் சிறந்த வரலாற்று அறிஞருமான சி.வான் வுட்வார்ட் தனது சுயசரிதைப் புத்தகத்தில் 'தீண்டப்படாதவர்களுக்கான' போராட்டத்தின் அடையாளப் பிம்பமாக மட்டுமே அம்பேத்கரைக் குறிப்பிடவில்லை. அந்தப் புத்தகத்தின் எழுத்தாக்கமே எப்படியோர் அசாதாரமாண சந்திப்பின் மூலமாக உருவாகத் துவங்கியது என்பதையும் எழுதியுள்ளார்:

"இரண்டாம் உலகப் போரின்போது இந்தியாவில் நான் கடற்படையில் பணியில் இருந்தேன். அப்போது வேறொரு தேசத்தைச் சேர்ந்த முற்றிலும் புதிய மற்றும் அசாதாரணமான பார்வைக் கோணம் ஒன்றை நான் அறியும்படி நேர்ந்தது. ஓர் அறிமுகக் கடிதத்தைக் கையிலெடுத்துக்கொண்டு தீண்டப்படாதவர்களுக்கான மாபெரும் தலைவரும் பின்னாளில் இந்திய அரசியலமைப்பு வரலாற்றில் முதன்மையாளராகக் கருதப்பட்டவருமான பீமாராவ் ராம்ஜி அம்பேத்கரைச் சந்திக்கச் சென்றிருந்தேன். புதுதில்லியில் உள்ள தனது இல்லத்தில் மிகுதி அன்புடன் என்னை வரவேற்ற அவர், 'கறுப்பினத் தீண்டப்படாதவர்கள்' பற்றி ஏராளமான கேள்விகளைத் தொடர்ச்சியாகக் கேட்டார். அவர்களுக்கும் தமது தேசத்தில் தீண்டப்படாதவர்களாகக் கருதப்படுபவர்களுக்குமான ஒற்றுமைகளைப் பற்றி அறிந்துகொள்வதில் ஆர்வத்துடன் காணப்பட்டார். எங்களுக்கிடையிலான உரையாடல் பலமணிநேரம் நீடித்தது. காலாகாலமாகச் சாதிவாரியாக மக்கள் எவ்வாறு பிரிக்கப்பட்டனர், அந்த அமைப்பினால் பாதிக்கப்பட்டவர்கள் அதை எப்படிப் பார்க்கிறார்கள் என்பதையெல்லாம் அவர் எனக்குப் புரிய வைத்தார்"

அம்பேத்கரை வுட்வார்ட் கண்டடைந்ததில் ஆச்சரியமில்லை. அம்பேத்கருடனான அவரது சந்திப்பு நிகழ்வதற்குப் பலகாலம் முன்பிருந்தே, இந்தியாவிலுள்ள சாதிய ஒடுக்குமுறையையும் அமெரிக்காவிலுள்ள இன ஒடுக்குமுறையும் ஒப்பிட்டும், இவ்விரண்டிற்கும் இடையிலுள்ள வேறுபாடுகளை ஆராய்ந்தும் இரண்டு தேசங்களிலும் உயிரோட்டமான அறிவுசார் - அரசியல் பாரம்பரியம் வளர்ச்சியுற்றிருந்தது. இந்த உரையாடலில் டபிள்யூ.இ.பி. டுபோய்ஸ், இந்திய தேசியவாதியான லாலா லஜ்பத் ராய் போன்ற முக்கியமானவர்களும் இடம்பெற்றிருந்தார்கள். வுட்வார்ட் மிகச் சரியாக அம்பேத்கரின் முக்கியத்துவத்தை உணர்ந்துகொண்டார். அவர் அம்பேத்கரைத் 'தீண்டத்தகாதவர்களுக்கான' அடையாளப் பிம்பமாக மட்டுமே

பார்க்கவில்லை. டபிள்யூ.இ.பி. டுபோய்ஸ், மேடிசனைப் போல முக்கியத்துவம் வாய்ந்த அரசியலமைப்புத் தலைவர்களில் ஒருவராகவும் குறிப்பிட்டுள்ளார்.

ஆனால், பன்னெடுங்காலமாக நிலவிவந்த ஏனைய இதுபோன்ற விவாதங்களுக்கும் இவர்களுக்கிடையில் நிலவிய உரையாடலுக்கும் இடையிலான அதிமுக்கியமான ‘அறிவுசார் தனித்துவம்’ என்பது இன்னமும் சாதியும் ஒடுக்குமுறை அமைப்புகளாக இயங்கும் முறைகளுக்கிடையில் உள்ள ஒப்புமைகளை ஆராய்வது மட்டுமே அல்ல. ஜிம் க்ரோ குறித்து வுட்வார்ட் எழுதிய புத்தகத்தின் மையப் பொருட்பாடு என்னவெனில், அது மக்களில் சிலரை இனரீதியாகப் பாகுபடுத்தும் இயங்குமுறை முன்பே நீடித்திருந்ததுதான் என்றாலும் ஆப்ரஹாம் லிங்கனால் வெளியிடப்பட்ட ‘விடுதலைப் பிரகடனத்திற்கு’ (Emancipation Proclamation) பிறகு அந்த இயங்குமுறை தன்னைப் புதுப்பித்துக்கொண்டு, மறுவரையறையாக்கம் செய்துகொண்டது எனும் கருத்தியலை முன்வைத்ததுதான். அரசியல் ஜனநாயகத்தை இந்தியா தழுவும் வேளையில், “தீண்டத்தகாதவர்களுக்கான பாகுபாட்டிற்கும் கீழ்நிலையாக்கலுக்குமான இயங்குமுறையை” வழக்கமான சில அரசியல் உரிமைகளை வழங்குவதன் மூலமாக மட்டுமே கடந்துவிட முடியாது எனும் உண்மையை அம்பேத்கர் கூர்ந்து கவனித்துக்கொண்டிருந்தார். அதனால், இந்தச் சந்திப்பென்பது வெறுமனே இரண்டு ஒடுக்குமுறை அமைப்புகளையும் ஒப்பீடு செய்வது என்பதாக மட்டுமே அல்லாமல், அது ஒரு பாய்ச்சல் மிகுந்த கேள்வியை முன்வைப்பதாகவும் இருந்தது: *ஜனநாயகத்தின் மாபெரும் சோதனைக் களமாகத் திகழும் இந்தியாவும் அமெரிக்காவும் தங்கள் அடிப்படைகளைக் கட்டியெழுப்பிய காலத்தில் அவர்கள் செய்த பாவக் காரியத்தை ஏன் இன்னமும் கடக்க முடியாமல் இருக்கிறார்கள்? இந்தப் பாவக் காரியமான இந்தியாவின் சாதியமைப்பும், அமெரிக்காவின் இன ஒடுக்குமுறையும் ஏன் இன்னமும் நிலவுகிறது?*

பதிலின் ஒரு பகுதி, சமத்துவத்தை ஏற்பது என்பது எப்போதுமே ஒரு முரட்டுத்தனமான உடன்படிக்கையை ஏற்படுத்திக்கொள்வதாகவும் இருக்கிறது. அதாவது, பிற மதிப்புகளுக்குக் கீழ்ப்படிய ஒப்புதல் அளித்தால் மட்டுமே சமத்துவத்தை ஏற்பது என்பது ஒரு விவாதப் பொருளாக முன்னிலைப் பெறும். 1945இல் வெளிவந்த ‘காந்தியும் காங்கிரஸும் தீண்டத்தகாதவர்களுக்குச் செய்தது என்ன?” எனும் புத்தகத்தில் அம்பேத்கர் கடுமையான குரலில் பின்வரும் முடிவுகளை முன்வைத்தார்:

“சுய ஆட்சி மற்றும் தீண்டத்தகாதவர்கள் மீதான காந்தியின் மனோபாவம் என்பது கறுப்பினத்தவர் மற்றும் யூனியன் பற்றிய கேள்விக்கு லிங்கன் எத்தகைய அணுகுமுறையைக் கையாண்டாரோ அதனை ஒத்ததாகவே இருக்கிறது. காந்திக்கு எப்படி சுய ஆட்சி தேவையாய் இருந்ததோ அதேபோல லிங்கனுக்கு யூனியன் தேவையாய் இருந்தது. தீண்டத்தகாதவர்களுக்கான அரசியல் விடுதலையாகக் கருதப்படும் மதக் கட்டமைப்பைச் சீர்குலைத்துச் சுய ஆட்சியை அடைய

வேண்டுமென காந்தி கருதவில்லை. போலவே, யூனியனைக் கட்டியெழுப்ப கறுப்பினத்தவர்களை அடிமைத்தனத்திலிருந்து விடுவிடுக்க வேண்டிய அவசியமில்லாததால் லிங்கன் அவர்களை விடுவிக்க விரும்பவில்லை."

இதற்குச் சில வரிகளுக்கு முன்னதாக லிங்கன் குறித்து அம்பேத்கர் பின்வருமாறு எழுதியிருந்தார்: *"மக்களின் அரசு, மக்களுடைய அரசு, மக்களுக்கான அரசு என கெஸ்டிஸ்பெர்க் சொற்பொழிவில் கருத்துரைத்த ஆசிரியர், 'யூனியன் மூலமாகக் கறுப்பினத்தவர்களை வெள்ளையினத்தவர் ஆள்வது' எனும் பொருளில் அவருடைய அறிக்கை வடிவத்தை எட்டியிருந்தால் அதைப் பொருட்படுத்தியிருக்க மாட்டார்."* அம்பேத்கர் சிறிது ஆசுவாசத்துடன் மேலும், *"யூனியனைக் காப்பாற்றுவது அவசியமானால், அதற்காகக் கறுப்பினத்தவர்களை விடுவிடுக்க லிங்கன் தயாராக இருந்தார். ஆனால், காந்தியின் அணுகுமுறை இதற்கு முற்றிலும் எதிர்மறையானது. சுய ஆட்சியைக் கைப்பற்ற இன்றியமையாததாக இருந்தாலும்கூட தீண்டத்தகாதவர்களுக்கான அரசியல் விடுதலையை அவர் ஏற்கவில்லை"* என்றார்.

லிங்கன், காந்தி பற்றிய இத்தகைய கொந்தளிப்பு மிகுந்த மதிப்பீடு முழுவதுமாக நியாயமற்றதாக இருக்கக்கூடும். ஆனால், முதலில் இத்தகையதொரு தீர்மானத்தை முன்வைப்பதற்குத் தார்மீகரீதியான தெளிவும், அறிவுசார் தன்னம்பிக்கையும் அவசியம் என்பதை நாம் கருத்தில்கொள்ள வேண்டும். குறிப்பாக, அடிமைப்படுத்தப்பட்ட, ஒடுக்கப்பட்ட, ஒடுக்குமுறைக்குள்ளாக்கப்பட்ட மக்களின் பார்வை வழியே வரலாற்றை அணுகும்போது ஒரேயொரு மறுக்க முடியாத தீர்மானத்திற்குத்தான் நம்மால் வந்தடைய முடிகிறது: மனிதர்கள் மனதில் மிக இறுதியாகத் தோன்றக்கூடியதே 'நீதி' என்பதாகும். அவர்களுடைய ஆன்மாவை அசைத்துப் பார்க்கக்கூடிய வலுவற்ற விருப்பமாகவே நீதி இருந்துவருகிறது. சராசரி ஆண்களும் பெண்களும் ஒருபுறமிருக்கட்டும், பெருந்தலைவர்களே கூட கடவுள், நாடு, வெற்றி, கைமாறுகள், சலுகை போன்ற பிற மதிப்புகளுக்காக நீதியைத் தியாகம் செய்யத் தயாராகவே இருக்கிறார்கள். வரலாறு குறித்து மிகவும் ஆறுதல் அளிக்கும் செயல்பாடு என்னவெனில் அது எப்போதாவது லிங்கன் போன்ற தலைவர் உருவாவதற்கு வாய்ப்பளிக்கிறது. எனினும் லிங்கனும் நீதியின் பாதையில் நிற்கவில்லை. அவருமேகூட பிற வாய்ப்புகள் அனைத்தும் கைநழுவிப் போனதற்குப் பிறகுதான் நீதியின் பாதையில் நிற்க நேர்ந்தது. அம்பேத்கரின் பார்வையில் லிங்கனுக்கு முதலில் முக்கியமானதாக இருப்பது யூனியன்தான். இரண்டாவதுதான் நீதி. ஆனால், காந்தியைப் பொறுத்தவரையில் அவருடைய தனிப்பட்ட தியாகத்தையும் துணிவையும் கடந்து இந்து மதத்திற்குதான் அவர் முதல் முன்னுரிமை அளிக்கிறார். நீதிக்கு அவரிடத்தில் இடமே இல்லை. நீதியைப் பொறுத்தவரையில், முற்றிலும் மாறுபட்ட ஒரு மீட்பரே மனிதகுலத்திற்குத் தேவையாய் இருந்தார். அந்த மீட்பருக்கு நீதியென்பதே முதன்மை அறச் செயல்பாடாக இருக்கும், மற்ற மதிப்பீடுகளுக்காக நீதியை அவர் கைகழுவ மாட்டார்.

அம்பேத்கர் போற்றக்கூடிய இந்தியத் தலைவரில் ஒருவரான சீர்திருத்தவாதி மாதவே கோவிந்த் ரானடேவுக்கான (Madhave Govind Ranade) புகழஞ் சலியில் ஒரு சிறந்த தலைவரை எத்தகைய செயல்பாடுகள் உருவாக்குகின்றன எனக் குறிப்பிட்டிருக்கிறார். மகத்துவத்தைக் கட்டியெழுப்பக்கூடிய பல்வேறு கருத்துகளைப் பற்றி விமர்சனப்பூர்வமாக ஆய்வு செய்தபிறகு, அவர் ஒரு தீர்மானத்தை முன்மொழிந்தார்: *"சிறந்த மனிதரென்று அடையாளப்படுத்தப்படுகிறவர்களிடம் இருப்பதைவிடவும் வேற சில கூறுகளும் மகத்துவ மனிதர்களிடம் இருக்க வேண்டும். அது என்ன வேறு சில கூறுகள்? ஒரு மகத்துவ மனிதர் சமூகத் தேவையின் இயக்கமுறையால் தூண்டப்பட வேண்டும். சமூகத்தில் ஒரு கிளர்ச்சியாளராகவும் அதன் அழுக்குகளை அகற்றப் பாடுபடுபவராகவும் இருக்க வேண்டும். இவைதான் ஒரு சிறந்த மனிதருக்கும் மகத்துவ மனிதருக்கும் இடையிலான வேறுபாடு. மேலும், தமது முதன்மைச் செயல்பாடாகப் பரஸ்பர மரியாதையைத் தோற்றுவிப்பதற்காகப் பாடுபடுபவராக அவர் இருக்க வேண்டும்."* உண்மையில், ஆழ்ந்து நோக்கும்போது இவ்விவரிப்புகள் அம்பேத்கரையே அடையாளப்படுத்துகின்றன.

இருபதாம் நூற்றாண்டின் மிக முக்கியமான விடுதலையாளர்களில் ஒருவர் அம்பேத்கர். தடைபடா ஊக்கத்துடன் தலித்துகளின் உரிமைகளுக்காகப் போராடியதற்காகப் பிரபலமாக அறியப்படுபவர். ஒடுக்கப்பட்ட சாதியினரும், சாதியமைப்பில் மேலடுக்கில் இருப்பதாகக் கூறிக்கொள்ளும் சாதியினரால் தீட்டு எனச் சொல்லிச் சாதியமைப்பிற்கு வெளியே தள்ளப்பட்டவர்களும் தலித் என்கிற பொது அடையாளத்தால் அழைக்கப்படுகின்றனர். தலித் மக்கள் வசிக்கும் பகுதிகளில் எல்லாம் அம்பேத்கர் போற்றப்பட்டு ஆயிரக்கணக்கில் சிலைகளாக நிறுவப்பட்டுள்ளார். நீல நிற கோட் சூட் அணிந்து கையில் அரசியலமைப்புப் புத்தகத்தை ஏந்திய நிலையில் சிலையாக நிற்கிறார். இந்தியாவிலுள்ள விடுதலைக்காகப் போராடிவரும் ஒடுக்கப்பட்ட சமூகக் குழு பலவற்றிற்கும் அவரே நம்பிக்கையளிப்பவராக இருக்கிறார். நீதியென்பதன் மற்றொரு பெயராக அவருடைய பெயரே இருக்கிறது. நீதிக்கான ஒவ்வொரு போராட்டத்திலும் அவருடைய பெயர் உச்சரிக்கப்படுகிறது, நீதிக்கான மைய அரசியல் பிம்பமாக அவருடைய புகைப்படமே இப்போது நிலைபெற்றிருக்கிறது.

ஆனால், அம்பேத்கரின் முக்கியத்துவம் அவர் ஏற்றுக்கொண்ட தலித் விடுதலை எனும் குறிப்பிட்ட நோக்கத்தை விடவும் பரந்துவிரிந்திருக்கிறது. காந்தி, நேரு உட்பட வேறெந்தவோர் இந்தியத் தலைவர்களையும் விட நவீன இந்திய ஆன்மாவின் மீது நிலவும் சிக்கல்களில் அவர்தான் மையப் பேசுபொருளாக விளங்குகிறார். அவருடைய வாழ்க்கையும் சிந்தனையும் இந்தியச் சமூகங்களுக்கும், இந்தியாவிற்கு வெளியிலுள்ள சமூகங்களுக்குமான தலைவிதியில் மைய இடத்தைப் பிடித்துள்ளது. அதிகாரப் படிநிலைகள் எவ்வாறெல்லாம் மனித மாண்பைச் சிதைத்து நிர்மூலமாக்குகின்றன என்பது குறித்தே அவர் ஆழ்ந்த ஈடுபாட்டுடன் இருந்தார். அதிகாரத்தின் முகமூடியைக் கழற்றும் கலையைச் செயல்படுத்திப் பார்ப்பதில் அவர்

மிக அறிவார்த்தமாகச் செயல்பட்டார். தான் நினைக்கும் அதன் ஒவ்வொரு பிரிவின் முகமூடியைக் கழற்றும் செயல்முறையையும் அவர் ஆராய்ந்து பார்த்தார். இந்த விமர்சனக் கலையில் ஈடுபட்டிருந்த பெரும்பாலானோரைப் போலல்லாமல், மனித மாண்பை வலியுறுத்துவது, பொதுக் காரணங்களின் மூலமாகச் சமூகச் சிக்கல்களை அணுகுவதற்கான சாத்தியங்களை ஆராய்வது எனும் தமது நிலைபாட்டிலிருந்து அவர் ஒருபோதும் பின்வாங்கவில்லை. மேற்கத்திய தாராளவாத மையங்களிலிருந்து வெகுவாக விலகியிருந்த அம்பேத்கர், இப்போது பலவீனமாக இருந்துவரும் அறிவொளித் திட்டம் (சுதந்திரம், சமத்துவம், சகோதரத்துவம்) என நாம் பொதுவாகக் குறிப்பிடும் கருத்தாக்கத்தை மிகச் சிறந்த முறையில் ஆக்கப்பூர்வமாக இடையீடு செய்ததோடு, தொடர்ச்சியாக அதை முயற்சித்தும் பார்த்துவந்தார்.

◑

பீமாராவ் அம்பேத்கர் ஏப்ரல் **14, 1891** அன்று இந்தூருக்கு அருகிலுள்ள மாவ் நகரில் பிறந்தார். அவரது குடும்பம் தீண்டத்தகாதவர்களின் ஒரு துணைப் பிரிவான மஹர் சாதியைச் சேர்ந்தது. அவரது இயற்பெயர் அம்பேவாதேகர் என்பதாகும். மஹாராஷ்டிரத்தில் உள்ள அவரது பூர்வீக கிராமமான அம்பேவாதேகர் என்பதிலிருந்து இப்பெயர் வந்தது. ஏதேனும் ஒரு சாதியில் இருந்தே தீர வேண்டும் என்பது ஒரு விதியாக உள்ள சமூகத்தில் மஹர் சாதியில் பிறந்தது குறைந்தபட்சத் தப்பித்தலுக்கான வாய்ப்பை அம்பேத்கருக்கு வழங்கியது. இரண்டு வகைகளில் மஹர் சாதியினர் முக்கியத்துவம் பெற்றிருந்தார்கள்: இப்போது மஹாராஷ்டிரா மாநிலம் என்றறியப்படும் நிலவெளியில் அதிக எண்ணிக்கையில் இருந்த தலித் மக்கள் அவர்கள்தாம். மற்றொரு முக்கியத்துவம் என்பது, பிரிட்டிஷ் இந்திய இராணுவத்தில் சேர்வதன் மூலம் சிறிதளவிலான சமூக அந்தஸ்தை அவர்கள் பெறத் துவங்கியிருந்தார்கள். தம் படையில் இருப்பவர்கள் கல்வி கற்றிருப்பது பிரிட்டிஷ் இந்திய இராணுவத்தின் தேவையாய் இருந்தது. அந்தச் சமயத்தில் தீண்டத்தகாதவர்கள் கல்வியறிவில் எந்த அளவிற்குப் பின்தங்கியிருந்தார்கள் என்றால், **1911** வாக்கில் பம்பாய் பிரசிடென்சியில் வாழ்ந்த மஹர் சமூகத்தினரில் ஒரேயொரு சதவீதத்தினர் மட்டுமே எழுத்தறிவு பெற்றிருந்தார்கள். தலித்துகளுக்குச் சிறிதளவில் மரியாதையை ஈட்டித்தரும் ஒரு நிறுவனமாகவே இராணுவத்தை அம்பேத்கர் தன் வாழ்நாள் முழுவதும் கருதினார். இன்னும் கூடுதலான மஹர்களை இராணுவத்தில் சேர்க்க வேண்டுமென்றும் அவர் அவ்வப்போது மனு கொடுத்தபடியே இருந்தார்.

இராணுவத்தால் அமைக்கப்பட்ட கண்டோன்மெண்ட் பள்ளியில்தான் அம்பேத்கர் கல்வி பயின்றார். ஆங்கிலம் மற்றும் பாரசீக மொழிகளில் பி.ஏ. பட்டத்தை எல்பின்ஸ்டோன் கல்லூரியில் நிறைவுசெய்தார். சாதியின் காரணமாக முறையாகச் சமஸ்கிருதம் பயில அவருக்கு வாய்ப்பு மறுக்கப்பட்டது. எல்லாத் தளங்கிலும் கனன்று சுடர்விடும் அவருடைய அறிவு அவரைச் சந்திக்க நேர்ந்த எல்லோரையும் கவர்ந்திழுத்ததில் ஆச்சரியமில்லை. இதனாலேயே, அவருடைய

கல்விக்கு நிதியுதவி அளிக்குமாறு பரோடாவின் மகாராஜாவிடம் அம்பேத்கரின் பேராசிரியர்கள் கோரிக்கை வைத்தனர். விளைவாக, கொலம்பியா பல்கலைக்கழகத்தில் பயில அவருக்கு நிதியுதவி செய்யப்பட்டது. ஆனால், அவர் மீண்டும் இந்தியா திரும்பியவுடன் பரோடா சமஸ்தானத்துக்குச் சேவை செய்ய வேண்டும் எனும் கோரிக்கையும் அவரிடத்தில் முன்வைக்கப்பட்டது. அமெரிக்காவில் இருந்தபோது வேறொரு வகையிலான முரண்பாட்டை அவர் கண்ணுற்றார்: சாதிய ரீதியாக இந்தியாவில் நேரும் அவமானங்களிலிருந்தும் ஒடுக்குமுறைகளிலிருந்தும் தற்காலிகமாக அவர் விடுவிடுக்கப்பட்டிருந்த அதே நேரத்தில், அமெரிக்காவும் தனக்கென ஒரு 'சமூக விலக்க' முறையியலைப் பின்பற்றிவருவதை அவர் அறிந்துகொண்டார். ஹார்லெமுக்கு அருகில் வசிக்க நேர்ந்தது, இதை அவர் அறிந்துகொள்ள வழிவகை செய்தது.

கொலம்பியாவில் அவர் ஜான் டேவியுடன் (John Dewey) பயின்றார். அவருடைய புத்தகங்களில் இருந்து ஏராளமான குறிப்புகளை அம்பேத்கர் எடுத்துள்ளார். ஜனநாயகம் குறித்த ஜான் டேவியின் சிந்தனைகள் அறிவுலகில் பெரும் தாக்கத்தை ஏற்படுத்தியுள்ளன. அம்பேத்கரைப் பொறுத்தவரையில் ஜனநாயகம் என்பது பிரபல ஆட்சியதிகாரத் தத்துவத்துடன் மட்டுமே தொடர்புபடுத்திப் பார்க்கப்பட வேண்டியது அல்ல. ஒருவித சகோதரத்துவத்தைத் தோற்றுவிப்பதோடு, சுதந்திரமாக விமர்சனம் செய்யவும் விவாதிக்கவும் அனுமதிக்கக்கூடிய, தார்மீக மற்றும் நடைமுறை வாழ்க்கையைப் பிறருடன் சேர்ந்து வாழும் வகையில் கட்டமைப்பதே ஜனநாயகம் என அவர் கருதினார். உண்மையில், சமூகத்தில் அதிகாரத்தைப் பகிர்ந்தளிப்பதன் மூலம்தான், இந்தத் திட்டம் பலனளிக்குமா பலனளிக்காதா என்பதைத் தீர்மானிக்க முடியும் என்ற அறிதலைப் பெற்றபோது அம்பேத்கர், ஜான் டேவியையும் கடந்துசென்றுவிட்டார். சமத்துவத்திற்கான அம்பேத்கரின் வாதங்களில் டேவியின் அழுத்தங்களும் இருக்கின்றன. சமத்துவம் குறித்த மீமெய்யியல் விவாதங்களில் அம்பேத்கர் ஆர்வம் காட்டவில்லை. 'மீமெய்யியல் அடிப்படையில் சமத்துவம் குறித்த விவாதத்தை முன்னெடுக்கிறீர்கள் எனில் பெரும்பாலும் அதை நடைமுறைப்படுத்துவதில் உங்களுக்கு விருப்பமில்லை என்றே அர்த்தம்' எனும் சந்தேகம் அவருக்கு இருந்தது. சமத்துவம் என்பது வலியுறுத்தப்பட வேண்டும். ஏனைய காரணங்களால் கட்டமைக்கப்பட்ட சமூகங்களை விடவும் சகோதரத்துவம் மற்றும் சுதந்திரத்தின் அடிப்படையில் கட்டியெழுப்பப்படும் சமூகங்கள் மனிதர்களைக் குறைந்த அளவிலேயே அழிவுக்கும் நாசத்துக்கும் வழிவகுக்கும். இதுகுறித்து ஒருவர் யோசித்துப் பார்க்கலாம்.

அம்பேத்கர் இரண்டு டாக்டர் பட்டங்களைப் பெற்றுள்ளார். 'மாகாண நிதி வளர்ச்சி' எனும் தலைப்பிலான ஆய்வுக்குக் கொலம்பியா பல்கலைக்கழகமும், 'இந்திய ரூபாயின் பிரச்சினை' பற்றிய ஆய்வுக்கட்டுரைக்காக லண்டன் ஸ்கூல் ஆஃப் எகனாமிக்ஸும் அவருக்கு டாக்டர் பட்டம் வழங்கின. அவர் எது குறித்துக் கற்றறிந்தாரோ அதுசார்ந்த விவாதத்தை அவர் முன்னெடுக்கவில்லை என்பது

அவருடைய அறிவுநிலைக்கான ஓர் அளவீடாகவும் இருக்கிறது. எனினும் கல்வி சாதனை புரிவது மட்டுமே ஒருவரின் சமூக மதிப்பை உயர்த்துவதற்குப் போதுமான உத்தரவாதம் அளிப்பதில்லை. ஒரு தலித் சிறுவர் அனுபவிக்கக்கூடிய அனைத்துவிதமான அவமானங்களையும் அவரும் சந்தித்திருக்கிறார். ஒரு ரயில்நிலையத்தில் நீர் பிடிக்கச் சென்றபோது ரயில்வே நடைமேடைகளின் மூலையில் நிற்க வைக்கப்படுதல் போன்ற அனுபவங்கள் அவருக்கும் உண்டு. இரண்டு பி.ஹெச்.டி பட்டங்களைப் பெறுவது மட்டுமே சாதிய அழுத்தங்களிலிருந்து ஒருவரை விடுவிக்கப் போதுமானதாக இருப்பதில்லை. பரோடாவிற்கு அவர் திரும்பி வந்தபோது அவரால் வசிப்பதற்கு ஒரு வீட்டைக்கூட கண்டுபிடிக்க முடியவில்லை. பார்சி இளைஞர் என்ற போலி அடையாளத்தோடே தங்குவதற்கு ஓரிடத்தை அவர் பிடித்தார். அலுவலகத்தில் அவருக்குக் கீழ் பணியாற்றியவர்கள் சமூகரீதியாக அவரைச் சமமாகக் கருதாமல் கோப்புகளை அவரது மேசை மீது வீசியெறிந்தனர். பம்பாய் பார் கவுன்சிலில் அவர் பதிவுசெய்திருந்தாலும் அவருடைய சாதிய நிலையின் காரணமாக, பலரும் அவரை அணுகவில்லை. அதனால் கல்வி பயிற்றுவிப்பதன் மூலம் தன்னுடைய பொருளாதாரத் தேவைகளை ஈடுசெய்துகொள்ள வேண்டியிருந்தது.

கொலம்பியாவில் இருந்த நாட்களிலிருந்து, சாதியை அம்பேத்கர் அதன் சகலப் பரிமாணங்களுடன் பகுப்பாய்வு செய்யத் துவங்கியிருந்தார். இன்றுவரையிலும் அதுகுறித்த முன்னணி சமூகவியலாளர்களில் ஒருவராக அவரும் திகழ்கிறார். 1920இல் *மூக் நாயக்* பத்திரிகையை அவர் துவங்கினார். தலித்துகள் எதிர்கொள்ளும் துயரங்கள் குறித்த விவாதங்களுக்கு அதுவொரு களமாக அமைந்தது. பொதுக்குளங்களில் நீரெடுப்பதற்கும் கோயில்களில் நுழைவதற்குமான போராட்டத்தை 1927இல் முன்னெடுத்தார். கோயில் நுழைவுப் போராட்டம் குறித்துத் தமக்குள்ளாகவே அம்பேத்கர் முரண்பட்டிருந்தார்: இப்போராட்டம் தலித்துகளின் சுயமரியாதையை உறுதிசெய்வதோடு, ஒடுக்கப்படுவதற்கு எதிரான கிளர்ச்சியாக இருந்தாலுமேகூட இந்து ஆலயங்களை ஒரு நிறுவனமாக அது நிறுவுகிறது என அவர் கருதினார். எனினும் இத்தகைய போராட்டங்கள் முக்கியத்துவம் வாய்ந்தவை. சமவுரிமைப் போராட்டத்திற்கான இதே உத்வேகத்துடன் நவீன இந்தியாவில் பிரதிநிதித்துவம் சார்ந்த உரையாடல்களிலும் முன்னணிக் குரலெழுப்பியவராக அம்பேத்கரே விளங்குகிறார். காங்கிரஸ் கட்சியின் அழுத்தத்தால் 1905இல் இருந்து இந்தியா சுய ஆட்சி அமைத்துக்கொள்வதற்குக் குறைந்த அளவிலான அதிகாரத்தை பிரிட்டிஷ் அரசு அறிமுகப்படுத்தியது. ஆனால், பிரதிநிதித்துவத்தை எவ்வாறு முன்னெடுப்பது? இந்த வாதப் பிரதிவாதங்களில் "ஒடுக்கப்பட்ட மக்களின்" பிரதிநிதியாக அம்பேத்கர் மாறியதோடு, காந்தியுடனான தமது வாழ்நாள் போராட்டத்தையும் தொடங்கினார்.

தணியாத வெப்பம் நிறைந்த எழுத்துகளை அவர் தொடர்ந்து எழுதலானார். 1936இல் அவர் எழுதிய 'சாதியை அழித்தொழித்தல்' புத்தகமும் அதில் ஒன்று. மிகத் தீவிரமான புத்தகமாக இது இருந்ததாலேயே, எந்த நிகழ்வில் விரிவுரை ஆற்றுவதற்காக அது எழுதப்பட்டதோ, அந்த நிகழ்வே ரத்துசெய்யும்படியாக

ஆனது. அவ்வெழுத்துகளின் ஆற்றல் இன்றுவரையிலும்கூட தணியவில்லை. அவரது முக்கியத்துவமும் மேலும் மேலும் வளரத் துவங்கியது. 1940களில் மனித விடுதலைக்கான மிகச் சிறந்த போராளிகளில் ஒருவராக அம்பேத்கர் உலகம் முழுக்க ஏற்கப்பட்டிருந்தார். காங்கிரஸ் கட்சியுடனான அவரது உறவு தொடர்ந்து பகைமை நிரம்பிய ஒன்றாகவே இருந்தது. அக்கட்சி பெரும்பாலும் அவரை ஓரம்கட்டுவதிலேயே முனைப்பாய் இருந்தது. ஆனாலும் 1947இல் இந்திய அரசியலமைப்பின் வரைவுக் குழுவுக்கு அவர் தலைவராக நியமிக்கப்பட்டார். அதன்மூலம் நவீன சட்டமியற்றுபவர்களில் தலைசிறந்தவர் எனும் நிலைத்ததொரு பிம்பத்தை அவர் அடைந்துவிட்டார். இந்து சட்டத்தைச் சீர்திருத்துவதற்கான மசோதாவை அவர் தாக்கல் செய்தார் என்றாலும் காங்கிரஸ் காட்சியின் பழமைவாதக் கொள்கைப் பிடிப்பின் காரணமாக, நேருவின் அமைச்சரவையிலிருந்து அம்பேத்கர் பதவி விலகும்படி நேர்ந்தது. 1920களில் இருந்தே இந்து மதத்திலிருந்து அவர் மெல்ல வெளியேறத் துவங்கியிருந்தார். எனினும், அவரது கடைசி அரசியல் செயல்பாடு என்பது புத்த மதத்திற்கு மாறுவதாகவே இருந்தது. அறநெறியும் அறிவொளியும் ஒருங்கே இணைந்தது புத்த மதம் என்றொரு புதிய விளக்கத்தை அவர் முன்வைத்தார்.

◐

நவீன இந்திய ஆன்மாவில் அடவுகொள்ளும் முரண்பாடுகளில் இப்போதும் அம்பேத்கரே மையமாக விளங்குகிறார். ஒவ்வோர் அரசியல் குரலும் போற்ற வேண்டிய, இந்தியாவைக் கட்டமைத்த மகத்தான ஆளுமைகளில் எஞ்சியிருக்கக்கூடிய ஒரேயொரு நபரும் அவர்தான். இந்தியாவில் காந்தியின் அரசியல் நிலைப்பாடு மூன்று வரலாற்றுச் சக்திகளால் தாக்கம் பெற்றிருக்கிறது. தலித்துகளின் விஷயத்தில் காந்தியின் விடுதலைப் பார்வை போதுமான அளவில் தீவிரமானதாக இல்லை. அவர்களுக்குரிய நியாயமான அரசியல் அங்கீகாரத்தையோ சமூக அந்தஸ்தையோ முழு அளவில் காந்தியின் விடுதலைப் பார்வை வழங்கவில்லை. இந்துத் தேசியவாதிகளைப் பொறுத்தளவில், தங்களைத் தாங்களே வரையறுத்துக்கொள்வதற்கு ஏற்ற ஒரு தடுப்புச் சுவராகவே காந்தியை அவர்கள் பார்த்தார்கள். அதாவது, அவர்களுடைய வன்முறைக்கு எதிராக அவருடைய அஹிம்சை, அவர்களுடைய சகிப்பின்மைக்கு எதிராக அவருடைய மதவாதப் பன்மைத்துவம். முடிவாக, கொள்கைகளை வகுக்கும்போது மிக ஏழ்மையான மனித முகத்தை மனதில் இருத்திக்கொள்ளும்படி காந்தி அறிவுரைத்திருக்கிறார். ஆனால் பொதுவாக, தாராளமயமாக்கலுக்குப் பிந்தைய தலைமுறையினரின் பார்வையில், காந்தியின் தொழில்மயமாக்கல் குறித்த, நவீனத்துவத்தின் மீதான எதிர்ப்பு எச்சரிக்கையானது, இந்தியாவை ஏழை நாடாகவே வைத்திருப்பதற்கான ஒரு சூத்திரமாகக் கருதப்படுகிறது. 'பெறுதல்' என்பதே நவீனத்துவ இந்தியாவின் புதிய சுவைப் பண்பாகவும், செல்வம் என்பது மகத்துவத்தை அடைவதற்கான பாதையாகவும், டார்வினியப் போட்டியென்பது வலிமை எய்துவதற்கான பாதையாகவும் கருதப்படுகிறது. அதோடு, ஜவஹர்லால் நேருவின் அரசியல் நட்சத்திரப் பிம்பமும் இப்போது மங்கிவிட்டது. இந்தியாவின்

பொருளாதாரச் சீர்கேடுகளுக்கு அவருடைய சோஷியலிஸப் படிப்பினைகள்தான் காரணம் என்ற குற்றச்சாட்டும் நிலுவையில் இருந்துவருகிறது. அவரது சர்வதேசியம் என்பது கம்பளி மேலாடையைப் போல உறுதியற்றது எனக் கருதப்பட்டு இந்திய தேசிய நலன் குறித்த அக்கறைகளிலிருந்து முற்றிலுமாகவே நிராகரிக்கப்பட்டது. நெருக்கடி மிகுந்த காலகட்டத்தில் ஜனநாயகத்தைக் கட்டியெழுப்புதல் எனும் அவரது அசாதாரண சாதனை கூட ஒரு தசாப்தத்திற்குள்ளாகவே அவருடைய காங்கிரஸ் கட்சியாலேயே அல்லது பொதுவாக, ஜனநாயக அமைப்புகளாலேயே இறுமாப்புடன் அலட்சியப்படுத்தப்பட்டது.

அம்பேத்கர் மட்டுமே ஒவ்வோர் அரசியல் கட்சியும் குறைந்தபட்சப் பணிவுடன் மரியாதை செலுத்தத்தக்க நபராக நிலைபெற்றிருக்கிறார். இதற்குக் காரணம், நவீன இந்தியாவில் இன்றுவரையிலும் ஆதிக்கம் செலுத்தும், சமூக ஒப்பந்தத்திற்கான மையக்கூறாக நீடித்திருக்கும் இந்திய அரசியலமைப்பை அவர் ஆழ்ந்த அறிவுடன் கட்டமைப்புச் செய்ததுதான். நடைமுறையில் இல்லாவிட்டாலும், இந்திய ஜனநாயகத்தின் வெற்றியென்பது அது தன் அரசியல் அமைப்பில் தலித்துகளுக்குக் கொடுக்கும் இடம், அவர்களை அதில் சேர்க்கும் திறன் ஆகியவற்றின் மூலமாகவே நிர்ணயிக்க முடியும் எனும் அடிப்படையைக் கட்டமைத்ததே அம்பேத்கரின் பேருழைப்பாகும். இந்து தேசியவாத அமைப்பான ஆர்.எஸ்.எஸ் கூட மகத்தான மனிதர்களைப் போற்றும் தனது காலை நேரப் பிரார்த்தனையில் அம்பேத்கரையும் சேர்த்திருக்கிறது.

ஆனால், அம்பேத்கருக்கு அளிக்கப்படும் இந்தப் போற்றுதல்களும், அவரை மையநீரோட்டத்திற்குள் உருப்பெருக்குவதும் சில வழிகளில் அவருடைய தீவிரத்தன்மையை மறைக்கவே உதவிபுரிந்துள்ளன. போற்றுதலுக்குரிய ஒரு பண்பாளராக அவரைக் கட்டமைப்பதன் வழியாக, அவருடைய 'முழுமையை' நாம் பார்க்கத் தவறுகிறோம். அம்பேத்கரின் தார்மீகரீதியிலான தீவிரத்தன்மையை முழுவதுமாகப் புரிந்துகொள்ள நவீன இந்தியாவை வரையறுத்துள்ள சிந்தனைப் போக்குகளுடன் அவரைத் தொடர்புபடுத்திப் பொருத்திப் பார்க்க வேண்டியது அவசியமாகும். காந்தியுடனான அவரது உறவை ஆராய்வதன் வழியே தொடங்கலாம். *"காந்தி ஒருபோதும் மகாத்மாவாக இருந்ததில்லை. அவரை மகாத்மா என்றழைப்பதை நான் மறுக்கிறேன்."* **1955**இல் பிபிசிக்கு அளித்த நேர்காணலில் காந்தி குறித்து அவர் வெளிப்படுத்திய கருத்து இது. *"மரியாதைக்குரிய காந்தியாரை எனக்கு எதிர்நிலையில் நிறுத்தத் தகுதிபெற்றவர் எனக் கருதுகிறேன். அவரை அறிந்துவைத்திருக்கும் பலரையும்விட நான் அவர் குறித்து அதிகம் தெரிந்து வைத்திருக்கிறேன். அவர் வெளிப்படையாகவே தனது கொடும் நச்சுப்பற்களை என்னிடம் காட்டியிருக்கிறார். அந்த மனிதருக்குள் இருப்பதையும் என்னால் பார்க்க முடிகிறது"* என்று மேலும் அவர் அந்த நேர்காணலில் தெரிவித்தார்.

அத்தகைய வார்த்தைகளில் காந்தியை வர்ணிப்பது வழக்கத்தில் இல்லாத ஒன்று. அவர்களுக்கிடையிலான அரசியல் ரீதியிலான கருத்து வேறுபாட்டிற்கான பிரதான காரணம் 'தலித் பிரதிநிதித்துவம்' என்பதுதான். வரலாற்றுரீதியாக ஒதுக்கப்பட்ட, ஒடுக்கப்பட்ட இனக்குழுவினர் அரசியல் அதிகாரத்தில் தமக்குரிய நியாயமான பங்கைப் பெறுவார் என்பதைப் பிரதிநிதித்துவ அரசின் வளர்ந்துவரும் அமைப்பு எந்தவகையில் உறுதிசெய்யும்? ஜனநாயகத்தை எவ்வாறு வடிவமைக்கப் போகிறோம்? அதாவது, தாங்களும் அந்த ஜனநாயக அமைப்பின் ஓர் அங்கம்தான் என்பதை எந்தவொரு குழுவும் உணரத் தவறாத வகையில் எப்படி ஜனநாயகத்தை வடிவமைக்கப் போகிறோம்? உலகம் முழுக்க உள்ள சிறுபான்மையினர் பற்றிய சூழமைவில் இத்தகைய கேள்வியைத் தமக்குள் நிரப்பியிருந்த, ஜனநாயகம் பற்றிய அம்பேத்கரின் சிந்தனை அவருடைய காலத்தையும் கடந்த ஒன்றாக இருந்தது. தலித்துகள் சிறுபான்மையினராகக் கருதப்பட வேண்டும் என அம்பேத்கர் வாதிட்டார். அவர்கள் 'தனி வாக்காளர்கள்' என அடையாளப்படுத்தப்பட்டு, பிரதிநிதித்துவப்படுத்தப்பட வேண்டும். பிரிட்டிஷ் அரசாங்கத்தால் இஸ்லாமிய மக்களுக்குக் கௌரவப்பூர்வமாக வழங்கப்பட்டதைப் போல, தலித்துகளும் தனித்தொகுதி எனும் திட்டத்தின் மூலமாக, தங்களுக்கான பிரதிநிதிகளைத் தாங்களாகவே தலித் மக்கள் தேர்வுசெய்வார்கள் என அவர் முன்மொழிந்தார். காந்தியைப் பொறுத்தவரையில், தலித்துகளுக்குத் தனித் தேர்தல் அந்தஸ்தை வழங்குவது, இந்து அமைப்பிலிருந்து அவர்கள் வெளியேறிவிட்டார்கள் என்பதையே குறிக்கிறது எனக் கருதினார். மேலும், தலித்துகளுக்கான பிரதிநிதியாகத் தன்னை முன்னிறுத்திக்கொள்ளும் திறனையும் அது பாதிக்கக்கூடும். இதற்கு முரணாக, தலித் அல்லாதவர்களின் விருப்பங்களைச் சார்ந்து தலித்துகளுக்கான தேர்தலை நடத்தினால், அது அம்மக்களை அதிகார இழப்பிற்கே இட்டுச்செல்லும் என அம்பேத்கர் தன் வாதத்தை முன்வைத்தார். தனித்தொகுதி திட்டத்தை எதிர்த்து காந்தி சாகும்வரை உண்ணாவிரதத்தை அறிவித்தார். அம்பேத்கர் சமரசத்திற்கு ஒப்புக்கொண்டு பூனா ஒப்பந்தத்தில் (1932) கையொப்பமிட்டதும் தனது உண்ணாவிரதத்தை அவர் முடித்துக்கொண்டார். தனித்தொகுதி திட்டத்தைக் கைவிட்டு, அதற்குப் பதிலாக, தலித்துகளுக்கு அதிக இடங்களை ஒதுக்குமாறு அம்பேத்கர் கோரிக்கை வைத்தார். எனினும், இதுவும்கூட தலித் அல்லாத வாக்காளர்களின் விருப்பத்தைச் சார்ந்தே இருக்கும் என்றாலும் அம்பேத்கர் இதனை ஒரு பதிலீடாகவே பெற்றார். அம்பேத்கர் முன்னிறுத்திய பிரதிநிதித்துவக் கொள்கை காலத்தில் ஏற்றுக்கொள்ளப்பட்டது. ஆனால், இந்து மதத்திலிருந்து விலகிச் செல்லும் அவருடைய கொள்கை ஏற்கப்படவில்லை.

காந்தியின் இந்த "நச்சுப்பற்களை" எதிர்கொண்டது மேலும் தீவிரமாகக் காந்திய முறைமைகளை (அவர் முன்வைக்கும் தீர்மானங்கள், எண்ணங்கள்) விமர்சிக்கும் இடத்திற்கு அம்பேத்கரைக் கொண்டுசென்றது. உண்ணாவிரதம் எனும் காந்தியின் அரசியல் செயல்பாடு, அம்பேத்கரின் பார்வையில் முற்றிலும்

அறமற்ற ஒன்றாகும். பூனா ஒப்பந்தத்தை ஏற்க வைத்த காந்திய உண்ணாவிரதம், தலித்துகள் முழு அதிகாரம் பெறும் விளைவுகளை மறுக்கும் ஓர் அறமற்றச் செயலாகவே விளங்கியது. நம்பிக்கையை விதைக்கும் முயற்சிக்கு மாற்றாக, கட்டாயப்படுத்துதலை முயற்சித்துப் பார்க்கும் ஒரு செயலாகவே அது இருந்தது. காந்தியின் அஹிம்சை என்பது உள்நோக்கிப் பார்க்கையில், உளவியல் அழுத்தம் கொடுக்கும் 'கட்டாயப்படுத்துதல்' என்பதன் மீதே கட்டமைக்கப்படுகிறது என அம்பேத்கர் முன்மொழிந்தார். இந்தக் குற்றச்சாட்டைக் காந்தியும் மறுத்திருக்க மாட்டார். 1948இல் இந்திய அரசியலமைப்பு தொடர்பான கூட்டத்தில் உரையாற்றிய அம்பேத்கர், அரசியலமைப்பின்படி செயல்படும் அரசாங்கம் என்பது காந்தியின் சத்தியாகிரகச் சிந்தனைகளுடன் ஒருபோதும் ஒத்துப்போகாது என நினைவூட்டியது தற்செயலானது அல்ல. காந்தியின் சத்தியாகிரகம் என்பது ஒருதலைபட்சமான செயல் வடிவமாகும். யதார்த்தத்தில் உள்ள வேறுபாடுகளையும், அதனுடைய சமூகச் சிக்கல்களையும் முன்வைத்து தொடர்புரையாடல் நிகழ்த்தாமல் தான் நம்பும் உண்மையை மட்டுமே பிறரைக் கண்மூடித்தனமாக நம்ப வைப்பதே காந்தியின் முறையியலாகும். அம்பேத்கரைப் பொறுத்த அளவில் அரசியலமைப்புத் தீர்மானங்கள்தான் அஹிம்சையின் உண்மையான, மிகத் தீவிரமான செயல் வெளிப்பாடு ஆகும்.

சில வழிகளில், காந்தியின் சத்தியாகிரகம் முன்வைத்த கிளர்ச்சி அரசியலின் இலக்கணத்துடன் இது அம்பேத்கரை முரண்பட வைத்தது. அடக்குமுறையை எதிர்கொள்வதால் உண்டாகும் ஆழ்ந்த போராட்ட உணர்வுகளையோ, ஆளும் வர்க்கத்தின் நோக்கங்கள் குறித்து வெளிப்படையாகவே எழுந்த சந்தேகங்களையோ ஒரு கொடும் செயல்வடிவமாகவோ, கிளர்ச்சி அரசியலாகவோ மாற்றாமல் இருந்ததற்கு ஓர் அபரிதமான தைரியம் தேவை. சில இந்தியத் தீவிரவாதிகள், அரசியலமைப்புச் சட்டத்தின் மீதான அம்பேத்கரின் நம்பிக்கையை நிராகரித்துள்ளனர். அம்பேத்கரும் கூட முழுமுற்றான அமைதிவாதி அல்ல. ஆனால், ஒடுக்கப்பட்ட சமூகம் தன்னைத் தற்காத்துக்கொள்வதற்கான வழிகளைக்கூட இழந்து நிற்கும்போது, வன்முறையை முன்னிறுத்தி அரசியல் செய்வதென்பது, அது உடைத்து நொறுக்க நினைக்கும் ஆளும் வர்க்கத்தை விடவும் அதிக பலி கேட்கும் செயலாகவே அமைந்துவிடும். காந்தி எந்த அளவிற்கு அஹிம்சையை இந்தியாவில் கட்டமைப்பதற்கு வழிவகுத்திருக்கிறாரோ அதே அளவுக்கு அம்பேத்கரும் அஹிம்சைக்குப் பல வழிகளிலும் பெரும் பங்களிப்புச் செய்திருக்கிறார். தலித் மக்களை அரசியலமைப்பு மீது நம்பிக்கைக் கொள்ளச் செய்ததும் அதில் ஒன்று.

தமது கோபத்தைக் கட்டுப்படுத்திக்கொண்டிருந்த சூழலிலும்கூட, 'சாதியை அழித்தொழித்தல்' புத்தகத்தில், *"ஒரு சீர்திருத்தவாதியின் ஆயுதக் களஞ்சியத்தில் இருக்க வேண்டிய இரண்டு முக்கியமான ஆயுதங்கள் பகுத்தறிவும் ஒழுக்கமுமே ஆகும்"* என்றெழுதினார். இந்தியாவில் அரசியல் அதிகாரத்தைக் கைப்பற்ற வேண்டுமென முனைப்பில் இருந்த எந்தவொரு குழுவையும் விட, தேர்தல் அமைப்பு மீதும் அரசியலமைப்புக் கட்டமைப்பு மீதும் தலித்துகளே மிகுதியான நம்பிக்கையுடன்

இருக்கிறார்கள். அரசியலமைப்பை உருவாக்கிய முதன்மைச் சிற்பிகளில் ஒருவராக அம்பேத்கர் பார்க்கப்படுவதே தலித் அரசியல் அடையாளத்தின் மையமாக அரசியலமைப்பை மாற்றியது. அம்பேத்கர் மூலமாக அவர்கள் புது வகையிலான குடியரசை வரையறை செய்திருந்தார்கள்.

ஆனால், காந்தியைப் பற்றிய அம்பேத்கரின் கவலைகள் மேலும் ஆழமிக்கவை. அந்தக் கவலைகள் சமகால இந்தியாவில் நிலவும் சமூகச் சிக்கல்களின் இதயத்திற்குள் ஊடுருவிச் செல்கின்றன. காந்தி உறுதியாகவே தீண்டாமைக்கு எதிராகத்தான் இருந்தார், தீண்டாமைக்கு எதிராகப் போராடுவதற்கு இடையூறாக எழுந்து நின்ற அனைத்தையும் தீரத்துடன் அவர் எதிர்கொண்டார். இந்து மதத்தின் ஒரு பகுதியாகத் தீண்டாமை இருக்குமெனில், தான் இந்து மதத்திற்கு எதிராக வெளிப்படையாகவே கிளர்ச்சி செய்வேன் என அவர் தெரிவித்திருக்கிறார். ஆனால், அம்பேத்கரைப் பொறுத்தவரையில், காந்தியின் இத்தகையை நிலைப்பாடு என்பது முற்றிலும் போலித்தனமானது. தீண்டாமைக்கு எதிரான காந்தியின் போராட்டம் என்பது உயர்சாதிக் குழுமங்களின் மீதான அக்கறையிலிருந்து உருவெடுத்திருக்கிறது. உயர் சாதியினருக்கான ஒரு பிரச்சினையாகத் தீண்டாமையைக் கட்டமைக்கும் காந்தியின் அணுகுமுறையானது ஒருவகையில் கீழ் சாதியினருடன் அதிகாரத்தைப் பகிர்ந்துகொள்வதைத் தவிர்ப்பதற்கான ஒரு தந்திரமாகவே இருந்தது. தீண்டாமையைக் கடைபிடிப்பதைக் கைவிடுமாறு உயர்சாதியினரிடம் அவர் கோரிக்கை வைத்தார். இதன்மூலம் அவர்களால் தங்களது பாவங்களிலிருந்து விடுபட முடியும் என அவர் வலியுறுத்தினார். தலித்துகள் தமக்குரிய குழுமங்களைத் தாங்களாகவே உருவாக்கிக்கொள்ள வழிவகுக்கக்கூடிய அதிகாரப் பகிர்வு எனும் சமத்துவ இயக்கவியலை உருவாக்குவதில் அவருக்குக் குறைந்த அளவிலான ஆர்வமே இருந்தது. தீண்டத்தகாதவர்களுக்கு 'ஹரிஜன்' என்றோ கடவுளின் குழந்தை என்றோ பெயரிடும் காந்தியின் செயலென்பது முழு முற்றான உயர்சாதி பெருமிதத்தின் வெளிப்பாடு அன்றி வேறில்லை. அது தீண்டத்தகாதவர்களுக்கு ஆதரவளிக்கும் ஒரு விளிப்பாகத் தோற்றமளித்தாலும், அதன் அடிநாதத்தில் மிக முக்கியமாகச் சாதியப் பெருமிதம் எனும் மாபெரும் பாவகாரியமே நிலைகொண்டிருந்தது. தங்களுக்கான தேவைகளின் அடிப்படையில் தங்களுடைய சுய அடையாளத்தைக் கட்டியெழுப்புதல் எனும் ஒடுக்கப்பட்ட மக்களின் ஆற்றலை அகற்றுவதாகவும் இந்த விளிப்பு இருந்தது. இவ்வாறாகப் பறிபோன தமது ஆற்றலை மீளப்பெறுவதற்காக இன்றளவும் பல இந்தியர்கள் போராடிவருகிறார்கள்.

அம்பேத்கரின் பார்வையில் அடிப்படையிலேயே காந்தி ஒரு பழைமைவாதி ஆவார். சாதியைக் காப்பாற்றுவதற்காகவே தீண்டாமையை அவர் ஒழிக்க விரும்பினார். தீண்டாமை ஒழிப்பு என்பதும் சாதி ஒழிப்பு என்பதும் ஒன்றே அல்ல. காலம் கடந்த பிறகு காந்தியின் பார்வையில் மாற்றம் ஏற்பட்டது என்றாலும், பெரும்பாலும் அம்பேத்கரின் பார்வை சரியானதாகவே இருந்தது. பொதுத்தளத்தில், சீர்திருத்தம் சார்ந்த நவீன இந்திய அணுகுமுறையின் அடையாளமாகவே காந்தி

மாறிவிட்டார். தீண்டாமை ஒழிப்பில் இருவருக்குமிடையில் கருத்தொற்றுமை இருந்தது என்றாலும், சாதி ஒழிப்பில் பலத்த வேறுபாடுகளே இருந்தன. அம்பேத்கரைப் பொறுத்தவரையில், சமூகக் கட்டமைப்பின் மிக அருவருப்பான, ஒடுக்குமுறையான ஒரு விளிம்பை, அது உருவாகக் காரணமாக இருந்த அமைப்பை மாற்றாமல் ஒழிக்க விரும்புவது சரியானதல்ல. இங்குதான் அம்பேத்கர் மிகத் தீவிரமானதும் பலருக்கும் அசௌகரியமளிக்கக்கூடியதுமான அறிவுசார் தாக்குதலை இந்து மதத்தின் மீது தொடுத்தார்: அவரைப் பொறுத்தவரையில், தீமை உருதிரளக் காரணமாக இருந்த வேர் என்பதே இந்து மதம்தான்.

காந்தியின் கருத்துகளுக்கு மாறாக, இந்து சமூகத்தின் அரசியலமைப்பில் வன்முறையே மைய இடத்தைப் பெற்றுள்ளது என அம்பேத்கர் தெரிவித்தார். வன்முறை என்பது ஒரு பிழற்வாக இந்து சமூகத்தில் கருதப்படுவதில்லை; அது முன்னுதாரண இந்து சமூகத்தின் அடியாழங்களில் உள்ள பிரகாசமான - சாத்வீகமான நீரை வெளிக்காண்பிக்கக்கூடிய ஒரு மிதவையாகும். இந்து மதத்தின் அடையாளத்திற்கும், அதன் இயங்குமுறைக்கும் வன்முறையே மையமாக விளங்குகிறது. இப்போது நாம் குறிப்பிடுவதைப்போல, அதுவொரு பிழை அல்ல, இந்து மதத்தின் ஓர் அம்சமே வன்முறை ஆகும். அம்பேத்கரிய நீதியை நிலைபெறச் செய்ய வேண்டுமெனில், இந்து மதத்தின் மீது ஒருவகையிலான போரைப் பிரகடனம் செய்ய வேண்டுமென்பது தவிர்க்க முடியாததாகும். *"இந்து மற்றும் இந்துத்துவத்தின் தோல்வியால் எனக்குள் வெறுப்பு, அவமதிப்பு போன்ற உணர்வுகள் நிரம்பவில்லை என்பதை மகாத்மாவுக்கு உறுதியளிக்க விரும்புகிறேன். இந்துக்கள் தவறான கொள்கைகளுக்கு மதிப்பளிப்பதோடு, தவறான சமூக வாழ்க்கையை நடத்துகிறார்கள் என்பதால் உறுதியாகவே இந்துக்களின் மீதும் இந்துத்துவத்தின் மீதும் நான் வெறுப்பில் இருக்கிறேன். இந்துக்கள் மற்றும் இந்துத்துவத்தின் மீதான எனது போராட்டம் என்பது அவர்களுடைய சமூக நடத்தைகளில் உள்ள குறைபாடுகளின் மீதானது அல்ல. அது இன்னும் அடிப்படைமிக்கது. அவர்களுடைய சிந்தனா முறைகளுக்கு எதிராகவே நான் போராட்டத்தில் ஈடுபட்டிருக்கிறேன்"* என காந்திக்கு எழுதிய கடிதமொன்றில் அம்பேத்கர் குறிப்பிட்டிருக்கிறார்.

இந்தத் தீவிரப் பிரகடனம்தான், அம்பேத்கரைச் சமகாலப் போராட்டங்களில் மையப்படுத்தும் பண்பாக உள்ளது. நீதியைப் பெறுவதென்பது வெறுமனே ஒரு பாரம்பரியத்தைச் சீர்திருத்துவது மட்டுமே அல்ல, அதன் இலட்சியங்களுக்கு ஏற்ப வாழ்நிலையைக் கட்டமைப்பதுவுமே ஆகும். நீதியைப் பெறுவதற்கு, அறிவுத்தளத்தில் ஒரு பாரம்பரியத்தை மறுப்பது தேவையாக உள்ளது. இந்து நூல்களை இடையீடு செய்து அம்பேத்கர் முன்வைக்கும் விளக்கங்களை வாசிக்கும்போது, வாசகர் தன்னைப் பாதுகாப்பற்றவராகவும் தமக்குள் மன அவஸ்தைகளை அனுபவம்கொள்கிறவராகவும் இருக்கிறார். அவரது பல ஆய்வறிக்கைகள் அவற்றின் சமூகவியல் நுண்ணறிவு மற்றும் வரலாற்றுப் போக்குகளின் மூலமாகவே கூர்மையடைந்தவை. சாதிய ஒடுக்குமுறை என்பது ஆரிய படையெடுப்புகளிலும்

பூர்வகுடிமக்களை அடிபணியச் செய்தலிலும் தனது வேர்களைக் கொண்டுள்ளது எனும் கோட்பாட்டை அவர் முற்றிலுமாக நிராகரித்தார். சாதி அமைப்புக் குறித்த இன அடிப்படையிலான அனைத்து விளக்கங்களையும் அவர் நிராகரித்தார். குறிப்பாக, சாதியின் செயல்பாடுகள் குறித்த விவரிப்புகளை அவர் முற்றிலுமாக வெறுத்தார். ஏனெனில், சாதி என்பது பல செயலியக்கங்களின் மூலமாக ஒரு படிநிலையை வலியுறுத்தி நிறுவுவதுடன் தொடர்புடையதே தவிர, வெறுமனே செயல்பாடுகளோடு மட்டுமே தொடர்புடையது அல்ல. நாம் எந்தவகையில் அணுகினாலும், பொருளோ செயல்பாட்டு விளக்கங்களோ தம்மளவில் சாதியின் தனித்தன்மை குறித்து விளக்கமளித்துவிட முடியாது: அது அடிப்படையில், ஓர் அதிகாரச் செயலாக, பூசாரி வர்க்கத்தால் திணிக்கப்பட்ட ஒரு பிரதிநிதித்துவத் தொடர் ஆகும்.

அம்பேத்கரின் பகுப்பாய்வின்படி, சாதி இருவழிகளில் தன்னை நிலைநிறுத்திக்கொண்டது. சமூகத்தில் ஒரு தனிமனிதன் தனக்கான ஓர் அங்கீகாரத்தைப் பெற உதவும் அரசியல் அதிகாரம், பொருளாதாரப் பலம், கல்வி போன்ற அனைத்துவிதமான முன்னேறும் வழிமுறைகளையும் ஒடுக்கப்பட்ட மக்களுக்கு மறுப்பதன் மூலம் அது தன்னை நிலைநிறுத்திக்கொண்டது. *“வாய்ப்புகளைப் பெறுவதற்கான சுதந்திரத்தை மறுப்பதும், அறிவைப் பெறுவதற்கான சுதந்திரத்தை மறுப்பதும், கையை உயர்த்துவதற்கான உரிமைகளை மறுப்பதும் மிகுதியான கொடூரம் நிறைந்த தவறான காரியங்களாகும். அது மனிதனைச் சிதைத்து நிர்மூலமாக்குகிறது. இந்து சமூக அமைப்பு இக்காரியங்களைச் செய்வதற்காக ஒருபோதும் வெட்கமடைவதில்லை”* என்று அவர் எழுதினார். மனிதநேயவாதிகள் எனும் நற்பெயரை ஏன் இந்துக்கள் பெற்றிருக்கின்றனர் என்றால், சமூகக் கட்டமைப்பில் மிகவும் நயவஞ்சகமானதொரு வடிவத்தை அவர்கள் முழுமைப்படுத்தியுள்ளனர். அதாவது, சமூகக் கட்டுப்பாடு எனும் பெயரால் மனிதர்களை அழித்தொழிக்க அவர்கள் வலியுறுத்துவதில்லை, மாறாகத் தீண்டத்தகாதவர்களுக்கு எவ்விதமான வாய்ப்புகளும் கிடைக்காமல் அவர்கள் பார்த்துக்கொள்கிறார்கள்.

சமூகத்தில் ஒவ்வொரு குழுவும் தமக்குக் கீழாக மற்றொரு குழுவை நிறுத்தி அவர்களை ஒடுக்குவது எனும் படிநிலைகளிலான ஒரு தொகுப்பை உருவாக்குவதன் மூலமாக சாதி தன்னை நிலைநிறுத்திக்கொண்டு தொடர்ந்து இயங்கிவருகிறது. அது உளவியல் ரீதியிலான அழுத்தங்களை உருவாக்குவதன் மூலமாகவே தமக்கான அதிகாரத்தைப் பெற்றுள்ளது. ஒரு படிநிலை அமைப்பில், ஒரு குழு மற்றொரு குழுவைவிட தான்தான் உயர்ந்தது என எதுவரையில் கருதுகிறதோ அதுவரையிலும், அது இந்த அமைப்பில் தொடர்ந்துகொண்டுதானிருக்கும். சாதியின் இரசவாதம் என்பது அதனுடைய மிகச் சிறந்த படிநிலைகளைத் தோற்றுவித்ததன் மூலமாகவே நிகழ்ந்திருக்கிறது. அதாவது, தீண்டத்தகாத மக்களிடையே கூட ஒரு குழுவை மற்றொரு குழுவுக்கு மேலாக வைத்துத் தமது இரசவாதத்தை அது நிகழ்த்துகிறது. தீண்டத்தகாதவர்களுக்கிடையிலான சாதிவெறியை விமர்சிப்பதிலும் அம்பேத்கர்

ஒருபோதும் பாரபட்சம் காட்டியதில்லை. இந்தப் படிநிலை அமைப்புக் கொள்கையானது, போலியான ஓர் அடுக்கைக் கட்டமைத்துள்ளது. சாதியத்துக்கு எதிரான ஒற்றுமையைத் தோற்றுவிப்பதில் இதுவே மிகப் பெரிய தடையாகவும் விளங்குகிறது.

சாதி குறித்த யதார்த்தத்தைப் புரிந்துகொள்வதில் சில அடிகள் முன்னகர்ந்து செல்வதற்குப் பதிலாக, சாதியுடனான இந்து மதத்தின் பெரும்பாலான தொடர்புரையாடல்களும் ஏதேவொரு வகையில் மன்னிப்பைக் கோருவதன் மூலம் தொடங்குவதாகவே உள்ளது. இந்துக்களின் உள்ளுணர்வில் சாதி தொடர்ந்து இயங்கியபடியே இருக்கிறது. சாதி அமைப்பு என்பது எப்போதும் நியாயப்படுத்தவே முடியாத ஒரு சிந்தனா முறை என்பதால் இந்துக்களின் உள்ளுணர்வுடன் சாதியமைப்பின் யதார்த்தச் சூழல் ஒருபோதும் அணிசேர முடியாததாகவே விளங்குகிறது. அம்பேத்கரின் கூற்றுக்குப் பதிலளிக்கும் விதமாக, 'வரலாற்றுரீதியாகப் பார்க்கும்போது சாதியமைப்பு என்பது இப்போதிருப்பதை விட கூடுதல் நெகிழ்வாகவும் இலகுவாகவும் இருந்தது' என அவ்வப்போது முன்வைக்கப்படும் வாதமானது, பொதுவாக அந்த அமைப்புக் குறித்த ஒரு மன்னிப்பைக் கோருவதாகவே இருக்கிறது. ஒரு தற்காப்பு நடவடிக்கையைப் போலச் சாதியமைப்புக் குறித்து முன்வைக்கப்படும் இவ்வகையிலான வாதங்கள், சாதி அமைப்புச் சமூகத்தில் உண்டாக்கியிருக்கும் இழிநிலையைக் கருத்துநிலையில் கூர்மையற்றுப் போகச் செய்வதற்கும், நீக்கம் செய்வதற்குமான ஒரு சூழ்ச்சியே என்பதை அம்பேத்கர் புரிந்துகொண்டார். ஆழமாக ஊடுருவியுள்ள படிநிலைத்தன்மையை அம்பலப்படுத்த தான் செய்யும் முயற்சிகளுக்கு, கிடைக்கக்கூடிய முதல் எதிர்வினை என்பது ஒருவகையிலான ஏய்ப்புத்தன்மையே என்பதையும் அவர் மேலும் தெளிவுறப் புரிந்துகொண்டார் - சாதிவெறியின், இனவெறியின் தீவினையை நேருக்கு நேராக எதிர்கொண்டு பார்ப்பதென்பது மிகவும் அரிதான ஒரு நிகழ்வே ஆகும்.

எனினும், அம்பேத்கரின் இந்து மத நூல்களின் மீதான வாச்சியமானது மேலும் ஒரு குழப்பமான கேள்வியை முன்வைப்பதாக உள்ளது. இந்த நூல்கள் சாதியைப் பாதுகாத்தன என்பதல்ல செய்தி. இந்த நூல்களிலுள்ள செழுமையான தத்துவ மற்றும் சமூகவியல் வாதங்களைச் சாதிய சூழமைவுக்கு வெளியில் வைத்து ஒருபோதும் புரிந்துகொள்ளவே முடியாது எனும் அம்பேத்கரின் வாதம்தான் மேலும் குறிப்பிடத்தக்க அம்சமாகும். பகவத் கீதையை நவீனத்துவ இந்துக்கள் 'சுயத்தன்மையின் மீதிலான ஆழ்ந்த தியானம்' என்றோ, 'ஒழுக்க நெறிகளின் தொகுப்பு' என்றோ மறுகண்டுபிடிப்பு செய்ய முயற்சிக்கக்கூடும். ஆனால், சாதியம் குறித்த யதார்த்தத்தைக் கருத்தில் எடுத்துக்கொள்ளாமல் இந்த வாதங்கள் எதுவும் அர்த்தமுள்ளவையாக இருக்க முடியாது. அனைத்துச் சாதியினருக்கும் இடையிலான சமத்துவத்தை வலியுறுத்தும் இத்தகைய நூல்கள் கூட, அதை ஆன்மிக உலகிலோ அல்லது மிகச் சுருக்கமாகவோ மட்டும் முன்வைக்கின்றன. சிந்தனைகளின் மதிப்பு என்பது அவை உருவாக்கும் காத்திரமான சமூக ஒழுங்கின் மூலமாகவே

மதிப்பிடப்படுகின்றன என்பதை உணர்ந்துகொள்ளும் அளவுக்கு அம்பேத்கர் டேவியனைப் பின்பற்றுவராக இருந்தார் (Deweyan). பொதுவாக, சமத்துவம் குறித்த இத்தகைய குறைத்தன்மையிலான வாக்குறுதிகள் அனைத்தும் பெரும்பாலும் அடக்குமுறை அதிகார அமைப்புகளுடனேயே இணக்கமாக இருந்துவருகின்றன.

சமூகத்தில் தாம் சமத்துவத்தை ஏற்படுத்திவிட்டோம் எனும் திருப்தியை ஆளும் வர்க்கத்தினருக்குக் கொடுப்பதோ கடவுளின் அனுகிரகத்தால் அல்லது நீதிபோதகரின் உபதேசத்தால் “பட்டியல் வகுப்பினருக்கான” சமூகத்துவம் உறுதிப்படுத்தப்பட்டுள்ளது என மதப் பிரச்சாரம் செய்வதோ இன்னும் மோசமான விளைவுகளையே உண்டாக்கும். இந்திய அறிவுசார் பாரம்பரியங்கள் குறித்து நீங்கள் கறாரான நேர்மையுடன் ஆராய்ந்து பார்த்தால், இந்த நெருக்கடிக்கான வேர்கள் மேற்கத்திய அரசியல் அதிகார நீக்கத்தில் இல்லை (அது மிகவும் சக்தி வாய்ந்ததாக இருந்திருந்தாலும் கூட) என்பதையும், ‘சமூகச் சிக்கல்’ சார்ந்த பெருவெடிப்பிலேயே அது உள்ளது எனும் உண்மையை நீங்கள் ஒப்புக்கொண்டுதான் ஆக வேண்டும். அடக்குமுறையையும், படிநிலை அமைப்பையும், பிரிவினையுடைய சமூக அமைப்பையும் தனது ஆதார வளமாகக் கொண்டுள்ள பண்டைய மற்றும் உட்தேச அறிவுசார் அமைப்பின் சார்பில் எந்தவிதமான மனசாட்சியுடன், நல்விளைவுக்கான எச்செய்கையின் மூலமாக உங்களால் வாதிட முடியும்? எல்லா வகையிலும் சமூகப் பழமைவாதத்தின் தீர்மானங்களுக்குச் சேவை செய்வதையே தமது நோக்கமாகக் கொண்டிருக்கும் அறிவுசார் தீவிரத்தையுடைய ஒரு பாரம்பரியத்தை ஒருவரால் என்ன செய்துவிட முடியும்?

ஆழ்மனதிற்கும் சமூகத்திற்கும் இடையிலான உறவு குறித்த வாதப் பிரதிவாதங்களைத் தீர்த்துக்கொள்வதற்கான இடம் இதுவல்ல. பல இந்து சீர்திருத்த இயக்கங்களும் இந்து மதத்தைச் சாதியமைப்பிலிருந்து விடுவிக்கவும், இந்து மதத்தின் மீமெய்யியல் சார்ந்த, அனுபவம் சார்ந்த, சமூகவியல் சார்ந்த நோக்கங்களை இந்த அநீதியின் கறைகளிலிருந்து துண்டிக்கவும் முயன்றுள்ளன. ஆனால், சாதியை ஒழிக்க வேண்டுமெனில், இந்து மதத்தை ஒழிக்க வேண்டுமென்பதில் டாக்டர் அம்பேத்கர் உறுதியுடன் இருந்தார். அவரின் திட்டமானது, இதுவரை யாரும் கண்டிராத வகையில் ஒரு பண்பாட்டை அமைப்புரீதியாகத் தோலுரித்து அம்பலப்படுத்தும் மிகப் பெரிய மற்றும் மிகத் துணிச்சலான ஒரு செயலாகும். அவர் தம் காலத்தில் வெறுத்த, கண்டித்த உளவியல் சக்திகளே இன்றைய நவீன இந்தியாவில் வன்முறை வடிவங்களில் தம்மை வெளிக்காட்டிக்கொண்டிருக்கின்றன.

அம்பேத்கரின் விமர்சனங்கள் அவருடைய உளவியல் சீற்றங்களால் திரண்டெழுந்தவையே ஆகும். அது கிட்டத்தட்ட நவீன இந்து அடையாளம் குறித்த நீட்சேவின் ஆய்வு முறையியலை ஒத்திருக்கிறது. இந்து அடையாளத்தைக் கட்டியெழுப்பிய நியாயமற்றச் செய்கைகளின் பல்வேறு அடுக்குகளை அவர் இடைவிடாமல் தகர்த்தெறிந்துகொண்டிருந்தார். உதாரணமாக, ‘சைவ

இந்துத்துவத்தின் வன்முறை' எனும் கருத்தியலை வெளிப்படுத்திய முதல் சிலரில் முதன்மையானவர் அம்பேத்கர்தான். மாட்டிறைச்சியைத் தடைசெய்வது என்பது இந்து மதத்தின் நெறிமுறை சார்ந்த வரையறைகளில் இருந்து வேர்கொண்டதல்ல என்பதே அவருடைய பார்வையாக இருந்தது. மாறாக, இறந்த மாடுகளைப் பயன்படுத்திய ஒடுக்கப்பட்டோர் மற்றும் இஸ்லாமிய மக்களின் மீதான ஒவ்வாமையிலிருந்து கிளைத்தெழுந்ததே இந்தத் தடைச் செயலாகும். மாடுகளின் மீதான அவர்களது அக்கறையின் பின்னால் இறைச்சி உண்பவர்களின் மீதான உள்ளுறைந்த வெறுப்பே இயங்கிக்கொண்டிருக்கிறது. மாடுகள் மீதான மென்மையான அணுகுமுறை என்பது மனிதக் குழுக்களின் மீது குரூரத்தைப் பிரயோகிப்பதற்கு வாய்ப்பை வழங்கும் புனிதப்படுத்தப்பட்ட கருத்து வடிவமே ஆகும். இது அகிம்சையுடனோ விலங்கு பலியிடுதலுடனோ எவ்வகையிலும் தொடர்புடையது அல்ல.

பாலின வன்முறையையும் சாதியையும் இணைத்துக் கேள்வியெழுப்பிய முதல்சில சிந்தனையாளர்களிலும் ஒருவராக அம்பேத்கர் திகழ்கிறார். அவருடைய துவக்கக் கால கட்டுரைகளில், குலத்திற்குள்ளாக நடத்தப்படும் திருமண வழக்கம் மட்டுமே சாதியத்தின் மையமல்ல. பெண்கள், விதவைகள், திருமணமாகாத சிறுமிகள் மீதான கட்டுப்பாடே சாதி அடையாளத்தை நிலைநிறுத்துவதற்கான மையமாக விளங்கியதாக மிகச் சரியாகவே சுட்டிக்காட்டியிருக்கிறார். *"உதிரி ஆண்களும் பெண்களும் எதிர்கொள்ளும் பிரச்சினையே"* சாதியப் பிரச்சினை என அவர் குறிப்பிட்டிருக்கிறார். பெண்கள் மீது கட்டுப்பாடுகளை விதிப்பது சாதியத்தில் மட்டுமல்லாமல் எல்லாப் படிநிலை அமைப்புகளிலும் மையப் பாத்திரத்தை வகிக்கிறது. சாதியமும் ஆணாதிக்கமும் மிக ஆழமாகத் தமக்குள் பின்னிப்பிணைந்துள்ளன.

சமகால இந்தியாவில் இந்துக்களுக்கும் இஸ்லாமியர்களுக்கும் இடையில் நிலவிவரும் வகுப்புவாத உறவுகள் பற்றிய அம்பேத்கர் முன்வைத்த பகுப்பாய்வின் ஆற்றலை விவரிப்பதை இங்கு தவிர்க்கவே முடியாது. ஒடுக்கப்பட்ட சூழலுக்குள்ளாக இருந்தபடியே, இரு சமூகத்துத் தலைவர்களும் தத்தமக்கான சுயநலம் மிகுந்த கோரிக்கைகளையே முன்வைக்கின்றனர் என்பதை அவரால் பார்க்க முடிந்தது. 1945இல் வெளியான அவருடைய "பாகிஸ்தான் குறித்த சிந்தனைகள்" எனும் புத்தகம் இந்த வகுப்புவாரி பிரச்சினை குறித்த மிகவும் உறுதியான பகுப்பாய்வாக உள்ளது. இந்தியா ஒரு கூட்டு நாகரிகத்தை எய்தியிருந்தது என்றும், இந்துக்களுக்கும் இஸ்லாமியர்களுக்குமான பிரச்சினை அதிக அளவில் பிரிட்டிஷ் அரசின் பிரித்தாளும் சூழ்ச்சியின் பொருட்டே உருவானது என்றும் கருத்துரைப்பவர்களை அவர் நிராகரித்தார். இந்து - இஸ்லாமிய மதங்கள் இரண்டுமே தனித்துவமான சமூக, கலாச்சார ஒழுங்குகளைக் கொண்டவை என்றும் அவற்றிற்கிடையில் நிலவும் பகைமையுணர்ச்சி மிக ஆழமாக இயங்குகின்றன என்றும் அம்பேத்கர் முன்மொழிந்தார். கடந்த காலம் எனும் கோணத்திலான வாதத்தை ஏற்றுக்கொள்ளக் கூட அவர் தயாராக இல்லை. இந்து மதத்தையோ, ஏன் இஸ்லாமிய மதத்தையோ

கூட அவர் விலக்கிவிடவில்லை (இஸ்லாம் மீதான அவரது விமர்சனங்கள் 'இஸ்லாமிய வெறுப்பிலிருந்து எழுந்தவை' எனத் தற்போது திரித்துக் கூறப்படுகின்றன). "இந்து மதம் மக்களைப் பிரிப்பதற்கானது என்றும் இஸ்லாமிய மதம் மக்களை ஒன்றுதிரட்டுவதற்கானது எனும் கூறுப்படுகிறது என்பது பகுதி உண்மை மட்டுமே. ஏனெனில், இஸ்லாம் எந்த அளவிற்கு ஒன்றுதிரட்டுகிறதோ அதே அளவுக்கு அது பிரிவினைக்கும் வித்திடுகிறது. இஸ்லாம் என்பது ஒரு மூடுண்ட நிறுவனம். இஸ்லாமியர்களுக்கும் இஸ்லாமியர் அல்லாதவர்களுக்கு இடையிலும் அவர்கள் கடைபிடிக்கும் வேறுபாடு என்பது மிகவும் உண்மையான, அவர்கள் பார்வையில் நேர்மறையான, முற்றிலுமாக அந்நியப்படுத்தும் வேறுபாடாகும். இஸ்லாமின் சகோதரத்துவம் என்பது உலகளாவிய மனிதர்களுக்கான சகோதரத்துவம் அல்ல. அது இஸ்லாமியர்களுக்கு மட்டுமேயான சகோதரத்துவம் ஆகும். அது போதிக்கும் சகோதரத்துவம் என்பது அந்த நிறுவனத்திற்குள் உள்ளவர்களுக்கானது மட்டுமே ஆகும். அந்த நிறுவனத்திற்கு வெளியில் இருப்பவர்களுக்கு அது அவமதிப்பையும் பகைமையுணர்ச்சியையுமே தருகிறது" என அவர் எழுதியிருக்கிறார். ஆனால், எல்லாவற்றையும் இவ்வாறாக இரக்கமற்ற வகையில் அவர் அணுகுவது, அவருடைய உளவியல் கொதிப்புகளின் விளைவே ஆகும். இந்துக்கள் இஸ்லாமிய மக்களின் மீது காட்டும் விரோதப் போக்கானது, சாதியப் பிரிவினைகளை முறியடிக்க வேண்டும் எனும் அவர்களுடைய தேவையின் விளைவே ஆகும். "இந்து-இஸ்லாமியர்களுக்கிடையிலான பிரச்சினையின் சூழமைவில் பொருத்திப் பார்க்கும்போது மட்டுமே ஒரு சாதி மற்றொரு சாதியுடன் கூட்டிணைவது குறித்து யோசிப்பது இல்லை" என அவர் சீற்றத்துடன் கூறினார். சுருங்கச் சொன்னால், இந்துக்களுக்குத் தங்கள் உள்முகப் பிரிவினைகளை மீறி ஓர் ஒற்றை அடையாளத்தைக் கட்டமைக்க "மற்றமை" என்பது அவர்களுக்குத் தேவையாய் உள்ளது.

இந்தப் பகுப்பாய்வு அருவருக்கத்தக்க வகையில் அம்பேத்கரை அண்மைகால இந்திய அரசியல் போக்குடன் தொடர்புபடுத்துகிறது. பிரபல இந்துத்துவத் தீவிரவாத அமைப்பான ராஷ்ட்ரிய ஸ்வயம்சேவக் சங்கம் (அல்லது ஆர்.எஸ்.எஸ்.) மற்றும் பிற இந்துத்துவத் தேசியவாதிகள் அம்பேத்கரின் இரண்டு கூற்றுகளுக்காக அவரைத் தம் பக்கத்தில் அரவணைத்துள்ளார்: 1. இந்து -இஸ்லாம் சமூகங்களுக்கிடையில் நிலவிவரும் பதற்றங்கள் சமரசம் செய்யக்கூடியதல்ல என்பதை நாம் ஒப்புக்கொண்டுதான் ஆக வேண்டும். 2. சாதி ஆழங்களில் ஊடுருவியிருக்கும் வரையில் ஒருங்கிணைத்த இந்து அடையாளம் என ஒன்றில்லை. ஆனால், ஏற்றுக்கொள்ள முடியாத இத்தகைய வன்முறை அடுக்குகளால்தான் இந்து மதம் கட்டமைக்கப்பட்டிருக்கிறது எனும் அவரது வாதத்திற்கு யாரும் பதிலளிப்பதில்லை என்பது ஒருபுறம் இருந்தாலும், இதே கேள்விகளை முன்வைத்து அவரை இந்து மத வெறுப்பாளராகக் கட்டமைக்கும் போக்கும் ஒருபுறம் நிலவிவருகிறது. சைவம் எனும் பெயரால், மாட்டிறைச்சி வியாபாரிகள் அடித்துக் கொல்லப்படுவதும், இஸ்லாமியர்கள் தாக்கப்படுவதும் தொடர்ந்து இதனை நிரூபித்துக்கொண்டே வருகின்றன.

இந்தியாவை நவீனமயமாக்க வேண்டும் எனும் தங்கள் உறுதியின் பொருட்டு நேருவையும் அம்பேத்கரையும் இணைத்துப் பார்க்கும் வழக்கமும் இருந்துவருகிறது. கலாச்சார மாற்றங்களை உண்டாக்குவதில் அவர்கள் இருவரும் தீவிரமாக இணைக்கப்பட்டிருந்தார்கள் என நீங்கள் நினைக்கலாம். ஆனால், அம்பேத்கரைப் பொறுத்தவரையில், சமத்துவத்தைப் பகுதியளவில் மட்டுமே உறுதியளிக்கும், அதற்காகத் தங்களுடைய சொந்தப் பழம்பெருமைகளை விட்டுக்கொடுப்பதற்குப் பெரிதளவில் எதுவும் செய்யாத ஒருவகையிலான தாராளவாதிகளுக்கான ஒரு முன்மாதிரியாகவே நேரு விளங்குகிறார். நேருவின் மீதான அவருடைய குற்றச்சாட்டு, காந்தி மீது அவர் வைக்கும் குற்றச்சாட்டை விட மிகவும் மோசமானதாகத் தோன்றலாம்: இந்திய சமூகத்தில் உள்ள இந்த வன்முறையின் மையத்தன்மையை ஒப்புக்கொள்ளும் திறன் அவரிடத்தில் இல்லை. "ஜவஹர்லால் நேருவை நோக்கித் திரும்புங்கள்" என அவர் எழுதினார். *"ஜெஃபர்சோனியன் பிரகடனத்தில் (Jeffersonian Declaration) இருந்து அவரால் உத்வேகம் பெற முடிகிறது: ஆனால், ஒருபோதும் அவரால் அறுபது மில்லியன் தீண்டத்தகாதவர்களின் நிலை குறித்து வருத்தத்தையோ அவமானத்தையோ வெளிப்படுத்த முடிவதில்லை. அவருடைய பேனா மையிலிருந்து பெருகி எழும் இலக்கியப் பெருவெள்ளத்தில் தீண்டத்தகாதவர்கள் எங்கேனும் குறிப்பிடப்பட்டிருக்கிறார்களா?"*

சமூகத்தில் பணத்தின் ஆழமான பங்களிப்பையும், அது ஏற்படுத்தும் விளைவுகளையும், கண்ணியமான வாழ்க்கையை உத்திரவாதமளிக்கும் அதன் அவசியத்தையும் புரிந்துகொண்ட அக்காலத்திய ஒருசில இந்தியத் தலைவர்களுள் அம்பேத்கரும் ஒருவர். காந்தி முன்னிலைப்படுத்திய துறவு மற்றும் வறுமை, நேரு முன்வைத்த செல்வம் பற்றிய உயர்குடிப் பார்வையிலான விமர்சனம் ஆகிய இரண்டு முனைகளின் மீதும் அம்பேத்கர் பொறுமையற்றவராகவே இருந்தார். காந்தியின் துறவு என்பது மகத்துவத்தை எய்துவதற்காக நிகழ்த்தபட்ட ஒரு நாடகீயச் செயல்பாடகும்: துறப்பதற்கு ஏராளமான துணி வகைகள் இருந்த நிலையில் அவற்றைக் கைவிட்டுவிட்டு, எளிய ஆடையை அவர் உடுத்திக்கொண்டது ஒரு துறவுச் செயலாகக் கருதப்படுகிறது. இதற்கு முற்றிலும் எதிராக, அம்பேத்கரைப் பொறுத்தவரையில், ஆடை அணிவது மட்டுமே சுயமரியாதையை அடைவதற்கான ஒரு பாதையாக இருக்க முடியும். 1918இல் பெர்ட்ராண்ட் ரஸலின் (Bertrand Russell) 'சமூக மறுசீரமைப்பின் கோட்பாடுகள்' பற்றிய விமர்சனத்தை அம்பேத்கர் வெளியிட்டார். பணத்தின் மீதிலான மோகம் குறித்த ரஸலின் கருத்துகள் முற்றிலும் பயனற்றவை என அம்பேத்கர் சாடினார். *"ரஸ்ஸல் முன்வைக்கும் 'பணத்தின் மீதான மோகத்தின்' தீமைகளை மதிப்பாய்வு செய்துபார்க்கும்போது, பணத்தின் வரலாற்று மதிப்பிற்கு எந்தவகையிலான தத்துவார்த்த கனத்தையும் அது சேர்க்கவில்லை. பணத்தின் நோக்கம் குறித்து ஆராயமல், வெறுமனே பணத்தின் மீதான மோகத்தை விமர்சிப்பதால் இந்தத் தவறான கருத்து திரள்கிறது. ஒரு வளமையான மனம், பணத்தின் மீதான மோகம் என ஒன்றில்லை என வலியுறுத்தலாம். பணத்தின் மீதான மோகம் என்பது*

எப்போதும் ஏதோவொன்றிற்கானதாகவே இருக்கும், அந்த ஏதோவொன்றிற்குள் இருக்கும் நோக்கமென்பது கடன் அல்லது அவமானத்தைக் கடப்பது என்பதே ஆகும். அதனால் இந்தப் பணத்தின் மீதான மோகம் எனும் நோக்கமென்பது பல்வேறு கூறுகளால் கட்டப்படுகிறது." வறுமையைப் புனிதப்படுத்துவதும், மோகிப்பதும் பணத்தின் மூலம் எதையெல்லாம் சாதிக்க முடியும் என்பது குறித்துக் கவனம் செலுத்தாத, பணத்தின் சிறப்புகளைச் சிதைக்கும் ஓர் அணுகுமுறையே ஆகும். துறவு எனும் தனது பாரம்பரிய விழுமியத்திலிருந்து இந்தியா மறுசீரமைப்பு செய்யப்பட வேண்டியுள்ளது. எல்லாவற்றுக்கும் மேலாக, அது எதிர்கொள்வதற்கும் மேம்படுத்துவதற்கும் அசலான வறுமை - ஏழை மக்களின் வறுமை - அதற்கெதிரில் இருந்துகொண்டிருக்கிறதே.

◑

அறிவார்த்த பிராமணியத்தின் பிடியில் இந்தியாவில் சிக்கியிருப்பதாக அம்பேத்கர் ஒருமுறை புலம்பினார். அதில் ஒரு இராஸ்மஸ் (Erasmus) - ஏற்கெனவே உள்ள அமைப்புகளுக்குள் இருந்தபடியே செயல்படும் பகுதியளவிலான சீர்த்திருத்தவாதிகள் - உள்ளதெனவும், அதன் கட்டமைப்பின் மீது நியாயமான, தீவிரமான கேள்விகளை எழுப்பக்கூடிய வால்டேர் போன்ற ஒருவரை அது கொண்டிருக்கவில்லை எனவும் அவர் கூறியுள்ளார். ஆனால், அம்பேத்கர் அவரே தம்மளவில் ஓர் இந்திய வால்டேர்தான். தீவிர அறிவின் துணையுடன், இத்தகைய அடிப்படைக் கேள்விகளைத்தான் அவர் தொடர்ந்து மிகத் துல்லியமாக எழுப்பிக்கொண்டிருந்தார். அவர் எழுப்பிய கேள்விகளின் தெறிப்புகள் இப்போது வரையிலும் தொடர்ந்துவருகின்றன.

இதனுடையதொரு தீவிர வெளிப்பாடுதான், 'காந்தியும் காங்கிரஸும் தீண்டத்தகாதவர்களுக்கு செய்தது என்ன?' புத்தகத்தை உறுதியாகவும் நெகிழ்வூட்டும்படியாகவும் அவர் சமர்ப்பணம் செய்திருப்பது. இந்தச் சமர்ப்பணம் வழக்கத்திற்கு மாறானது. ஏனெனில், தனது உணர்ச்சிகளை வெளிக்காண்பிக்காமல் இருக்க வேண்டும் எனும் அவரது பிடிவாதத்தை எழுத்தில் தளர்த்திய மிக அரிதான தருணங்களில் இந்தச் சமர்ப்பணமும் ஒன்றாகும். தனது பிள்ளையின் இழப்புக் குறித்துப் பேசுமிடங்களில் மட்டுமே இந்த அளவிற்கு அவர் உணர்ச்சிக்குள்ளாவார். 1926ஆம் ஆண்டு டத்தோபாவுக்கு (Dattoba) அவர் எழுதிய கடிதமொன்றில், "நமது பிள்ளைகளின் இழப்போடு, நம் வாழ்க்கையில் இருந்த உப்பின் சுவை நீர்த்துப்போய்விட்டது. பைபிள் சொல்வதைப்போல, 'நீங்கள்தான் இந்தப் பூமியின் உப்பு. அது இந்தப் பூமியிலிருந்து நீங்கிவிட்டால் வேறு எதன் மூலம் இந்த உப்பின் பாத்திரத்தை நிரப்ப முடியும்."

'காந்தியும் காங்கிரஸும் தீண்டத்தகாதவர்களுக்கு செய்தது என்ன?' புத்தகத்தை 'தி' எனப்படும் ஒருவருக்கே அம்பேத்கர் சமர்ப்பித்திருந்தார். ரூத்தின் புத்தகத்தில் ரூத்துக்கும் நவோமிக்கும் இடையில் துவக்கத்தில் நிகழும் ஓர் உரையாடலை மேற்கோள் காட்டியபடியே அந்தப் புத்தகம் துவங்குகிறது. மேற்கோள்

இவ்வாறு நிறைவடைகிறது: "உமது மக்கள் எமது மக்களும்தான், உமது கடவுள் எமது கடவுளும்தான். நீர் மரிக்கும் இடத்திலேயே நானும் மரிப்பேன். அதே இடத்தில்தான் நான் அடக்கம் செய்யப்பட வேண்டும். நான் இந்த வாக்குறுதியைக் காப்பாற்றாவிட்டால் என்னைத் தண்டிக்கும்படி கர்த்தரிடம் கேட்டுக்கொள்வேன். மரணம் ஒன்றுதான் நம்மைப் பிரிக்கும்." அம்பேத்கர் ஒரு பத்தியில் தொடர்ந்து மேற்கோள் காட்டுகிறார்:

"நாம் ஒன்றாகச் சேர்ந்து பைபிளை வாசிக்கும்போது, நீ எப்படி இந்தப் பயணத்தின் இனிமையாலும் பரிதாபத்தாலும் பாதிக்கப்பட்டாய் என்பதை நான் அறிவேன். 'உமது மக்கள் எமது மக்கள், உமது கடவுள் எமது கடவுள்' எனும் ரூத் கூற்றின் மதிப்புக் குறித்து நாம் விவாதித்ததை இன்னும் நீ நினைவில் வைத்திருப்பாயா என ஆச்சர்யமடைகிறேன். எனக்கு அது நன்றாகவே நினைவிருக்கிறது, இதுகுறித்து நமக்குள் நிலவிய கருத்து வேறுபாட்டை என்னால் தெளிவாகவே நினைவுகூர முடிகிறது. ஒரு பொருத்தமான மனைவிக்குரிய அசலான உணர்வுகளுக்கு வெளிப்பாடுகளை அளிப்பதில்தான் அதன் மதிப்பு உள்ளது எனும் கருத்தில் நீ உறுதியுடன் இருந்தாய். இந்தப் பயணத்தில் சமூகவியல் மதிப்புகள் உள்ளன என்றும் அது பண்டைய சமூக அமைப்பிலிருந்து நவீன சமூக அமைப்பை வேறுபடுத்திப் பார்க்க உதவுகிறது என்றும் பேராசிரியர் ஸ்மித் அளித்த விளக்கம்தான் அதுகுறித்த சரியான இடையீடு என்பதில் நான் உறுதியுடன் இருந்தேன். 'உமது மக்கள் எமது மக்கள், உமது கடவுள் எமது கடவுள்' எனும் ரூத்தின் கூற்று, பண்டைய சமூகத்தை அதன் மேலாதிக்கப் பண்புகளால் வரையறை செய்தது. அதாவது, அதில் மனிதனும் பங்கேற்றிருக்கிறார், கடவுளும் பங்கேற்றிருக்கிறார். நவீன சமூகம் மனிதர்களுக்கு (மனிதர் என்பதில் பெண்களும் உள்ளடங்கியுள்ளனர் என்பதை நினைவில் கொள்க) மட்டுமேயானது என்றும் அது தெரிவித்திருக்கிறது. எனது பார்வையை நீ ஏற்றுக்கொள்ளவில்லை. ஆனால், இந்தக் கருப்பொருளில் ஒரு புத்தகம் எழுதும்படி என்னை வற்புறுத்துவதில் நீ ஆர்வமாக இருந்தாய். நானும் அவ்வாறு செய்வது என உறுதியளித்தேன். ஒரு ஓரியண்டல் என்கிற முறையில், மனிதனைவிட கடவுள் அதிக முக்கியத்துவம் பெற்றிருக்கும் பழைமையான சமூகத்தையே நான் சேர்ந்தவனாகிறேன். இந்தக் கட்டத்தில், நமது உரையாடலின் ஒரு பகுதியாக இந்தப் புத்தகத்தை எழுதி நிறைவுசெய்துவிட்டால், அதை உனக்கே சமர்ப்பணம் செய்கிறேன் என்று உறுதியளித்தது எனக்கு மிக முக்கியமானதாகப்படுகிறது. பேராசிரியர் ஸ்மித்தின் இடையீடு, ஒரு புதிய வெளிச்சப் பாதையை எனக்குக் காட்டியது. அதில் எனது நோக்கத்தை நிறைவேற்றுவதற்கான நம்பிக்கை பெருகியிருந்தது. எனினும் அந்தக் கருப்பொருளை ஒரு புத்தக வடிவில் வளர்த்தெடுப்பதற்கான சாத்தியமெல்லாம் இப்போது வெகு தொலைவுக்குச் சென்றுவிட்டது. நீயே அறிந்திருப்பதைப்போல, அரசியலின் சுழல்வட்டப் பாதையில் நான் பயணித்துக்கொண்டிருக்கிறேன். இதனால் இலக்கியத் தேடலுக்கெல்லாம் எனக்கு நேரமே இல்லை. எப்போது இதிலிருந்து நான் வெளியேறுவேன் என்று எனக்கே தெரியவில்லை. போர்

தொடங்கியதிலிருந்தே நான் அளித்திருந்த வாக்குறுதியை நிறைவேற்றவில்லையே எனும் உணர்வு என்னைத் தொடர்ந்து துரத்தியபடியே இருந்தது. மேலும், போரில் நீ ஒருவேளை உயிரிழந்துவிட்டால் நான் எனது வாக்குறுதியை நிறைவுசெய்யும்போது அதைப் பெறுவதற்கு நீ இருக்கமாட்டாயே எனும் எண்ணமும் சமவிகிதத்தில் மன அயர்ச்சியைக் கூட்டுவதாக இருந்தது. ஆனால், முற்றிலும் எதிர்பாராத ஒன்று நிகழ்ந்தேறிவிட்டது. மரணச் சாத்தியங்களில் இருந்து நீ வெளியேறிவிட்டாய். உனக்காக நான் சமர்ப்பணம் செய்திருக்கும் புத்தகம் காத்திருக்கிறது. இரு நிகழ்வுகளும் இதுபோல ஒன்றிணைந்ததன் மகிழ்ச்சியாக, எனது வாக்குறுதியை இனியும் தொடர்ந்து ஒத்திப்போடுவதற்குப் பதிலாக எனது புத்தகத்தை நிறைவுசெய்து உனக்குச் சமர்ப்பணம் செய்வதன் மூலமாக, வாக்குறுதியை நிறைவுசெய்துவிடலாம் என்றெண்ணினேன். கருப்பொருளில் வேறுபாடு இருந்தாலும், அதற்குப் பதிலீடாக உனக்குச் சமர்ப்பணம் செய்வதற்குத் தகுதியுடையதுதான் இது. இதை ஏற்றுக்கொள்வாயா?"

இந்தச் சமர்ப்பணத்தில் கிட்டத்தட்ட தாங்கவியலாத மென்மையும் அர்ப்பணிப்பும் மேலோங்கியிருக்கிறது. அம்பேத்கரை எந்த அளவிற்குக் குறைவாக நாம் அறிந்துவைத்திருக்கிறோம் என்பதையும் இது காட்டுகிறது. இந்த அதியற்புதப் பொழிவுரை சமர்ப்பணம் செய்யப்பட்டிருக்கும் "தி" எனக் குறிப்பிடப்பட்டிருப்பவரைக் குறித்து மிக குறைவாகவே நாம் அறிந்திருக்கிறோம். அம்பேத்கரின் முதல் ஆங்கில வாழ்க்கை வரலாற்றாசிரியரான தனஞ்செய் கீர், அவரை "அம்பேத்கரின் பைபிள் ஆசிரியர்" என மட்டும் விவரித்து, அவர் குறித்த குறிப்புகளைச் சாதூர்யமாகத் தவிர்த்துவிட்டார். ஹவுஸ் ஆஃப் காமன்ஸில் பணியாற்றிய ஐரீஷ் பெண்மணியான ஃபிரான்சிஸ் ஃபிட்ஸ்ஜெரால்டுதான் (Frances Fitzgerald) அவர் என்பதை இப்போது நாம் அறிந்துவைத்திருக்கிறோம். லண்டனில் அவரை முதல் முதலாகச் சந்தித்த 1921இலிருந்து 1946 வரையில் அம்பேத்கர் அவருடன் கடித வழி தொடர்பில் இருந்தார். தமது படைப்பில் அம்பேத்கர் இதுகுறித்து மிக மென்மையாகச் சம்பவங்களை அடுக்குகிறார். நவீன உலகத்திற்கும் பண்டை உலகத்திற்குமான வேறுபாடு "மனித" மைய வாதத்துடன் அடையாளப்படுத்தப்படுகிறது. *"மனிதனை விட கடவுள் அதிக முக்கியத்துவம் வாய்ந்தவராகக் கருதப்படும், இன்னும் பழமையாக உள்ள ஒரு சமூகத்தைச் சேர்ந்தவன் நான்"* எனும் அவருடைய குறிப்பிடத்தகுந்த வாசகம், ஒரு நவீன மனிதன் நவீனத்திற்கு முந்தைய யதார்த்தத்தில் வாழ நேரிடுவதில் உள்ள துயரத்தின் ஆழமான உணர்வுகளுக்குள் ஊடுருவிச் செல்கிறது. அம்பேத்கர் நவீனத்துவத்தைத் தேர்ந்தெடுத்தார். "மனிதன்" என்பதை விட உயர்வாக இருக்கக்கூடிய ஒன்றைக் கோருவது என்பது "மனிதனை" இழப்பதற்குத் தயார் எனும் உட்பொருளைக் கொண்டுள்ளது. மனிதகுலத்தை விடுவிக்க வேண்டுமெனில், ஒருவர் கடவுள்களைக் கொலை செய்தாக வேண்டும்.

ஆனால், கடவுளர்கள் கொல்லப்பட்ட பிறகு, என்னவிதமான நெறிகள் சாத்தியமாகும்? அம்பேத்கரின் அரசியல் தத்துவம் சிக்கலானது, ஆனால், ஓர் இழை

அவருடைய படைப்புகள் அனைத்திலும் தொடர்ந்து ஓடியபடியே இருந்தது. அவரளவில் நெறிகள் தொடர்பான சிக்கல் என்பது அதன் அடித்தளங்கள் குறித்து விவாதிப்பது மட்டுமே அல்ல. மாறாக, இருவிதமான மனித உணர்வுகளை உரையாடச் செய்வதற்கான சூழல்களை உருவாக்குவதே அதன் திட்டப்பணியாகும். இதில் முதலாவது நிற்பது வெளிப்படுத்தல்தான். பழக்கத்திற்கும் ஆராயப்படாத வாழ்க்கைக்கும் அல்லது அதிகார விதிகளுக்கும் நாம் சிறைப்பட்டிருப்பதால், நமது மனிதநேயத்தையும் பிறருடைய மனிதநேயத்தையும் மறுதலிக்க எளிதாக நம்மால் முடிகிறது. இவ்வாறு மனிதநேயத்தை மறுப்பது, ஒழுக்கம் குறித்த தத்துவச் சிந்தனைகளுக்கும்கூட இடையூறை விளைவிக்கக்கூடிய ஆபத்து மிகுந்ததுதான். ஏனெனில், அவை விதிகளைப் பற்றிய விவாதமாக மாறுவதற்கே ஏற்றவை. குழுக்களில் ஓர் அங்கமாக இருப்பதால் உருவாகும் மனத் திருப்தியும், அதே குழுவினரால் ஒதுக்கிப் புறந்தள்ளப்படலாம் எனும் பயவுணர்வும் சமூக அவலங்களை வெளிப்படுத்துவதற்குத் தடைகளாக உள்ளன. மிகச் சிறந்த சிந்தனையாளர்கள் கூட தங்கள் குழுவினரின் உலகக் கண்ணோட்டத்திற்குள்ளாக மட்டுமே தமது சிந்தனைகளின் எல்லைகளைக் குறுக்கிக்கொள்வார்கள். இக்கோட்பாட்டிற்கும் பார்ப்பனிய மேலாதிக்கத்திற்கும் எதிராகக் கிளர்ச்சியுறுவதற்கான நமது திறனையே 'அறம்' என்பது குறிக்கிறது என அம்பேத்கர் வலியுறுத்தினார்.

நெறிகளுக்கான இரண்டாவது இலக்கு என்பது, அம்பேத்கர் பார்வையில் விரிந்த அளவிலான பரிதாப உணர்ச்சியே ஆகும். சுதந்திரம், சமத்துவம், சகோதரத்துவத்தை அவர் புனித மும்மைகள் - அல்லது அவரது சமஸ்கிருத சூத்திரத்தின்படி, திரிகுணா, மூன்று குணங்கள் - என்று குறிப்பிட்டாலும், இந்த மூன்று விடுதலை கருத்துகளுக்கு இடையிலான உறவு குறித்த பிரெஞ்சு புரட்சியின் இடையீட்டை அவர் முற்றிலுமாக அடிப்படையற்றது என மறுதலித்தார். 1956இல் தனது மரணம் நெருங்கும் சமயத்தில் கடைசியாக அவர் எழுதிய 'புத்தரும் அவரது தம்மமும்' நூலில் அவரது கண்டடைதலை உறுதிப்படுத்தும் விதமாகவும், மீமெய்யியல் இல்லாத நெறிகளைக் கட்டமைக்கும் திட்டமாகவும் பவுத்தத்தை அவர் மறுவரையறை செய்தார். அவரைப் பொருத்த அளவில், பவுத்தத்தின் மிகக் குறிப்பிடத்தகுந்த கூறு என்பது இரக்கம் நிறைந்த நட்பின் வடிவமான மைத்தேயி எனும் கருத்துதான். அம்பேத்கர் கடுமையாகக் குறிப்பிட்டதைப்போல, புனித மும்மைகளுக்கு இடையிலான உறவைச் சரிவரப் புரிந்துகொள்ளாததால்தான் பிரெஞ்சு புரட்சி தடம் மாறிப்போனது. சகோதரத்துவம்தான் சுதந்திரத்துக்கும் சமத்துவத்துக்குமான தார்மீக ஆற்றலை வழங்குவதாக இருக்கிறது. சகோதரத்துவம் என்பது அம்பேத்கரைப் பொறுத்தவரையில் மற்றொரு குழு ஒற்றுமையைக் கட்டியெழுப்புவது அல்ல. பெரும்பாலான குடியரசு சிந்தனைகளில் வெளிப்படுத்தப்படுவதைப் போல, அவர் வலியுறுத்திய சகோதரத்துவம் தேவைக்கு அதிகமான ஒற்றுமையைக் கொண்டிருக்கவில்லை. மாறாக, பிறருடைய தலிப்பட்ட துன்பங்களுடன் ஆழமான பிணைப்பை ஏற்படுத்திக்கொள்ளும் வகையிலான ஒரு சுயத்தை உருவாக்குவதே

சகோதரத்துவம் என அவர் முன்மொழிந்தார். சுதந்திரம் என்றால் என்ன? சமத்துவம் என்றால் என்ன? எனும் கேள்விகள் மிக முக்கியமானவை அல்ல. திறன்மிகுந்த பல தத்துவவாதிகளால் இதற்குப் பதிலளித்துவிட முடியும். மிக முக்கியமான கேள்வி என்னவெனில், ஒவ்வொரு மனித உயிரும் நமது உணர்வெல்லைக்குள் சேர்க்கப்பட வேண்டும் எனும் எண்ணத்தை நீங்கள் எப்போது, எவ்வாறு பெறப் போகிறீர்கள்? இது ஆன்மாவை மறுகட்டமைப்புச் செய்வதை உள்ளடக்கிய, அறத்தையே மிக உயரிய ஒரு மதமாக மாற்றும் ஒரு செயல்திட்டமாகும். அம்பேத்கரின் இறுதி பகுப்பாய்வில், சகோதரத்துவத்தை மறுகட்டமைப்புச் செய்யாமல் வெறும் கருத்துகளாலோ நிறுவனத் தந்திரங்களோ ஒன்றும் செய்துவிட முடியாது என்று குறிப்பிட்டிருக்கிறார்.

அம்பேத்கர் ஏன் மிகவும் குழப்பம் மிக்கவராகத் தெரிகிறார் என்றால் பாரம்பரியம், அதிகாரம், இந்து மதம், ஜனநாயகம், மதம், மீமெய்யியல் ஏய்ப்புகள் ஆகிய அனைத்துப் பிரமைகளுக்கும் எதிராக அவர் சவால் விடுத்தார். நமது தற்போதைய சூழலில், நீதியைக் கடந்தும் தேசியத்தை முன்னிலைப்படுத்துவதை அன்றே அவர் சந்தேகத்துடன் முன்மொழிந்தார். அவரது இந்தக் கூர்நோக்கும் பண்பையும், ஆய்வுப்பூர்வமான கணிப்பையும் நாம் பாராட்டத்தான் வேண்டும். அம்பேத்கர், *“தேசியம் என்பது ஒரு புனிதமான கொள்கையோ முழுமையான கொள்கையோ அல்ல. ஏனைய அனைத்துக் கருத்துகளையும் நீர்த்துப்போகச் செய்யுமளவிற்குக் கட்டாயத்தின் தன்மையை அது கொண்டிருக்கிறது”* எனக் கொந்தளிப்புடன் குறிப்பிடுகிறார். அவரது சிந்தனை மையத்தில் ஓர் ஆழமான பரிதாப உணர்ச்சி உள்ளது. பிறரை விட மனிதச் சீரழிவையும் அடக்குமுறையையும் ஆழமாகப் பார்த்துள்ள அவர், எப்படி நியாயத்திலும் ஒழுக்கத்திலும் உறுதியாக இருக்க முடிந்தது? பல நூற்றாண்டு கால துன்பங்களுக்கு எதிராக நம்பிக்கையை நிலைபெறச் செய்ய, வழக்கமான அறிவுசார் ஊன்றுகோல்களான - வரலாற்று இயங்கியல், மீமெய்யியல் விளக்கங்கள், மத ஆறுதல்கள், அறிவியலின் உறுதிப்பாடுகள் - என எதையும் அவர் சார்ந்திருக்கவில்லை என்பது அவருடைய பெருமையே ஆகும்.

நான் முன்பே குறிப்பிட்ட சமூகச் சீர்திருத்தவாதியான ரானடே பற்றிய அவரது கட்டுரையைத் தமது நிலைப்பாடு குறித்த ஓர் அழகான சுருக்கவிளக்கத்துடன் தொடங்கியிருக்கிறார்:

“உரிமைகள் சட்டத்தால் காக்கப்படுவதில்லை, அவை சமூகத்தாலும் சமூகத்தின் தார்மீக தன்னுணர்வாலுமே காக்கப்படுகின்றன என்பது அனுபவத்தின்படி நிரூபணம் ஆகிறது. உரிமைகள் தொடர்பாகச் சட்டம் இயற்றப்பட வேண்டும் என்பதைச் சமூகத்தின் தன்னுணர்வு ஏற்றுக்கொள்ளத் தயாராகிவிட்டால், பாதுகாக்கப்பட்டதாகவும் காக்கப்பட்டதாகவும் உரிமைகள் இருக்கும். ஆனால், அடிப்படை உரிமைகளைச் சமூகம் எதிர்க்கத் துணிந்தால், எந்தச் சட்டத்தாலும், எந்தப் பாராளுமன்றத்தாலும், எந்த நீதித்துறையாலும் ‘உரிமைகள்’ என்பதை அதன்

உண்மையான அர்த்தத்துடன் வழங்குவதற்கு உத்திரவாதம் அளிக்க முடியாது. அமெரிக்காவில் உள்ள கறுப்பின மக்களுக்கு, ஜெர்மனியில் உள்ள யூதர்களுக்கு, இந்தியாவில் உள்ள தீண்டத்தகாதவர்களுக்கு அடிப்படை உரிமைகளால் என்ன பயன் கிடைக்கிறது? ப்யூர்க் (Burke) கூறுவது போல, பன்மையைத் தண்டிப்பதற்கான முறைமை எதுவும் கண்டுபிடிக்கப்படவில்லை. சட்டத்தால் ஒற்றைய, திமிறுகின்ற குற்றவாளியைத் தண்டிக்க முடியும். சட்டத்தை மீறுவதில் உறுதியாக இருக்கும் ஒரு பெருங்கூட்டத்துக்கு எதிராக அதனால் ஒருபோதும் செயல்பட முடியாது. சமூகத் தன்னுணர்வு, கோலிரிட்ஜ் (Coleridge) சொல்வதைப் போல, அமைதியான மற்றும் கறைபடியாத ஒரு சட்டம் இயற்றுபவரால் கட்டமைக்கப்பட வேண்டியதாகும். அப்படி ஒருவர் இல்லையெனில் பிற அனைத்து ஆதிக்க மையங்களும் "அடிப்படை மற்றும் அடிப்படை அல்லாத அனைத்து உரிமைகளையும் வெறும் ஆட்சேபனைகளால் மட்டுமே எதிர்கொள்ளும்."

அம்பேத்கரைப் பொறுத்தவரையில், ஜனநாயகத்தில் நிலவும் நெருக்கடிகளுக்கான மையம் என்பது அறமும் சகோதரத்துவமும் தோற்றுப்போனதன் விளைவே ஆகும். இவற்றில் ஒன்று அல்லது சில, அரசியலமைப்பு இயக்கத்தில் சில மாறுதல்களை ஏற்படுத்தியிருக்கக்கூடும் என அவர் கருதுகிறார். அவருடைய இறுதிப் பகுப்பாய்வில் சமூகத் தன்னுணர்வைத் தவிர நம்மிடம் வேறெதுவும் இல்லை என அவர் வெளிப்படுத்திய கருத்து நம்மைப் பாதுகாப்பற்றவர்களாக உணரச் செய்யக்கூடும். குறிப்பாக, அம்பேத்கர் அறிந்திருந்தபடி, குழுப் படிநிலைகளின் வசதிகளுக்கேற்ப சமூகத் தன்னுணர்வை மிக எளிதாகவே கட்டமைத்துவிட முடியும். ஒடுக்குமுறை எனும் மிகப் பெரிய மனிதச் சீர்குலைவே தன்னுணர்வைக் கட்டமைப்பதன் மூலமாகவே நிகழ்ந்தேறுகிறது என அவர் வலியுறுத்தினார். இக்கூற்று முரண்பாடாக, இறுதியில் அம்பேத்கரை, காந்திக்கும், பிறகு ஹேவலுக்கும்தான் அருகில் கொண்டுவந்து நிறுத்துகிறது. 'அரசியல் நடைமுறையியல்' குறித்த ஒரு முழுமையான கோட்பாடு அம்பேத்கரிடம் இல்லை. ஆனால், இந்தியாவிலோ அமெரிக்காவிலோ, நீதிக்கும் அறத்திற்கும் எதிராக நிற்கும் ஒரு பண்பாட்டுச் சூழமைவை எதிர்க்கும் அளவுக்குப் போதுமான பகுத்தறிவுத் திறன் அவரிடத்தில் இருந்தது.